ಡಾ. ಸಬಿತಾ ಬನ್ನಾಡಿ

ಕನ್ನಡ ಪ್ರಾಧ್ಯಾಪಕಿ. ಕವಿತೆ, ವಿಮರ್ಶೆ ಮತ್ತು ಅಂಕಣ ಬರಹದಲ್ಲಿ ಆಸಕ್ತಿ.

ಕನ್ನಡದ ಓದುಗಳು ಮತ್ತು ಲೇಖಕಳು ಮಾತ್ರವಲ್ಲ, ಕನ್ನಡದ ಮೂಲಕವೇ ಜ್ಞಾನ ಶಿಸ್ತನ್ನು ಬೆಳೆಸಿಕೊಳ್ಳಬಹುದು ಎಂಬ ನಂಬಿಕೆಯಲ್ಲಿ ಬರಹಗಳು ಸಾಗಿವೆ.

ಮಹಿಳಾವಾದ, ಹಳಗನ್ನಡ, ನಡುಗನ್ನಡ ಮತ್ತು ಆಧುನಿಕ ಸಾಹಿತ್ಯಗಳ ಆಸಕ್ತಿಯೊಂದಿಗೆ, ಸಿನಿಮಾ, ನಾಟಕ, ಸಂಗೀತಗಳೆಡೆಗಿನ ಆಸಕ್ತಿಗಳು ಸಬಿತಾರ ಚಿಂತನೆಗಳನ್ನು, ಬರಹಗಳನ್ನು ರೂಪಿಸಿವೆ.

"ಮಧ್ಯಕಾಲೀನ ಕನ್ನಡ ಸಾಹಿತ್ಯದಲ್ಲಿ ಚರಿತ್ರೆ, ಸಮಾಜ ಮತ್ತು ಸಂಸ್ಕೃತಿ: ಅಂತರ್ ಸಂಬಂಧಗಳು" ಎಂಬ ವಿಷಯದಲ್ಲಿ ಪಿಎಚ್.ಡಿ ಪದವಿ ಪಡೆದಿದ್ದು, ಇದಕ್ಕಾಗಿ ಮಾಡಿದ ಸಮಗ್ರ ವಚನಗಳ ಹಾಗೂ ಸಮಗ್ರ ರಗಳೆಗಳ ಅಧ್ಯಯನವು ಸಬಿತಾರ ಯೋಚನಾಕ್ರಮದ ಹಿಂದಿನ ಮಹತ್ವದ ಪ್ರಭಾವವಾಗಿದೆ. ಈ ಅಧ್ಯಯನವು "ಆಲಯವು ಬಯಲಾಗಿ" ಎಂಬ ಹೆಸರಿನಲ್ಲಿ ಪುಸ್ತಕವಾಗಿ ಪ್ರಕಟವಾಗಿದೆ.

ಇದಲ್ಲದೆ ಸಾಹಿತ್ಯ ನಿರೂಪಣೆಗಳು, ಹೊಸ್ತಿಲಾಚೆ ಈಚೆ, ನಿರಿಗೆ, ಗೂಡು ಮತ್ತು ಆಕಾಶ ಪ್ರಕಟವಾಗಿವೆ.

ಅವಳ ಕಾವ್ಯ, ಅರಿವಿನೊಂದಿಗೆ ನಮ್ಮ ಪಯಣ, 'ಪ್ರಾತಿನಿಧಿಕ ಮಹಿಳಾ ಸಾಹಿತ್ಯ ಮಾಲಿಕೆ' ಸಂಪುಟ 5 ಆತ್ಮಕಥೆ ಇವರ ಸಂಪಾದಿತ – ಸಹ ಸಂಪಾದಿತ ಕೃತಿಗಳು

ಕುವೆಂಪು ವಿಶ್ವವಿದ್ಯಾಲಯಕ್ಕಾಗಿ ಭಾಷೆ–ಬಳಕೆ, ಸಾಹಿತ್ಯ ಸಂಕಥನ, ಸಾಹಿತ್ಯ ವಿಮರ್ಶೆ ಹಾಗೂ ಮುಕ್ತ ಆಯ್ಕೆ–2 ಎಂಬ ಪಠ್ಯ ಪುಸ್ತಕಗಳನ್ನು ಸಂಪಾದಿಸಿದ್ದಾರೆ. ಅಂಬೇಡ್ಕರ್ ಬದುಕು – ಹೋರಾಟ ಅನುವಾದಿತ ಕೃತಿ.

ಡಿ.ಎಸ್.ಕರ್ಕಿ ಕಾವ್ಯ ಪ್ರಶಸ್ತಿ ಹಾಗೂ ಅತ್ತಿಮಬ್ಬೆ ಟ್ರಸ್ಟ್ ಪುಸ್ತಕ ಪ್ರಶಸ್ತಿಗಳು ಬಂದಿವೆ. ಮಂಗಳೂರು, ವಿಜಯಪುರ ಹಾಗೂ ಮೈಸೂರು ವಿಶ್ವವಿದ್ಯಾನಿಲಯಗಳ ಪದವಿ ಪಠ್ಯಗಳಲ್ಲಿ ಕವಿತೆ ಹಾಗೂ ಲೇಖನಗಳು ಪಠ್ಯಗಳಾಗಿವೆ.

ಸಂವಾದ ಮಾಸಿಕದಲ್ಲಿ 'ಮರುಮಾತು' ಹೆಸರಿನಲ್ಲಿ ಹಾಗೂ ಪ್ರಜಾವಾಣಿಯ 'ಅಭಿಮತ'ದಲ್ಲಿ ಅಂಕಣ ಬರೆಯುತ್ತಿದ್ದಾರೆ.

ಪ್ರಸ್ತುತ ಕೃತಿ 'ಪ್ರಜಾವಾಣಿ'ಯಲ್ಲಿ ಪ್ರಕಟವಾದ ಅಂಕಣ ಬರಹಗಳ ಗುಚ್ಛ.

ಇದಿರು ನೋಟ

ಡಾ. ಸಬಿತಾ ಬನ್ನಾಡಿ

ಬಹುರೂಪಿ
ಎಂಬೆಸಿ ಸೆಂಟರ್, 111, ಮೊದಲನೇ ಮಹಡಿ, ಕ್ರೆಸೆಂಟ್ ರಸ್ತೆ,
ಕುಮಾರಪಾರ್ಕ್ ಈಸ್ಟ್, ಬೆಂಗಳೂರು 560 001.
ದೂರವಾಣಿ: 70191 82729

54

IDIRU NOTA
A collection of column writings appeared
in PRAJAVANI, A noted Kannada Daily on socio-issues
by **SABITHA BANNADI**

Sabitha Bannadi
sabithabannadi@gmail.com

Published By
Bahuroopi
Embassy Centre, 111, First Floor, Crescent Road,
Kumarapark East, Bangalore 560001

editor@bahuroopi.in | Mobile: 70191 82729

online book store: **bahuroopi.in**

Whats App Bookstore: **70191 82729**

ISBN: 978-81-956152-1-6
First Edition: August 2022
Pages: 164 | Price: Rs 200

Photo: **Gururaj B V**
Cover and Inside Design: **Sagar M S**

Produced by
Bahuroopi Designs and Prints
Bangalore
99454 40841

Our Book Store
Bahuroopi Book Hub
No1, Naaku tanti, Opp Udupi Garden Hotel
RMV Second Stage, Sanjay Nagar, Bangalore- 560 094

080-41679293 / 70191 82729
bahuroopibookhub@gmail.com

ನಿರಂತರ ಆಶಾವಾದಿ, ಸಾವಧಾನದ ಪ್ರತೀಕ
ಕಿರಿದರಲ್ಲಿ ಹಿರಿದು ಸಾಧಿಸಿದ

ವಿಠ್ಠಲ ಭಂಡಾರಿಗೆ

ಈ ಕೃತಿ ಗೌರವವು ಅರ್ಪಿತ

ಬಹುರೂಪಿಯದ್ದೇ ಈಗ
ಪುಸ್ತಕ ಮಳಿಗೆಯೂ ಇದೆ

ಬಹುರೂಪಿ ಬುಕ್ ಹಬ್

ನಂ 1, ಉಡುಪಿ ಗಾರ್ಡನ್ ಹೋಟೆಲ್ ಎದುರು,
ಸಂಜಯನಗರ ಮುಖ್ಯ ರಸ್ತೆ ಬೆಂಗಳೂರು -560 094
ದೂರವಾಣಿ: 080-41679293, ಮೊ: 70191 82729
Bahuroopi.in | bahuroopibookhub@gmail.com

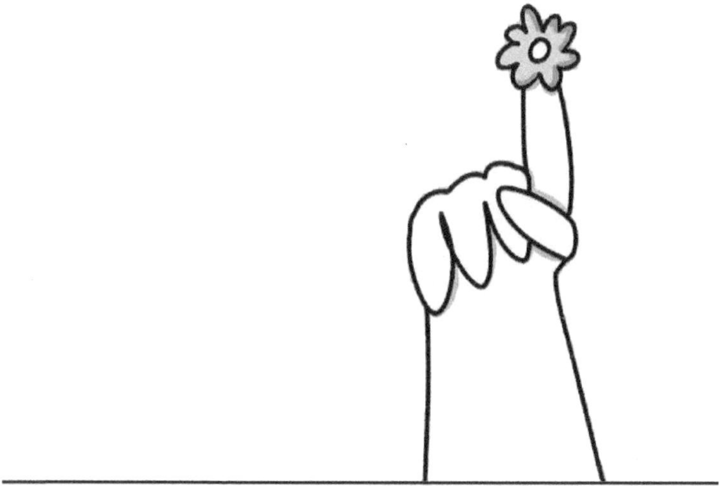

ಇದಿರು ನೋಟದ ಹಿಂದೆ

ನನ್ನ ಸುತ್ತಿನ ಲೋಕದಲ್ಲಿ ಸರಳ ಸಂಗತಿಗಳೂ ಸಂಕೀರ್ಣವಾಗುವುದು, ಮಮತೆಯ ಮಡಿಲುಗಳಾಗಬಹುದಾಗಿದ್ದು ಸುಡುವ ಕೆಂಡಗಳಾಗುವುದು, ಎಲ್ಲರನ್ನು ಒಳಗೊಂಡು ಹಾಡಿ ನಲಿಯಬಹುದಾಗಿದ್ದು ಅನ್ಯರನ್ನು ಹುಟ್ಟುಹಾಕಿ ಬಿಲ್ಲು ಬಾಣಗಳಾಗುವುದು, ಇರುವ ದಿಟವನ್ನು ಹೇಳಿದರೆ ಹಟದಿಂದ ಕೂಗುಮಾರಿಗಳು ನರ್ತಿಸುವುದು ಇವೆಲ್ಲವೂ ಯಾಕಾಗುತ್ತವೆ? ಉತ್ತರವಿಲ್ಲದ ಪ್ರಶ್ನೆಗಳೇ? ಉತ್ತರ ಕಾಣಬಯಸದ ಮೊಂಡುತನವೇ? ಹಾಗಿದ್ದೂ ಉತ್ತರ ಬಯಸುವವರು, ದಿಟದ ಮಮತೆಯ ಸರಳಜೀವಿಗಳು ನಮ್ಮ ನಡುವೆ ಇದ್ದಾರೆ ಎಂಬುದೂ ಅಷ್ಟೇ ನಿಜ. ಹಾಗಿರುವ ನಾವುಗಳು ಮಾತನಾಡಿಕೊಳ್ಳಲೇಬೇಕು. ನೋವು ನಲಿವು ಹಂಚಿಕೊಳ್ಳಲೇಬೇಕು. ಮೌನದಲಿ ಬುದ್ಧ, ಶರಣರು, ಸೂಫಿಗಳನ್ನು, ಕಲೆ, ಕಾವ್ಯಗಳನ್ನು ಎಡತಾಕಬೇಕು ಮತ್ತು ಇವೆಲ್ಲವುಗಳ ವ್ಯಕ್ತರೂಪವಾಗಿ ನಮ್ಮ ತಿಳಿವಿನಲ್ಲಿ ಬಂದಿದ್ದನ್ನು ಬರೆಯಬೇಕು, ದಾರಿ ಹುಡುಕಬೇಕು ಎಂಬೊಂದು ನಂಬಿಕೆಯಲ್ಲಿ ನನ್ನ ಸುತ್ತಿನ ಲೋಕದ ಸುಳಿಯೊಳಗೆ ನಾನು ಈಜುತ್ತಿರುವೆ. ಅದು ಅಂಕಣದ ರೂಪದಲ್ಲಿ ಬರುವಂತೆ ಆಗಮಾಡುವವರು ಕೂಡಾ ನನ್ನ ಸುತ್ತಿನ ಲೋಕದವರೇ.

ಅಂಕಣ ಬರಹ ನನ್ನಿಂದ ಸಾಧ್ಯ ಎಂದು ನಾನು ಕನಸಿನಲ್ಲೂ ಅಂದುಕೊಂಡವಳಲ್ಲ. ಆದರೆ 2016ರಿಂದ 'ಸಂವಾದ' ಪತ್ರಿಕೆಯಲ್ಲಿ ಬರೆಯ ತೊಡಗಿದ ನಾನು, 'ಪ್ರಜಾವಾಣಿ'ಯಲ್ಲಿ ಮುಂದುವರಿಸಿರುವುದು, ಅದನ್ನು ಓದಿ ಹಲವಾರು ಜನ ನನ್ನನ್ನು ಪ್ರೋತ್ಸಾಹಿಸುತ್ತಿರುವುದು ನನಗೇ ಅಚ್ಚರಿಯ ಸಂಗತಿ. 2019ರಲ್ಲಿ 'ಪ್ರಜಾವಾಣಿ' ಕಚೇರಿಯಿಂದ 'ಅಭಿಮತ'ದ ಪುಟಕ್ಕೆ ಲೇಖನ ಬರೆಯುವಂತೆ ಉದಯಕುಮಾರ್ ಅವರು ಕರೆ ಮಾಡಿದ್ದು ನನಗೆ ಅನಿರೀಕ್ಷಿತವಾಗಿತ್ತು. ನನಗವರ ಪರಿಚಯ ಇರಲಿಲ್ಲ. ಆಗ ನಾನು ಕನ್ನಡ ಕಲಿಕೆಯ ಬಗೆಗೆ ಬರೆಯುವೆ ಅಂದೆ. ಆ ಬಗ್ಗೆ ಹಲವು ಲೇಖನ ಬಂದಿದೆ. ಸೂಕ್ತವೆನಿಸಿದರೆ ಮಾತ್ರ ಹಾಕಿಕೊಳ್ಳುತ್ತೇವೆ ಅಂದರು. ಸರಿ ಎಂದೆ. ಅಲ್ಲಿಂದ ಆರಂಭವಾದ ಪಯಣ ಇಂದಿಗೂ ಮುಂದುವರಿದಿದೆ. ನನ್ನ ಮಾಮೂಲಿ ಸ್ವಭಾವದಂತೆ ಅಲ್ಲಿಂದ ಕರೆ ಬಂದ ಮೇಲೇ ಇಲ್ಲಿ ಬರವಣಿಗೆ ಶುರುವಾಗುತ್ತದೆ. ಉದಯಕುಮಾರ್ ಅವರ ತಾಳ್ಮೆಗೆ ಶರಣು. ಪ್ರಜಾವಾಣಿಗೆ ಧನ್ಯವಾದಗಳು.

ಕೆ ವಿ ನಾರಾಯಣ ಅವರು ರೂಪಿಸಿದ 'ಕರ್ನಾಟಕ ಓದು' ಮಾದರಿಯಲ್ಲಿ ಹೆಜ್ಜೆ ಹಾಕಬಯಸುವ ನನಗೆ ಅದು ಎಷ್ಟರ ಮಟ್ಟಿಗೆ ದಕ್ಕಿದೆಯೋ ತಿಳಿಯೆ. ಕೆ ವಿ ಎನ್ ಸರ್‌ಗೆ ನನ್ನಿಗಳು. ಕೆ ವೈ ನಾರಾಯಣ ಸ್ವಾಮಿ ಹಾಗೂ ಬೆಸಗರಹಳ್ಳಿ ರಾಮಣ್ಣ ಟ್ರಸ್ಟ್‌ನ ಮೂಲಕ ಪರಿಚಿತರಾದ ಎಲ್ಲ ಸ್ನೇಹಿತರನ್ನು ಇಲ್ಲಿ ನೆನೆಯ ಬಯಸುವೆ.

ಗೆಳತಿ ರೇಖಾಂಬಳ ಸದಾ ಸಿದ್ಧವಿರುವ ಬೆಂಬಲ ನನಗೆ ಸದಾ ಬಲ ತುಂಬಿದೆ. ಹಾಗೆಯೇ ಗೆಳತಿಯರಾದ ಎಚ್ ಎಸ್ ಅನುಪಮ, ವಾಣಿ ಪೆರಿಯೋಡಿ, ದು ಸರಸ್ವತಿ, ಸಬಿಹಾ ಮೇಡಂ, ಉಷಾ ಮೇಡಂ, ಮೈತ್ರಾ, ಕೃತಿ, ಪದ್ಮಾಕ್ಷಿ, ಡಿ ಬಿ ರಜಿಯಾ, ವೃಂದಾ, ವಿದ್ಯಾ ಜೋಸೆಫ್, ಶಿವಮೊಗ್ಗ ಮಹಿಳಾ ಒಕ್ಕೂಟ ಹಾಗೂ ರಾಜ್ಯ ಒಕ್ಕೂಟದ ಎಲ್ಲ ಗೆಳತಿಯರಿಗೂ ನನ್ನ ನೆನಕೆಗಳು.

ಪ್ರತೀ ಬಾರಿ ಲೇಖನ ಪ್ರಕಟವಾದಾಗಲೂ ಮೊದಲ ಫೋನ್ ಕರೆ ಬರುವುದು ಹಿರಿಯರಾದ ಯಲ್ಲಪ್ಪ ರೆಡ್ಡಿಯವರಿಂದ. ಅವರ ಅಕ್ಕರೆಗೆ ಕೃತಜ್ಞತೆಗಳು. ನಾಡಿನ ಅನೇಕ ಹಿರಿಯ ಜೀವಗಳು ಪತ್ರಗಳ ಮೂಲಕ, ಫೋನ್ ಕರೆಯ ಮೂಲಕ ಮಾತಾಡಿ ನನ್ನನ್ನು ಹರಸಿದ್ದೀರಿ. ವಂದನೆಗಳು. ಸ್ಪಂದಿಸಿದ ಸಮಕಾಲೀನರು, ಕಿರಿಯ ಮಿತ್ರರು, ತರೀಕೆರೆ ಕಾಲೇಜಿನ ಮಿತ್ರರು, ಫೇಸ್‌ಬುಕ್ ಗೆಳೆಯರು ಎಲ್ಲರನ್ನೂ ಇಲ್ಲಿ ನೆನೆಯ ಬಯಸುವೆ. ಒಳ್ಳೆಯ ಮಾತುಗಳನ್ನಾಡಿದ ದೇವನೂರು ಮಹಾದೇವ, ನಾಗೇಶ ಹೆಗಡೆ, ರಹಮತ್ ತರೀಕೆರೆ, ಅಗ್ರಹಾರ ಕೃಷ್ಣಮೂರ್ತಿ, ಸನತ್ ಕುಮಾರ ಬೆಳಗಲಿ, ಬಂಜಗೆರೆ ಜಯಪ್ರಕಾಶ್, ವಿನಯಾ ವಕ್ಕುಂದ, ಎಚ್ ಎಲ್ ಪುಷ್ಪ, ಎಲ್ ಸಿ ಸುಮಿತ್ರ, ಯಶೋಧಾ ರಾಜೇಂದ್ರ, ಪುರುಷೋತ್ತಮ ಬಿಳಿಮಲೆ, ಸವಿತಾ ಹಾಗೂ ಡಿ ಎಸ್ ನಾಗಭೂಷಣ ಹಾಗೂ ನನ್ನ ಒಡಹುಟ್ಟಿದವರು, ಬಂಧುಗಳಿಗೆ... ಧನ್ಯವಾದಗಳು.

ನಾನು ಬರೆಯಬೇಕೆಂದಾಗ ನನ್ನ ನೆನಪಿನ ಗಣಿಯಿಂದ ಇಣುಕುವ ಹಲವು ಆಕರಗಳಿಗಾಗಿ ತಕ್ಷಣ ಎಡತಾಕುವುದು ಮನೆ ಮಂದಿಯ ಜೊತೆಗೆ. ಯಾವುದೋ ಸಿನೆಮಾ, ಡಾಕ್ಯುಮೆಂಟರಿ ಅಥವಾ ನನ್ನ ವಿಷಯಕ್ಕೆ ಪೂರಕವಾದದ್ದರ ಹುಡುಕಾಟದಲ್ಲಿ ನನ್ನ ಮಕ್ಕಳಾದ ನಿಯತಿ, ನಹುಷ ಇಬ್ಬರೂ ಕೈಜೋಡಿಸಿದ್ದಾರೆ. ಬರೆದದ್ದನ್ನು ಓದಿ ಸಲಹೆ, ಸೂಚನೆ, ಚರ್ಚೆಗಳಲ್ಲಿ ಮಗ ಭಾಗಿಯಾಗಿದ್ದಾನೆ. ತಕ್ಷಣಕ್ಕೆ ಪುಸ್ತಕದ ಹುಡುಕಾಟ ಏನಿದ್ದರೂ ಬಾಳ ಸಂಗಾತಿ ಕೇಶವಶರ್ಮ ಅವರದು. ಎಲ್ಲರಿಗೂ ಪ್ರೀತಿಯ ನೆನಕೆಗಳು.

ಅನಿರೀಕ್ಷಿತಗಳು ಪಾಸಿಟಿವ್ ಆಗಿದ್ದಾಗ ಸಹಜವಾಗಿ ಖುಷಿ ಎನಿಸುತ್ತದೆ. ಇದನ್ನು ಪ್ರಕಟಿಸುವುದಾಗಿ ಜಿ ಎನ್ ಮೋಹನ್ ಹೇಳಿದ್ದು ಅಂತಹ ಸಂತಸಗಳಲ್ಲಿ ಒಂದು. 'ಬಹುರೂಪಿ'ಗೆ ನಮನಗಳು.

ಬರೆವುದೇನೋ ಬರೆದೇವು, ಓದುಗರು ಇಲ್ಲದಿರೆ ಬರೆವುದೆಂತು? ಬೆನ್ನಹಿಂದೆ ನಿಂತ ಎಲ್ಲ ಓದುನೆಂಟರಿಗೆ ನಲ್ಮೆಯೊಲುಮೆ.

ನಮಸ್ಕಾರಗಳು,

ಸಬಿತಾ ಬನ್ನಾಡಿ

ನೋಟದೊಳಗೆ...

1

ಇದಿರು ನೋಟ
ಸಬಿತಾ ಬನ್ನಾಡಿ

ಯುದ್ಧದ ಸನ್ನಿವೇಶ ಎದುರಾದಾಗ ಈ ಲೋಕವು ತಾಯಂದಿರ ಅಭಿಪ್ರಾಯ ಕೇಳಿದ್ದು ಇದೆಯೇ?

ದಂಡಿಗ್ಹೋದ ಮಗನ ದಾರಿ ಕಾಯುವ ತಾಯೇ...

ಯುದ್ಧ ತಡೆಯುವುದಕ್ಕಾಗಿ ಎಷ್ಟೆಲ್ಲ ಪ್ರಯತ್ನಗಳಾದವು, ಎಷ್ಟೆಲ್ಲಾ ತಾಳ್ಮೆ ವಹಿಸಬೇಕಾಯಿತು. ಎಷ್ಟೆಲ್ಲಾ ಕಷ್ಟಗಳನ್ನು ಅನುಭವಿಸಬೇಕಾಯಿತು. ಆದರೂ ಯಾರೋ ಕೆಲವರ ಮೂರ್ಖತನದಿಂದಾಗಿ ಕೊನೆಗೂ ಯುದ್ಧ ಮಾಡಲೇಬೇಕಾಯಿತು. ಯುದ್ಧದ ನಡುವೆ, ಯಾರು ವರ್ಷಗಳ ಕಾಲ ಯುದ್ಧ ನಿಲ್ಲಿಸುವ ಪ್ರಯತ್ನ ಮಾಡಿದ್ದರೋ ಅವರೇ ಇಂತಹ ಸಂದರ್ಭದಲ್ಲಿ 'ಯುದ್ಧದ ಅನಿವಾರ್ಯತೆ ಮತ್ತು ನಮ್ಮ ಅನಾಯ್ಕೆ'ಗಳನ್ನೂ ಬೋಧಿಸಿ ಹುರಿದುಂಬಿಸಬೇಕಾಯಿತು!

ಹೌದು, ಇದೆಲ್ಲವೂ ಮಹಾಭಾರತ ಯುದ್ಧದ ಕುರಿತು ಹೇಳುತ್ತಿರುವ ಮಾತು. ಈ ಮಾತು ಯಾಕೆಂದರೆ, ಶ್ರೀಕೃಷ್ಣನ ಕೊನೆಯ ಕ್ಷಣದವರೆಗಿನ ಪ್ರಯತ್ನ ಯುದ್ಧ ನಿಲ್ಲಿಸುವುದೇ ಆಗಿತ್ತೇ ಹೊರತು ಯುದ್ಧ ಮಾಡುವುದಾಗಿರಲಿಲ್ಲ. ಈ ಮಹಾಕಾವ್ಯ ಸಾರ್ವಕಾಲಿಕವಾಗಲು ಹಲವು ಕಾರಣಗಳಿರಬಹುದು. ಅದರಲ್ಲಿ ಇದು ಎಂದಿಗೂ ಕೊನೆಯ ಕಾರಣವಲ್ಲ.

ಇಂದು ನಾವು ಭಗವದ್ಗೀತೆಯ ಭಾಗವನ್ನಷ್ಟೇ ಹೇಳಿ ಯುದ್ಧದ ಸಮರ್ಥನೆ ಮಾಡಲು ಹೊರಟರೆ, ಅದಕ್ಕಿಂತ ಹಿಂದಿನ ಕೃಷ್ಣ ಪ್ರಯತ್ನಕ್ಕೆ ಅಪಚಾರವೆಸಗಿದಂತೆ. ಮಹಾಭಾರತ ಯುದ್ಧವಾಗದಂತೆ ತಡೆಯಲು ಶ್ರೀಕೃಷ್ಣ ಎಷ್ಟೆಲ್ಲ ಸಾಧ್ಯವೋ ಅಷ್ಟೆಲ್ಲಾ ಪ್ರಯತ್ನ ಮಾಡುತ್ತಾನೆ. ಪಾಂಡವರ ಪರವಾಗಿ ಕೃಷ್ಣ ಇದ್ದರೂ, ಆಗ ನಡೆದ ಯುದ್ಧದಲ್ಲಿ ಕೌರವರ ಪರ ವಹಿಸಿದವರ ಸಂಖ್ಯೆಯೇ ದೊಡ್ಡದು. ಮನೆಯ ಹಿರಿಯರು, ಗುರುಗಳು ಮೂಕ ಪ್ರೇಕ್ಷಕರಂತೆ ಕೌರವರ ಜೊತೆಗೆ ಇದ್ದರು. ದುಷ್ಟ ಶಿಕ್ಷಣೆಗಾಗಿ, ಶಿಷ್ಟ ರಕ್ಷಣೆಗಾಗಿ ಎಂದು ಹೇಳುವಾಗಲೂ, ಕೃಷ್ಣನ ರಕ್ಷಣೆ ಇದ್ದೂ ಪಾಂಡವರು ಕಾಡುಪಾಲಾಗುವುದಾಗಲೀ, ಅಜ್ಞಾತವಾಸಿಗಳಾಗಿ ಬೇರೆಯವರ ಮನೆಯ ಊಳಿಗ ಮಾಡುವುದಾಗಲೀ ತಪ್ಪಲಿಲ್ಲ. ಮಹಾಬಲದ ಬೆಂಬಲ ಕೌರವರ ಅಹಂಕಾರವನ್ನು ಉದ್ದೀಪಿಸುತ್ತಾ ಹೋಯಿತು. ಯುದ್ಧ ದಾಹ ಅಪರಿಮಿತವಾಗಿ ಬೆಳೆಯಿತು. ಧೃತರಾಷ್ಟ್ರ, ದುರ್ಯೋಧನರ ಮೂರ್ಖತನ ಮೇರೆ ಮೀರಿತು. ಯುದ್ಧ ನಡೆಯದೇ ಬೇರೆ ದಾರಿಯೇ ಇಲ್ಲ ಎಂಬ ಸಂದರ್ಭ ಸೃಷ್ಟಿಯಾಯಿತು. ಆಗಲೂ ಕೃಷ್ಣ ಕೊನೆಯದೊಂದು ಪ್ರಯತ್ನ ಮಾಡುತ್ತಾನೆ. ತಾಯಿಯಾದವಳು ಎಂದೂ ಯುದ್ಧ ಬೆಂಬಲಿಸಲಾರಳು ಎಂಬೊಂದು ನಂಬಿಕೆ ಕೃಷ್ಣನಿಗಿತ್ತೇನೋ. ಕುಂತಿಯನ್ನು ಕರ್ಣನ ಬಳಿಗೆ ಕಳಿಸುತ್ತಾನೆ. ಕರ್ಣ ಒಪ್ಪಿದರೆ ಅವನೇ ರಾಜನಾಗಬಹುದು. ಕೌರವ ಪಾಂಡವರನ್ನು ಆಳಬಹುದು, ಯುದ್ಧ ತಡೆಯಬಹುದು.

ತಾಯ್ತನವನ್ನು ಈ ಲೋಕ ಸದಾ ಹಾಡಿ ಹೊಗಳುತ್ತಿರುತ್ತದೆ. ಭಾವುಕವಾಗುತ್ತದೆ. ಆದರೆ ಎಂದಾದರೂ ಈ ಲೋಕ ಯುದ್ಧದ ಸನ್ನಿವೇಶ ಎದುರಾದಾಗ ತಾಯಂದಿರ ಹತ್ತಿರ ಯುದ್ಧ ಬೇಕೇ ಬೇಡವೇ ಎಂದು ಅಭಿಪ್ರಾಯ ಕೇಳಿದ್ದು ಇದೆಯೇ? ಅಥವಾ ಜಗದ ತಾಯಂದಿರೆಲ್ಲ ಸೇರಿ ಯುದ್ಧ ಬೇಡವೇ ಬೇಡ ಎಂದರೆ ಅದು ಕೇಳೀಸಿಕೊಂಡೀತೇ? ತಾಯಿಗೆ ನಿಜವಾಗಿಯೂ ಈ ಆಯ್ಕೆ ಇದೆಯೇ? ಜಗದ ಆಯ್ಕೆಯನ್ನು ತಾಯಿ ಬೆಂಬಲಿಸಿದರೆ ಆಗ ಆಕೆ ಒಳ್ಳೆಯ ತಾಯಿ ಅನ್ನಿಸಿಕೊಳ್ಳುತ್ತಾಳೆಯೇ ಹೊರತು ತಾಯಿಯ ಆಯ್ಕೆಯನ್ನು ಜಗತ್ತು ಬೆಂಬಲಿಸುವುದನ್ನು ನಿರೀಕ್ಷಿಸಲಾಗುವುದಿಲ್ಲ.

ಇತ್ತೀಚೆಗೆ ಬಾಲಾಕೋಟ್ ವಾಯುದಾಳಿಯ ನಂತರ ಪಾಕಿಸ್ತಾನದ ತಾಯಂದಿರು ಯುದ್ಧ, ಭಯೋತ್ಪಾದನೆ ವಿರೋಧಿಸಿ ಮೆರವಣಿಗೆ ಮಾಡಿದರು ಎಂಬ ಸುದ್ದಿ ಬಂದಿತ್ತು. ಇದು ಹೆಚ್ಚು ಪ್ರಚಾರಕ್ಕೆ ಬರಲಿಲ್ಲ. ಶಾಲೆಯ ಮಕ್ಕಳ ಮಾರಣಹೋಮದಂತಹ ಪರಿಣಾಮಗಳು ಅಲ್ಲಿನ ತಾಯಂದಿರಿಗೆ ಗೊತ್ತಿದೆ. ಅಲ್ಲಿನ ಸರ್ಕಾರದ, ಸೈನ್ಯದ ನಿರ್ಧಾರಕ್ಕಿಂತ ಅಲ್ಲಿನ ತಾಯಂದಿರ ನಿರ್ಧಾರ ಭಿನ್ನವಾದುದು. ಅವರಿಗೆ ಇದೆಲ್ಲದರಿಂದ ಮುಕ್ತಿ ಬೇಕಿದೆ. ಆ ತಾಯಂದಿರ ವಿವೇಕ ಅಲ್ಲಿನ ಸರ್ಕಾರ ಮತ್ತು ಸೈನ್ಯಕ್ಕೆ ಬಂದರೆ ಭಯೋತ್ಪಾದನೆಯಿಂದ ಪೀಡಿತವಾದ ಜನರು ನೆಮ್ಮದಿಯ ನಿಟ್ಟುಸಿರು ಬಿಡಬಹುದು. ತಾಯಂದಿರು ಇಂತಹ ಪ್ರಯತ್ನವನ್ನು ಆಗಾಗ ಮಾಡಿದ್ದನ್ನು ಇತಿಹಾಸ ದಾಖಲಿಸಿದೆ.

ಅಮೆರಿಕವು ವಿಯೆಟ್ನಾಂ ಮೇಲೆ ಯುದ್ಧ ಆರಂಭಿಸಿದಾಗ, ಆಸ್ಟ್ರೇಲಿಯಾ ತಾನು ಅದರ ಮಿತ್ರ ರಾಷ್ಟ್ರವಾದ್ದರಿಂದ ತನ್ನ ಬೆಂಬಲ ಸೂಚಿಸಿ ತನ್ನ ಸೈನಿಕರನ್ನು ಅಲ್ಲಿಗೆ ಕಳುಹಿಸುವುದಾಗಿ ಹೇಳುತ್ತದೆ. ಆಗ ಆ ಸೈನಿಕರ ತಾಯಂದಿರು 1965ರಲ್ಲಿ 'ಸೇವ್ ಅವರ್ ಸನ್ಸ್' ಎಂಬ ಒಕ್ಕೂಟ ಸ್ಥಾಪಿಸಿ ಪ್ರತಿಭಟಿಸುತ್ತಾರೆ. ಯುದ್ಧದ ಬದಲಿಗೆ ಮಾತುಕತೆ ನಡೆಸಿ ಎನ್ನುತ್ತಾರೆ. ಇದೇ ಯುದ್ಧ ವಿರೋಧಿಸಿ ಅಮೆರಿಕದಲ್ಲೂ ತಾಯಂದಿರು 'ಅನದರ್ ಮದರ್ ಫಾರ್ ಪೀಸ್' ಎಂಬ ಗುಂಪನ್ನು 1967ರಲ್ಲಿ ಶುರು ಮಾಡಿದ್ದರು. 1976ರಿಂದ 83ರ ತನಕ ಅರ್ಜೆಂಟಿನಾದ ಮಿಲಿಟರಿ ಸರ್ವಾಧಿಕಾರದ ಆಡಳಿತದಲ್ಲಿ 'ಕಾಣೆಯಾದ' ತಮ್ಮ ಮಕ್ಕಳನ್ನು ಹುಡುಕಿಕೊಡಿ ಎಂಬ ಘೋಷಣೆ ಇಟ್ಟುಕೊಂಡು ಹೋರಾಡಿದ ತಾಯಂದಿರನ್ನು, 'ಪ್ಲಾಝಾ ಡಿ ಮಾಯೋದ ಅಮ್ಮಂದಿರು' ಎಂದು ಕರೆಯುತ್ತಾರೆ. ಇದರ ನೇತೃತ್ವ ವಹಿಸಿದ ಮುಂಚೂಣಿ ನಾಯಕಿಯರಿಗೆ ಹಿಂಸೆನೀಡಿ ಕೊಲೆ ಮಾಡಲಾಯಿತು. ಕೆಲವರನ್ನು ಜೈಲಿಗೂ ಅಟ್ಟಲಾಯಿತು. ಆದರೆ ಅವರ ಮೌನ ಪ್ರತಿಭಟನೆ ಅಷ್ಟೇ ಪರಿಣಾಮವನ್ನೂ ಮಾಡಿ ಜಗತ್ತಿನಾದ್ಯಂತ ಮಾನವ ಹಕ್ಕುಗಳ ದಮನದ ವಿರುದ್ಧದ ಹೋರಾಟಕ್ಕೆ ಪ್ರೇರಣೆ ನೀಡಿತು.

1994ರಲ್ಲಿ ರಷ್ಯಾ, ಚೆಚೆನ್ಯಾದ ಮೇಲೆ ಯುದ್ಧ ಆರಂಭಿಸಿದಾಗ ರಷ್ಯಾದ ಸೈನಿಕರ ತಾಯಂದಿರು ಯುದ್ಧ ವಿರೋಧಿಸಲು ನಿರ್ಧರಿಸಿದರು. ಸುಮಾರು ನಾಲ್ಕಾರು ತಿಂಗಳು ಅವರು ಜಾಥಾ ನಡೆಸಿ, ಗಡಿಭಾಗದ ತನಕವೂ ಹೋದರು. ಗಡಿಯಾಚೆಯ ಚೆಚನ್ಯಾದ ತಾಯಂದಿರೂ ಇದನ್ನು ಬೆಂಬಲಿಸಿದ್ದು ವಿಶೇಷ. 1997ರಲ್ಲಿ ಇಸ್ರೇಲ್ ಲೆಬನಾನ್ ಮೇಲೆ ಯುದ್ಧ ಮಾಡಲು ಹೊರಟಾಗ 73 ಜನ ಸೈನಿಕರು ಹುತಾತ್ಮರಾಗುತ್ತಾರೆ. ಆಗ 'ನಾಲ್ಕು ಜನ ಅಮ್ಮಂದಿರು' ಪ್ರತಿಭಟನೆಯನ್ನು ಆರಂಭಿಸಿ ಮುನ್ನಡೆಸಿದರು. ಈ ಪ್ರತಿಭಟನೆ ಜನಪ್ರಿಯವಾಗಿ ನಂತರ ಇಸ್ರೇಲ್ ಸರ್ಕಾರ

ಮಣಿದಿತ್ತು. ಆದರೆ ಭಾರತದ ತಾಯಂದಿರೂ ಹೀಗೆ ಸಂದೇಶವೊಂದನ್ನು ಹೊತ್ತು ನಿಲ್ಲುವ ಅವಕಾಶ ಸದ್ಯದ ಸ್ಥಿತಿಯಲ್ಲಿ ಇದೆಯೇ? ಸುಮ್ಮನೇ ಒಮ್ಮೆ ಕಲ್ಪಿಸಿಕೊಳ್ಳಿ. ಕುಂತಿಯಂತಹ ಹೆಣ್ಣುಮಗಳೊಬ್ಬಳು ಯುದ್ಧ ಬೇಡ ಎಂದರೆ ಸೋಷಿಯಲ್ ಮೀಡಿಯಾದಲ್ಲಿ ಏನೆಲ್ಲಾ ಕಮೆಂಟ್ ಬರಬಹುದು? ನಮ್ಮ ಶಬ್ದಕೋಶಗಳೇ ನಾಚಿ ಮುಖ ಮುಚ್ಚಿಕೊಳ್ಳಬಹುದು.

ಮಹಿಳಾ ದಿನಾಚರಣೆಯಂದು 'ಪ್ರಜಾವಾಣಿ'ಯು ಸೈನಿಕರ ಅಮ್ಮಂದಿರನ್ನು ಮಾತಾಡಿಸಿದಾಗ ಅವರೆಲ್ಲರೂ ತಮ್ಮ ಮಕ್ಕಳ ಬಗೆಗೆ ಹೆಮ್ಮೆಯ ಮಾತಾಡಿದರು. ಹಾಗೆಯೇ ಪ್ರತೀ ತಾಯಿಯೂ ಯುದ್ಧದ ವಾತಾವರಣ ಹುಟ್ಟಿದಾಗ ಆಗುವ ಆತಂಕವನ್ನೂ ಹಂಚಿಕೊಂಡರು. ಇಂತಹ ಸನ್ನಿವೇಶದಲ್ಲಿ ಫೋನ್ ಮಾಡಿದಾಗ ಆ ಕಡೆಯಿಂದ ಫೋನಿಗೆ ಉತ್ತರ ಇಲ್ಲದಾಗ ನಿದ್ದೆ ಬರದ ಕ್ಷಣಗಳನ್ನು ಹೇಳಿಕೊಂಡರು. ನಿಜ. ಸೈನ್ಯಕ್ಕೆ ಸೇರಿದ ಮೇಲೆ ಯುದ್ಧಕ್ಕೆ ಅಂಜಿಕೊಳ್ಳಲು ಆಗುವುದಿಲ್ಲ. ಆದರೆ, ಎಲ್ಲ ದೇಶಗಳೂ ಯುದ್ಧದ ಸನ್ನಿವೇಶ ನಿರ್ಮಾಣ ಆಗದಂತೆ ಎಚ್ಚರ ವಹಿಸಬೇಕಾದ್ದು ಅಷ್ಟೇ ಅವಶ್ಯಕ ಎನ್ನುವುದನ್ನು ಮರೆಯುವಂತಿಲ್ಲ.

ಮತ್ತೆ ಮಹಾಭಾರತಕ್ಕೆ ಮರಳಿದರೆ, ಅಭಿಮನ್ಯುವಿನ ಕೆಚ್ಚೆದೆಯ ಹೋರಾಟವನ್ನು ಮೆಚ್ಚಿ ದುರ್ಯೋಧನ, "ನಿನ್ನ ತಾಯಿ ನಿನ್ನನ್ನು ಮಾತ್ರ ಹೆರಲಿಲ್ಲ, 'ವೀರ ಜನನಿ' ಎಂಬ ಹೆಸರನ್ನೂ ಹೆತ್ತಳು" ಎಂದುದಾಗಿ ಕವಿ ರನ್ನ ವರ್ಣಿಸುತ್ತಾನೆ. ಆದರೆ ಸ್ವತಃ ಸುಭದ್ರೆ ಇದನ್ನು ಹೇಳಿದಳೇ? ದಾಖಲೆ ಇಲ್ಲ. ಹಾಗೆ ನೋಡಿದರೆ ಇದು ಯುದ್ಧದ ಭೀಕರತೆಗೆ ಸಾಕ್ಷಿಯಾಗಿ ನಿಲ್ಲುತ್ತದೆ. ಇಷ್ಟೆಲ್ಲಾ ಆಗಿ ಕೊನೆಗೆ ಏನಾಗುತ್ತದೆ? ನೂರು ಹೆತ್ತ ಗಾಂಧಾರಿ ಮತ್ತು ಮೂರು ಹೆತ್ತ ಕುಂತಿ ಇಬ್ಬರೂ ವೈರಾಗ್ಯವಶರಾಗಿ ಕಾಡಿನೆಡೆಗೆ ಪಯಣ ಮಾಡುವಾಗ ಕಾಡ್ಗಿಚ್ಚಿಗೆ ಸಿಲುಕಿ ಮರಣ ಹೊಂದುತ್ತಾರೆ. ಕೃಷ್ಣ ಹೇಳ ಹೊರಟಿದ್ದು ಅದನ್ನೇ. ಯುದ್ಧ ಬೇಡವೆಂದರೂ ದುರ್ಯೋಧನನಂತಹ ಮೂರ್ಖರು ಯುದ್ಧದಾಹಿಗಳಾದಾಗ ಯುದ್ಧ ಅನಿವಾರ್ಯವೆಂಬ ಸನ್ನಿವೇಶ ಹುಟ್ಟುತ್ತದೆ. ಆಗ ಹೋರಾಡದೇ ನಡುವೆ ಬಿಡುವಂತಿಲ್ಲ. ದುರಂತಗಳನ್ನೂ ತಡೆಯುವಂತಿಲ್ಲ – ಜಗದೆಲ್ಲಾ ನಾಯಕರೇ, ವ್ಯಕ್ತಿಗತ ಲಾಭ ನಷ್ಟಗಳ ಲೆಕ್ಕಾಚಾರ ಬಿಟ್ಟು ಒಮ್ಮೆ ಸೈನಿಕರ ತಾಯಂದಿರ ಮಾತಿಗೆ ಕಿವಿಗೊಡಿ– ವಿಶ್ವಮಾನವರಾಗಿ.

ಖ

**ಮೂಲಭೂತವಾದ ನರಕವನ್ನಲ್ಲದೆ
ಇನ್ನೇನನ್ನೂ ಸೃಷ್ಟಿಸದು**

ಹಿಮದ ನಾಡಿನ ಒಡಲ ಉರಿ

**ನಾನು ಸಂತಸ ತುಂಬಿಕೊಂಡಿದ್ದ ಹಸಿರು
ಮರವಾಗಿದ್ದೆ
ಮರಕಟುಕನೊಬ್ಬ ನನ್ನನ್ನು ತುಂಡರಿಸಿ ಕೆಡವಿ
ಚೂರಾದ ಅಂಗಾಂಗಳನೆಲ್ಲಾ ಉರಿಸಿ
ಬೂದಿಯಾಗಿಸಿ
ನಾನು ಹಗಲು ರಾತ್ರಿ ಬಳಲುವಂತೆ ಮಾಡಿದ**

ಸಂದರ್ಭದಾಚೆಗೆ ಓದುವುದಾದರೆ ಹಲವು ಧ್ವನಿಗಳನ್ನು ಹೊಮ್ಮಿಸುವ ಈ ಕವಿತೆಯ ಸಾಲುಗಳು ಹದಿನೈದನೇ ಶತಮಾನದ ಕೊನೆಯಲ್ಲಿ ಬದುಕಿದ್ದ ಕಾಶ್ಮೀರಿ ಕವಿ ಹಬ್ಬಾ ಕಾತೂನಳದು.

ಆಶ್ಚರ್ಯವೆಂಬಂತೆ ಕಾಶ್ಮೀರಕ್ಕೇ ರೂಪಕವಾಗುವಷ್ಟು ಶಕ್ತಿ ಈ ಸಾಲುಗಳಿಗಿವೆ. ಅಬ್ಬಾ! ಹೆಣ್ಣು, ಭೂಮಿ ಮತ್ತು ಚಿಂತನೆಗಳ ಮೇಲಿನ ಆಕ್ರಮಣ, ಅಟ್ಟಹಾಸ ಮತ್ತು ಅದು ಹುಟ್ಟಿಸುವ ಅಭದ್ರತೆಗಳಿಗೆ ಕಣ್ಣೆಂಬುದೇ ಇರುವುದಿಲ್ಲವೇ? ಎಂಬ ನಿಟ್ಟುಸಿರು ಹೊಮ್ಮುತ್ತದೆ.

ಕಾಶ್ಮೀರಕ್ಕೆ ನೀಡಿದ್ದ ವಿಶೇಷ ಸ್ಥಾನಮಾನ ರದ್ದಾದ ಸಂದರ್ಭದಲ್ಲಿ ಕೆಲವು ಜೋಕುಗಳು ಹರಿದಾಡುತ್ತಿದ್ದವು. ತಕ್ಷಣಕ್ಕೆ ಮುಖದಲ್ಲಿ ನಗು ಹೊಮ್ಮಿಸುವ ಶಕ್ತಿ ಇವಕ್ಕೆ ಇದ್ದವು. ಇಂತಹ ತಮಾಷೆಗಳನ್ನು ಸೃಷ್ಟಿಸುವವರು ಸಾಧಾರಣವಾಗಿ ಆಕ್ರಮಣಕಾರರಾಗಿರುವುದಿಲ್ಲ. ಎಂಥಾ ಪರಿಸ್ಥಿತಿಯಲ್ಲೂ ಅದರ ಇನ್ನೊಂದು ಮಗ್ಗುಲನ್ನು ನೋಡಬಲ್ಲವರು ಇವರು. ಹಾಗಂತ, ಇವರಲ್ಲಿ ಎಲ್ಲರೂ ಆಕ್ರಮಣಕಾರರಿಗೆ ವಿರುದ್ಧವಾಗಿ ಯೋಚಿಸುವವರೂ ಆಗಿರುತ್ತಾರೆ ಎನ್ನಲಾಗುವುದಿಲ್ಲ. ಇರಲಿ, ಆ ತಮಾಷೆಗಳು ಎರಡು ರೀತಿಯಲ್ಲಿ ಇದ್ದವು. ಒಂದು, ಇನ್ನು ಮುಂದೆ ಕಾಶ್ಮೀರಿ ಹುಡುಗಿಯರನ್ನು ನಮ್ಮ ಹುಡುಗರು ಮದುವೆಯಾಗಬಹುದು ಎನ್ನುವುದು. ಇನ್ನೊಂದು, ಇನ್ನು ಮೇಲೆ ಅಲ್ಲಿ ಉಡುಪಿ ಅಥವಾ ಮಲಯಾಳಿಗಳ ಹೋಟೆಲ್ ಎಲ್ಲಾ ಶುರುವಾಗುತ್ತೆ, ಅಲ್ಲೊಂದು ಸೈಟ್ ಮಾಡುವುದಕ್ಕೆ ತೊಂದರೆ ಇಲ್ಲ ಎನ್ನುವುದು. ಸರಿ, ಜೋಕ್ ಚೆನ್ನಾಗಿದೆ. ಈಗ ಅದರಾಚೆಗೆ ಯೋಚಿಸಿದಾಗ, ಅರೆ! ನಾವು ಮತ್ತೆ ಹೆಣ್ಣು ಮತ್ತು ಮಣ್ಣನ್ನು ನಮ್ಮದಾಗಿಸಿಕೊಳ್ಳುವ ಯೋಚನೆಗೇ ಬೀಳುತ್ತೇವಲ್ಲ ಅನ್ನಿಸಿಬಿಡುತ್ತದೆ.

ಹೆಣ್ಣನ್ನು ಆಕ್ರಮಿಸಿಕೊಳ್ಳುವುದರ ದುರಂತ ಪರಿಣಾಮವೇ ರಾಮಾಯಣ. ನೆಲವನ್ನು ಆಕ್ರಮಿಸಿಕೊಳ್ಳುವುದರ ದುರಂತ ಪರಿಣಾಮವೇ ಮಹಾಭಾರತ. ಇವೆಲ್ಲವೂ ಭವಿಷ್ಯ ಹೇಗೆ ಕಟ್ಟಿಕೊಳ್ಳಬೇಕು ಎಂಬುದಕ್ಕೆ ಸೂಚನೆಗಳು. ಇತಿಹಾಸ ಗಾಯಗಳನ್ನು ಮಾತ್ರ ಹೊಂದಿಲ್ಲ. ಗಾಯಗಳಿಗೆ ಮುಲಾಮನ್ನೂ ಹೊಂದಿದೆ. ನಮ್ಮ ಸಂತರುಗಳು ಆಕ್ರಮಣಗಳನ್ನೆಲ್ಲ ವರ್ಜಿಸಿಕೊಳ್ಳುವುದರ ಬಗ್ಗೆ ಮತ್ತೆ ಮತ್ತೆ ಮಾತಾಡುತ್ತಾರೆ. ಶರಣ, ದಾಸ, ಕಬೀರ, ಸೂಫಿ ಇನ್ನೂ ಹಲವು ಪಂಥಗಳು ನಮ್ಮೊಳಗಿನ ದುರಾಸೆಯನ್ನು ನೀಗಿಕೊಂಡು ನಿರುಮ್ಮಳವಾಗಬೇಕು ಎನ್ನುವುದನ್ನೇ ಮೌಲ್ಯವಾಗಿಸುತ್ತಾರೆ. ಈ ಲೋಕದ ಯಾವ ಪ್ರಭುತ್ವಕ್ಕೂ ತಲೆಬಾಗದ ಸ್ವತಂತ್ರರು ತಾವು ಎಂಬುದನ್ನು ಬಾಳಿ ಬದುಕಿ ತೋರಿಸಿ, ತಮ್ಮ ಚಿಂತನೆಯನ್ನು ಯಾರ ಮೇಲೂ ಹೇರದೇ ಮನಗಾಣಿಸಲು ಮಾತ್ರ ಪ್ರಯತ್ನಿಸಿದವರು ಅವರು. ಈಗಲೂ ಇವು ನಮ್ಮ ಮನಗಳೊಳಗೆ ಮನೆ ಮಾಡಿದರೆ ನಮ್ಮನ್ನು ಹಗುರಾಗಿಸಬಲ್ಲ ಮಂತ್ರಗಳಂತೆ ಕೆಲಸ ಮಾಡುತ್ತವೆ.

ಆದರೆ ಜಾಗತಿಕ ಹಪಹಪಿಯ, ತುಂಡು ಭೂಮಿಯ ಯುರೋಪಿಯನ್ನರು ವಿಶಾಲ ಭೂಮಿಯಿದ್ದ ಅಮೆರಿಕ, ಆಫ್ರಿಕಾ, ಏಷ್ಯಾ, ಆಸ್ಟ್ರೇಲಿಯಾಗಳ ಕಡೆ ಕಣ್ಣು

ಹಾಕಿದ ಧೂರ್ತರು. ಆದರೆ ಇದನ್ನವರು ಸಾಹಸ ಎಂಬಂತೆ ಬಿಂಬಿಸಿದರು. ತಮ್ಮ ಚಿಂತನೆಗಳನ್ನೇ ಮೌಲ್ಯವಾಗಿಸಿ ಜಗತ್ತಿನುದ್ದಕ್ಕೂ ಹಬ್ಬಿ ಹರಡಿದರು. ತಾವು ಮಾಡಿದರೆ ಸರಿ, ಬೇರೆಯವರು ಮಾಡಿದರೆ ತಪ್ಪು ಎಂಬ ವಿತಂಡವಾದದ ಜನಕರು ಇವರು. ಯಾಕೆ ಈ ಮಾತೆಂದರೆ, ಇಂದಿನ ಜಾಗತಿಕ ವಿಪ್ಲವಗಳಿಗೆ ಕಾರಣವೇ ಈ ಜಾಗತಿಕ ಶಕ್ತಿಗಳು. ಭಾರತ ಇಂದು ತನ್ನ ಶತ್ರು ಇಂಗ್ಲೆಂಡ್ ಅನ್ನುವುದನ್ನು ಮರೆತಿದೆ. ಅಮೆರಿಕದ ಸಾಮ್ರಾಜ್ಯಶಾಹಿ ದಾಹವೇ ಪಾಕಿಸ್ತಾನವನ್ನು ಕಾಪಿಟ್ಟಿದೆ ಎಂಬುದನ್ನು ಮರೆತಿದೆ. ತನ್ನ ಜನರನ್ನು ಬಡತನದ ಬೇಗೆಗೆ ನೂಕಿ, ಇಂಗ್ಲೆಂಡಿನಲ್ಲಿ ಎಕರೆಗಟ್ಟಲೆ ಜಾಗದಲ್ಲಿ ಬಂಗಲೆಗಳನ್ನು ಕೊಂಡುಕೊಂಡು, ಗಡಿಪಾರಾದಾಗ ಅಲ್ಲಿ ಐಷಾರಾಮಿ ಜೀವನ ನಡೆಸುವ ಪಾಕಿಸ್ತಾನದ ರಾಜಕಾರಣಿಗಳು ತಮ್ಮ ಬೇಳೆ ಬೇಯಿಸಿಕೊಳ್ಳುವುದಕ್ಕಾಗಿ ಕಾಶ್ಮೀರದ ಸಮಸ್ಯೆಯನ್ನು ಜೀವಂತವಾಗಿ ಇಡುತ್ತಾರೆ.

ಮತ್ತೆ ಮತ್ತೆ ದಿವಾಳಿಯಾಗುವ ಆ ದೇಶ, ಯುದ್ಧ ಮಾಡುವುದಕ್ಕೆ ಎಲ್ಲಿಂದ ಹಣ ತರುತ್ತಿದೆ ಎನ್ನುವುದು ಕುರುಡರಿಗೂ ಕಾಣಬಹುದಾದ ಸಂಗತಿ. ಆದರೆ ನಾವಾದರೋ ಪಾಕಿಸ್ತಾನವನ್ನು ಮಾತ್ರ ಶತ್ರು ಎಂದುಕೊಂಡು ನಮ್ಮ ದೇಶದ ಮುಸ್ಲಿಮರೆಲ್ಲರೂ ಪಾಕಿಸ್ತಾನದ ಬೆಂಬಲಿಗರು ಎಂದು ಅನುಮಾನಿಸುತ್ತಾ, ನಮ್ಮ ಮಕ್ಕಳನ್ನು ಇಂಗ್ಲೆಂಡ್, ಅಮೆರಿಕಗಳಲ್ಲಿ ಓದಿಸುವ, ಅವರಲ್ಲಿ ಉದ್ಯೋಗ ಪಡೆದು ಸೆಟಲ್ ಆಗುವುದನ್ನು ಕನಸುತ್ತಾ, ವಾಟ್ಸಾಪ್, ಫೇಸ್ ಬುಕ್‌ಗಳಲ್ಲಿ ಪ್ರಚಂಡ ದೇಶಪ್ರೇಮವನ್ನು ಹಂಚಿಕೊಳ್ಳುತ್ತಿರುತ್ತೇವೆ. ಕಾಶ್ಮೀರ ಎಂಬ ಚೆಲುವಿನ, ಮೌನದ ಕಣಿವೆಯಲ್ಲಿ ಗಾಯಗೊಂಡ ಹುಲ್ಲೆಗಳಂತಾಗಿರುವ ಅಲ್ಲಿನ ಪಂಡಿತರನ್ನೂ ಸೇರಿಸಿಕೊಂಡು ಎಲ್ಲಾ ಜನರ ಮನದ ಮಾತುಗಳೇನು ಎಂಬುದನ್ನು ಕೇಳುವ ಆಸಕ್ತಿಗಿಂತಲೂ ಅದು ನಮ್ಮ ದೇಶದ ಭೂಪ್ರದೇಶ ಎಂಬೆಡೆಗೆ ಮಾತ್ರ ನಮ್ಮ ಗಮನವಿದೆ.

ಕಾಶ್ಮೀರದ ಬಗೆಗೆ ನಿರ್ಣಯ ತೆಗೆದುಕೊಳ್ಳುವಾಗಲೆಲ್ಲಾ ಪ್ರಭುತ್ವಗಳು ಅಲ್ಲಿನ ಜನರ ಭಾವನೆಗಳನ್ನು ಕೇಳಿಯೇ ಇಲ್ಲ ಅನ್ನಿಸುತ್ತದೆ. ದೇಶ ವಿಭಜನೆಯಾಗುವಾಗ ಅಲ್ಲಿನ ಜನ ಭಾರತದ ಜೊತೆಗೆ ಸೇರಿಕೊಳ್ಳುತ್ತೇವೆ ಎಂದು ಒಲವು ತೋರಿದಾಗಲೂ ರಾಜಾ ಹರಿಸಿಂಗ್, ತನ್ನ ಸಾಮರ್ಥ್ಯ ಏನು ಎನ್ನುವುದನ್ನೇ ಒರೆಗೆ ಹಚ್ಚದೆ ಸ್ವತಂತ್ರ ದೇಶವಾಗಿರುತ್ತೇವೆ ಎಂಬ ನಿರ್ಣಯ ತೆಗೆದುಕೊಂಡು ಬಿಟ್ಟ. ಜನರ ಅಭಿಪ್ರಾಯ ಕೇಳುವ ಅವಕಾಶವನ್ನು ಅನವಶ್ಯಕವಾಗಿ ಕೈಚೆಲ್ಲಿದ. ಆತ ಹಾಗೆ ನಿರ್ಣಯಿಸಿದ ಮೇಲೆ ಅವರನ್ನು ಅವರಷ್ಟಕ್ಕೇ ಬಿಡಬೇಕಾಗಿದ್ದು ಎರಡೂ ದೇಶಗಳ ನೈತಿಕತೆ ಆಗಿತ್ತು. ಆದರೆ ಪಾಕಿಸ್ತಾನದ ಪ್ರಭುತ್ವ ಮತ್ತೆ ನೈತಿಕತೆ ಮೀರಿ ಆಕ್ರಮಣ ಮಾಡುವಾಗಲೂ ಅಲ್ಲಿನ ಜನರ ಬಗ್ಗೆ ಯೋಚಿಸಲಿಲ್ಲ. ಹಾಗೆ ಯೋಚಿಸಬೇಕಾಗಿಲ್ಲ ಎಂಬುದೇ ಯಾವಾಗಲೂ ಆಕ್ರಮಣಕಾರಿ ಪ್ರಭುತ್ವದ ನಿಲುವಾಗಿರುತ್ತದೆ.

ಭಾರತದ ಸಹಾಯ ಕೋರಿದ ಮೇಲಾದರೂ ಹರಿಸಿಂಗ್ ಸ್ಪಷ್ಟ ನಿಲುವು ತೆಗೆದುಕೊಂಡು ಭಾರತದೊಂದಿಗೆ ವಿಲೀನವಾಗಿದ್ದರೆ ಅಲ್ಲಿಗೆ ಒಂದು ಹಂತ ಮುಗಿಯುತ್ತಿತ್ತು. ಅದಾಗಲಿಲ್ಲ. ಆದರೆ ತೊಂಬತ್ತರ ದಶಕದ ತನಕವೂ ಕಾಶ್ಮೀರ ಬಹುಮಟ್ಟಿಗೆ ಶಾಂತವಾಗಿತ್ತು ಎನ್ನುವುದನ್ನು ಮರೆಯುವಂತಿಲ್ಲ. ಆ ಅವಧಿಯಲ್ಲಿ ಆ ಜನರ ಅಭಿಪ್ರಾಯ ಕೇಳಿ ಒಂದು ನಿರ್ಣಯಕ್ಕೆ ಬರಬಹುದಾಗಿತ್ತು. ಆದರೆ, ಅಲ್ಲಿನ ಆಳುವವರು ತಾವು ಶ್ರೀಮಂತರಾಗುತ್ತಾ ತಮ್ಮ ಜನರನ್ನು ಬಡತನದಲ್ಲೇ ಉಳಿಸಿ ನಿರುಮ್ಮಳವಾಗಿದ್ದರು. ಮತ್ತೆ ಇದು ಜನರಿಗೆ ಮಾಡಿದ ವಂಚನೆ. ಎಂಬತ್ತರ ದಶಕದ ಕೊನೆಯಲ್ಲಿ ಜಗತ್ತಿನಾದ್ಯಂತ ವೇಗವಾಗಿ ಬೆಳೆದ ಮೂಲಭೂತವಾದ ನಮ್ಮ ಕಾಶ್ಮೀರವನ್ನೂ ರಣರಂಗವಾಗಿಸಿತು. ಮೂಲಭೂತವಾದ ನರಕವನ್ನಲ್ಲದೆ ಏನನ್ನೂ ಸೃಷ್ಟಿಸುವುದಿಲ್ಲ ಎಂಬುದಕ್ಕೆ, ತೊಂಬತ್ತರ ನಂತರದ ಕಾಶ್ಮೀರ ಎಂಬ ಕಣ್ಣಿಗೆ ಸ್ವರ್ಗವೂ ಮನಕ್ಕೆ ನರಕವೂ ಆದ ಕಣಿವೆಯೇ ಸಾಕ್ಷಿ.

ನಾನು ಯಾವಾಗಲೂ ಅಂದುಕೊಳ್ಳುತ್ತಿದ್ದೆ. ಕಲ್ಲು ಹೊಡೆಯುವ ಕಾಶ್ಮೀರಿಗರ ಮನ ಒಲಿಸಿಕೊಳ್ಳಬೇಕು ಅಂತ. ಇದು ಸಾಧ್ಯವಿರಲಿಲ್ಲವೇ? ಗೊತ್ತಿಲ್ಲ. ನಾವು ಆ ಪ್ರಯತ್ನವನ್ನೇ ಗಂಭೀರವಾಗಿ ಮಾಡಿಲ್ಲ. ಟಿವಿ ನಿರೂಪಕರೊಬ್ಬರು, 'ಜನಕ್ಕೇನು, ತೆಪ್ಪಗಿರ್ತಾರೆ, ಅವರನ್ನೇನು ಕೇಳುವುದು, ಒಪ್ಕಂಡ್ ಇರ್ತಾರೆ,' ಎಂದು ಉಡಾಫೆಯಿಂದ ಹೇಳುವುದನ್ನು ಕೇಳುತ್ತಿದ್ದಾಗ, 'ದೇವರೇ ಇಲ್ಲೀಗ ಕೊಲೆ ಇದೆ, ಕ್ರೌರ್ಯ ಇದೆ. ಇದು ನನ್ನ ಕಾಶ್ಮೀರ ಅಲ್ಲ, ನನಗೆ ಹಳೆಯ ಕಾಶ್ಮೀರವನ್ನು ಮರಳಿಕೊಡು,' ಎಂಬ ಹುಡುಗಿಯೊಬ್ಬಳ ಹಾಡು ಕಿವಿಯಲ್ಲಿ ಗುನುಗುನಿಸುತ್ತಿತ್ತು.

ನೀನು ನಿನ್ನ ದುರಾಸೆಗಳನ್ನು ಕಾಲದ ನದಿಯಲ್ಲಿ ಕರಗಿಸಿದರೆ
ನೀನು ಎಲ್ಲೆಡೆ ಪರಿಪೂರ್ಣ ದೇವರನ್ನು ಕಾಣಬಲ್ಲೆ
ನೀನು ಇದ ಬಲ್ಲೆ, ನೀನು ಇದರಂತೆ ಇರಬಲ್ಲೆ

ಎಂಬ ಕಾಶ್ಮೀರದ ಲಲ್ಲೇಶ್ವರಿಯ ಪದವನ್ನು ಕೇಳಿಸಿಕೊಳ್ಳುವ ಕಿವಿ ಜಗದೆಲ್ಲೆಡೆ ಹುಟ್ಟಿಕೊಳ್ಳಲಿ.

ಙ

ಮಾತು ವಾಗ್ವಾದದಾಚೆಯ ಮಥನವಾಗುವುದೆಂದರೆ ನಿಜದ ನಿಜ ಮಗ್ಗುಲನ್ನು ತೆರೆದು ತೋರುವುದೆಂದರ್ಥ

ಸಕಾರಣವಾದ ಶಂಕೆ ಮತ್ತು ಪ್ರಜಾಪ್ರಭುತ್ವ

ಹೆಂಡತಿ–ಮಕ್ಕಳನ್ನು ನಡುನೀರಲ್ಲಿ ಕೈಬಿಟ್ಟು, ಸನ್ಯಾಸಿಯ ವೇಷ ಧರಿಸಿ, ಮಠ ಕಟ್ಟಿ ಸಕಲ ಭೋಗಭಾಗ್ಯ, ಅಧಿಕಾರ, ಅಂತಸ್ತು ಎಲ್ಲವನ್ನೂ ಅನುಭವಿಸುವ ವ್ಯಕ್ತಿಯೊಬ್ಬ ಸನ್ಯಾಸಿಯೋ ಅಥವಾ ಅವನು ಮಾಡಿಟ್ಟ ಸಾಲಗಳನ್ನು ತೀರಿಸುತ್ತಾ, ಪುಟ್ಟ ಮಕ್ಕಳನ್ನು ಬೆಳೆಸುವುದಕ್ಕಾಗಿ ಎಲ್ಲ ನೋವು ಅವಮಾನಗಳ ತಾಪವನ್ನು ತಪದಂತೆ ಸಹಿಸುತ್ತಾ, ಬಡತನದ ಬೇಗೆಯಲ್ಲಿ ಅರೆಹೊಟ್ಟೆ, ಹರಿದ ಚಾಪೆಯಲ್ಲಿ ಮಲಗಿ, ಒಂಟಿಯಾಗಿ ಬದುಕನ್ನು ಬಳಪದಂತೆ ತೇದುಕೊಂಡ ಅವನ ಹೆಂಡತಿ ನಿಜವಾದ ಸನ್ಯಾಸಿಯೋ?

ಈ ಇಬ್ಬರಲ್ಲಿ ಯಾರದ್ದು ಸನ್ಯಾಸಿಯ ಬದುಕು? ಈ ಪ್ರಶ್ನೆಯನ್ನು ಓದುಗರಿಗೆ ಎಸೆದು ವಿರಮಿಸುವ 'ಸನ್ಯಾಸಿಯ ಬದುಕು' ಎಂಬ ಕಾದಂಬರಿಯನ್ನು ಶಿವರಾಮ ಕಾರಂತರು 1948ರಲ್ಲಿ ಬರೆದಿದ್ದರು. ಈ ಪ್ರಶ್ನೆ ಈಗಲೂ ಹಾಗೇ ಇದೆ.

ಲೋಕ ಆತನ ಕಾಲಿಗೆ ಬೀಳುತ್ತದೆಯೇ ಹೊರತು ಆಕೆಯ ಬೇನೆಗೆ ಮದ್ದು ಹುಡುಕುವುದಿಲ್ಲ. ಅವನು ಹೇಳುವುದೆಲ್ಲ ಕಾರಣಿಕದ ನುಡಿಗಳಂತೆ ಕೇಳಿಸಿದರೆ, ಅವಳ ಮಾತಿಗೆ ಕನಿಷ್ಠ ಕಿವಿಯಾದರೂ ಸಿಗಬಹುದು ಎಂಬ ಖಾತರಿ ಇಲ್ಲ. 'ಸತ್ಯವಂತರಿಗಿದು ಕಾಲವಲ್ಲ, ದುಷ್ಟ ಜನರಿಗೆ ಸುಭಿಕ್ಷ ಕಾಲ' ಎಂಬ ಪುರಂದರ ದಾಸರ ಮಾತು ಪ್ರತಿ ಕಾಲಘಟ್ಟದಲ್ಲೂ ಇಂದಿನದೇ ಮಾತು ಅನ್ನಿಸುವಷ್ಟು ಸುಪರಿಚಿತವಾಗಿರುತ್ತದೆ.

ಆಧುನಿಕ ಪ್ರಜಾಪ್ರಭುತ್ವ ವ್ಯವಸ್ಥೆ ಎಂಬುದು ಇಂತಹ ಹುಣ್ಣುಗಳಿಗೆ ಮದ್ದು ಅರೆಯಬಹುದು ಎಂಬ ದೊಡ್ಡ ಭರವಸೆ ಅದನ್ನು ನಂಬಿದವರಲ್ಲೆಲ್ಲರಲ್ಲೂ ಇತ್ತು. ಜಗತ್ತಿನಾದ್ಯಂತ ಬಹುದೊಡ್ಡ ಹೋರಾಟಗಳು, ಕ್ರಾಂತಿಗಳು ನಡೆದದ್ದು ಸರ್ವ ಮನುಜನೂ ಸಮಾನ ಎಂಬ ಕಾಣ್ಕೆಯನ್ನು ಕೈಗೂಡಿಸುವುದಕ್ಕಾಗಿ. ಆದರೆ ಇದು ಹೇಗಿರುತ್ತದೆ ಎಂದರೆ ಒಂದು ಕಡೆಯಿಂದ ಹೊಲಿದು ಕೊಂಡು ಹೋದ ಹೊಲಿಗೆ ಇನ್ನೊಂದು ಕಡೆಯಿಂದ ಬಿಚ್ಚಿಕೊಳ್ಳುತ್ತಾ ಹೋದಂತೆ. ಮತ್ತೆ ಮತ್ತೆ ಹೊಲಿಯುವ ಕ್ರಿಯೆಗೆ ಕೈಜೋಡಿಸಲು ಆಯಾ ಕಾಲದ ಸೂಕ್ಷ್ಮ ಮನಸ್ಸುಗಳು ತಲ್ಲಣವನ್ನು ಅನುಭವಿಸುತ್ತಲೇ ಇರುತ್ತವೆ. ಹಾಗೆಯೇ ಇಲ್ಲೊಂದು ಗುರುತರ ಪ್ರಶ್ನೆಯಿದೆ. ಅದೆಂದರೆ, ಹೀಗೆ ಹೊಲಿಗೆ ಬಿಚ್ಚುತ್ತಿರುವವರು ಯಾರು ಎಂಬುದನ್ನು ತಿಳಿಸುವುದು ಹೇಗೆ? ಹೀಗೆ ನಿಜವನ್ನು ತಿಳಿಸತೊಡಗಿದ ತಕ್ಷಣ ಬಂದೂಕಿನ ಮೊನೆ ನಿಜ ಹೇಳುವವರ ನೆತ್ತಿಯ ಕಡೆಗೆ ಗುರಿ ಇಡುತ್ತದೆ. ಹೌದು, ಪ್ರಶ್ನೆ ಇರುವುದೇ ಇಲ್ಲಿ. ಯಾವುದು ನಿಜ? ಯಾವುದು ಸುಳ್ಳು? ಸನ್ಯಾಸಿಯ ವೇಷ ತೊಟ್ಟವನ ಬಳಿ ಪುಂಡರ ಪಡೆ ಮಾತ್ರ ಇರುವುದಿಲ್ಲ. ಜೊತೆಗೆ ಜೇನಿನಂತೆ ಕರಗುವ ನಾಲಿಗೆಯೂ ಇರುತ್ತದೆ. ಈ ನಾಲಿಗೆ ತನಗೆ ಬೇಕಾದಂತೆ 'ಮೌಲ್ಯ'ಗಳನ್ನು ಸೃಷ್ಟಿ ಮಾಡಿ ರವಾನಿಸುತ್ತಿರುತ್ತದೆ. ಅಧ್ಯಾತ್ಮದ ರುಮಾಲು ಸುತ್ತಿಕೊಂಡ ಈ ಮಾತುಗಳಲ್ಲಿ ಭಕ್ತಾಧಿಗಳಿಗೆ ಯಾವ ಅನುಮಾನವೂ ಕಾಣುವುದಿಲ್ಲ.

ಮೇಲೆ ಉಲ್ಲೇಖಿಸಿದ ಕಾದಂಬರಿಯಲ್ಲಿ ಹೆಸರು ಬದಲಾದ ಆ ಸನ್ಯಾಸಿಯ ಪ್ರಸಿದ್ಧಿ ಅವನ ಊರ ತನಕವೂ ಹಬ್ಬಿ ಅಲ್ಲಿ ಅವನ ಭಾವಚಿತ್ರವಿಟ್ಟು ಪೂಜೆ ನಡೆಯುತ್ತಿರುತ್ತದೆ. ಆ ಭಾವಚಿತ್ರ ನೋಡಿದ ಹೆಂಡತಿ ದಂಗಾಗುತ್ತಾಳೆ. ಆದರೆ ಅವಳು ಏನನ್ನೂ ಹೇಳುವುದಿಲ್ಲ. ಒಂದು ವೇಳೆ ಹೇಳಿದ್ದರೂ ಅವನ ಸ್ಥಾನಕ್ಕೇನಾದರೂ ಚ್ಯುತಿ ಬರುತ್ತಿತ್ತೇ? ಖಂಡಿತಾ ಇಲ್ಲ. ದೇಶ ವಿದೇಶದ ಪತ್ರಿಕೆಯಲ್ಲಿ

ಅವನು ಅದಾಗಲೇ ಪ್ರಸಿದ್ಧ. ಒಂದು ಹಂತ ದಾಟಿದ ಮೇಲೆ ಅವನಿಗೆ ಹೊಡೆವ ಕಲ್ಲು ಹೊಡೆದವರಿಗೇ ವಾಪಾಸು ಬರುತ್ತದೆ. ನಿಶ್ಯಂಕೆಯು ಮೌಲ್ಯವಾದ ಮೇಲೆ ಶಂಕೆಯು ದ್ರೋಹವೆನಿಸಿಕೊಳ್ಳುತ್ತದೆ. ಈ ತರ್ಕ ನಿರಂತರವಾಗಿ ಜಾರಿಯಲ್ಲಿದೆ. ಹಾಗೆ ಜಾರಿಯಲ್ಲಿಡುವುದಕ್ಕಾಗಿ ವ್ಯವಸ್ಥೆ ಸದಾ ಶಾಮೀಲಾಗಿ ಶ್ರಮಿಸುತ್ತಿರುತ್ತದೆ.

ಪ್ರಜಾಪ್ರಭುತ್ವವು ಹಲವು ಮಗ್ಗುಲುಗಳ ಚರ್ಚೆಯಲ್ಲಿ ಜೀವಂತವಿರುತ್ತದೆಯೇ ಹೊರತು ಸುಗ್ರೀವಾಜ್ಞೆಯ ಆದೇಶಗಳಲ್ಲೋ, ಬೆಂಬಲಿಗರನ್ನು ಕೊಂಡುಕೊಳ್ಳುವು ದರಲ್ಲೋ ಅಲ್ಲ. ಆಳುವವರ ಪ್ರತೀ ನಡೆಯೂ ಇಲ್ಲಿ ಸಕಾರಣವಾದ ಶಂಕೆಗೆ ಒಳಪಡಬಹುದು. ಆ ಅವಕಾಶದಿಂದ ಪ್ರಜೆಗಳು ವಂಚಿತರಾಗಬಾರದು. ಆದರೆ ಇಂದು ಈ ಅವಕಾಶ ತೀವ್ರವಾಗಿ ಕುಸಿಯುತ್ತಿದೆ. ಅಕಾರಣವಾದ ಸಂಶಯಕ್ಕಿಂತ ಭಿನ್ನವಾದುದು ಸಕಾರಣವಾದ ಶಂಕೆ. ಅಕಾರಣವಾದ ಸಂಶಯದ ಮೂಲಕ ಹೆಣ್ಣನ್ನು, ಬಡವರನ್ನು, ಕರಿಯರನ್ನು ಹಾದರಗಿತ್ತಿಯರು, ಕಳ್ಳರು, ಕೊಲೆಗಡುಕರು ಎಂದೆಲ್ಲಾ ಸ್ಥಾಪಿಸಿದ್ದನ್ನು ಇತಿಹಾಸದುದ್ದಕ್ಕೂ ಕಂಡಿದ್ದೇವೆ. ಈ ಕಾರಣದಿಂದಾಗಿ ನಿರಪರಾಧಿಗೆ ಶಿಕ್ಷೆ ಆಗಬಾರದು ಎಂಬ ಪ್ರಜಾಪ್ರಭುತ್ವದ ಇನ್ನೊಂದು ಆದರ್ಶ ಮೂಲೆ ಗುಂಪಾಗುವುದೇ ಹೆಚ್ಚು. ಅವರ ವಿರುದ್ಧ ಇರುವ ಸಾಕ್ಷ್ಯದಷ್ಟು ಅವರ ಪರ ವಕಾಲತ್ತು ಇರುವುದಿಲ್ಲ.

ಇಂತಹ ಎಲ್ಲ ಕಾಲದ ಸತ್ಯವನ್ನು 'ಟ್ವೆಲ್ ಆ್ಯಂಗ್ರಿಮ್ಯಾನ್' ಎಂಬ 1957ರ ಅಮೆರಿಕನ್ ಸಿನಿಮಾ ಅಪೂರ್ವವಾಗಿ ಹಿಡಿದಿಡುತ್ತದೆ. ಈ ಸಿನಿಮಾದ ಮೂಲ ಭಿತ್ತಿಯೇ ಸಕಾರಣ ಶಂಕೆ. ಆರಂಭದ ಮೂವತ್ತು ಸೆಕೆಂಡುಗಳನ್ನು ಹೊರತು ಪಡಿಸಿ ಇಡೀ ಸಿನಿಮಾ ನಡೆಯುವುದು ಕೋರ್ಟ್ ರೂಮಿನ ಒಂದೇ ಕೋಣೆಯಲ್ಲಿ, ಹನ್ನೆರಡು ಜನ ಜೂರಿಗಳು ನಡೆಸುವ ನಿರಂತರ ಚರ್ಚೆಯೇ ಸಿನಿಮಾದ ವಸ್ತು.

ಹದಿನೆಂಟು ವರ್ಷದ ಹುಡುಗನೊಬ್ಬನ ಮೇಲೆ ಅವನ ತಂದೆಯನ್ನು ಕೊಂದ ಆಪಾದನೆ ಇದೆ. ಸಾಕ್ಷಿಗಳೂ ಅದನ್ನು ಪುಷ್ಟೀಕರಿಸುವಂತಿದೆ. ಆತ ನಿಜವಾಗಿಯೂ ತಪ್ಪಿತಸ್ಥ ಎಂದಾದರೆ ಅವನಿಗೆ ಗಲ್ಲು ಶಿಕ್ಷೆ ಕಾಯಂ ಆಗುತ್ತದೆ. ನ್ಯಾಯಾಧೀಶರು ಈ ಹನ್ನೆರಡು ಜೂರಿಗಳಿಗೆ ಈ ಬಗ್ಗೆ ತೀರ್ಮಾನ ತೆಗೆದುಕೊಳ್ಳಬೇಕೆಂದೂ, ಆದರೆ ಯಾವುದೇ ತೀರ್ಮಾನ ಒಮ್ಮತದಿಂದ ಕೂಡಿರಬೇಕೆಂದೂ ಷರತ್ತು ವಿಧಿಸುತ್ತಾರೆ. ಮೇಲ್ನೋಟಕ್ಕೆ ಆರೋಪ ಸಾಬೀತಾಗಿರುವಂತೆ ಕಂಡಿದ್ದರಿಂದ, ಎಲ್ಲರೂ ಬಹಳ ಬೇಗ ಇದನ್ನು ತೀರ್ಮಾನಿಸಬಹುದು ಎಂದು ಭಾವಿಸಿ, ಚರ್ಚೆಯಿಲ್ಲದೇ ತೀರ್ಮಾನವನ್ನು ಓಟಿಗೆ ಹಾಕುವುದೆಂದುಕೊಳ್ಳುತ್ತಾರೆ. ಆದರೆ ಅವರಲ್ಲೊಬ್ಬ ಜೂರಿ ಇದರ ವಿರುದ್ಧ ಓಟು ಹಾಕುತ್ತಾನೆ. ಅವನ ವಾದವೇನೆಂದರೆ, 'ಆ ಹುಡುಗ ಅಪರಾಧಿಯೋ ನಿರಪರಾಧಿಯೋ ನನಗೆ ತಿಳಿದಿಲ್ಲ. ಆದರೆ ಈ ವಿಚಾರವನ್ನು

ಚರ್ಚಿಸದೇ ತೀರ್ಮಾನ ಕೈಗೊಳ್ಳುವುದು ಸರಿಯಲ್ಲ. ಆ ಬಡ ಹುಡುಗನ ಪರ ಯಾವ ಲಾಭವೂ ಇಲ್ಲದೆ ವಾದಿಸಬೇಕಾದ್ದರಿಂದ ಅವನ ವಕೀಲ ಆಸಕ್ತಿ ವಹಿಸದೆ ಇರುವುದೂ ಅವನನ್ನು ಅಪರಾಧಿಯಾಗಿಸಿರಬಹುದು. ಹೀಗಾಗಿ, ಆತನಿಗೆ ವಿಧಿಸುವ ಈ ಶಿಕ್ಷೆಯ ಬಗೆಗೆ ತನಗೆ ಸಕಾರಣವಾದ ಶಂಕೆಯಿದೆ,' ಎನ್ನುತ್ತಾನೆ.

ಆ ಹುಡುಗನೊಬ್ಬ ಸ್ಲಂನಿಂದ ಬಂದವನು. ತಂದೆಯ ಜೊತೆ ಜಗಳವಾಡುವಾಗ 'ನಿನ್ನನ್ನು ಕೊಂದು ಬಿಡುತ್ತೇನೆ' ಎಂದು ಗರ್ಜಿಸಿದವನು. ಸ್ಲಂನಲ್ಲಿ ಬೆಳೆದವನು ಇನ್ನು ಹೇಗೆ ಇರುತ್ತಾನೆ ಎಂಬ ಪೂರ್ವಾಗ್ರಹವೇ ಅಲ್ಲಿನ ಹೆಚ್ಚಿನವರಲ್ಲಿ ತುಂಬಿ ತುಳುಕುತ್ತಿರುವಾಗ, ಈತ ಎತ್ತುವ ಪ್ರಶ್ನೆಗಳು ಮತ್ತು ತರ್ಕಗಳಿಂದಾಗಿ ಸಾಕ್ಷ್ಯಗಳಲ್ಲಿ ಇರುವ ದೋಷಗಳು ಅವರುಗಳಿಗೇ ಕಾಣಿಸತೊಡಗುತ್ತವೆ. ಇಡೀ ಪ್ರಕರಣವನ್ನು ಬೇರೆಯದೇ ಕಣ್ಣಿನಿಂದ ನೋಡುವುದು ಸಾಧ್ಯವಾಗುತ್ತದೆ. ಅವನನ್ನು ತೀವ್ರವಾಗಿ ವಿರೋಧಿಸಿದವರು, ಸಿಟ್ಟಾಗಿ ಹರಿಹಾಯ್ದವರು ಕೂಡಾ ಕ್ರಮೇಣ ಅವನಂತೆಯೇ ಚಿಂತಿಸತೊಡಗುತ್ತಾರೆ. ತಮ್ಮ ಸೀಮಿತ ಅನುಭವಗಳಾಚೆಯ ಲೋಕವನ್ನು ಸ್ಪರ್ಶಿಸತೊಡಗುತ್ತಾರೆ. ಪ್ರತೀ ಸ್ಥಾಪಿತ ಸತ್ಯದ ಆಚೆಗೆ ಇನ್ನೊಂದು ಮುಖ ಮಾತ್ರವಲ್ಲ, ಸಾಧ್ಯತೆಯೂ ಇರುತ್ತದೆ ಎಂಬುದನ್ನು ತೋರುತ್ತಾರೆ. ಮಾತು ಮಥನವಾದಾಗ ಇದು ಸಾಧ್ಯ ಮತ್ತು ಪ್ರಜಾಪ್ರಭುತ್ವದ ಪರಿಕಲ್ಪನೆಯಲ್ಲಿ ಇದೊಂದು ಬಹುದೊಡ್ಡ ಸಾಧ್ಯತೆ ಕೂಡಾ. ಇದು ಅದರ ಸೌಂದರ್ಯವೂ ಹೌದು.

ಹೀಗೆ ನಿಜದ ನಿಜ ಮಗ್ಗುಲು ಹೊರಬರಬಾರದೆಂದೇ ಮಾತನ್ನು ಹತ್ತಿಕ್ಕಲಾಗುತ್ತದೆ. ವ್ಯಕ್ತಿಗಳನ್ನು ವೈಭವೀಕರಿಸಲಾಗುತ್ತದೆ. ಸುಳ್ಳು ಸತ್ಯದ ಉಡುಗೆ ತೊಟ್ಟು ನಿರ್ಭೀತಿಯಿಂದ ತಿರುಗಾಡಲು ನೆಲಹಾಸು ಹಾಸಲಾಗುತ್ತದೆ. ಹೀಗಾಗಿಯೇ ಇಂದು ಅನುಮಾನಿತ ಸತ್ಯವನ್ನು ತೆರೆದು ತೋರುವುದಕ್ಕಾಗಿ ಹುಟ್ಟಿಕೊಂಡ ಸಕಾರಣವಾದ ಶಂಕೆಗಳು, ಅಕಾರಣ ಸಂಶಯಕ್ಕೆ ಗುರಿಯಾದ ಸೀತೆಯಂತೆ ಅವಮಾನವನ್ನು ಎದುರಿಸುತ್ತಿವೆ.

4

ಇದಿರು ನೋಟ

ಸಬಿತಾ ಬನ್ನಾಡಿ

ಶ್ರಮದ ಅಸಮ ಹಂಚಿಕೆಯನ್ನೇ ಸಮಯದ ಮೌಲ್ಯವಾಗಿಸುವ ನವ ಗುಲಾಮಗಿರಿ

ದಿಕ್ಸೂಚಿಯೇ ಇಲ್ಲದ ತಕ್ಕಡಿ

ಮಾನವ ಇತಿಹಾಸದಲ್ಲಿ ಮನುಷ್ಯರನ್ನು ಮನುಷ್ಯರೇ ಗುಲಾಮರನ್ನಾಗಿಸಿ ಆಳುವ ಕಾಲವೊಂದಿತ್ತು. ಅದರಿಂದ ಹೊರಬರಲು ಎಷ್ಟೆಲ್ಲಾ ಕ್ರಾಂತಿಗಳು ಆಗಬೇಕಾಯಿತು. ಇಂದು ನಾವು ಇನ್ನೊಂದು ತಿರುವಿನಲ್ಲಿ ನಿಂತಿದ್ದೇವೆ. 1861ರಲ್ಲಿ ಬಂದ ಲಿಂಡಾ ಬ್ರೆಂಟ್‌ಳ 'ದ ಇನ್ಸಿಡೆಂಟ್ಸ್ ಇನ್ ದ ಲೈಫ್ ಆಫ್ ಎ ಸ್ಲೇವ್‌ಗರ್ಲ್' ಮೊತ್ತ ಮೊದಲ ಮಹಿಳಾ ಆತ್ಮಕಥನ. ಅದರಲ್ಲಿ ಅವಳು ಗುಲಾಮಗಿರಿಯ ಒಳ ಹೊರಗಿನ ಹಿಂಸೆಗಳನ್ನು ಅನಾವರಣ ಮಾಡುತ್ತಾ ಹೋಗುತ್ತಾಳೆ.

ಆರನೇ ವಯಸ್ಸಿಗೇ ಗುಲಾಮಳಾದ ಅವಳು ಹದಿಹರೆಯದಲ್ಲಿದ್ದಾಗ ತಂದೆಯ ಮರಣವಾರ್ತೆ ಬರುತ್ತದೆ. ಅಲ್ಲೇ ಹತ್ತಿರದಲ್ಲಿದ್ದರೂ ಮೇಲಿಂದ ಮೇಲೆ ಕೆಲಸ ಹೇಳಿ ಅಲ್ಲಿಗವಳು ತಕ್ಷಣ ಹೋಗದಂತೆ ಮಾಡಲಾಗುತ್ತದೆ. ಆ ಕಾಲಗಳು ಸಂದು ಒಳ್ಳೆಯ ಕಾಲ ಬಂತೆಂಬ ನಿಟ್ಟುಸಿರಿಡುವಾಗಲೇ, ಮನುಷ್ಯನ ವಿರುದ್ಧ ಮನುಷ್ಯನನ್ನು ಸ್ಪರ್ಧಿಯಾಗಿಸಿ ಕಣ್ಣಿಗೆ ಕಾಣದ ಹೊಸ ಗುಲಾಮಗಿರಿಗೆ ತಳ್ಳುತ್ತಿದೆಯೇನೋ ಎಂಬ ಸಂಶಯ ಕಾಡುತ್ತಿದೆ. ಇಂದು 24x7 ಅವಿರತ ದುಡಿಮೆ ಎಂಬ ಪರಿಕಲ್ಪನೆಯಲ್ಲಿಯೂ ಅವಳಿಗಾದಂತೆ ಸ್ವಾತಂತ್ರ್ಯ ಮತ್ತು ವೈಯಕ್ತಿಕತೆಯ ನಾಶವಾಗತೊಡಗಿದೆ.

ಕೈಗಾರಿಕೀಕರಣದ ಜೊತೆ ಜೊತೆಗೇ ಈ ಪರಿಕಲ್ಪನೆ ಹುಟ್ಟಿರಬಹುದಾದರೂ, ಕಂಪ್ಯೂಟರ್ ಜೊತೆಗೆ ಇದೊಂದು ಮೌಲ್ಯವೇ ಆಗಿ ಪರಿವರ್ತನೆಯಾಯಿತು. ಕೈಗಾರಿಕೀಕರಣವು ಹಗಲು–ರಾತ್ರಿ ಪಾಳಿಯನ್ನು ಶುರು ಮಾಡಿತಾದರೂ, ಅದು ಇಬ್ಬರ ನಡುವೆ ಹಂಚಿಕೆಯಾಗಿ ಉದ್ಯೋಗ ಹೆಚ್ಚಿಸಿತು. ಆದರೆ ಮೂಲತಃ ಸೇವಾಕ್ಷೇತ್ರಕ್ಕಾಗಿ ಮಾತ್ರ ಹುಟ್ಟಿಕೊಂಡ 24x7 ಪರಿಕಲ್ಪನೆ ಕ್ರಮೇಣ ಮಾರುಕಟ್ಟೆಯನ್ನು ಆಕ್ರಮಣ ಮಾಡಿಕೊಳ್ಳಲು ದಾಳವಾಗಿಯೂ, ಬರಬರುತ್ತಾ ಉದ್ಯೋಗಿಗಳ ಜುಟ್ಟು ಹಿಡಿದು ದುಪ್ಪಟ್ಟು ಕೆಲಸ ಮಾಡಿಸಿಕೊಳ್ಳುವ ಸಾಧನವಾಗಿಯೂ ಬದಲಾಗಿದೆ.

ಇಂದು ಸರ್ಕಾರಿ, ಖಾಸಗಿ ಎಂಬ ವ್ಯತ್ಯಾಸವಿಲ್ಲದಂತೆ ಕೈಯಲ್ಲಿನ ಮೊಬೈಲ್‌ನಲ್ಲಿ ಇಂಟರ್‌ನೆಟ್ ಸದಾ ಆನ್‌ನಲ್ಲೇ ಇಡಬೇಕು. ಕ್ಷಣ ಕ್ಷಣವೂ ಆದೇಶ, ಮಾಹಿತಿಗೆ ಬೇಡಿಕೆ ಮತ್ತು ಅದೆಲ್ಲವೂ ತಕ್ಷಣವೇ ಸಲ್ಲಿಕೆಯಾಗಬೇಕೆಂಬ ಧಾವಂತ ಅಲ್ಲಿರುತ್ತದೆ. ಸರಿಯಾಗಿ ಗಮನಿಸಿದರೆ, ಅದರಲ್ಲಿ ಎಷ್ಟೋ ಕೆಲಸಗಳ ಅವಶ್ಯಕತೆಯೇ ಇರುವುದಿಲ್ಲ ಅಥವಾ ಇನ್ನೆಷ್ಟೋ ಕೆಲಸಗಳನ್ನು ಅವಸರವಿಲ್ಲದೆ, ಯೋಜಿತವಾಗಿ ಮಾಡುವುದಕ್ಕೂ ಸಾಧ್ಯ ಇರುತ್ತದೆ. ಆದರೆ ಒಂದೋ ನಾವು ಕೆಲಸ ಮಾಡುತ್ತಲೇ ಇದ್ದೇವೆ ಎಂಬ ಹುಸಿ ಸಂತೃಪ್ತಿ, ಇಲ್ಲವೇ ನಾವು ಕೆಲಸ ಮಾಡಿಸುತ್ತಲೇ ಇದ್ದೇವೆ ಎಂಬ ಅಹಂನ ತೃಪ್ತಿ ಇಲ್ಲಿ ಹೆಚ್ಚು ಕಾಣಿಸುತ್ತಿದೆ. ಆದರೆ ಇದು ಮನುಷ್ಯನ ಸಂತಸ ಮತ್ತು ಆರೋಗ್ಯವನ್ನು ನಾಶ ಮಾಡುತ್ತಿರುವುದನ್ನು ನಿರ್ಲಕ್ಷಿಸಲಾಗುತ್ತಿದೆ.

ಅದೊಂದು ಕಾಲ ಇತ್ತು. ರಾತ್ರಿ ಹತ್ತು ಗಂಟೆಗೆ ರೇಡಿಯೋ ಬಂದ್ ಆಗುತ್ತಿತ್ತು. ಮುಂದೆ ಬಂದ ಟಿವಿ ಕೂಡ ಹತ್ತಕ್ಕೋ, ಹನ್ನೊಂದಕ್ಕೋ ಆಫ್ ಆಗುತ್ತಿತ್ತು. ಅಂದರೆ ಅಲ್ಲಿಗೆ ದಣಿವಾರಿಸಿಕೊಳ್ಳಲು ಅಣಿಯಾಗಿ ಎಂಬ ಸಂದೇಶ ರವಾನೆಯಾಗುತ್ತಿತ್ತು. ಅಬ್ಬ! ಈಗ ಎಣಿಸಿಕೊಂಡರೆ ಅದು ಎಂತಹ ದೊಡ್ಡ ಶಾಂತಿಯ ಸಾಗರ ಅನ್ನಿಸುತ್ತಿದೆ. ಆಗೆಲ್ಲ, ಸಾರ್ವಜನಿಕ ಕಾರ್ಯಕ್ರಮಗಳೂ ಅತಿ ವಿರಳ. ಅಪರೂಪಕ್ಕೆ ಸಿಗುವ ಮೈಕ್‌ನ ಧ್ವನಿ ಕೇಳಲು ಜನ ಸಂಭ್ರಮ ಪಡುತ್ತಿದ್ದರು. ಇಂದು ಬೆಳಗ್ಗಿನ

ಕಸದ ವಾಹನದಿಂದಲೇ ಗದ್ದಲ ಶುರುವಾದರೆ, ಯಾವುದನ್ನು ನೋಡಬೇಕು, ಏನನ್ನು ಕೇಳಬೇಕು, ಯಾವುದರಲ್ಲಿ ತೊಡಗಿಸಿಕೊಳ್ಳಬೇಕು ಎಂಬುದೇ ತಿಳಿಯದ ಅಯೋಮಯ.

ಬಾಲ್ಯದಲ್ಲಿ ಭಾನುವಾರ ಬೆಳಗ್ಗೆ ಹತ್ತು ಗಂಟೆಗೆ ಮಾತ್ರ ಪ್ರಸಾರ ಆಗುತ್ತಿದ್ದ ಕೋರಿಕೆಯ ಚಿತ್ರಗೀತೆ ಕೇಳಲು ಎಲ್ಲರೂ ರೇಡಿಯೋ ಸುತ್ತ ಕುಳಿತು ಕಾತರದಿಂದ ಕಾಯುತ್ತಿದ್ದ ಆ ಸುಖವನ್ನಾಗಲೀ, ವರ್ಷದಲ್ಲಿ ಒಂದೋ, ಎರಡೋ ಕ್ರಿಕೆಟ್ ಟೆಸ್ಟ್ ಮ್ಯಾಚ್, ರಣಜಿ ಮ್ಯಾಚ್‌ನ ಕಮೆಂಟರಿ ಕೇಳುವಾಗ ಸಿಗುತ್ತಿದ್ದ ವರ್ಣಾತೀತ ಸಂಭ್ರಮವಾಗಲೀ, ನೆಂಟರು ಬಂದಾಗ ಮಾತ್ರ ಸಿಗುತ್ತಿದ್ದ ವಿಶೇಷ ನಾನ್‌ವೆಜ್ ಊಟದ ಬ್ರಹ್ಮಾನಂದವಾಗಲೀ, ಹಬ್ಬದ ದಿನ ಮಾತ್ರ ಸಿಗುತ್ತಿದ್ದ ಹೋಳಿಗೆ, ಪಾಯಸದ ರಸಸ್ಪರ್ಶದ ತೃಪ್ತಿಯಾಗಲೀ ಇಂದಿನ ಮಿತಿಯಿಲ್ಲದ ಅತಿಯಲ್ಲಿ, ಒಳಹೊರಗಿನ ಕೆಲಸದ ಒತ್ತಡದಲ್ಲಿ ಮರೆಯಾಗಿ ಹೋಗಿದೆ.

ಇಂದು ಎಲ್ಲವೂ ವ್ಯಸನದಂತೆ ನಮ್ಮನ್ನು ಆವರಿಸಿಕೊಂಡು, ಅಂತರ ಪಿಶಾಚಿಗಳಂತೆ ಬಳಲುವುದಕ್ಕೆ ಪೂರಕವಾಗುವ ವ್ಯವಸ್ಥೆಯನ್ನೇ ಮತ್ತೆ ಮತ್ತೆ ಅಪ್ಪಿಕೊಳ್ಳುವ ತಪ್ಪುಗಳನ್ನು ಮಾಡುತ್ತಿದ್ದೇವೆ. 24x7ನ ಮುಖತೊಟ್ಟ ದುಡಿಮೆಯ ಸಂಸ್ಕೃತಿಯು ಖಾಸಗಿ ಕ್ಷಣಗಳನ್ನೇ ಧ್ವಂಸ ಮಾಡಿಹಾಕಿದೆ. ಪ್ರತಿಯೊಂದನ್ನೂ ಲಾಭ ತರುವ ಸರಕಿನಂತೆಯೇ ನೋಡುವ ನಿರ್ಮಾನುಷತೆಯನ್ನು ಈ ಪ್ರವೃತ್ತಿಯು ಬೆಳೆಸುತ್ತದೆ. ಇದು ತನ್ನ ಮತ್ತು ಸುತ್ತಿನ ಬದುಕಿನ ಗುರಿಯೇನು ಎಂಬುದನ್ನು ದಿಕ್ಕೆಡಿಸಿದೆ. ಪ್ರಜಾಪ್ರಭುತ್ವವೊಂದು ತನ್ನೆಲ್ಲಾ ಪ್ರಜೆಗಳ ಸ್ವಸ್ಥ ಬದುಕಿಗೆ ಬೇಕಾದ್ದನ್ನೂ, ತನ್ನ ದೇಶದ ಪ್ರಾಕೃತಿಕ ಸಂಪತ್ತನ್ನೂ, ಆರ್ಥಿಕತೆಯನ್ನೂ ಕಾಪಾಡುವ ಸಮಸೂತ್ರ ಹೆಣೆದು, ಪ್ರಜೆಗಳ ಒತ್ತಡ ಕಡಿಮೆ ಮಾಡಬೇಕು. ಆದರೆ ಅನವಶ್ಯಕ ಒತ್ತಡ, ಅಸಮಾನತೆಯ ಸೃಷ್ಟಿ ಇಂದಿನ ದುರಂತ.

ಈಚೆಗೆ ಅಮೆಜಾನ್ ಪ್ರೈಮ್‌ನಲ್ಲಿ ಬಿಡುಗಡೆಗೊಂಡ 'ಶೇರ್ನಿ' ಸಿನಿಮಾ ನಮ್ಮ ಪಾಡಿನ ಬಿಂಬದಂತಿದೆ. ಇದೊಂದು ಹೆಣ್ಣುಹುಲಿಯ ಸುತ್ತ ಕಟ್ಟಿದ ಕತೆಯಾದರೂ, ಸಾಮರ್ಥ್ಯ, ಉತ್ಸಾಹ, ಇಚ್ಛಾಶಕ್ತಿ, ಪ್ರಾಣಿ ಮತ್ತು ಜನರ ಬಗೆಗೆ ಕಾಳಜಿ, ಕೆಲಸದ ಬಗೆಗೆ ಪ್ರೀತಿ ಎಲ್ಲವೂ ಇರುವ ಅಧಿಕಾರಿ ಮತ್ತವಳ ತಂಡಕ್ಕೆ ಕೆಲಸ ಮಾಡಲು ಬಿಡದ ವ್ಯವಸ್ಥೆಯ ಚಕ್ರವ್ಯೂಹವನ್ನೂ, ಹುಲಿ ಮತ್ತು ಅಧಿಕಾರಿಣಿಯನ್ನೇ ಖಳರನ್ನಾಗಿಸುವ ವ್ಯಂಗ್ಯವನ್ನೂ, ಸರ್ಕಾರೇತರ ಸಂಸ್ಥೆ, ಸರ್ಕಾರಿ ಅಧಿಕಾರಿಗಳು, ಸ್ಥಳೀಯ ಹಾಲಿ, ಮಾಜಿ ರಾಜಕಾರಣದ ಜಿದ್ದಿ, ಗಣಿಗಾರಿಕೆಯ ದಾಹ ಎಲ್ಲವೂ ಸೇರಿ ಹುಲಿ ಮರಿಗಳನ್ನು ಅನಾಥಗೊಳಿಸಿದಂತೆಯೇ ವ್ಯವಸ್ಥೆಯನ್ನು ಅನಾಥಗೊಳಿಸುವ, ಎಡಬಿಡಂಗಿಗಳಿಗೆ ಮಾತ್ರ ಮಣೆಹಾಕುವ ಮೂರ್ಖಸಾಮ್ರಾಜ್ಯ ಸೃಷ್ಟಿಯ ವಿಷಾದವನ್ನೂ ಎದೆಗಿಳಿಸುತ್ತದೆ.

ಸಿನಿಮಾದ ಅಂತ್ಯವಂತೂ ಈ ಕಾಲದ ಬಹುದೊಡ್ಡ ರೂಪಕವೇ ಆಗಿದೆ. ಜೀವಿ ಸಂಪತ್ತು ಉಳಿಸಬಲ್ಲ ಸಾಮರ್ಥ್ಯ ಇರುವ ಅಧಿಕಾರಿಣಿಯನ್ನು ಸತ್ತ ಪ್ರಾಣಿಗಳ ಮ್ಯೂಜಿಯಂ ಉಸ್ತುವಾರಿಗೆ ಕಳಿಸಲಾಗುತ್ತದೆ. ಅಲ್ಲೂ ಏನು ಮಾಡಬಹುದು ಎಂದು ಅವಳು ನೋಡುವಾಗ ಕ್ಯಾಮೆರಾ ಒಂದೊಂದೂ ಪ್ರಾಣಿಯ ಮೇಲೆ, ಅದರ ಕಣ್ಣುಗಳ ಮೇಲೆ ಫೋಕಸ್ ಆಗುತ್ತದೆ. ಅವು ಎಷ್ಟು ಕತೆಗಳನ್ನು ಅಡಗಿಸಿಕೊಂಡಿವೆಯೋ, ಏನನ್ನು ಹೇಳುತ್ತಿವೆಯೋ ನಾವು ಕೇಳಿಸಿಕೊಳ್ಳಬಲ್ಲೆವೇ? ಅಥವಾ ನಾವಿಂದು ಮನುಷ್ಯರನ್ನೂ ಹೀಗೇ ನಾಶ ಮಾಡಿ ಮಣಭಾರದ ಅಲಂಕಾರ ಹೊತ್ತು ಓಡಾಡುವ ಜೀವಂತ ಶವಗಳನ್ನಾಗಿ ಪರಿವರ್ತಿಸ ಹೊರಟಿದ್ದೇವೆಯೇ? ಇಡೀ ಭೂಮಿಯನ್ನೇ ಇಂತಹ ಮ್ಯೂಸಿಯಂ ಮಾಡುವುದೇ ನಮ್ಮ ಗುರಿಯಾಗುತ್ತಿದೆಯೇ? ಇದಕ್ಕಾಗಿ ನಾವು 24x7 ಕೆಲಸ ಮಾಡಿ ಆ ಮ್ಯೂಸಿಯಂನ ಪಾತ್ರಧಾರಿಗಳಾಗಬೇಕೇ? ಎಂದು ಕೇಳುತ್ತಿರುವಂತಿದೆ.

ಹಗಲಿಡೀ ದುಡಿದ ಸೂರ್ಯನೂ ಕಡಲಿಗೆ ಇಳಿದು ದಣಿವಾರಿಸಿಕೊಂಡು ನಿದ್ದೆಗೆ ಜಾರುತ್ತಾನೆ ಎಂಬುದು ಚೇತೋಹಾರಿಯಾದ ಕಲ್ಪನೆ. ಆದರೆ ಈಚೆಗೆ ಇಪ್ಪತ್ಮೂರು, ಇಪ್ಪತ್ನಾಲ್ಕರ ವಯಸ್ಸಿನ ಈಗಷ್ಟೇ ಉತ್ಸಾಹದಿಂದ ವೈದ್ಯಕೀಯ ಪದವಿ ಮುಗಿಸಿ ಇಂಟರ್ನ್‌ಶಿಪ್‌ನಲ್ಲಿರುವ ಯುವಕರು ಅದಾಗಲೇ ಚೈತನ್ಯ ಕಳೆದುಕೊಂಡವರಂತಿದ್ದರು. ದಿನಕ್ಕೆ ಎರಡು–ಮೂರು ತಾಸಿನ ನಿದ್ದೆಯೂ, ತಕ್ಕ ಆಹಾರವೂ ಇಲ್ಲದೆ ದಣಿದಿದ್ದರು. ಯಾವುದೋ ಜಂಕ್ ಫುಡ್ ಆದರೂ ಸರಿ ಹೊಟ್ಟೆಗಿಷ್ಟು ಸಿಕ್ಕಿದರೆ ಸಾಕು ಎಂಬಂತಾಗಿದ್ದರು! ಪೌಷ್ಟಿಕ ಆಹಾರ, ಕಣ್ತುಂಬ ನಿದ್ದೆಯನ್ನು ಪೇಷಂಟ್‌ಗಳಿಗೆ ಹೇಳುವವರೇ ಪಾಲಿಸಲಾಗದ ವ್ಯಂಗ್ಯವಿದು.

ಯಾವ ದೇಶದಲ್ಲಿ ಉದ್ಯೋಗವಿಲ್ಲದೆ ಹೊಟ್ಟೆಗೇನೋ ಸಿಕ್ಕಿದರೆ ಸಾಕು ಎಂಬ ಸ್ಥಿತಿ ಇದೆಯೋ ಅಲ್ಲಿ ಹೀಗೂ ಇದೆ. ಕೆಲಸ ಹಂಚಿಕೊಳ್ಳಲು ಶಕ್ತವಾದ ಕೋಟಿ ಕೋಟಿ ಕೈಗಳಿರುವಾಗ, ಅವರಿಗೆ ಕೆಲಸ ನೀಡದೆ ಯಾವ ದಣಿವನ್ನು ತಣಿಸಲು, ಮತ್ತ್ಯಾರ್ಯಾರ ದಣಿವನ್ನು ಹೆಚ್ಚಿಸಲು ಈ ಅಸಮ ಉಸಿರಿನ 24x7 ಖಳ ಬೇಕು?

ಌ

· 5

ಇದಿರು
ನೋಟ
ಸಬಿತಾ ಬನ್ನಾಡಿ

ಕತೆ ಕಟ್ಟುವವರ ನಡುವೆ ಪಥ ಕಟ್ಟುವವರ ಹುಡುಕಬೇಕು

ಕಣ್ಕಟ್ಟುಗಳಾಚೆಗೂ ಇವೆ ಕಾಣ್ಕೆಗಳು

1980ರಲ್ಲಿ ಭೋಪಾಲ್‌ನ ಭಾರತಭವನದಲ್ಲಿ ಅಧ್ಯಕ್ಷರಾಗಿದ್ದ ಬಿ ವಿ ಕಾರಂತರ ಸಹೋದ್ಯೋಗಿ ವಿಭಾ ತನ್ನ ಮನೆಯಲ್ಲಿ ಸುಟ್ಟುಕೊಂಡಾಗ ಅಲ್ಲೇ ಇದ್ದ ಕಾರಂತರು ಅವಳನ್ನು ರಕ್ಷಿಸಿದ್ದರಿಂದ ಅವರ ಕೈಗಳು ಸುಟ್ಟು ಹೋಗಿರುತ್ತವೆ. ಮರುದಿನ ಪತ್ರಿಕೆಯಲ್ಲಿ ಇಷ್ಟೇ ವರದಿ ಪ್ರಕಟ ಆಗಿರುತ್ತೆ. ಆದರೆ ಒಂದೇ ದಿನದಲ್ಲಿ ಚಿತ್ರಣ ಬದಲಾಗಿ ಕಾರಂತರಿಗೆ ವಾರಂಟ್ ಇಲ್ಲದೆಯೇ ಅರೆಸ್ಟ್ ಆಗುತ್ತೆ.

'ನೀವೇ ಬೆಂಕಿ ಹಚ್ಚಿದ್ರಿ ಅಂತ ವಿಭಾ ಸ್ಟೇಟ್‌ಮೆಂಟ್ ಕೊಟ್ಟಿದ್ದಾಳೆ. ಇನ್ನರ್ಧ ಗಂಟೇಲಿ ಅವಳು ಸತ್ತೇ ಹೋಗ್ತಾಳೆ. ನಿಜ ಹೇಳಿಬಿಡಿ,' ಎಂದು ಪೊಲೀಸರು ಕಾರಂತರನ್ನು ಒತ್ತಾಯಿಸುತ್ತಾರೆ. ಅವರು ನಡೆದದ್ದನ್ನೇ ಮತ್ತೆ ಮತ್ತೆ ತಿರುಗಿಸಿ ಹೇಳುತ್ತಲೇ ಇದ್ದರು. ಕೊನೆಗೆ ಸಿಟ್ಟಾದ ಪೊಲೀಸ್ ಆಫೀಸರ್, 'ಹೇಳಿ ಕೇಳಿ ನೀವು ನಾಟಕದೋರು. ಕತೆ ಕಟ್ಟೋಕೆ ಬರಲ್ವೇನ್ರಿ?' ಎಂದು ಗುಡುಗಿದ. ಕಾರಂತ್, 'ಸರ್, ನಾನು ನಡೆದದ್ದನ್ನು ಮಾತ್ರ ಹೇಳಿದ್ದೇನೆ' ಎಂದಾಗ 'ನೀವು ಕತೆ ಕಟ್ಟಿ ಹೇಳದಿದ್ರೆ ನಿಮ್ಮನ್ನು ಏರೋಪ್ಲೇನ್ ಮಾಡ್ತೀವಿ. ಥರ್ಡ್ ಡಿಗ್ರಿ ಉಪಯೋಗಿಸ್ತೀವಿ,' ಎಂದು ಹೆದರಿಸಿದ. ಕಾರಂತರು ಕಥೆ ಶುರು ಮಾಡಿದರು. ಕತೆ, 'ಅವಳ ಮೇಲೆ ಸೀಮೆ ಎಣ್ಣೆ ಸುರಿದು ಬೆಂಕಿ ಹಚ್ಚಿಬಿಟ್ಟೆ,' ಎಂದು ಮುಗಿಯಿತು. ಹೀಗೆ ಹೇಳಿಸುವಾಗ ನಿಯಮಬಾಹಿರವಾಗಿ ಪತ್ರಕರ್ತರನ್ನೂ ಕೂರಿಸಿಕೊಳ್ಳಲಾಗಿತ್ತು. ಮರುದಿನದ ಪತ್ರಿಕೆಗಳಲ್ಲಿ ಇನ್ನಷ್ಟು ಹೊಲಸುಗಳನ್ನು ಸೇರಿಸಿ ವರದಿ ಬಂತು. ಎಂ ಪಿ ಕ್ರಾನಿಕಲ್ ಎಂಬ ಪತ್ರಿಕೆ ಮಾತ್ರ ಇರುವುದನ್ನಷ್ಟೇ ವರದಿ ಮಾಡಿತ್ತು ಎಂದು ಪ್ರೇಮಾ ಕಾರಂತ ತಮ್ಮ 'ಸೋಲಿಸಬೇಡಾ ಗೆಲಿಸಯ್ಯಾ' ಆತ್ಮ ಚರಿತ್ರೆಯಲ್ಲಿ ಬರೆಯುತ್ತಾರೆ.

ಮುಂದೆ ಎಂಟು ವರ್ಷಗಳ ಕಾಲ ಪಡಬಾರದ ಪಾಡನ್ನು, ಅವಮಾನಗಳನ್ನು ಅನುಭವಿಸಿದ್ದನ್ನು ಹೇಳುವ ಪ್ರೇಮಾ, ಕೊನೆಗೂ ಕಾರಂತರನ್ನು ಉಳಿಸಿದ್ದು 'ಅವರು ನನ್ನನ್ನು ದೇವರಂತೆ ಬಂದು ರಕ್ಷಿಸಿದರು' ಎಂಬ ವಿಭಾಳ ಕೊನೆಯ ತನಕವೂ ಬದಲಾಗದ ಹೇಳಿಕೆಯೊಂದೇ ಎನ್ನುತ್ತಾರೆ. ಸುಟ್ಟು ಆಸ್ಪತ್ರೆಯಲ್ಲಿದ್ದ ವಿಭಾಳಿಂದ ಕಾರಂತರ ವಿರುದ್ಧ ಹೇಳಿಕೆ ಹೊರಡಿಸಲು ನಿರಂತರ ಪ್ರಯತ್ನ ನಡೆದಾಗಲೂ ಆಕೆ ಸತ್ಯಕ್ಕೆ ಬದ್ಧಳಾಗಿದ್ದಳು. ಆದರೆ, ಕಾರಂತ ಮತ್ತು ಪ್ರೇಮಾರ ಬದುಕಿನಲ್ಲಿ ಯಾವ ತಪ್ಪೂ ಮಾಡದೆ ಕೊಲೆಗಡುಕತನದ ಆಪಾದನೆ, ಜೈಲುವಾಸ, ಹೊಲಸು ಮಾತು, ಅವಮಾನಗಳು ನಡೆದು ಹೋದವಲ್ಲ? ಅವರ ಬಗ್ಗೆ ಎಗ್ಗಿಲ್ಲದೆ ಬರೆದ, ನಿರ್ಣಯ ಕೊಟ್ಟ ಪತ್ರಿಕಾ ಸಮೂಹಕ್ಕೆ ಎಂದಾದರೂ ಪಶ್ಚಾತ್ತಾಪ ಆಗಿದೆಯೇ? ಇಲ್ಲ. ಈಗ ಅದರ ಮರಿಗಳು ಊರ ತುಂಬ ಪಸರಿಸಿವೆ. ಅದರ ನಡುವೆಯೂ ಎಂ ಪಿ ಕ್ರಾನಿಕಲ್ ಅಂತಹ ಪತ್ರಿಕೆಗಳು ಎಲ್ಲ ಒತ್ತಡಗಳ ನಡುವೆ ವಾಸ್ತವಕ್ಕೆ ಹತ್ತಿರದ ವರದಿಗೇ ಪ್ರಾಶಸ್ತ್ಯ ಕೊಡುವುದನ್ನು ನಿಲ್ಲಿಸಿಲ್ಲ. ದೃಶ್ಯ ಮಾಧ್ಯಮಗಳು ಎಲ್ಲಾ ಮೇರೆ ಮೀರಿ ವರ್ತಿಸುತ್ತಿರುವಾಗಲೂ, ಅಲ್ಲೂ ನೈತಿಕ ಪತ್ರಿಕೋದ್ಯಮಕ್ಕಾಗಿ ಜೀವ, ಉಸಿರು ಕೊಡುವವರು ತಾವು ಅಪ್ರಸ್ತುತರಾದರೂ ಸರಿ ಎಂದು ಮುಂದುವರಿದಿದ್ದಾರೆ.

ಈ ಸಂದರ್ಭದಲ್ಲಿ ವಚನಗಳ ಮೂರು ಸಾಲುಗಳು ಮತ್ತೆ ಮತ್ತೆ ನೆನಪಾಗುತ್ತಿವೆ. ಮೊದಲನೆಯದು, 'ಭಕ್ತಿ ಎಂಬುದು ತೋರಿ ಉಂಬುವ ಲಾಭ' ಇನ್ನೊಂದು, 'ಭಕ್ತಿ ಎಂಬುದ ಮಾಡಬಾರದು, ಹೋಗುತ್ತ ಕೊಯ್ವುದು, ಬರುತ್ತ ಕೊಯ್ವುದು' ಮೂರನೆಯದು, 'ಶುದ್ಧ ಭಕ್ತಿಯನರಿತು ನಡೆದುದು ಬಟ್ಟೆ(ದಾರಿ)ಯಾಗದೇ?

ನುಡಿದುದು ಸಿದ್ಧಿಯಾಗದೇ?' ಇದು ಒಂದೇ ಸಮಯದಲ್ಲಿ ಅಸ್ತಿತ್ವದಲ್ಲಿರುವ ಹಲವು ರೀತಿಯ ಬದುಕುಗಳನ್ನೂ ಪ್ರತಿನಿಧಿಸುತ್ತಿದೆ. ಒಂದೆಡೆ ಎಲ್ಲವೂ ಲಾಭಕ್ಕಾಗಿ ಯಾವ ಲಜ್ಜೆಯೂ ಇಲ್ಲದೆ ಸರಕಾಗುತ್ತದೆ. ಭಕ್ತಿ ಎಂಬ ಜಾಗದಲ್ಲಿ ಏನನ್ನು ಬೇಕಾದರೂ ಹಾಕಿ. ಜಾತಿ, ಮತ, ಸಿದ್ಧಾಂತ, ದೇಶ, ಪ್ರೀತಿ, ಭೀತಿ, ಕಾಯಿಲೆ, ಸಾವು... ಮೆರೆಯುವ, ಮೊರೆಯುವ ಬಯಕೆಗಳನ್ನೆಲ್ಲಾ ಇದು ಪೂರೈಸಬೇಕು. ಆಳುವ ಅಧಿಕಾರವನ್ನು ಇದು ಒದಗಿಸಬೇಕು. ಸುತ್ತಲಿನ ಜನ ಬೆರಗಾಗುವಂತೆ ಗತ್ತು ಗೈರತ್ತು ಪ್ರದರ್ಶಿಸಬೇಕು. ಒಟ್ಟಿನಲ್ಲಿ ತನ್ನೊಳಗಿನ ಸರ್ವಾಧಿಕಾರಿ ಸಂತೃಪ್ತಗೊಳ್ಳಬೇಕು. ಹೀಗೆ ಬದುಕಬೇಕೆಂದು ಬಯಸುವ ಎಲ್ಲ ಗಂಡು ಹೆಣ್ಣುಗಳ ಒಳಗಿನ ಆಸೆ ಇದು.

ಇನ್ನೊಂದು ರೀತಿಯಲ್ಲಿ ಬದುಕುವವರೂ ಇದ್ದಾರೆ. ಇವರಿಗೆ ತಾವು ನಂಬಿರುವ ಬದುಕಿನ ಮಾರ್ಗವೆಂದರೆ, ಅದು ಪ್ರತಿ ಕ್ಷಣವೂ ತನ್ನನ್ನು ತಾನೇ ಪರೀಕ್ಷೆಗೆ ಒಳಪಡಿಸಿಕೊಳ್ಳುವ ಕಠಿಣ ಮಾರ್ಗ. ಅದು ಗರಗಸದಂತೆ ಕೊಯ್ಯುತ್ತಾ ತನ್ನೊಳಗನ್ನು ತೋರುತ್ತಲೇ ಇರುತ್ತದೆ. 'ನೀನು ನಂಬಿದ ದಾರಿಯಲ್ಲಿ ನಡೆಯುತ್ತಿರುವೆಯಾ?' ಎಂದು ಕೇಳುತ್ತಲೇ ಇರುತ್ತದೆ. ಇವರು ಉತ್ತರಿಸ ಬಯಸುವುದು ಲೋಕಕ್ಕಲ್ಲ, ತನಗೇ. ಹೀಗಾಗಿ, ತೋರಿ ಉಂಬುವ ಲಾಭದವರು ಬಳಸುವ ಎಲ್ಲಾ ಲಾಭದ ಕಾರ್ಡುಗಳನ್ನು ಇವರು ನಿರಾಕರಿಸಿ, ಪ್ರಾಮಾಣಿಕವಾದ, ಸರಳವಾದ ಪಥದಲ್ಲೇ ತೆರಳಬಯಸುತ್ತಾರೆ.

ಮೂರನೇ ರೀತಿಯ ಜನ ಮೊದಲಿನವರಿಗಿಂತ ಅಪಾಯಕಾರಿಯಾದವರು. ಮೊದಲಿನವರ ಲೋಭ ಢಾಳಾಗಿ ಕಣ್ಣಿಗೆ ಕಾಣಿಸುತ್ತಿರುತ್ತದೆ. ಆದರೆ ಇವರಾದರೋ ಎರಡನೆಯವರ ರೀತಿಯ ವೇಷತೊಟ್ಟ ವೇಷಧಾರಿಗಳು. ಹೊರಗೆ ಪ್ರಗತಿಯ ಮಾತಾಡುತ್ತ ಒಳಗೆ ವಿಗತಿಯ ಪಾತಾಳಕ್ಕೆ ಕುಸಿದಿರುವವರು. ನುಡಿಯಲ್ಲಿರುವ ಹಸನು ನಡೆಯಲ್ಲಿ ಇರದೇ, ಬೆಳಗಿನಲ್ಲಿ ಸಂಕಟದಲ್ಲಿರುವವರಿಗೆ ಸಂಗಾತಿಗಳಂತೆ ನಟಿಸಿ, ಕತ್ತಲಿನಲ್ಲಿ ತಮ್ಮ ತಮ್ಮ ಜಾತಿ, ಪಂಥದ ಟ್ರಂಪ್ ಕಾರ್ಡ್ ಬಳಸಿ ಹಗಲಿನಲ್ಲಿ ವಿರೋಧಿಸಿದವರ ಮನೆಯ ಬಾಗಿಲನ್ನು ರಾತ್ರಿ ಕಾಯುವವರು. ಬಹುಶಃ ಇದು ಎಲ್ಲ ಕಾಲದಲ್ಲೂ ಇದ್ದ ದಿಟ. ಆದರೆ ನಮ್ಮ ನಮ್ಮ ಕಾಲದಲ್ಲಿ ಇವುಗಳ ಏರುಪೇರು, ಅಬ್ಬರಗಳಲ್ಲಿ ಆಗಾಗ ವ್ಯತ್ಯಾಸಗಳಾಗಬಹುದೇನೋ.

ಜಾಗತೀಕರಣಕ್ಕೆ ಮುಕ್ತಗೊಂಡ ಈ ಮೂವತ್ತು ವರ್ಷಗಳಲ್ಲಿ 'ತೋರಿಕೆ'ಯ ಬದುಕು ಅನಿವಾರ್ಯ ಎಂಬಷ್ಟು ಮುಂದೆ ಬಂದಿದೆ. ಹೀಗಾಗಿ, 'ಹೇಗಾದರೂ ಸರಿ, ಏನಾದರೂ ಆಗು' ಎಂಬ ಒತ್ತಡ ಮತ್ತು ಬಯಕೆ ಸಾಮಾಜಿಕ ಮನ್ನಣೆ ಪಡೆದುಕೊಂಡಿದೆ. ಮೊದಲೆಲ್ಲ, ಗುರಿಯಷ್ಟೇ ದಾರಿಯೂ ಮುಖ್ಯ ಎಂದು ನೀತಿ

ಪಾತ ಹೇಳಲಾಗುತ್ತಿತ್ತು. ಆದರೀಗ ಗುರಿ ತಲುಪಲು ಯಾವ ದಾರಿಯಾದರೂ ಸರಿ, ಅದನ್ನು ಸರಿ ಎಂಬಂತೆ ಪ್ರಸ್ತುತ ಪಡಿಸು ಎಂಬುದು ಆದರ್ಶವಾಗಿದೆ. ಬಹಳ ಆಶ್ಚರ್ಯ ಎಂದರೆ ಇದನ್ನೆಲ್ಲಾ ಸಾಧಿಸಿಕೊಳ್ಳಲು ಬಳಸುವ ಪದಗಳು ಒಂದೋ ವಿಪರೀತ ಭಾವುಕವಾಗಿರುತ್ತದೆ. ಇಲ್ಲವೇ ಭಯಂಕರ ನೈತಿಕಲೇಪ ಮೆತ್ತಿಕೊಂಡಿರುತ್ತವೆ. ತಾವು ತುಳಿಯುವ ಅನೈತಿಕ ದಾರಿಯನ್ನು ಸಮರ್ಥಿಸಲು ನೈತಿಕತೆಯನ್ನೇ ಮೈವೆತ್ತಂತೆ ಅಭಿನಯಿಸುವುದು ಬಹಳ ತಮಾಷೆಯಾಗಿರುತ್ತದೆ.

ದೇವಾಲಯವೊಂದರ ಮೇಲೆ ಅನ್ಯಧರ್ಮದ ಬಾವುಟ ಹಾರಿದಾಗ (ಹಾರಿಸಿದವರು ಸ್ವಧರ್ಮದವರೇ ಎಂದು ಆಮೇಲೆ ತಿಳಿಯುತ್ತದೆ.) ಮೈಮೇಲೆ ಬೆಂಕಿ ಬಿದ್ದಂತೆ ಸುದ್ದಿ ಮಾಡುವವರು, ಕಾಶ್ಮೀರದ ದೇವಾಲಯದೊಳಗೇ ಬಾಲೆಯೊಬ್ಬಳ ಅತ್ಯಾಚಾರವಾದಾಗ ಏನೂ ಆಗದವರಂತೆ ಸುಮ್ಮನಿರಬಲ್ಲರು. ಇದು ಕವಿ ಜನ್ನನ ಮಾತಿನಲ್ಲಿ ಹೇಳುವುದಾದರೆ, 'ಪಾಪದ ಜೋಳದ ಬೆಳೆಗೆ ಬೆದರುಬೊಂಬೆ ಕಟ್ಟಿದ ರೀತಿಯಲ್ಲಿ' ಇರುವ ಧೋರಣೆ. ಪಾಪ ಕೃತ್ಯಗಳನ್ನು ಬೆಳಕಿಗೆ ತರಬೇಕಾದವರೇ ಅದನ್ನು ರಕ್ಷಿಸುವ ಅಧಃಪತನ. ಇದು ಮಾಧ್ಯಮಗಳಷ್ಟೇ ಅಲ್ಲ ಎಲ್ಲೆಡೆ ಕಾಣಬಹುದು. ಆದರೆ, ಪ್ರತೀ ಕಾಲವೂ ಪ್ರತಿದಾರಿಗಳನ್ನೂ ತೋರಿಸಿವೆ.

ಪಿ ಸಾಯಿನಾಥ್ ಕೃಷಿ ಸಂದರ್ಭದಲ್ಲಿ ಹೇಳಿದ್ದನ್ನು ಸಂದರ್ಭದಾಚೆ ಅನ್ವಯಿಸಿದರೆ ಅಂತಹ ದಾರಿಯೂ ಕಂಡೀತು. ಕೇರಳದ ಭತ್ತ ಬೆಳೆವ ರೈತರು ಕಾರ್ಪೋರೇಟ್ ಕಂಪೆನಿಗಳ ವಂಚನೆಗೆ ಬಲಿಯಾಗಿ ವೆನಿಲಾ ಬೆಳೆದು ಆತ್ಮಹತ್ಯೆಗೆ ಬಲಿಯಾದರೆ, ಇನ್ನೊಂದೆಡೆ ಉಳುವ ಭೂಮಿಯೇ ಇಲ್ಲದ 4.3 ಮಿಲಿಯನ್ ಮಹಿಳೆಯರು ಕೈಜೋಡಿಸಿ 'ಕುಡುಂಬಶ್ರೀ' ಎಂಬ ಸಂಘಟನೆಯಡಿ 'ಸಮುದಾಯ ಕೃಷಿ' ಮಾಡುತ್ತಾರೆ. ಕಳೆದ ಇಪ್ಪತ್ತು ವರ್ಷಗಳಿಂದ ನಿರಂತರ ಲಾಭ ಪಡೆದಿದ್ದಾರೆ. ಇಂತಹ ಹಂಗಿಲ್ಲದ ಪಥಗಳು ಮತ್ತು ದಿಟವನ್ನು ಬಿಡದ ವಿಭಾಳಂತವರು ಇಂದು ಒಗ್ಗೂಡಬೇಕಿದೆ.

ಐ

ಕ್ರೂರ ಶಿಕ್ಷೆಯ ಚರಿತ್ರೆ ಇದ್ದಾಗಲೂ ಪ್ರತಿಭಟಿಸುವವರು ಇದ್ದೇ ಇರುತ್ತಾರೆ!

ಚಿನ್ನಕ್ಕೆ ಎದುರಾಗಿ ಮಣ್ಣಿನ ಸಿಂಹಾಸನ

ಒಂದು ದಿಗ್ಭ್ರಾಂತ ಮೌನ ನಮ್ಮನ್ನು ಆವರಿಸಿಕೊಳ್ಳುವಂತಿದೆ. ಆ ದಿಗ್ಭ್ರಾಂತಿ ನಿಜದ ಮೇಲೆ ಕಟ್ಟಿಕೊಂಡಿರುವ ಪೊರೆಯನ್ನು ತೆರೆದು ತೋರಲು ಆಗದೇ ಇರುವುದಕ್ಕಾಗಿ. ಆದರೆ ಇದು ಶಾಶ್ವತ ಸ್ಥಿತಿಯೇನೂ ಅಲ್ಲ. ಚರಿತ್ರೆಯುದ್ದಕ್ಕೂ ಇಂತಹ ತಡೆಗೋಡೆಗಳು ಕಟ್ಟಿಕೊಂಡಿವೆ ಮತ್ತು ಕೆಡವಿಕೊಂಡಿವೆ. ಆದರೆ ಒಂದಂತೂ ಸತ್ಯ. ಸದ್ಯದ ಕಾಲ – ಜಗತ್ತಿನ ಹಲವೆಡೆ ದಬ್ಬಾಳಿಕೆಯೇ ಆಳ್ವಿಕೆಯಾಗುವುದಕ್ಕೆ ಸಮ್ಮತಿ ದೊರಕಿದ ಕಾಲ.

ಪ್ಯಾಲೆಸ್ಟೀನ್‌ನ ಭೂಮಿಯನ್ನು ಇಸ್ರೇಲ್ ಆಕ್ರಮಿಸಿಕೊಂಡಿದ್ದನ್ನು ಕೆಲವೇ ವರ್ಷಗಳ ಹಿಂದೆ ಒಪ್ಪದವರು ಹಲವರಿದ್ದರು. ಆದರೆ ಈಗ ಇದು 'ಸಾಧಾರಣ' ಸಂಗತಿಯೆನಿಸಿಕೊಂಡು ಎಲ್ಲರ ಸಮ್ಮತಿಯನ್ನು ಹುಟ್ಟಿಸಿಕೊಂಡಿದೆ. ದಬ್ಬಾಳಿಕೆಯೆಂಬುದು ಕೇವಲ ರಾಜಕೀಯ ಅಧಿಕಾರದ ರೂಪದಲ್ಲೇ ಬರಬೇಕೆಂದಿಲ್ಲ. ಅದು ಕಾಮರೂಪಿ. ಯಾವಾಗ ಬೇಕಿದ್ದರೂ ಜನ ಮೆಚ್ಚುವ ರೂಪವನ್ನು ಧರಿಸಿ ನಿಂತು ಮರುಳು ಮಾಡಬಹುದು. ಶೂರ್ಪನಖಿ ಸುಂದರ ಯುವತಿಯಾಗಿ ನಿಂತು ರಾಮ ಲಕ್ಷ್ಮಣರನ್ನು ಮರುಳುಗೊಳಿಸಲು ಯತ್ನಿಸಿದಳು. ಅವರೇನೋ ಮರುಳಾಗಲಿಲ್ಲ. ಹಾಗಂತ ಎಲ್ಲರೂ ಮರುಳಾಗುವುದಿಲ್ಲ ಎನ್ನಲಾದೀತೆ? ಇಂದಿನ ಅತ್ಯಾಧುನಿಕ ಕಾಲದಲ್ಲಿ ಬಂಡವಾಳಶಾಹಿಯು ಮಾರುಕಟ್ಟೆ ಎಂಬ ವೇದಿಕೆಯನ್ನೇರಿ ಮಾಯಾಲೋಕ ಸೃಷ್ಟಿಸಿ ನಮ್ಮ ಬದುಕಿನ ಪರಿಯನ್ನೇ ಬದಲಿಸಿ ಹೊಸ ಹೊಸ ಹಪಹಪಿಯನ್ನು ನಮ್ಮ ಹೃದಯ ಬಡಿತದೊಂದಿಗೆ ಬೆರೆಸಿ ದೇಹದುದ್ದಕ್ಕೂ ರಕ್ತವಾಗಿಸಿ ಹರಿಸುತ್ತಿಲ್ಲವೇ?

'ದ ಡೆವಿಲ್ ವೇರ್ಸ್ ಪ್ರಾಡ' ಎಂಬ ಅಮೆರಿಕನ್ ಸಿನಿಮಾದಲ್ಲಿ ಕಂಪೆನಿಯೊಂದನ್ನು ಯಶಸ್ವಿಯಾಗಿ ಮುನ್ನೆಡೆಸಿ ಎಲ್ಲರಿಂದಲೂ ಸೈಯೆನಿಸಿಕೊಳ್ಳುವ ಹುಕಿಗೆ ಬಿದ್ದಾಕೆಯೊಬ್ಬಳು ತನ್ನೊಳಗಿನ ವಿಪ್ಲವಗಳನ್ನು ತಿಳಿದೂ, ಹೊರಗೆ ಕಠಿಣ ಶಿಸ್ತಿನ, ನಿದ್ದೆ ಮಾಡದೇ ಕೆಲಸ ಮಾಡುವ ಶ್ರಮಜೀವಿ ಎನಿಸಿಕೊಂಡು, ತನ್ನ ಜೊತೆ ಕೆಲಸ ಮಾಡುವ ಪ್ರತಿಯೊಬ್ಬರೂ ಪ್ರತಿಕ್ಷಣವೂ ತನಗೆ ಹೆದರಿ ಗೌರವಿಸುವುದನ್ನು ಗಮನಿಸುತ್ತಾ, ಅವರ ಸುಖ ದುಃಖಗಳನ್ನೆಲ್ಲಾ ನಗಣ್ಯ ಮಾಡಿ ಕಂಪೆನಿಗಾಗಿ ಕೆಲಸ ಮಾಡುವುದೇ ಅಂತಿಮ ಮತ್ತು ಆ ಮೂಲಕ ವೃತ್ತಿಯಲ್ಲಿ ಪದೋನ್ನತಿಯನ್ನು ಹೊಂದುವುದೇ ಪರಮ ಧ್ಯೇಯ ಎಂಬುದನ್ನು ನಂಬಿಸುತ್ತಾ, ನಂಬುತ್ತಾ ಬದುಕುತ್ತಾಳೆ. ತನ್ನ ಉದ್ಯೋಗಿಗಳು ಧರಿಸುವ ಬಟ್ಟೆಯ ನಿರಿಗೆ, ಟೈ ಕಟ್ಟಿರುವ ರೀತಿ, ಕಾಲಿನ ಶೂವಿನ ವಿನ್ಯಾಸದ ವರೆಗೆ ಪ್ರತಿಯೊಂದರಲ್ಲೂ ಪರ್ಫೆಕ್ಷನ್ ಬಯಸುವ ಇವಳು, ಕಂಪೆನಿಯೊಳಗಿರುವ ಮೇಲಾಟದ ಎಲ್ಲ ರಾಜಕೀಯಗಳನ್ನು ಚಾಣಾಕ್ಷತನದಿಂದ ಗೆಲ್ಲುತ್ತಾಳೆ. ಶತ್ರುಗಳನ್ನು ಜಾಣತನದಿಂದ ಸಂಹರಿಸುತ್ತಾ ಗೆಲುವಿನ ಮೆಟ್ಟಿಲೇರಿ, ಮಾಧ್ಯಮಗಳು ಅವಳದೊಂದು ಫೋಟೋ ತೆಗೆಯಲು ಸಿಗುವುದೇ ತಮ್ಮ ಬಹುಕಾಲದ ಪುಣ್ಯಫಲ ಎಂದು ಪರಿತಪಿಸುವಂತೆ ಮಾಡಬಲ್ಲ ಸೆಲೆಬ್ರಿಟಿಯಾಗುತ್ತಾಳೆ. ಗತ್ತಿನ ಪೋಸಿನ ಹಿಂದೆ ಅವಳ ವ್ಯಕ್ತಿಗತ ಬದುಕಿನ ಹುಣ್ಣುಗಳು ಅಡಗಿ ಹಿಂಸಿಸುತ್ತಿರುತ್ತವೆ.

ಜಗತ್ತು ಇಂತಹ ಮಾದರಿಯ ಹಿಂದೆ ಬಿದ್ದು ಯಶೋಗಾಥೆಗಳನ್ನು ಉಣಬಡಿಸುತ್ತವೆ, ಕಿರಿಯರಿಗೆ ಅವರಂತೆ ಆಗುವ ಬೋಧನೆ ಮಾಡುತ್ತವೆ. ಹೀಗೆ ಅಂತಹದೇ ಯಶಸ್ಸನ್ನು ಸಾಧಿಸುವ ಹಟಕ್ಕೆ ಬಿದ್ದ ಹುಡುಗಿಯೊಬ್ಬಳು ಬಹಳ

ಬೇಗ ಅದರ ಟೊಳ್ಳುತನ ಅರಿತು ಅವೆಲ್ಲವನ್ನು ಧಿಕ್ಕರಿಸಿ, ತನಗೆ ಆರಾಮವೆನಿಸುವ ಸಾಮಾನ್ಯ ಉಡುಗೆಯನ್ನು ತೊಟ್ಟು ಜನರೊಳಗೆ ಬೆರೆತುಹೋಗುವ ಸರಳ ಜೀವನಕ್ಕೆ ಮರಳುತ್ತಾಳೆ. ಹೀಗೆ ಅವಳು ವಾಪಾಸು ಮರಳುವುದು ಕೇವಲ ಅವಳ ವ್ಯಕ್ತಿಗತ ಆಯ್ಕೆ ಮಾತ್ರ ಅಲ್ಲ. ಅದು ಪೊಳ್ಳು ಮತ್ತು ದರ್ಪದ ಅಧಿಕಾರಕ್ಕೆ ಹೇಳುವ ಧಿಕ್ಕಾರ ಕೂಡ ಹೌದು. ಯಾವುದೇ ಅಧಿಕಾರವು ತಾನೇ ಅಂತಿಮ ಎಂದು ಸವಾರಿ ಮಾಡತೊಡಗಿದಾಗ ಇನ್ಯಾವುದೋ ಮೂಲೆಯಿಂದ ಅದಕ್ಕೆ ಪ್ರತಿಭಟನೆ ಬೇರೆ ಬೇರೆ ರೀತಿಯಲ್ಲಿ ರೂಪು ತಳೆಯುತ್ತದೆ. ಬುದ್ಧನಂತವರು ತೋರಿದ ದಾರಿ ಇದು. ಶರಣರ ದಾರಿಯೂ ಇದೇ ಆಗಿತ್ತು. ಇದು ಪ್ರತಿ ದಾರಿ, ನಿರಾಕರಣೆಯ ದಾರಿ ಮತ್ತು ಇದು ಸದ್ದಿಲ್ಲದೇ ಜರುಗುವ ಬದಲಾವಣೆಯ ದಾರಿ. ಬಾಯಿ ಮುಚ್ಚಿಸಬಹುದು, ಕಣ್ಣು ಮುಚ್ಚಿಸಲಾಗುವುದಿಲ್ಲ. ಆಗ ಅದು ಅಧಿಕಾರದಿಂದ ಯಾರನ್ನಾದರೂ ಇಳಿಸುವುದರ ಬಗ್ಗೆ ತಲೆಕೆಡಿಸಿಕೊಳ್ಳುವುದಿಲ್ಲ. ಅಧಿಕಾರವನ್ನೇ ತ್ಯಜಿಸಿ ತನ್ನ ಮೇಲಿನ ಸ್ವಯಂ ಅಧಿಕಾರವನ್ನು ಉಳಿಸಿಕೊಳ್ಳುತ್ತದೆ.

ತನ್ನ ಮೇಲಿನ ಸ್ವಯಂ ಅಧಿಕಾರವನ್ನು ಉಳಿಸಿಕೊಳ್ಳಬೇಕೆಂಬುದು ಮನುಷ್ಯನೊಳಗೆ ಸುಪ್ತವಾಗಿರುವ ಪ್ರಬಲ ಬಯಕೆಯೂ ಹೌದು. ಇಲ್ಲದೇ ಹೋದಲ್ಲಿ ತನ್ನ ತಲೆದಂಡ ಶತಃಸಿದ್ಧ ಎಂದು ಗೊತ್ತಿರುವಾಗಲೂ ಕೆಲವರು ಮುನ್ನುಗ್ಗುವುದು ಸಾಧ್ಯವಿರುತ್ತಿರಲಿಲ್ಲ. ನಮ್ಮದೇ ನಾಡಿನಲ್ಲಿ ನಡೆದುಹೋದ ಸ್ವಾತಂತ್ರ್ಯ ಚಳವಳಿಯಲ್ಲಿ ನೇಣಿಗೆ ಕೊರಳುಕೊಟ್ಟ ಹೋರಾಟಗಾರರು, ಜಲಿಯನ್ ವಾಲಾಬಾಗ್‌ನಂತಹ ಹತ್ಯಾಕಾಂಡ ನಡೆದ ಮೇಲೂ ಹೆದರದೆ ಹೋರಾಡಿದ ಅಸಂಖ್ಯ ಚಳವಳಿಗಾರರು ಇದಕ್ಕೆ ಜೀವಂತ ಉದಾಹರಣೆಗಳೇ. ಹಾಗಾಗಿ, ಯಾವ ಕಾಲಕ್ಕೂ 'ವಿರೋಧ'ದ ಸಂಪೂರ್ಣ ಪ್ರತಿಬಂಧ ಸಾಧ್ಯವಿಲ್ಲ. ಅದು ವೇಷ ಮರೆಸಿಕೊಂಡು ಭೂಗತವಾಗಿ ಇರಬಹುದೇ ಹೊರತು ವಿರೋಧದ ಧ್ವನಿಯನ್ನು ಸಂಪೂರ್ಣ ಹತ್ತಿಕ್ಕಲಾಗದು.

ಸೌದಿ ಅರೇಬಿಯಾದಂತಹ ದೇಶದಲ್ಲಿ ಹೆಣ್ಣುಮಕ್ಕಳು ಡ್ರೈವಿಂಗ್ ಅವಕಾಶ ಕೇಳಿ ಹೋರಾಟ ಮಾಡಿದಾಗ ಅವರನ್ನು ಜೈಲಿಗೆ ಅಟ್ಟಲಾಯಿತು. ಆದರೆ ಈಗ ಕ್ರಮೇಣ ಇದಕ್ಕೆ ಅವಕಾಶ ಮಾಡಿಕೊಡಲಾಗುತ್ತಿದೆ. ಅಲ್ಲಿನ ರಾಜ ಮನೆತನದ ಹೆಣ್ಣುಮಗಳೊಬ್ಬಳು, ವಿದೇಶಿ ಲೇಖಕಿಯ ಮೂಲಕ (ಜೀನ್ ಪಿ ಸಾಸನ್) ಅಲ್ಲಿನ ಹೆಣ್ಣುಮಕ್ಕಳ ಪ್ರಾಣಿಸದೃಶ ಬದುಕನ್ನು ಅನಾವರಣ ಮಾಡುತ್ತಾಳೆ. ಬದುಕಿನ ಸಕಲ ಐಹಿಕ ಭೋಗ ಭಾಗ್ಯಗಳು ಕಾಲ ಬುಡದಲ್ಲಿ ಬಿದ್ದಿರುವ ಆ ರಾಜಕುಮಾರಿ ತನ್ನ ಗಂಡನ/ತಂದೆಯ ಜೊತೆ ಇಲ್ಲದೆ ಅಥವಾ ಅವನ ಒಪ್ಪಿಗೆಯ ಪತ್ರವಿಲ್ಲದೆ ಎಲ್ಲಿಯೂ ತಿರುಗಾಡುವಂತಿಲ್ಲ. ಅಂತಿರುವಲ್ಲಿ ವ್ಯವಸ್ಥೆಯೊಳಗಣ ಬದಲಾವಣೆಗೆ ಸೊಲ್ಲು ಎತ್ತುವುದೂ ಸಾಧ್ಯವಿಲ್ಲ. ಸಾಕು ಪ್ರಾಣಿಗಳಂತೆ ಮುದ್ದಾಗಿ ಬೆಳೆಯುವ ಇವರು ಬಯಸಿದರೆ ಇಂಗ್ಲೆಂಡ್, ಪ್ಯಾರಿಸ್‌ಗಳಲ್ಲಿ ಶಾಪಿಂಗ್ ಮಾಡಬಹುದು.

ಆದರೆ ಅಪ್ಪ ಹದಿನೆಂಟರ ಸುಂದರ ಮಗಳನ್ನು ನಲವತ್ತರ ಗಂಡಿಗೆ ನಾಲ್ಕನೇ ಹೆಂಡತಿಯಾಗಿ ಮದುವೆ ಮಾಡಿಕೊಟ್ಟರೆ ಮಾತಾಡುವಂತಿಲ್ಲ. ಅಪ್ಪನೇ ಹದಿನೆಂಟರ ಹುಡುಗಿಯನ್ನು ಮದುವೆಯಾಗಿ ತಂದರೂ ಉಸಿರೆತ್ತುವಂತಿಲ್ಲ. ಅವಳ ಒಡಹುಟ್ಟಿದ ಅಣ್ಣ–ತಮ್ಮಂದಿರು ಬಡದೇಶಗಳ ಹನ್ನೆರಡು ಹದಿನಾಲ್ಕರ ಹುಡುಗಿಯರನ್ನು ದುಡ್ಡುಕೊಟ್ಟು ಖರೀದಿಸಿ ರೇಪ್ ಮಾಡಿದ್ದು ತಿಳಿದೂ ವಿರೋಧಿಸುವಂತಿಲ್ಲ. ಇಂತಲ್ಲಿ ಒಂದು ಹೆಜ್ಜೆ ಮುಂದಿಟ್ಟರೆ ಆಗುವ ಪರಿಣಾಮ ಏನು? ಸಾರ್ವಜನಿಕವಾಗಿ ಕಲ್ಲು ಹೊಡೆದು ಸಾಯಿಸಬಹುದು. ಹೆತ್ತವರೇ ಮನೆಯ ಈಜುಕೊಳದಲ್ಲಿ ಮುಳುಗಿಸಿ ಉಸಿರು ಕಟ್ಟಿಸಿ ಸಾಯಿಸಬಹುದು. ಅಥವಾ ಜೀವನವಿಡೀ ತಳದಲ್ಲಿ ಒಂದು ತಟ್ಟೆ ತೂರುವಷ್ಟು ಮಾತ್ರ ಸಂದು ಇರುವ ಕತ್ತಲ ಕೋಣೆಯ ಬಂದಿಯಾಗಿ ಹುಚ್ಚಿಯಾಗಬಹುದು. ಇದೆಲ್ಲವನ್ನ ಅವಳು ಕಣ್ಣಾರೆ ನೋಡಿಯೂ ಅದನ್ನು ಕಾದಂಬರಿಯ ಮೂಲಕ ಹೊರಜಗತ್ತಿಗೆ ತಿಳಿಸುವ ಸಾಹಸವನ್ನು ಮಾಡುತ್ತಾಳೆ. ಅಚ್ಚರಿ ಎನಿಸುತ್ತದೆ. ಇಂತಹ ಕ್ರೂರ ಶಿಕ್ಷೆಯ ಚರಿತ್ರೆ ಇದ್ದಾಗಲೂ ಪ್ರತಿಭಟಿಸುವವರು ಇದ್ದೇ ಇರುತ್ತಾರೆ ಎಂಬುದಕ್ಕಾಗಿ.

ತನ್ನ ಹೆಸರನ್ನು ಮರೆಮಾಚಿ ಬರೆದ 'ಪ್ರಿನ್ಸೆಸ್' ಎಂಬ ಈ ಕಾದಂಬರಿ 1992ರಲ್ಲೇ ಪ್ರಕಟವಾಗಿ ಇಂದಿಗೂ ಹಲವು ಮರುಮುದ್ರಣಗಳನ್ನು ಕಂಡಿದೆ. ಅದರಲ್ಲಿ ಆಕೆ ಹೇಳುವ ಮಾತೊಂದು ಬಹಳ ಮುಖ್ಯ ಅನ್ನಿಸುತ್ತದೆ. 'ಕೇವಲ ನೂರು ವರ್ಷಗಳ ಹಿಂದೆ ಬಡ ಅಲೆಮಾರಿಗಳಾಗಿದ್ದ ತಮ್ಮ ಪೂರ್ವಜರು ತೈಲಕ್ಕೆ ಬೆಲೆ ಬಂದ ಮೇಲೆ ಇದ್ದಕ್ಕಿದ್ದಂತೆ ಆಗರ್ಭ ಶ್ರೀಮಂತರಾದರು. ಅವರ ಮಕ್ಕಳಿಗೆ ಬಡತನ ಎಂದರೇನೆಂದೇ ತಿಳಿದಿಲ್ಲ. ಹಣದಿಂದ ಏನನ್ನು ಬೇಕಾದರೂ ಖರೀದಿಸುವ ಅಧಿಕಾರದ ಅಹಂಕಾರದಿಂದ ಅವರು ತಮ್ಮ ಅಂಕೆಗೆ ಸಿಗುವುದೆಲ್ಲವನ್ನೂ ಪಶು ಸದೃಶವಾಗಿ ನೋಡುತ್ತಾರೆ.' ಇದು ವಿವೇಕದ ಮಾತಷ್ಟೇ ಅಲ್ಲ, ಎಚ್ಚರಿಕೆಯ ಮಾತೂ ಹೌದು. ತಿಳಿವಿನ ಕಣ್ಣಿಗೆ ಪೊರೆ ಕಟ್ಟದಿರಲಿ.

ೞ

· 7

ಇದಿರು ನೋಟ
ಸಬಿತಾ ಬನ್ನಾಡಿ

ಸೂಜಿ ಇದೆ, ನೂಲೂ ಇದೆ. ಹರಿದ ಚಿಂದಿಗಳಿಲ್ಲಿ ಚಿತ್ತಾರವಾಗುತ್ತವೆ

ಕೌದಿಯಂತಾ ಮಹಿಳಾ ಚಳವಳಿ

ಶಿವಮೊಗ್ಗೆಯ ಸಮಾರಂಭವೊಂದರಲ್ಲಿ ಚಿಂತಕಿ, ಹೋರಾಟಗಾರ್ತಿ ಮನೀಷಾ ಗುಪ್ತೆ ಒಂದು ಮಾತು ಹೇಳಿದರು. ಮಹಿಳೆಯರಿಗೆ ಇಪ್ಪತ್ತನಾಲ್ಕು ಗಂಟೆ ಸಾಕಾಗುವುದಿಲ್ಲ, ಅದನ್ನು ನಲವತ್ತೆಂಟು, ಅರವತ್ನಾಲ್ಕು, ಹೀಗೆ ವಿಸ್ತರಿಸುತ್ತಾ ಹೋಗಬೇಕು. ಅದನ್ನು ಸಾಧಿಸುವುದು ಹೇಗೆಂದರೆ, ಒಬ್ಬಳು ಈರ್ವರ್ಳಾಗುತ್ತಾ, ಮೂರ್ವರ್ಳಾಗುತ್ತಾ ಸಾಗುವುದು. ಅಂದರೆ, ಕೈಗೆ ಕೈ ಜೋಡಿಸುವುದು.

ಒಬ್ಬರನ್ನು ಒಬ್ಬರು ಆತುಕೊಂಡು ಕೆಲಸ, ಹವ್ಯಾಸ, ಹೋರಾಟ, ಅಧಿಕಾರ ಹಂಚಿಕೆಗಳನ್ನು ಮಾಡಿಕೊಳ್ಳುವ ಈ ಪರಿಕಲ್ಪನೆಯೇ ಮೂಲತಃ ಚಳವಳಿಯ ಆಶಯ ಕೂಡಾ ಆಗಿರುತ್ತದೆ. ಮತ್ತಿದು ಅದರ ಫಲವೂ ಆಗಬೇಕಿದೆ.

ಇದು ಚಳವಳಿಗಳಿಲ್ಲದ ಕಾಲ ಎನ್ನಲಾಗುತ್ತದೆ. ಆದರೆ ಇದು ಭಿನ್ನ ಸ್ವರೂಪದ ಚಳವಳಿಗಳ ಕಾಲ. ಹೆಣ್ಣುಮಕ್ಕಳ ಚಳವಳಿಗಳು ಇತರ ಚಳವಳಿಗಳಂತಲ್ಲ. ಹೆಣ್ಣುಮಕ್ಕಳು ಬರೀ ಪ್ರಶ್ನೆ ಕೇಳುವುದಿಲ್ಲ. ಅವರು ಉತ್ತರದಿಂದಲೇ ಆರಂಭಿಸಿರುತ್ತಾರೆ. ಅದನ್ನು ಕೇಳಿಸಿಕೊಳ್ಳಿ ಎನ್ನುತ್ತಿರುತ್ತಾರೆ. ಒಮ್ಮೆ ನನ್ನ ಪರಿಚಯದ ಹುಡುಗ ಹೇಳುತ್ತಿದ್ದ. ನಾನು ಹದಿಹರೆಯದಲ್ಲಿ ತುಂಬಾ ಕೆಟ್ಟು ಹೋಗಿದ್ದೆ. ಅದು ನನ್ನ ಅಮ್ಮನಿಗೆ ತಿಳಿಯಿತು. ಅವಳು ನನ್ನನ್ನು ಮನೆಬಿಟ್ಟು ಹೋಗು ಎನ್ನುತ್ತಾಳೆ ಅಂದುಕೊಂಡಿದ್ದೆ. ಆದರವಳು ನನ್ನನ್ನು ತನ್ನ ತೊಡೆಯ ಮೇಲೆ ಮಲಗಿಸಿಕೊಂಡು, 'ಮಗೂ ಇದು ಬದುಕಿನ ದಾರಿಯಲ್ಲ, ಸರಿ ಮಾಡಿಕೊಳ್ಳಲು ಇನ್ನೂ ಸಾಧ್ಯ ಇದೆ,' ಎಂದಳು. ನಾನು ಗಿಲ್ಟ್‌ನಲ್ಲಿ ಮುಳುಗಿ ಹೋದೆ. ಅದು ನನ್ನ ಜೀವನದ ಬದಲಾವಣೆಯ ತಿರುವಾಯಿತು. ಹೆಣ್ಣುಮಕ್ಕಳು ಯಾವಾಗಲೂ ದಾರಿ ತೋರುವ ಮಾತಾಡುತ್ತಾರೆ. ಅವರು ಕೊಡುವ ಶಿಕ್ಷೆ ಎಂದರೆ ದೂರ ತಳ್ಳುವುದಲ್ಲ, ಅಪ್ಪಿ ಸಂತೈಸುವುದು. ಈ ಜಗತ್ತಿನಲ್ಲಿ ಬದಲಾವಣೆ ಆಗಬೇಕೆಂದರೆ ಈ ದಾರಿಯಿಂದ ಮಾತ್ರ ಸಾಧ್ಯ ಅಂದ. ಅರೆರೆ! ಅಂತ ನನಗನ್ನಿಸಿತು. ಮನೆಯ ಈ ದಾರಿ ಜಗದ ದಾರಿಯಾಗಿಲ್ಲ ಎಂಬುದೇ ಸಮಸ್ಯೆ.

ಆ ಹುಡುಗ ಹೇಳಿದ್ದು ನಿಜವೆನ್ನಿಸಿತು. ಪಾಶ್ಚಾತ್ಯ ಮೂಲದ್ದು ಎಂದೆಲ್ಲ ಟೀಕೆಗೆ ಒಳಗಾದ 'ಮೀ ಟೂ'ವನ್ನೇ ಗಮನಿಸಿ. ಆ ಹೆಣ್ಣುಮಕ್ಕಳು ಇದನ್ನು ಆರಂಭಿಸಿದಾಗ ತಮ್ಮೊಡನೆ ಅವಮಾನಕರವಾಗಿ ನಡೆದುಕೊಂಡ ಗಂಡಸರಿಗೆ ಶಿಕ್ಷೆಯಾಗಲಿ ಎನ್ನಲಿಲ್ಲ. ಬದಲಿಗೆ ಈಗಾದರೂ ಗಿಲ್ಟ್ ಫೀಲ್ ಮಾಡಿಕೊಳ್ಳಿ ಎಂದರು. ಇಷ್ಟಕ್ಕೇ ತಡೆದುಕೊಳ್ಳಲಾಗಲಿಲ್ಲ. ಅಭದ್ರತೆಯ ಭಯದಲ್ಲಿ ನರಳಿದ ಗಂಡಸರು ಮತ್ತು ಅವರಂತೆಯೇ ಯೋಚಿಸುವ ಹೆಣ್ಣುಮಕ್ಕಳು, 'ಓಹೋ, ಇವರೇನು ಪತಿವ್ರತೆಯರಾ,' ಎಂದು ಅರಚಾಡತೊಡಗಿದರು. ಆದರೆ ಒಂದಂತೂ ಸತ್ಯ, ಇದು ಒಳಗೊಳಗೇ ಒಂದು ಎಚ್ಚರಿಕೆಯನ್ನು ರವಾನಿಸಿದೆ.

ಶಿವಮೊಗ್ಗದಲ್ಲಿ ಕಳೆದ ವರ್ಷ 'ಅರಿವಿನ ಪಯಣ'ವೆಂಬ ಹೆಸರಿನಲ್ಲಿ ಮಹಿಳಾ ಒಕ್ಕೂಟವು ಹುಡುಗರನ್ನು ವಿಶ್ವಾಸಕ್ಕೆ ತೆಗೆದುಕೊಂಡು ಅವರಿಗೆ ಹೆಣ್ಣುಮಕ್ಕಳ ಕುರಿತು ತಿಳಿಹೇಳಿದಾಗ, ಆ ಹುಡುಗರು ಅದು ತಮ್ಮ ಅವಶ್ಯಕತೆ ಎಂದು ಹೇಳಿದರು. ಇಂತಹ ಸಣ್ಣದೇ ಆದರೂ ಬದಲಾವಣೆಯ ಹಾದಿಯನ್ನು ಹೆಣ್ಣುಮಕ್ಕಳು ತೋರುತ್ತಿದ್ದಾರೆ. ಅದು ಫ್ರೆಂಚ್ ಕ್ರಾಂತಿಯಂತಲ್ಲ ಎಂದವರಿಗೆ ತಿಳಿದಿದೆ. ಈ ಹತ್ತು ವರ್ಷಗಳಲ್ಲಿ

ಇಂತಹ ಹಲವಾರು ನಡೆಗಳು ಆಗಿವೆ. ನಿರ್ಭಯಾ ಪ್ರಕರಣದ ಸಂದರ್ಭದಲ್ಲಿ ದೆಹಲಿಯ ವಿದ್ಯಾರ್ಥಿನಿಯರು ಮುಂದೆ ನಿಂತರು. ಹಲವು ದಿನಗಳ ಮೇಲಾದರೂ ಸರ್ಕಾರ ಅದನ್ನು ಕೇಳಿಸಿಕೊಳ್ಳಲೇ ಬೇಕಾಯಿತು. ಆದರೆ ಅದಕ್ಕೆ ಗೊತ್ತಿರುವ ಪರಿಹಾರ ಇನ್ನೂ ಪೌರುಷದ ಮಾದರಿಯಿಂದ ಹೊರಬಂದಿಲ್ಲ. ಅದು ಶಿಕ್ಷೆಯ ಪ್ರಮಾಣವನ್ನು ಹೆಚ್ಚಿಸಿತು. ಆದರೆ ಅತ್ಯಾಚಾರಿಗಳೇ ಹೇಳಿದ, 'ಮದ್ಯಪಾನದ ಅಮಲು ಮತ್ತು ಹೆಣ್ಣೆಂದರೆ ಗಂಡಸರು ಹೇಗೆ ಬೇಕಾದರೂ ಬಳಸಿಕೊಳ್ಳಬಹುದಾದವಳು,' ಎಂಬ ಮಾತನ್ನು ಕೇಳಿಸಿಕೊಂಡೇ ಇಲ್ಲ. ಯಾಕೆಂದರೆ ಮದ್ಯ ಮಾರಾಟ ಮತ್ತು ಸೆಕ್ಸ್ ವಿಡಿಯೋಗಳು ಇವರಿಗೆ ಆದಾಯ ತಂದು ಕೊಡುವ ಸರಕುಗಳು. ಈ ಹಿನ್ನೆಲೆಯಿಂದ ಮದ್ಯಪಾನ ವಿರೋಧಿ ಆಂದೋಲನವನ್ನು ನೋಡಬೇಕು. ಹೆಣ್ಣು ಮಕ್ಕಳು ಎತ್ತುತ್ತಿರುವುದು ಸಾಮಾಜಿಕ ಸ್ವಾಸ್ಥ್ಯದ ಪ್ರಶ್ನೆಯನ್ನು. ನಿಮಗಿದು ಆದಾಯ ಮಾತ್ರವಾಗಿ ಕಾಣುತ್ತಿದೆಯೇ? ಮನೆಯನ್ನು ರಣರಂಗವಾಗಿಸಿ, ಮನೆಯ ಹೊರಗನ್ನು ಸ್ಮಶಾನವಾಗಿಸುವ ಈ ಅನಿಯಂತ್ರಿತ ದಂಧೆಯ ಪರಿಣಾಮ ತಿಳಿದಿದೆಯೇ? ಬೆಳ್ಳಂಬೆಳಗೆಯೇ ಮದ್ಯದಂಗಡಿಯಲ್ಲಿ ಕ್ಯೂ ಬೆಳೆದಿರುತ್ತದೆ. ಚಿಗುರು ಮೀಸೆಯ ಹುಡುಗರು ಎಗ್ಗಿಲ್ಲದೆ ಕುಡಿಯುತ್ತಿದ್ದಾರೆ. ಓಟಿಗಾಗಿ ಜನ ಈ ವ್ಯಸನದಲ್ಲಿ ಮುಳುಗೇಳುವುದು ಆಳುವವರಿಗೂ ಬೇಕಾಗಿದೆ. ಆಳುವವರೇ ಇವರು? ಇಡೀ ದೇಶವು 'ಹಿರಿಯರಿಲ್ಲದ ನೆರವಿ'ಯಾಗುತ್ತಿದೆ. ಹೆಣ್ಣುಮಕ್ಕಳಿಗೇ ಕುಡಿತದ ಚಟ ಅಂಟಿಸಿ ಬಚಾವಾಗಬಹುದು ಎಂದು ಇವರು ತಿಳಿದಿದ್ದಾರೆ.

ಓಟಿನ ಹಕ್ಕೊಂದು ಇಲ್ಲದೆ ಹೋಗಿದ್ದರೆ ಹೆಣ್ಣುಮಕ್ಕಳ ಚಳವಳಿಯನ್ನು ಸಲೀಸಾಗಿ ನಿಯಂತ್ರಿಸಿ ಬಿಡುತ್ತಿದ್ದರು. ಈಗಲೂ ಅವರು ಹೇಳುವುದರ ನಿಜದ ನೆಲೆ ಇಂದಿನ ಲೋಕಕ್ಕೆ ಅರಿವಾಗಿಲ್ಲ. ಗಾರ್ಮೆಂಟ್ ಹೆಣ್ಣುಮಕ್ಕಳು ಒಮ್ಮೆಗೇ ಲಕ್ಷಾಂತರ ಸಂಖ್ಯೆಯಲ್ಲಿ ಬೀದಿಗಿಳಿದು ಕೇಳಿದ್ದೇನು? 'ನನ್ನ ದುಡಿಮೆಯ ಹಣವೇ ಬೇಕೇ ನಿಮಗೆ? ನನ್ನ ಮಕ್ಕಳ ಮದುವೆಗೋ, ಮನೆ ಕಟ್ಟಲೋ, ಮಕ್ಕಳ ಉದ್ಯೋಗಕ್ಕೋ ಉಪಯೋಗಿಸಲು ಆ ಹಣ ಬೇಕೆಂದು ನಿಮಗೆ ತಿಳಿದಿಲ್ಲವೇ?' ಎಂಬ ಅವರ ಪ್ರಶ್ನೆಯಲ್ಲೇ ಲೋಕ ನಡೆಯಬೇಕಾದ ರೀತಿ ಯಾವುದೆಂಬ ಉತ್ತರವಿದೆ. ಅಂಗನವಾಡಿ ಹೆಣ್ಣುಮಕ್ಕಳು ಹಗಲೂ ರಾತ್ರಿ ರಸ್ತೆಯಲ್ಲೇ ಬೀಡುಬಿಟ್ಟು ಮೌನ ಪ್ರತಿಭಟನೆ ಮಾಡಿದಾಗಲೂ ಸರ್ಕಾರಗಳಿಗೆ 'ಗಂಟಲೊಳಗೆ ಕಡುಬು ತುರುಕಿದ' ಅನುಭವ. 'ದುಡಿವವರಿಗೆ ಸರಿಯಾಗಿ ಸಂಬಳ ಕೊಡಿ ಎನ್ನುವುದನ್ನೂ ತಿವಿದು ಕೇಳಬೇಕಾ? ನಿಮ್ಮ ಮೊಖಕ್ಕೆ' ಅಂತ ಖಂಡಿತ ಹಳ್ಳಿ ಹೆಣ್ಣುಮಗಳು ಕೇಳದೇ ಬಿಡುತ್ತಿರಲಿಲ್ಲ.

ತಾರತಮ್ಯವನ್ನು ಪ್ರಶ್ನಿಸುವುದೆಂದರೆ, ನೀವು ಇದುವರೆಗೂ ಕಟ್ಟಿದ, ನೋಡಿದ ಕ್ರಮದಲ್ಲಿ ಸಮಸ್ಯೆ ಇದೆ ಎಂದು ಹೇಳುವುದು. ಏನು ಸಮಸ್ಯೆ ಇದೆ ಎಂದು

ಕೇಳುವುದೇ ಸಮಸ್ಯೆಯಾದರೆ ಕಷ್ಟ. ಝಂಕಿಸಿ, ಹುಬ್ಬು ಗಂಟಿಕ್ಕಿ, ದುರ್ಬಲರನ್ನು ಹಿಂಸಿಸಿ ಮನುಷ್ಯರನ್ನೂ, ಭೂಮಿಯನ್ನೂ ಬಟ್ಟೆಯ ತುಂಡುಗಳಂತೆ ಕತ್ತರಿಸಿ ಗಡಿಯುದ್ಧ ಮುಳ್ಳುಬೇಲಿ ಏರಿಸುವ ಹುಸಿ ಪೌರುಷದ ದಾರಿಗಿಂತ ಹೆಣ್ಣುದಾರಿ ಭಿನ್ನ. ಇದು ಹರಿದ ತುಂಡುಗಳ ನಡುವಿನ ಬೇಲಿ ಕಿತ್ತು, ಪ್ರತಿ ತುಂಡಿನ ಅನನ್ಯತೆಯನ್ನು ಹಾಗೇ ಉಳಿಸಿ, ಅವುಗಳನ್ನು ಸೇರಿಸಿ ಹೊಲಿಯ ಬಯಸುತ್ತದೆ. ಇದು ಆಕರ್ಷಕವಾಗಿರಲಾರದು. ಯಾಕೆಂದರೆ ಪೌರುಷದ, ಅಟ್ಟಹಾಸದ ಮೋಜು ಇದಕ್ಕಿರಲಿಕ್ಕಿಲ್ಲ. ಈ ಪೌರುಷದ ಮಾದರಿಯನ್ನೇ ಅನುಕರಣೆ ಮಾಡುವ ಮೋಹಿಸುವ, ಹುಟ್ಟಿನಿಂದ ಹೆಣ್ಣಾಗಿದ್ದರೂ, ಇದೇ ಸರಿ ಎನ್ನುವ ದಂಡೂ ನಮ್ಮ ನಡುವೆ ಇದೆ. ಇವರು, 'ಹೆಣ್ಣುಮಕ್ಕಳಿಗೇಕೆ ಸ್ವಾತಂತ್ರ್ಯ, ಸಮಾನತೆ?' ಎಂದುಲಿದು ಗಂಡಸರನ್ನು ಮೆಚ್ಚಿಸುವ, 'ಎಡದವರಂತಲ್ಲ ಬಲದವರು, ಅವರೂ ನಿಮ್ಮಂತೆ ಪ್ರತಿಭಟನೆ ಶುರುಮಾಡುತ್ತಾರೆ,' ಎಂದು ಛೂ ಬಿಡುವ, 'ಪಾಠ ಮಾಡುವ ನೀನು ಸೀರೆಯನ್ನೇ ಉಡಬೇಕು, ಇಲ್ಲದಿದ್ರೆ ನಿನ್ನನ್ನು ನೋಡಿಕೊಳ್ತೇನೆ,' ಎಂದು ಬೆದರಿಸುವ ಅಧಿಕಾರದ ಗಮ್ಮತ್ತಿನಲ್ಲಿ ಮುಳುಗಿದ್ದಾರೆ.

ಇರಲಿ ಬಿಡಿ, ಪಾಪ. ಅವರನ್ನು ನೋಡಿ 'ಹೆಣ್ಣುಮಕ್ಕಳೆಲ್ಲಾ ಹೀಗೇ' ಎನ್ನಬೇಕಾಗಿಲ್ಲ. ಯಾಕೆಂದರೆ 'ಗಂಡಸರೆಲ್ಲಾ ಹಾಗೇ' ಎಂದು ನಾವೆಂದೂ ನಿರ್ಣಯಿಸಿ ದೂರ ಮಾಡಿರಲಿಲ್ಲ ಅಲ್ಲವೇ? ಅವರಿಗೆ ಹೇಳೋಣ. ಅಕ್ಕಗಳಿರಾ ಅದು ನಮ್ಮ ದಾರಿಯಲ್ಲ. ಅದು ಯಾರ ದಾರಿಯೂ ಆಗಬಾರದು. ಅಲ್ಲದೇ, ಹೋರಾಟದ ಹಾದಿಯಿಂದಾಗಿಯೇ ಲಕ್ಷಾಂತರ ಹೆಣ್ಣುಮಕ್ಕಳು ಅಕ್ಷರ, ಉದ್ಯೋಗ ಪಡೆದಿದ್ದಾರೆ. ಕೌಟುಂಬಿಕ ದೌರ್ಜನ್ಯದ ಉರುಳಿನಿಂದ ಹೊರಬಂದಿದ್ದಾರೆ, ಘನತೆಯ ಬದುಕನ್ನು ತಮ್ಮದಾಗಿಸಿಕೊಂಡಿದ್ದಾರೆ. ಅದು ಸಾಮಾನ್ಯ ಸಂಗತಿ ಅಲ್ಲವೇ ಅಲ್ಲ. ಹಾಗೆಯೇ ಪೌರುಷದ ಮಾದರಿಯೆಂಬ ವಿನಾಶದ ಜಾರುಬಂಡಿ ಏರಿ ಕುಳಿತ ಎಲ್ಲಾ ಸ್ತ್ರೀ ಪುರುಷರೂ ಬಚಾವಾಗಬೇಕೆಂದರೆ ಈ ಮಹಾ ಇಳೆಯ ಮಾದರಿಯೆಡೆಗೆ ಮರಳಲೇಬೇಕು.

೩೦

8

ನಿಜದಲ್ಲಿ ಶಿಕ್ಷೆ ಆಗಬೇಕಿರುವುದು ಯಾರಿಗೆ? ಆಗುತ್ತಿರುವುದು ಯಾರಿಗೆ?

ಭೀತಿಯಿಲ್ಲದ ಮಾತು, ನೀತಿಯಿಲ್ಲದ ಮೌನ

ಹತ್ತನೇ ಶತಮಾನದ 'ವಡ್ಡಾರಾಧನೆ'ಯಲ್ಲಿ ಬರುವ 'ಕಾರ್ತಿಕ ಋಷಿಯ ಕತೆ'ಯ ಅಗ್ನಿರಾಜ, ಮುನಿಗಳೂ ಸೇರಿದಂತೆ ಹಲವರ ಬಳಿ, 'ರಾಜ್ಯದ ಶ್ರೇಷ್ಠ, ಸುಂದರ ವಸ್ತು ಯಾರಿಗೆ ಸೇರಬೇಕು?' ಎಂದು ಕೇಳಿ, 'ರಾಜನಿಗೇ ಸೇರಬೇಕು' ಎಂಬ ಒಪ್ಪಿಗೆಯನ್ನು ಸೃಷ್ಟಿಸಿಕೊಳ್ಳುತ್ತಾನೆ. 'ಆ ವಸ್ತು ಯಾವುದು' ಎಂದು ಕೇಳಿದವರ ಪ್ರಶ್ನೆಗೆ ಆಸಕ್ತಿಯನ್ನೇ ತೋರುವುದಿಲ್ಲ.

ಆತ ಏನು ಮಾಡುತ್ತಾನೆ ಎಂಬ ಊಹೆ ಯಾರಿಗೂ ಇದ್ದಿರಲಿಲ್ಲ. ತನ್ನ ಸುಂದರಿಯಾದ ಕಿರಿ ಮಗಳನ್ನು ಈ ಒಪ್ಪಿಗೆಯನ್ನು ತೋರಿಯೇ ಮದುವೆಯಾಗುತ್ತಾನೆ. ಅವಳ ಒಪ್ಪಿಗೆಯ ಪ್ರಶ್ನೆಯೇ ಅಲ್ಲಿರಲಿಲ್ಲ. ಹೀಗೆ ಹೆಣ್ಣನ್ನು ಭಾವವಿಲ್ಲದ 'ವಸ್ತು'ವಾಗಿ ಭಾವಿಸಿ ಆಕ್ರಮಿಸಿಕೊಳ್ಳುವುದನ್ನು ಸಕ್ರಮಗೊಳಿಸುವ ಇಂತಹ ಅನೈತಿಕತೆಯನ್ನು ಬೇರು ಸಮೇತ ಕೀಳದೆ ನಮ್ಮ ಹೆಣ್ಣುಮಕ್ಕಳನ್ನು ರಕ್ಷಿಸುತ್ತೇವೆ ಎನ್ನುವುದು ಸುಳ್ಳು ಮಾತು.

ಇತ್ತೀಚಿನ ದಿನಗಳ ಕೆಲವು ಬೆಳವಣಿಗೆಗಳು ಹೃದಯವನ್ನು ಗಾಸಿಗೊಳಿಸುವಂತಿದ್ದವು. ಹಾಥರಸ್‌ನ ಹೆಣ್ಣುಮಗಳ ಸುಯ್ಲು ಯಾರನ್ನಾದರೂ ತಟ್ಟುವುದಿಲ್ಲವೆಂದರೆ ಅವರಿಗೆ ಹೃದಯವೇ ಇಲ್ಲ ಎಂದರ್ಥ. ಹಾಗಿರುವಾಗ ಆ ಅಪರಾಧಿಗಳ ಪರವಾಗಿ ಕತೆ ಕಟ್ಟುವ ಪಡೆಯೇ ಎದ್ದುನಿಲ್ಲುತ್ತದೆ ಮತ್ತು ಬೃಹತ್ ಸಮೂಹವೊಂದು ಮೌನವಾಗಿರುತ್ತದೆ. ಇಂತಹ ನಡೆಗಳ ಪರಿಣಾಮ ಊಹಾತೀತ. ಬೆದರಿಕೆಗಳೇ ಆಳ್ವಿಕೆಗಳಾಗಿ, ಬೆದರಿಸುವವರಿಗೆ ಅಂಕೆಯೇ ಇಲ್ಲದ ನಿರಂಕುಶತೆ ಹಬ್ಬಿ ಹರಡುತ್ತದೆ.

ಇದಕ್ಕೆ ಇಂಬು ನೀಡುವಂತೆ ಎರಡು ಸುದ್ದಿಗಳು ಬಂದವು. ಕ್ರಿಕೆಟಿಗ ಮಹೇಂದ್ರ ಸಿಂಗ್ ಧೋನಿಯವರ ಐಪಿಎಲ್ ಅಪಯಶಸ್ಸಿಗೆ ಸೇಡಿನ ರೂಪದಲ್ಲಿ ಅವರ ಐದು ವರ್ಷದ ಮಗಳನ್ನು ರೇಪ್ ಮಾಡುವುದಾಗಿ ಗುಜರಾತಿನ ಕಛ್‌ನ ಹದಿನಾರರ ಬಾಲಕ(?) ಟ್ವೀಟ್ ಮಾಡಿದ. ಅದೇ ಸುಮಾರಿಗೆ ತಮಿಳು ನಟ ವಿಜಯ್ ಸೇತುಪತಿಯವರು ಶ್ರೀಲಂಕಾ ಕ್ರಿಕೆಟಿಗ ಮುತ್ತಯ್ಯ ಮುರಳೀಧರನ್ ಅವರ ಜೀವನಾಧಾರಿತ ಸಿನಿಮಾದಲ್ಲಿ ಪಾತ್ರ ನಿರ್ವಹಣೆ ಮಾಡುವುದನ್ನು ವಿರೋಧಿಸಿ ಅವರ ಪುಟ್ಟ ಮಗಳನ್ನು ರೇಪ್ ಮಾಡುವುದಾಗಿ ಬೆದರಿಕೆ ಹಾಕಿ ಚೆನ್ನೈನ ವ್ಯಕ್ತಿಯೊಬ್ಬ ಟ್ವೀಟ್ ಮಾಡಿದ. ಇವೆರಡೂ ಪ್ರಕರಣಗಳಲ್ಲಿ ಇಷ್ಟು ಪಬ್ಲಿಕ್ ಆಗಿ ಇಂತಹ ಪ್ರಸಿದ್ಧರ ಮಕ್ಕಳನ್ನೇ ಮುಂದಿಟ್ಟು ಬೆದರಿಕೆ ಹಾಕುತ್ತಾರೆಂದರೆ ನಾವೀಗ ಎತ್ತ ಸಾಗುತ್ತಿದ್ದೇವೆ? ಇದು ಎಲ್ಲಾ ಪ್ರಜ್ಞಾವಂತರನ್ನು ಕಾಡಬೇಕಾದ ಸಂಗತಿ ಅಲ್ಲವೇ? ಅಂಕಿ ಅಂಶಗಳ ಪ್ರಕಾರ ದಿನವೊಂದಕ್ಕೆ ಈ ದೇಶದಲ್ಲಿ ಸರಾಸರಿ 90 ಅತ್ಯಾಚಾರಗಳು ನಡೆಯುತ್ತವೆ ಎಂಬುದಕ್ಕೂ ಮೇಲಿನ ವಿಷಯಕ್ಕೂ ಸಂಬಂಧ ಇಲ್ಲವೇ?

ಇವರು ಪ್ರಸಿದ್ಧರಾಗಿರುವುದರಿಂದ ಈ ಕುರಿತು ಒಂದಿಷ್ಟು ಆಕ್ರೋಶ ಸೋಷಿಯಲ್ ಮೀಡಿಯಾದಲ್ಲಿ ಕಾಣಿಸುತ್ತದೆ ಮತ್ತು ಆರೋಪಿಗಳ ವಿರುದ್ಧ ಪ್ರಕರಣ ದಾಖಲಾಗುತ್ತದೆ. ಅದರೆ ಯಾವ ಬಲವೂ ಇಲ್ಲದವರ ಪಾಡೇನು? ವಿಜಯ್ ಸೇತುಪತಿ ಅವರಿಗೆ ಬೆದರಿಕೆ ಹಾಕಿದ ವ್ಯಕ್ತಿಯೇ ಅದಕ್ಕೂ ಮೊದಲು ಹಲವು ಬಾರಿ ಟ್ವಿಟರ್‌ನಲ್ಲಿ ಇದೇ ರೀತಿಯ ಬೆದರಿಕೆಯನ್ನು ಹಲವು ಮಹಿಳೆಯರಿಗೆ

ಹಾಕುವುದನ್ನು ಅಭ್ಯಾಸ ಮಾಡಿಕೊಂಡಿದ್ದ ಮತ್ತು ತನಗೂ ಇದೇ ರೀತಿಯ ಬೆದರಿಕೆ ಹಾಕಿದ್ದ ಎಂಬುದಾಗಿ ನಟಿ ಕಸ್ತೂರಿಯವರು ಟ್ವೀಟ್ ಮಾಡಿದ್ದಾರೆ. ಅವರು ತಮ್ಮ ಟ್ವೀಟ್‌ನಲ್ಲಿ, 'ಆತನ ಮೇಲೆ ಏನಾದರೂ ಕ್ರಮ ಕೈಗೊಳ್ಳುವಿರಾ? ಅವನು ಬಹಳ ಸ್ವತಂತ್ರನಾಗಿರುವಂತೆ ಕಾಣಿಸುತ್ತಿದೆ,' ಎಂದಿದ್ದಾರೆ. ಟ್ವಿಟರ್ ಈಗ ಅವನ ಖಾತೆಯನ್ನು ರದ್ದುಪಡಿಸಿದೆ! ಅಂದರೆ ಈ ಮೊದಲು ಆ ಶಿಕ್ಷೆಯೂ ಅವನಿಗೆ ಅಗಿರಲಿಲ್ಲ!

ಶಿಕ್ಷೆಯಿಲ್ಲದ ಈ ಸ್ಥಿತಿಯು ಇವೆಲ್ಲ ಶಿಕ್ಷಾರ್ಹ ವಿಷಯಗಳೇ ಅಲ್ಲ ಎಂಬಂತೆ ನಡೆದುಕೊಳ್ಳುತ್ತಿರುವುದರ ವ್ಯಕ್ತರೂಪ. ಹದಿನಾರು ವರ್ಷದ ಹುಡುಗನೊಬ್ಬ ಇಂತಹ ದುಸ್ಸಾಹಸ ಮಾಡುತ್ತಾನೆಂದರೆ ಇದಕ್ಕೆ ಯಾರು ಹೊಣೆ? ಅವನ ಮನಸ್ಸಿನಲ್ಲಿ ಹೆಣ್ಣುಕೂಸಿನ ಕುರಿತು ಇಷ್ಟು ನೀಚ ಭಾವನೆಗಳು ಹುಟ್ಟಿದ್ದು ಹೇಗೆ? 'ಪಾರ್ಚ್ಡ್ (Parched)' ಎಂಬ ಹಿಂದಿ ಸಿನಿಮಾ ಇದನ್ನು ಬಹಳ ಚೆನ್ನಾಗಿ ಕಟ್ಟಿಕೊಡುತ್ತದೆ. ಚಿಕ್ಕಂದಿನಲ್ಲೇ ಅಪ್ಪನನ್ನು ಕಳೆದುಕೊಂಡ ಹುಡುಗನೊಬ್ಬ ಅಮ್ಮ ಕಷ್ಟಪಟ್ಟು ಬೆಳೆಸಿದ್ದು ಮರೆತು ತಾನೇ ಗಂಡುದಿಕ್ಕು ಎಂಬ ಅಹಮ್ಮಿಗೆ ಒಳಗಾಗುತ್ತಾನೆ. ಸುತ್ತಲಿನ ಹೆಣ್ಣುಮಕ್ಕಳ ಬವಣೆ ನೋಡಿಯೂ ಆತ ಚಿಕ್ಕ ವಯಸ್ಸಿನಲ್ಲಿ ಮದುವೆಯಾದಾಗ ಹೆಂಡತಿಯನ್ನು ಹಿಂಸಿಸುತ್ತಾನೆ. ಹಾಗೆ ವರ್ತಿಸುವುದೇ ಗಂಡಸುತನ ಎಂಬ ಸಾಮಾಜಿಕ ತರಬೇತಿ ಮನೆಯ ಹೊರಗೆ ಅವನು ಒಡನಾಡುವ ಸ್ನೇಹಿತರಿಂದ, ಸಮಾಜದಿಂದ ಸಿಕ್ಕಿದೆ. ಹೆಣ್ಣುಮಕ್ಕಳ ಬಗೆಗೆ ಕೆಟ್ಟ ಪದ ಬಳಸುವುದು, ಕೀಳಾಗಿ ಭಾವಿಸುವುದು, ಹಿಗ್ಗಾಮುಗ್ಗಾ ಥಳಿಸುವುದು, ಆಕ್ರಮಿಸುವುದು ಎಲ್ಲವೂ ಸಹಜ ಎಂದೇ ಭಾವಿಸುವಂತೆ ತಲೆಮಾರಿನಿಂದ ತಲೆಮಾರಿಗೆ ದಾಟಿಸಿದ ಈ ದುಷ್ಟಪಾಠ ಹಿಂಸೆಯನ್ನು ಸಾಮಾನ್ಯೀಕರಿಸುತ್ತದೆ. ಕುಟುಂಬದೊಳಗಿನ ಈ ಕ್ರೌರ್ಯ ಅವಕಾಶ ಸಿಕ್ಕರೆ ಕುಟುಂಬದ ಹೊರಗೂ ಕೋರೆ ತೋರಿಸುತ್ತದೆ. ಅಂದರೆ ಮನೆ ಮನೆಯೂ ಹೆಣ್ಣನ್ನು ಅಪಮಾನಿಸುವ ಕೂರಲಗುಗಳನ್ನು ಉತ್ಪಾದಿಸುವ ಮಸೆತಾಣಗಳಾಗಿವೆ. ಕೆಲವು ಮೃದುವಾಗಿ ಇನ್ನು ಹಲವು ಅಮಾನುಷವಾಗಿ ಇದರ ಕಾರ್ಯಾಗಾರಗಳಾಗಿವೆ. ಎಲ್ಲೋ ಅಪರೂಪದಲ್ಲಿ ಅಪರೂಪವಾಗಿ ಹೆಣ್ಣನ್ನು ಎಲ್ಲ ರೀತಿಯಲ್ಲೂ ಸಮಾನವಾಗಿ ಪರಿಗಣಿಸುವ ಗೌರವ ಕೇಂದ್ರಗಳು ಇರುವವೇನೋ, ವಿಳಾಸ ಸ್ವಲ್ಪ ಕಷ್ಟವೇ. ಇದರ ಜೊತೆಗೆ ಆಳುವ ಶಕ್ತಿಗಳಿಗೂ ಇವೆಲ್ಲವೂ ರಾಜಕಾರಣದ ದಾಳಗಳಾಗಿ ಕಾಣುತ್ತವೆಯೇ ಹೊರತು ಎಲ್ಲ ರಾಜಕಾರಣಿಗಳು ಒಂದಾಗಿ ಅಳಿಸಬೇಕಾದ ಕಳಂಕಗಳಾಗಿ ಕಾಣುವುದಿಲ್ಲ.

ಈ ಎರಡೂ ಸಂದರ್ಭದಲ್ಲಿ ಹೆಣ್ಣಿನ ಮೇಲಿನ ದಾಳಿಯನ್ನು ಶಿಕ್ಷೆ ಎಂದು ಪರಿಗಣಿಸುವುದನ್ನು ಗಮನಿಸಬೇಕಾಗಿದೆ. ಇಲ್ಲಿ ಅದು ಆ ಮಕ್ಕಳ ತಂದೆಯರಿಗೆ ಶಿಕ್ಷೆ! ಆ ಮಗು ಅನುಭವಿಸಬೇಕಾಗುವ ಹಿಂಸೆ ವಿಷಯವೇ ಅಲ್ಲ. ಯುದ್ಧ, ಕೋಮು

ಗಲಭೆಯ ಸಮಯದಲ್ಲೂ ಯಾರಿಗೋ ಕೊಡುವ ಶಿಕ್ಷೆಯಾಗಿ ಹೆಣ್ಣುಮಕ್ಕಳನ್ನು ಬಲಿ ಮಾಡಲಾಗುತ್ತದೆ. ಹಿಂದೊಮ್ಮೆ ಓದಿದ್ದ ವರದಿ ನೆನಪಾಗುತ್ತಿದೆ. ಪಾಕಿಸ್ತಾನದಲ್ಲಿ ಅತ್ಯಚಾರ ಮಾಡಿದವನೊಬ್ಬನಿಗೆ ಶಿಕ್ಷೆ ಕೊಡಲು ಪಂಚಾಯಿತಿ ಸೇರಿದವರು ಒಂದು ನಿರ್ಣಯಕ್ಕೆ ಬರುತ್ತಾರೆ. ಆತನ ತಂಗಿಯ ಮೇಲೆ, ಅತ್ಯಾಚಾರಕ್ಕೆ ಒಳಗಾದವಳ ಅಣ್ಣ ಅತ್ಯಾಚಾರ ಎಸಗಬೇಕು. ಭಯಾನಕವಾದ ಈ ತೀರ್ಮಾನವು ಆ ಮೂಲಕ ಅಲ್ಲಿ ಇಬ್ಬರು ಹೆಣ್ಣುಮಕ್ಕಳಿಗಾಗುವ ಅನ್ಯಾಯವನ್ನು ಲೆಕ್ಕಕ್ಕೇ ತೆಗೆದುಕೊಳ್ಳುವುದಿಲ್ಲ.

ಸಿರಿಯಾದ ಮೂಲಭೂತವಾದಿ ಭಯೋತ್ಪಾದಕನೊಬ್ಬ ಸಂದರ್ಶನದಲ್ಲಿ ತಾನು 200ಕ್ಕೂ ಹೆಚ್ಚು ಹೆಮ್ಮಕ್ಕಳನ್ನು ಅತ್ಯಾಚಾರವೆಸಗಿದ್ದಾಗಿಯೂ ಅದರಲ್ಲಿ 50ಕ್ಕೂ ಹೆಚ್ಚು ಮಕ್ಕಳು ಎಂಬುದಾಗಿಯೂ ನಿರ್ಭಾವುಕನಾಗಿ ಹೇಳುತ್ತಿದ್ದ. 'ಅವರ ಕಿರುಚಾಟ ನಿನಗೆ ಏನೂ ಅನ್ನಿಸಲಿಲ್ಲವೇ,' ಎಂದರೆ, 'ನಾನು ಹಾಗೆ ಮಾಡದಿದ್ದರೆ ನನ್ನನ್ನು ಸಾಯಿಸುತ್ತಿದ್ದರು,' ಎಂದ. ಮೂಲಭೂತವಾದ ನಿರ್ಗತಿಕರನ್ನು ಸೃಷ್ಟಿಸಿ ಮೊದಲು ಅನ್ಯರನ್ನು ನಂತರ ತಮ್ಮವರನ್ನೇ ಜೀವಂತ ಹೆಣಗಳನ್ನಾಗಿಸುತ್ತದೆ ಎಂಬುದನ್ನು ಇಂತಹ ಉದಾಹರಣೆ ನೋಡಿ ಕಲಿಯಬೇಕು. ಹೆಣ್ಣುಮಕ್ಕಳು ಮೊದಲು ಈ ಸೂಕ್ಷ್ಮ ಅರಿಯಬೇಕು. ಆದರೆ ಹೆಣ್ಣುಮಕ್ಕಳ ಮನೋಸಮ್ಮತಿಯನ್ನು, ಶ್ರೇಣೀಕರಣಗಳನ್ನು ಸಾಮಾನ್ಯಗೊಳಿಸುವುದರ ಮೂಲಕ ಸದ್ದಿಲ್ಲದೇ ಹುಟ್ಟಿಸಲಾಗುತ್ತದೆ.

ಧೋನಿ, ಸೇತುಪತಿ ಈ ರೀತಿಯ ಬೆದರಿಕೆಗಳನ್ನು ಕಲ್ಪಿಸಿಕೊಂಡಿರುವುದಿಲ್ಲ. ಆದರೀಗ ಅವರ ಮನೆಯಂಗಳಕ್ಕೆ ಬಂದಿದೆ. ಇದು ಎಲ್ಲೋ ದೂರದ್ದು ಎಂಬ ನಿಶ್ಚಿಂತೆ ನೆಲೆಸುವ ಬದಲು ಜನ ಈಗಲೇ ಎಚ್ಚರಗೊಂಡು ಒಕ್ಕೊರಲಿನಲ್ಲಿ ಎಲ್ಲಾ ಅನಾಚಾರಗಳನ್ನು ವಿರೋಧಿಸದಿದ್ದರೆ ಮುಂದೊಂದು ದಿನ ಹೇಳಲು ಏನೂ ಉಳಿದಿರುವುದಿಲ್ಲ.

ೞ

9

ಇದಿರು ನೋಟ

ಸಬಿತಾ ಬನ್ನಾಡಿ

ಮನೆಯೇ ಅಸುರಕ್ಷಿತವಾದವರ ಸೊಲ್ಲೇಕೆ ಕೇಳುತ್ತಿಲ್ಲ?

ಲೋಕಕ್ಕೆ ಕಾಣದ ಮಗ್ಗುಲ ಗುದ್ದು

'1967ರ ಒಂದು ದಿನ ನನ್ನ ಎರಡು ವರ್ಷದ ಮಗಳನ್ನು ಸೂಪರ್ ಮಾರ್ಕೆಟ್‌ನ ತಳ್ಳುಗಾಡಿಯಲ್ಲಿ ಕೂರಿಸಿಕೊಂಡು ಶಾಪಿಂಗ್ ಮಾಡುತ್ತಿದ್ದಾಗ ಇನ್ನೊಂದು ಅಂತಹದೇ ಗಾಡಿಯಲ್ಲಿ ಕೂತಿದ್ದ ಬಿಳಿಯ ಹೆಣ್ಣುಮಗುವೊಂದು ಉತ್ಸಾಹದಿಂದ ಅಮ್ಮಾ, ನೋಡು! ಪುಟ್ಟ ಸೇವಕಿ! ಎಂದಾಗ ಆ ಅಮ್ಮ 'ಶ್' ಎಂದು ಸುಮ್ಮನಾಗಿಸಿದಳೇ ಹೊರತು ಮಗಳನ್ನು ತಿದ್ದುವ ಗೋಜಿಗೆ ಹೋಗಲಿಲ್ಲ' ಎಂದು ಉತ್ತರ ಅಮೆರಿಕದ ಕಪ್ಪು ವರ್ಣದ ಲೇಖಕಿ ಆದ್ರೆ ಲೋರ್ದ್ ಬರೆಯುತ್ತಾಳೆ.

ಇಲ್ಲಿ ಪುಟ್ಟ ಮಗುವಿನೊಳಗೂ ಜನಾಂಗೀಯ ಮನಸ್ಥಿತಿ ಹೇಗೆ ಮೊಳೆತಿದೆ ಮತ್ತು ಅದನ್ನು ಹೇಗೆ ಪೋಷಿಸಲಾಗುತ್ತಿದೆ ಎನ್ನುವುದನ್ನು ಆಕೆ ಹೇಳುತ್ತಿದ್ದಾಳೆ. ಅದು ಇನ್ನೂ ಚಿಗುರಿದ ಸ್ಥಿತಿಯಲ್ಲೇ ಇದೆ ಎನ್ನುವುದಕ್ಕೆ ಅಮೆರಿಕದದಲ್ಲಿ ನಡೆದ ಜಾರ್ಜ್ ಫ್ಲಾಯ್ಡ್‌ನ ಜನಾಂಗೀಯ ಹತ್ಯೆಯೇ ಸಾಕ್ಷಿ.

ಈ ದೌರ್ಜನ್ಯ ಜಗತ್ತಿನ ಗಮನ ಸೆಳೆಯಿತು. ನಮ್ಮಲ್ಲೂ ದಲಿತರ, ಅಲ್ಪಸಂಖ್ಯಾತರ ಜೀವಂತ ದಹನಗಳು ನಡೆದಿವೆ. ಜನಾಂಗೀಯತೆ, ಲಿಂಗ ತಾರತಮ್ಯ ಮೊದಲಾದವುಗಳು ಹೊರಗಿನ ಯಾವ ಸ್ಥಿತಿಗಳು ಬದಲಾದರೂ ಮುಂದುವರಿಯುವಲ್ಲಿ ಮನಸ್ಥಿತಿಯ ಪಾತ್ರ ಬಹಳ ದೊಡ್ಡದು. ಇದರ ಮುಂದುವರಿದ ರೂಪವಾದ ಕೌಟುಂಬಿಕ ದೌರ್ಜನ್ಯ ಲಾಕ್‌ಡೌನ್ ಕಾಲದಲ್ಲಿ ಹೆಚ್ಚಳವಾದ ವರದಿಯೂ ಇದನ್ನೇ ಹೇಳುತ್ತದೆ.

'ಮನೆಯಲ್ಲಿರಿ, ಸುರಕ್ಷಿತವಾಗಿರಿ' ಎಂಬುದು ಲಾಕ್ ಡೌನ್ ಸಮಯದ ಪ್ರಸಿದ್ಧ ಟ್ಯಾಗ್ ಲೈನ್ ಆಗಿತ್ತು. ಮನೆ ಎಷ್ಟು ಸುರಕ್ಷಿತ? ಯಾರಿಗೆ ಸುರಕ್ಷಿತ ಎಂಬಂತೆ ಲಾಕ್ ಡೌನ್ ಸಮಯದಲ್ಲಿ ಕೌಟುಂಬಿಕ ದೌರ್ಜನ್ಯ (ಡೊಮೆಸ್ಟಿಕ್ ವಯೊಲೆನ್ಸ್) ಹೆಚ್ಚಾದ ಬಗ್ಗೆ ಸುದ್ದಿ ಬಂದಿತ್ತು. ಆದರೆ ಒಮ್ಮೆ ಲಾಕ್ ಡೌನ್ ಸಡಿಲವಾದ ಮೇಲೆ ಆ ಕುರಿತು ಯಾವ ಸುದ್ದಿಯೂ ಮಹತ್ವ ಪಡೆಯುತ್ತಿಲ್ಲ. ಇದು ಮಹಿಳೆಯರ ಮೇಲಿನ ದೌರ್ಜನ್ಯದ ವಿಷಯದಲ್ಲಿ ಸದಾ ಆಗುವ ಸಂಗತಿಯೇ.

ಯಾವಾಗಲೋ ಒಮ್ಮೆ ಧುತ್ತನೆ ಕಾಣಿಸುವ ಸುದ್ದಿಯ ಆವಕ ಇದ್ದಕ್ಕಿದ್ದಂತೆ ಮರೆಗೆ ಸಂದು ಬಿಡುತ್ತದೆ. ಆಮೇಲೆ ಅವರವರ ಕೈ ಅವರವರ ತಲೆಯ ಮೇಲೆ. ಬಹಳ ಆಶ್ಚರ್ಯ ಎಂದರೆ ಲಾಕ್ ಡೌನ್ ಸಮಯದಲ್ಲಿ ಜಗತ್ತಿನಾದ್ಯಂತ ಈ ಪ್ರಕ್ರಿಯೆ ಕಾಣಿಸಿಕೊಂಡಿತು. ಶೇಕಡಾವಾರು ಪ್ರಮಾಣ ಹೆಚ್ಚು ಕಡಿಮೆ ಇರಬಹುದು ಅಷ್ಟೇ. ಇದರ ಬಲಿಪಶುಗಳು ಕೇವಲ ಮಹಿಳೆಯರಲ್ಲ. ಮಕ್ಕಳೂ ಇದ್ದಾರೆ.

ಹಿಂದೊಮ್ಮೆ ಟಿವಿ ಷೋ ಒಂದರಲ್ಲಿ ಅಲ್ಲಿದ್ದ ಪುರುಷ ವೀಕ್ಷಕರಿಗೆ ನಿರೂಪಕರು ಒಂದು ಪ್ರಶ್ನೆ ಕೇಳುತ್ತಾರೆ – ಹೆಣ್ಣುಮಕ್ಕಳು ಎಲ್ಲಿ ಹೆಚ್ಚು ಅಸುರಕ್ಷಿತರು? ಹೊರಗಡೆ ಪ್ರಯಾಣ ಮಾಡುವಾಗ, ಕತ್ತಲಾದ ಮೇಲೆ ಜನವಸತಿ ಕಡಿಮೆ ಇರುವ ರಸ್ತೆಗಳಲ್ಲಿ... ಹೀಗೆ ಹಲವು ಉತ್ತರಗಳು ಬಂದವು. ಆನಂತರ ಆ ಕಾರ್ಯಕ್ರಮಕ್ಕಾಗಿ ಮಾಡಿದ ಸಂಶೋಧನೆಯ ಫಲಿತಗಳನ್ನು ತೋರಿಸಲಾಯಿತು. ಅದರ ಪ್ರಕಾರ ಅತಿ ಹೆಚ್ಚು, ಅಂದರೆ ಹೆಚ್ಚೂ ಕಡಿಮೆ ಐವತ್ತು ಪ್ರತಿಶತ ಪ್ರಕರಣಗಳು ಮನೆಯೊಳಗಿನ ಹಿಂಸೆಗೆ ಸಂಬಂಧಿಸಿದ್ದುದು ಗೊತ್ತಾಯಿತು. ಅಂದರೆ, ಹೆಣ್ಣುಮಕ್ಕಳು ಮನೆಯೊಳಗೇ ಹೆಚ್ಚು ಅಸುರಕ್ಷಿತಳಾಗಿದ್ದಾಳೆ!

ನಮಗೆ ಮನೆಯ ಹೊರಗಿನ ಹಿಂಸೆ ಕಾಣಿಸುತ್ತಿದೆ. ಹಿಂಸಕರೂ ಕಾಣಿಸುತ್ತಾರೆ. ಅದರೆ ಮನೆಯೊಳಗಿನದು ಕಾಣಿಸುತ್ತಿಲ್ಲ. ನಿಜವಾಗಿಯೂ ನಮಗಿದು ಕಾಣಿಸುತ್ತಿಲ್ಲವೇ? ನೋಡುವ ಮನಸ್ಸು ನಮಗಿಲ್ಲವೇ? ಅಥವಾ ಅದು ಹಿಂಸೆಯೆಂದೇ ನಮಗೆ ಅನ್ನಿಸುತ್ತಿಲ್ಲವೇ? ಹೌದು. ನಮಗದು ಹಿಂಸೆಯೆಂದೇ ಅನ್ನಿಸುತ್ತಿಲ್ಲ. ಆದ್ದರಿಂದ ನಾವು ಹೆಣ್ಣುಮಕ್ಕಳ, ಮಕ್ಕಳ ಮಾತಿಗೆ ಕಿವಿಗೊಡುತ್ತಿಲ್ಲ.

ಇದು ಹಿಂಸೆಯೆಂದು ಅನ್ನಿಸಿಕೊಳ್ಳದಿರುವುದೇ ಬಹಳ ದೊಡ್ಡ ಸಮಸ್ಯೆ. ಇಡೀ ನಮ್ಮ ಮಾನಸಿಕತೆಯನ್ನು ಇದಕ್ಕಾಗಿ ಎಷ್ಟು ಚೆನ್ನಾಗಿ ರೂಪಿಸಲಾಗಿದೆಯೆಂದರೆ, ನಮಗೆ ಪ್ರೀತಿ, ಗೌರವ, ಸುರಕ್ಷತೆ ಇತ್ಯಾದಿಗಳೂ ಯಾವುದೆಂದು ಅರಿವಾಗದಷ್ಟು, ಗಂಡು-ಹೆಣ್ಣು ಸೇರಿಯೇ ಈ ಹಿಂಸೆಯ ಕೂಪದೊಳಗೆ ಮುಳುಗಿ ಬದುಕಿನ ಸೌಂದರ್ಯವನ್ನೇ ಅರಿಯದೇ ಹೋಗುವಷ್ಟು.

ಬಹಳ ಗೌರವಾನ್ವಿತ ವ್ಯಕ್ತಿ ಎನಿಸಿಕೊಂಡವನು, ಹೊರಗಿನ ಬದುಕಿನಲ್ಲಿ ಬಹಳ ಮೆಲು ಮಾತಿನವನು, ಸಂಭಾವಿತ ಎನಿಸಿಕೊಂಡವನು ಮನೆಯಲ್ಲಿ ಸುತ್ತ ನಾಲ್ಕು ಮನೆಗೂ ಕೇಳುವಂತೆ ಘರ್ಜಿಸಿದಾಗ ಹೆಂಡತಿ ಕಿಟಕಿ ಬಾಗಿಲುಗಳನ್ನೆಲ್ಲಾ ಭದ್ರಪಡಿಸಿ ಮರ್ಯಾದೆ ಕಾಪಾಡಿಕೊಳ್ಳಲು ಹರಸಾಹಸಪಡುತ್ತಾಳಲ್ಲಾ, ಹೀಗೆ ಮಾಡುವಂತೆ ಅವಳಿಗೆ ಸಿಕ್ಕ ತರಬೇತಿ ಯಾವುದು? ಇಲ್ಲಿಂದಲೇ ಅವನಿಗೊಂದು ಧೈರ್ಯ ಸಿಗಲು ಶುರುವಾಗುತ್ತದೆ. ಒಮ್ಮೆ ಕವಿಯತ್ರಿಯೊಬ್ಬಳು, 'ನಾನು ಹೊಡೆಸಿಕೊಂಡು ಸಾಕಾಗಿ ಒಂದು ದಿನ ಅವನಿಗೆ ವಾಪಸು ಹೊಡೆದುಬಿಟ್ಟೆ. ಅಂದಿನಿಂದ ಅವನು ಹೊಡೆಯುವುದು ಬಿಟ್ಟ,' ಎಂದಳು. 'ಎಷ್ಟೋ ಬಾರಿ ಹೆಣ್ಣುಮಕ್ಕಳು, ನನ್ನ ಗಂಡ ನನ್ನನ್ನು ಬಹಳ ಪ್ರೀತಿಸುತ್ತಾನೆ. ಆದ್ದರಿಂದಲೇ ಹೊಡೆಯುತ್ತಾನೆ ಎನ್ನುತ್ತಾರಲ್ಲಾ?" ಎಂಬ ಆಮೀರ್ ಖಾನ್ ಪ್ರಶ್ನೆಗೆ ಹೋರಾಟಗಾರ್ತಿ ಕಮಲಾ ಬಾಸಿನ್, 'ಹೌದಲ್ಲಾ, ಹಾಗಿದ್ದರೆ ನಾವು ಹೆಣ್ಣುಮಕ್ಕಳು ಗಂಡಸರನ್ನು ಸರಿಯಾಗಿ ಪ್ರೀತಿಸುತ್ತಿಲ್ಲ, ನಾವೂ ಅವರಿಗೆ ಸರಿಯಾಗಿ ಬಾರಿಸಿ ಪ್ರೀತಿ ವ್ಯಕ್ತಪಡಿಸಬೇಕಲ್ಲವೇ?' ಎಂದು ಉತ್ತರಿಸುತ್ತಲೇ ಅದರ ಕಾರಣವನ್ನೂ ಹೇಳುತ್ತಾರೆ. "ಗಂಡಸರು ಯಾವ ನಲ್ಲಿಯಿಂದ ನೀರು ಕುಡಿಯುತ್ತಾರೋ ಹೆಣ್ಣುಮಕ್ಕಳೂ ಅದೇ ನಲ್ಲಿಯಿಂದ ನೀರು ಕುಡಿಯುತ್ತಾರೆ. ಅವರು ಪಿತೃಸತ್ತೆಯ ಮನಸ್ಥಿತಿಯಿಂದ ತರಬೇತಿಯಾದಂತೆಯೇ ಇವರೂ ಅದೇ ಮನಸ್ಥಿತಿಯಿಂದ ತರಬೇತಿ ಪಡೆದಿದ್ದಾರೆ. ಹೀಗಾಗಿ, ಗಂಡಸು ಹೀಗೆಲ್ಲಾ ಮಾಡುವುದು ಸಹಜ ಎಂದು ಇವರು ಭಾವಿಸುತ್ತಾರೆ,' ಎನ್ನುತ್ತಾರೆ.

ಕೊನೆಗೊಂದು ದಿನ ಪ್ರೀತಿ ಹೀಗೇ ಇರುವುದಾದರೆ ಈ ಪ್ರೀತಿಯ ಸಹವಾಸವೇ ಬೇಡ ಎಂದು ಇವರು ಹೊರಗೆ ಬಂದರೂ ಬರಬಹುದು. ಆದರೆ ಅಷ್ಟೊತ್ತಿಗಾಗಲೇ ಅವರು ಅನವಶ್ಯಕವಾದ ಹಿಂಸೆಗೆ ತುತ್ತಾಗಿರುತ್ತಾರೆ. ಇದರೊಂದಿಗೆ, ಯಾವ

ಮಕ್ಕಳಿಗಾಗಿ ಜೀವ ತೇಯುತ್ತಿರುತ್ತಾರೋ ಅವರೂ ಇದನ್ನೆಲ್ಲ ಅನುಭವಿಸುವುದನ್ನು ತಡೆಯಲಾಗದೆ ಒದ್ದಾಡುತ್ತಾರೆ. ಇದು ಗಂಡು ಹೆಣ್ಣು ಎಂಬ ಪ್ರಶ್ನೆಯಲ್ಲ, ಇದು ಗಂಡು ಮೇಲುರಿಮೆಯನ್ನು ಒಪ್ಪಿಕೊಂಡಿರುವ ಮನಸ್ಥಿತಿಯ ಪ್ರಶ್ನೆ. ಇದು ಎಷ್ಟು ಆಳವಾಗಿ ಬೇರೂರಿದೆಯೆಂದರೆ, ಇವುಗಳಿಂದ ಕಳಚಿಕೊಂಡಾಗ ಸಿಗುವ ಮಧುರ ಬಂಧದ ಸುಖವನ್ನೇ ಕಳೆದುಕೊಳ್ಳುವಷ್ಟು.

ಪಾಪ, ಲಾಕ್ ಡೌನ್ ಕಾಲದಲ್ಲಿ ಬಹಳಷ್ಟು ಹೆಣ್ಣುಮಕ್ಕಳು, ಮಕ್ಕಳು ಈ ಹೊಡೆತ ಬಡಿತಗಳಿಂದ ತಪ್ಪಿಸಿಕೊಳ್ಳಲು ಮನೆಯಿಂದ ಹೊರಬರುವುದೂ ಸಾಧ್ಯವಾಗದೆ, ಅದನ್ನು ಅನುಭವಿಸಲೂ ಸಾಧ್ಯವಾಗದೇ ಒದ್ದಾಡಿದರು. ಅತ್ಯಂತ ಕ್ಷುಲ್ಲಕವೆನಿಸುವ– ಸಾರಿಗೆ ಉಪ್ಪು ಕಡಿಮೆಯಾಯ್ತು, ತರಕಾರಿಯವನೊಂದಿಗೆ ಏನು ಮಾತು, ಕಿಟಕಿಯಲ್ಲಿ ಯಾರನ್ನು ನೋಡ್ತಾ ಇದೀಯ, ಟಿವಿ ರಿಮೋಟ್ ಕೊಡು ಎಂಬಂತಹವೇ ಇವತ್ತಿಗೂ ಕೌಟುಂಬಿಕ ಹಿಂಸೆಗೆ ಕಾರಣವಾಗುತ್ತಿದೆ ಎನ್ನುವುದು ಎಷ್ಟು ಅಸಹ್ಯವಾದ ಸಂಗತಿ ಅಂತ ನಮಗಾರಿಗೂ ಅನ್ನಿಸುವುದಿಲ್ಲ. ಈ ಕಾರಣಗಳನ್ನು ಮುಂದಿಟ್ಟು ಹಿಂಸಿಸುತ್ತಿರುವವರು ಕೇವಲ ಅನಕ್ಷರಸ್ಥರೋ, ಕೂಲಿ ಕಾರ್ಮಿಕರೋ ಮಾತ್ರ ಅಲ್ಲ. ಅತ್ಯಂತ ಸೊಫಿಸ್ಟಿಕೇಟೆಡ್ ಬದುಕಿನ ವೈಯ್ಯಾರದವರು ಮಾಡುವುದೂ ಇದನ್ನೇ.

ಪತಿಯನ್ನು ಕಳೆದುಕೊಂಡು ದುಃಖದಲ್ಲಿರುವ ನಟನ ಪತ್ನಿಯೇ ಇರಲಿ, ಮಂತ್ರಿಗಳ ನಿಲುವನ್ನು ಪ್ರಶ್ನಿಸುವ ರೈತಳೇ ಇರಲಿ, ಸಾರ್ವಜನಿಕವಾಗಿ ಇವರನ್ನು ಝುಂಕಿಸುವಾಗ ಬಳಸುವ ಕೊಳಕು ಮತ್ತು ಅಧಿಕಾರದ ಭಾಷೆಯ ಹಿಂದಿರುವುದೂ ಗಂಡು ಮೇಲರಿಮೆಯ ಒಪ್ಪಿತ ಮನಸ್ಥಿತಿಯೇ.

ಲಾಕ್ ಡೌನ್ ಕಾಲದಲ್ಲಿ ಮನೆಯೊಳಗಿನ ಹಿಂಸೆಯ ಬಗ್ಗೆ ಅಂಕಿ ಅಂಶ ನೀಡಿದ್ದ ರಾಷ್ಟ್ರೀಯ ಮಹಿಳಾ ಆಯೋಗದ ಧ್ವನಿ ಆ ನಂತರದಲ್ಲಿ ಅಷ್ಟಾಗಿ ಕೇಳಿಸುತ್ತಿಲ್ಲ. ವಾಣಿಜ್ಯ ಚೇತರಿಕೆಗಾಗಿ ಮದ್ಯ ಮಾರಾಟಕ್ಕಾಗಿ ಸರ್ಕಾರಗಳು ತೋರಿಸುತ್ತಿರುವ ಉತ್ಸಾಹವನ್ನು, ಕುಡಿತದಿಂದ ಬಡಿತ ತಪ್ಪಿಸಿಕೊಂಡ ಹೆಣ್ಣುಮಕ್ಕಳ ಅನುಭವ ಕೇಳಲು ತೋರಿಸುತ್ತಿಲ್ಲ. ಆದರೆ ಸಹನೆಯೆಂಬ ಪದದ ಅಪವ್ಯಾಖ್ಯಾನವನ್ನು ದಮನಿಗಳಲ್ಲಿ ತುಂಬಿ ನಿಶ್ಚಿಂತರಾಗಿರುವವರಿಗೆ ಆ ಕುರಿತ ಜಾಗೃತಿಯೇ ಅಪರಾಧವಾಗಿ ಕಾಣಿಸುವ ವಿಪರ್ಯಾಸ ಮಾತ್ರ ಮುಂದುವರಿಯುತ್ತಲೇ ಇದೆ.

ಬಿ

ಇದಿರು ನೋಟ

ಸಬಿತಾ ಬನ್ನಾಡಿ

ಮೌಲ್ಯಗಳ ಹೆಸರಿನಲ್ಲಿ ಹಿಂಸೆಯನ್ನೂ ಆಗಾಗ ಉತ್ಪಾದಿಸಿ ದಿಟವನ್ನು ಮರೆಮಾಚಲಾಗುತ್ತದೆ.

ಮುಚ್ಚಿಟ್ಟ ಚರಿತ್ರೆಗಳ ಬಿಚ್ಚಿಟ್ಟ ಕಥನ

1919ರ ಏಪ್ರಿಲ್ 13ರಂದು ನಡೆದ ಜಲಿಯನ್ವಾಲಾ ಬಾಗ್ ಹತ್ಯಾಕಾಂಡವನ್ನು ಮುಚ್ಚಿಡಲು ಡೈಯರ್, ಪತ್ರಿಕಾ ನಿಷೇಧವೂ ಸೇರಿ ಹಲವು ಶಾಸನ ತಂದ. ಪ್ರಕಟಿಸಿದ ಸಂಪಾದಕರನ್ನು ದೇಶದ್ರೋಹದ ಕಾಯ್ದೆಯಡಿ ಸೆರೆಮನೆಗೆ ತಳ್ಳಿದ. ಹಾಗಿದ್ದೂ ಜೂನ್ ಹೊತ್ತಿಗೆ ದೇಶಕ್ಕೆ ಅದು ತಿಳಿಯಿತು. ಸುದ್ದಿ ತಿಳಿದ ಗಾಂಧಿ ಪಂಜಾಬ್‌ಗೆ ತೆರಳಲು ಹೊರಟಾಗ ಪ್ರವೇಶ ನಿರಾಕರಿಸಲಾಯಿತು. ಅಂದಿನಂತೆಯೇ ನಡೆದದ್ದನ್ನು ಮುಚ್ಚಿಡುವ, ಅದನ್ನು ಸಮರ್ಥಿಸುವ ಆಟವಿನ್ನೂ ಮುಂದುವರಿದಿದೆ.

ಗುಡ್ಡಕ್ಕೆ ಗುಡ್ಡ ಅಡ್ಡ ಇರುತ್ತೆ ಎನ್ನುವುದು ಲೋಕರೂಢಿಯ ಮಾತು. ಆದರೆ ಗುಡ್ಡಕ್ಕೆ ಗುಡ್ಡವನ್ನೇ ಅಡ್ಡ ನಿಲ್ಲಿಸಿ ಹಿಂದಿರುವುದನ್ನೇ ಮರೆ ಮಾಡಲಾಗುತ್ತದೆ ಎನ್ನುವುದು ಕಂಡೂ ಕಾಣದ ಮಾತು. ಬಹುಶಃ ಪ್ರತೀ ದಿನದ 'ಫ್ಯಾಕ್ಟ್ ಚೆಕ್' ಎಂಬ ಪ್ರಕಟಣೆ ಮುಂದೊಂದು ದಿನ ಇವತ್ತಿನ ಕಾಲಮಾನವು ಸುಳ್ಳುಗಳ ನಡುವೆ ಏದುಸಿರು ಬಿಡುತ್ತಿದ್ದುದಕ್ಕೆ, ಹಿಂದಿನ ಶಾಸನಗಳಷ್ಟೇ ಮಹತ್ವದ ದಾಖಲೆಯಾಗಿ ಒದಗಿ ಬರುತ್ತದೋ ಏನೋ!

ಒಂದೆಡೆ ನೇರ ಹತ್ಯಾಕಾಂಡಗಳು ನಡೆಯುತ್ತವೆ. ಇನ್ನೊಂದೆಡೆ ಮೌಲ್ಯಗಳನ್ನೇ ತಮಗೆ ಬೇಕಾದಂತೆ ತಿರುಚಿ ಎದುರಾಳಿಗಳನ್ನು ಮೌನವಾಗಿಸುವ ಕ್ರೌರ್ಯಗಳು ವ್ಯವಸ್ಥಿತವಾಗಿ ನಡೆಯುತ್ತವೆ. ಅವುಗಳನ್ನು ಮಾಡಿದವರು ಎಲ್ಲ ಸವಲತ್ತುಗಳನ್ನೂ, ಮನ್ನಣೆಗಳನ್ನೂ ಶೋಷಿತರ ಕಣ್ಣಮುಂದೆಯೇ ಅನುಭವಿಸುತ್ತಿರುತ್ತಾರೆ. ಎದುರಾಳಿಗಳು ತಮ್ಮದೇ ದೇಶದ ಒಡನಾಡಿಗಳೂ, ತಮ್ಮದೇ ಕುಟುಂಬದ ಸಹಜೀವಿಗಳೂ ಆಗಿರಬಹುದಾದುದು ಮನುಷ್ಯನ ಹೀನತೆಯ ಆತ್ಯಂತಿಕ ಸ್ಥಿತಿಯೂ ಆಗಿದೆ. ಇನ್ನು ಎದುರಾಳಿಗಳು ಅನ್ಯದೇಶದವರಾದರೆ ನಡೆಯುವ ಹಿಂಸೆಗೆ ಉನ್ಮಾದದ ಒಮ್ಮತವೂ ಸೇರಿಕೊಳ್ಳುತ್ತದೆ. ಹಿಂಸಾ ಮನಸ್ಥಿತಿಯನ್ನು ಆಗಾಗ ಬೇರೆ ಬೇರೆ ಮೌಲ್ಯಗಳ ಹೆಸರಿನಲ್ಲಿ ಉತ್ಪಾದಿಸಲಾಗುತ್ತದೆ. ರಾಜನನ್ನೇ ಪ್ರತ್ಯಕ್ಷ ದೇವತೆಯೆಂಬಂತೆ ನಂಬಿಸಿ, ಅವನಿಗಾಗಿ ಸಾಯುವುದನ್ನು 'ಮೌಲ್ಯ'ವಾಗಿಸಲಾಗಿತ್ತು ಎಂಬುದನ್ನೇ ನೆನಪಿಸಿಕೊಂಡರೂ ಈ ಎಲ್ಲಾ 'ರಾಜಕಾರಣ'ಗಳು ಸ್ಪಷ್ಟಗೊಳ್ಳುತ್ತವೆ.

ಯುದ್ಧವನ್ನೇ ಆದರ್ಶವಾಗಿಸಿದಾಗ, ಯುದ್ಧದ ಭಾಗವಾಗಿ ಶತ್ರುದೇಶದ ಹೆಂಗಸರನ್ನು ಹೊತ್ತೊಯ್ಯುವುದನ್ನು ಸೈನಿಕರ ಹಕ್ಕಾಗಿಸಲಾಗುತ್ತದೆ. ಅಲ್ಲಿ ಹೆಣ್ಣು ಕೇವಲ 'ಮೌನಿ.' ಇದು ಕೆಲವೊಮ್ಮೆ ದೇಶೀಯರ ನಡುವೆಯೂ ಸಂಭವಿಸಬಹುದು. ನಾನು ಹೀಗೆ ಹೇಳುವಾಗಲೇ ಹಲವರ ಮನಸ್ಸಿನ ಪರದೆಯ ಮೇಲೆ ಅಸ್ಸಾಂ ರೈಫಲ್ಸ್‌ನ ಕೆಲವು ಸೈನಿಕರ ಅತ್ಯಾಚಾರದ ವಿರುದ್ಧ ಮಣಿಪುರದ ಹೆಂಗಸರು ಮಾಡಿದ ಪ್ರತಿಭಟನೆ ನೆನಪಿಗೆ ಬರಬಹುದು. ಮನೆಮಂದಿಯ ಕಣ್ಣೆದುರೇ ಎಗ್ಗಿಲ್ಲದೆ ನಡೆಯುತ್ತಿದ್ದ ಅತ್ಯಾಚಾರಗಳಿಂದ ರೋಸಿ ಹೋದ ಹೆಂಗಸರು ಮೌನ ಮುರಿದರು. 2004ರ ಜುಲೈ 15ರಂದು ಹನ್ನೆರಡು ಜನ ತಾಯಂದಿರು ಬೆತ್ತಲಾಗಿ "ಇಂಡಿಯನ್ ಆರ್ಮಿ ರೇಪ್ ಅಸ್" ಎಂಬ ಬ್ಯಾನರ್ ಅಡ್ಡ ಹಿಡಿದು ಇಂಫಾಲಾದ ಕಾಂಗ್ಲಾ ಫೋರ್ಟ್‌ನಲ್ಲಿ ಕಾಣಿಸಿದರು. ಅಂದೇನೋ ಅದು ದೇಶದ ಜನರ ಗಮನ ಸೆಳೆಯಿತು. ಆದರೆ ಒಂದು ವೇಳೆ ಸೈನಿಕರ ವಿರುದ್ಧ ಮಾತಾಡುವುದೇ ಅಪರಾಧ ಎಂಬ ರೀತಿಯ ವಾತಾವರಣವು ಸೃಷ್ಟಿಯಾಗಿದ್ದಲ್ಲಿ ಇದೆಲ್ಲವನ್ನೂ ಮರೆಯಾಗಿಸಿ, ಪ್ರತಿಭಟಿಸಿದವರನ್ನೇ ಅಪರಾಧಿಗಳನ್ನಾಗಿಸಲಾಗುತ್ತದೆ! ಅಂತಹ ಸಂದರ್ಭದಲ್ಲಿ ಮಾತಾಡಿದರೆ ತಲೆದಂಡ ಆಗುವುದು ಬದಿಗಿರಲಿ. ಆ ಮಾತುಗಳನ್ನು ನಂಬದೇ

ಇರುವ ಜನಮಾನಸದ ಜಾಯಮಾನವನ್ನು ಅರಗಿಸಿಕೊಳ್ಳುವುದು ಮಾತ್ರ ಗುಂಡೇಟಿಗಿಂತಲೂ ಕಠಿಣವಾದುದು.

ಇಂತಹ ಹಲವು ಮೌನಗಳು ಬಯಲಾದುದು ಚರಿತ್ರೆಯಲ್ಲಿ ಜಾಗವಿಲ್ಲದವರು ಆತ್ಮಚರಿತ್ರೆ ಬರೆಯಲು ತೊಡಗಿದಾಗ. ಈ ದೃಷ್ಟಿಯಿಂದ ಆತ್ಮಚರಿತ್ರೆಗಳನ್ನು ನಾನು 'ಮಹತ್ವದ ಘಟನೆ' ಎಂದೇ ಭಾವಿಸುತ್ತೇನೆ. ಡಚ್ ಮೂಲದ ಯಾನ್ ರಫ್-ಓ ಹರ್ನ್ ತನ್ನ ಆತ್ಮಚರಿತ್ರೆಗೆ 'ಅರೆ ಶತಮಾನದ ಮೌನ' ಎಂದೇ ಹೆಸರಿಟ್ಟಿದ್ದಾರೆ. ಜಪಾನ್ ದೇಶ ಎರಡನೇ ಮಹಾಯುದ್ಧದ ಸಂದರ್ಭದಲ್ಲಿ ಇಂಡೊನೇಷ್ಯಾವನ್ನು ಆಕ್ರಮಿಸಿಕೊಂಡಾಗ ಆ ಸೈನಿಕರು ಡಚ್ ಹೆಂಗಸರ ಮೇಲೆ ಮಾಡಿದ ಆಕ್ರಮಣಗಳು ಈಕೆ ಬಾಯಿಬಿಡುವ ತನಕ ಚರಿತ್ರೆಯಲ್ಲಿ ಹುಗಿದುಹೋಗಿತ್ತು.

ಅಣುಬಾಂಬ್ ದಾಳಿಯ ನಂತರ ಜಗತ್ತಿನಲ್ಲಿ ತನ್ನ ಬಿಂಬವನ್ನು ಬದಲಿಸಿಕೊಂಡು ಜಪಾನ್ ಮತ್ತೆ ಬಲಾಢ್ಯ ದೇಶವಾಗಿ ಬೆಳೆದದ್ದನ್ನು ನೋಡುತ್ತಿದ್ದ ಯಾನ್ ಸಂಗಡಿಗರಿಗೆ ಯುದ್ಧ ಮುಗಿದ ಮೇಲೂ ಬಾಯಿಬಿಡಲಾಗದ್ದಕ್ಕೆ ಕಾರಣಗಳೇನು? ಇಂತಹ ಸೂಕ್ಷ್ಮಗಳನ್ನು ಅರಿಯದೇ ಜಗತ್ತು ಎಂದೂ ಸುಂದರ ತೋಟವಾಗಿ ಬದಲಾಗಲು ಸಾಧ್ಯವಿಲ್ಲ. ಯಾನ್‌ರಂತೆಯೇ ಮುಗ್ಧ, ಕುಟುಂಬದೊಳಗೆ ಸುರಕ್ಷಿತ ಚಂದದ ಬದುಕು ಬಾಳುತ್ತಿದ್ದ ಡಚ್ ಹೆಂಗಸರು, ಮಕ್ಕಳನ್ನು ಕೈದಿಗಳನ್ನಾಗಿ ಅತ್ಯಂತ ದುಸ್ತರ, ಅವಮಾನಿತ ವಾತಾವರಣದಲ್ಲಿ ಸಾವು ಬದುಕಿನ ನಡುವೆ ದೂಕಲಾಗಿತ್ತು. ಅವುಗಳನ್ನು ಅರಗಿಸಿಕೊಳ್ಳಲಾಗದೇ, ಹೊಟ್ಟೆಗಿಲ್ಲದೇ ಬಡವಾಗಿದ್ದ ಸನ್ನಿವೇಶದಲ್ಲಿ ಬದುಕುತ್ತಿದ್ದವರಲ್ಲಿ, ಹದಿನೆಂಟು-ಮೂವತ್ತರ ಒಳಗಿನ ಹೆಣ್ಣುಮಕ್ಕಳನ್ನು ಪ್ರತ್ಯೇಕಿಸಿ ಜಪಾನ್ ಸೈನಿಕರ ದೈಹಿಕ ತೃಷೆ ನೀಗಿಸಲು ತಳ್ಳಲಾಯಿತು. ದಿನವೊಂದರಲ್ಲಿ ಮೂವತ್ತರಿಂದ ಐವತ್ತು ಜನ ಅತ್ಯಾಚಾರವೆಸಗುವುದಲ್ಲದೆ, ಆ ಹೆಣ್ಣುಮಕ್ಕಳನ್ನು ವೇಶ್ಯೆಯರು ಎಂದು ಕರೆಯಲಾಯಿತು! ಅವರುಗಳಿಗೆ ಬಲವಂತದ ಗರ್ಭಪಾತ ಗಳನ್ನೂ ಮಾಡಲಾಯಿತು. ಮೂರು ತಿಂಗಳ ನಂತರ ಇದ್ದಕ್ಕಿದ್ದಂತೆ ಇದನ್ನು ನಿಲ್ಲಿಸಿ ಬಾಯಿಬಿಟ್ಟರೆ ನಿಮ್ಮನ್ನೂ, ಕುಟುಂಬದವರನ್ನೂ ಕೊಲ್ಲಲಾಗುವುದು ಎಂಬ ಬೆದರಿಕೆ ಒಡ್ಡಿ ಮತ್ತೆ ಹಳೆಯ ಶಿಬಿರಗಳಿಗೆ ಕಳಿಸಲಾಯಿತು. ಅವರಲ್ಲಿ ಕೆಲವರು ಇದನ್ನು ತಮ್ಮ ತಾಯಂದಿರಿಗೆ ಹೇಳಿದರೂ ಕೇಳಿಸಿಕೊಳ್ಳಲೇ ಹೆದರಿದ ಅವರು ಮತ್ತೆಂದೂ ಆ ವಿಷಯ ಎತ್ತಲೇ ಇಲ್ಲ.

ಯಾನ್ ಇವೆಲ್ಲವನ್ನೂ ತಾನು ಮದುವೆಯಾಗುವ ಮುನ್ನವೇ ಟಾಮ್‌ಗೆ ಹೇಳಿದ್ದರು. ಆತನೂ ಮುಂದೆ ಆ ವಿಷಯ ಎತ್ತದೇ ಅವಳೊಂದಿಗೆ ಅತ್ಯಂತ ಪ್ರೀತಿ, ಆತ್ಮೀಯತೆ, ಘನತೆಯಿಂದ ಬದುಕಿದರು. ತನ್ನೊಳಗೆ ಕೊರೆಯುತ್ತಲೇ ಇದ್ದ, ಈ ಅನ್ಯಾಯವನ್ನು ಹೊರಹಾಕಲೇಬೇಕು ಎಂಬ ಒತ್ತಡ ತುಡಿಯುತ್ತಲೇ

ಇದ್ದು, ತಮ್ಮ ಮಕ್ಕಳು ಇದನ್ನು ಹೇಗೆ ಸ್ವೀಕರಿಸುತ್ತಾರೋ ಎಂಬ ಆತಂಕದಿಂದಲೇ, ಒಂದು ದಿನ ಅದನ್ನು ಬರೆದು ಮಗಳಿಗೆ ಕೊಡುತ್ತಾರೆ. ಮಕ್ಕಳ ಬೆಂಬಲದಿಂದ ಅವರು ಎಲ್ಲವನ್ನೂ ಸಾರ್ವಜನಿಕಗೊಳಿಸಲು ಸಾಧ್ಯವಾಗುತ್ತದೆ. ಜಪಾನ್ ಇಂತಹ ಹೀನ ಕೃತ್ಯಕ್ಕೆ ಆ ಹೆಂಗಸರ ಕ್ಷಮೆಯಾಚಿಸಬೇಕು ಎಂಬ ಒತ್ತಾಯವು ಮುನ್ನೆಲೆಗೆ ಬರುತ್ತದೆ. ಹೀಗಿದ್ದೂ ಇಂದಿಗೂ ಆ ಸನ್ನಿವೇಶದಲ್ಲಿ ಸಿಕ್ಕಿದ ಎಷ್ಟೋ ಹೆಂಗಸರು ತಮ್ಮನ್ನು ಮರೆಮಾಚಿಕೊಂಡೇ ಬದುಕಿದ್ದಾರೆ. ಯಾಕೆಂದರೆ, ತಾವು ಮಾಡದ ತಪ್ಪಿಗೆ ಸಾಮಾಜಿಕ ಮತ್ತು ಕೌಟುಂಬಿಕ ಒತ್ತಡಗಳನ್ನು ಎದುರಿಸುವುದು ಇನ್ನೊಂದು ಘೋರ ಹಿಂಸೆ. ಯಾನ್ ಮುಂದೆ ಭೇಟಿ ಮಾಡಿದ ಆ ಕಾಲದ ಸೈನಿಕನೊಬ್ಬ, 'ತಾನೀಗ ಪಶ್ಚಾತ್ತಾಪದಲ್ಲಿ ಬೇಯುತ್ತಿದ್ದರೂ ಅಂದು ಅದೆಲ್ಲವೂ ಶೌರ್ಯ ಎಂದೇ ತಮ್ಮನ್ನು ನಂಬಿಸಲಾಗಿತ್ತು' ಎನ್ನುತ್ತಾನೆ. ಕೇವಲ ನಂಬಿಸುವ ಮೂಲಕ ಎಲ್ಲ ಗುಡ್ಡದಂತಹ ತಪ್ಪುಗಳೂ ಕಡ್ಡಿಯಾಗಿಬಿಡುವ ವೈಚಿತ್ರ್ಯವಿದು.

ಇದು ಕೇವಲ ಹೊರಗಿನವರೊಂದಿಗೆ ನಡೆಯುತ್ತದೆಯೇ? ನಂಬಿ ಕೈಹಿಡಿದ ಗಂಡನೂ ಕ್ರೌರ್ಯದ ಯಾವೆಲ್ಲ ತುದಿಗೂ ಹೋಗಬಲ್ಲ. ಹೆಂಡತಿಯೆಂದರೆ ತಾನು ಎಷ್ಟು ಬೇಕಾದರೂ ಹಿಂಸಿಸಬಲ್ಲ ಸೊತ್ತು ಎಂಬ ನಂಬಿಕೆಯಿಂದ! ಡಾ.ವಿಜಯಾ ಅವರು ಬರೆದ 'ಕುದಿ ಎಸರು' ಕೂಡಾ ಹೀಗೇ ಇನ್ನೊಂದು ರೀತಿಯ ಅರೆಶತಮಾನದ ಮೌನದ ಮುರಿಯುವಿಕೆಯೇ. ದಾಂಪತ್ಯದೊಳಗೆ ಅತ್ಯಾಚಾರ ಎನ್ನುವುದು ನಮ್ಮ ಸಂಸ್ಕೃತಿಯೇ ಅಲ್ಲ ಎಂದು ವಾದಿಸುವ ಎಲ್ಲರಿಗೂ ಓದಿಸಲೇ ಬೇಕಾದ ಕೃತಿಯಿದು. ಸಂಸ್ಕೃತಿಯೆಂಬ ಕಲ್ಪಿತ ಸಂಗತಿಯನ್ನೇ ದೊಡ್ಡದಾಗಿಸಿ, ಜೀವಗಳು ನಲುಗುವುದನ್ನು ಕ್ಷುಲ್ಲಕಗೊಳಿಸುವ ಅಮಾನುಷತೆಯ ಪ್ರತೀಕವಿದು. ವಿದ್ಯೆ, ಜಾತಿ ಇತ್ಯಾದಿಗಳಲ್ಲಿ ಮೇಲೆನಿಸಿಕೊಂಡವರೆಲ್ಲ ಸುಸಂಸ್ಕೃತರು ಎಂಬ ಇನ್ನೊಂದು ಸ್ಥಾಪಿತ ಸುಳ್ಳು ಇಲ್ಲಿ ಬಯಲಾಗುತ್ತದೆ.

ಚರಿತ್ರೆಯಲ್ಲಿ ಹೂತಿಟ್ಟದ್ದು, ವರ್ತಮಾನದಲ್ಲಿ ಮರೆಯಾಗಿಸಿದ್ದು, ಭವಿಷ್ಯದಲ್ಲಾದರೂ ತೆರೆದುಕೊಳ್ಳದೇ ಇರದು. ತಮ್ಮವರಿಂದಲೇ ಅಟ್ಟಿಸಿಕೊಂಡು ಅವಿತಿದ್ದ ಶರಣರ ವಚನಗಳು ಮುನ್ನೂರು ವರ್ಷಗಳ ನಂತರವಾದರೂ ಮಾತಾಡಿದ ಪವಾಡದಂತೆ! ಮೌನ ಮಾತಾಗಬೇಕಾದ ತುರ್ತು ಎಲ್ಲಾ ವರ್ತಮಾನದಲ್ಲೂ ಇದೆ.

೫೦

· 11

ಇದಿರು
ನೋಟ
ಸಬಿತಾ ಬನ್ನಾಡಿ

**ಯಶಸ್ಸಿನ ರಣಕಹಳೆಗೆ
ಬುದ್ಧಿಮಾತಿನ ಕೊಳಲಗಾನ
ಬಂಡುಕೋರತನವಾಗಿ
ಕೇಳಿಸುತ್ತಿರುತ್ತದೆ.**

ರಾವಣನೆಂಬ ರೂಪಕ

"ಕಾಲಿಟ್ಟರೆ ಎಲ್ಲಿ ಮಾಸುವುದೋ ಎನ್ನುವಂತಿದ್ದ ಆ ರಾಜಮಾರ್ಗದ ಇಕ್ಕೆಲಗಳಲ್ಲಿಯೂ ಗಗನಚುಂಬಿಯಾದ ಉಪ್ಪರಿಗೆಯ ಮನೆಗಳಿದ್ದುವು. ಜಗತ್ತಿನ ಐಶ್ವರ್ಯವೆಲ್ಲವೂ ಅಲ್ಲಿಯೇ ಬಂದು ನೆಲಸಿರುವಂತೆ ನವರತ್ನಗಳಿಂದ ಅಲಂಕೃತವಾಗಿರುವ ಆ ಸೌಧಸೌಧದಿಂದಲೂ, ವಾದ್ಯಧ್ವನಿ ಹೊರಹೊಮ್ಮುತ್ತಿತ್ತು. ಎಲ್ಲಿ ನೋಡಿದರೂ ನಗುವಿನ ತರಂಗಗಳನ್ನೆಬ್ಬಿಸುತ್ತಿರುವ ಹೆಣ್ಣುಗಂಡುಗಳು..."

ಇದು ಯಾವುದೋ ಅತ್ಯಾಧುನಿಕ ಮೆಟ್ರೋಪಾಲಿಟನ್ ನಗರದ ವರ್ಣನೆಯಲ್ಲ. ಹನುಮಂತನ ಕಣ್ಣಿಗೆ ಕಂಡ ರಾವಣನ ಲಂಕಾನಗರ. ಆತ ಹಾಗೇ ಮುಂದುವರಿದಾಗ, 'ರಾಕ್ಷಸೇಶ್ವರನಾದ ರಾವಣನ ಅರಮನೆ ಸಿಕ್ಕಿತು. ಅರಮನೆಯ ಸುತ್ತಲೂ ದೊಡ್ಡ ಪ್ರಾಕಾರ; ಅಲ್ಲಿ ಎಲ್ಲಿ ನೋಡಿದರೂ ರಥಗಳೂ ವಾಹನಗಳೂ ವಿಮಾನಗಳೂ ಆನೆಕುದುರೆಗಳೂ ಕಿಕ್ಕಿರಿದು ತುಂಬಿದ್ದವು. ಅದರ ಹೊರಬಾಗಿಲು ಬಂಗಾರದಿಂದ ನಿರ್ಮಿತವಾದುದು. ಬಹು ಬಲಾಢ್ಯರಾದ ಸಾವಿರಾರು ಮಂದಿ ರಾಕ್ಷಸರು ಆ ಬಾಗಿಲ ಬಳಿ ಬಹು ಎಚ್ಚರಿಕೆಯಿಂದ ಕಾವಲು ಕೆಲಸ ನಡೆಸುತ್ತಿದ್ದರು.'

'ಒಂದು ಕಡೆ ಹಾಸ್ಯಪರಿಹಾಸ್ಯಗಳಲ್ಲಿ ತೊಡಗಿರುವ ಹೆಣ್ಣುಗಳು; ಮತ್ತೊಂದೆಡೆ ಪರಸ್ಪರ ಆಲಿಂಗನದಲ್ಲಿ ಬಾಹ್ಯ ಜಗತ್ತನ್ನು ಮರೆತು ಅರ್ಥವಿಲ್ಲದ ಜಲ್ಪಿತದಲ್ಲಿ ಮಗ್ನರಾಗಿರುವ ಕಾಮಾಸಕ್ತರು; ಇನ್ನೊಂದೆಡೆ ಪಾನದಿಂದ ಮತ್ತೇರಿ ಬಾಯಿಗೆ ಬಂದಂತೆ ಹರಟುತ್ತಲೊ ಅಥವಾ ಒಬ್ಬರನ್ನೊಬ್ಬರು ಬಯ್ದಾಡುತ್ತಲೊ ಇರುವ ಕುಡುಕರ ತಂಡ' ಕುವೆಂಪು ಬರೆದ ಜನಪ್ರಿಯ ವಾಲ್ಮೀಕಿ ರಾಮಾಯಣದ 'ರಾತ್ರಿಯಲ್ಲಿ ಲಂಕಾನಗರ' ಎಂಬ ಅಧ್ಯಾಯದಲ್ಲಿನ ವರ್ಣನೆಗಳಿವು.

ಇದನ್ನು ಓದುತ್ತಿದ್ದರೆ ಇಂದು ಇದೇ ರಾವಣ ರಾಜ್ಯವೇ ನಮ್ಮ 'ಅಭಿವೃದ್ಧಿ'ಯ ಮಾದರಿಯಲ್ಲವೇ ಎಂದೆನಿಸುತ್ತದೆ. ಇದೇ ಇಂದು ಎಲ್ಲರ ಕನಸು. ರಾವಣ ವಿಮಾನ ಏರಿ ಬಂದು ಸೀತೆಯನ್ನು ಅಪಹರಿಸುವುದಕ್ಕೂ ಈ ಸೊಕ್ಕಿನ ಸಂಪತ್ತಿಗೂ ಖಂಡಿತ ಸಂಬಂಧವಿದೆ. ರಾಮನು ಸೇತುವೆ ಕಟ್ಟಿ ವಾನರ ಪಡೆಯ ಸಹಾಯ ಪಡೆದು ಸೀತೆಯನ್ನು ಕರೆತರಲು ಹೋಗುವ ಶ್ರಮ ಇಂದು ಬಡತನವಾಗಿ, ಸೋಲಾಗಿ ಕಾಣಿಸುವ ಸಾಧ್ಯತೆಯೇ ಹೆಚ್ಚು. ಆದರೆ, ಅಷ್ಟೆಲ್ಲ ಕಾವಲಿದ್ದ ರಾವಣ ರಾಜ್ಯವನ್ನು ಹನುಮಂತ ಪುಟ್ಟ ಕಪಿಯಾಗಿ ರೂಪು ತಳೆದು ನುಗ್ಗಿಬಿಟ್ಟ, ಕಾಡಿನ ಗಮಾರನೊಬ್ಬ ಬೃಹತ್ ಸಾಮ್ರಾಜ್ಯದ ಅಹಂಕಾರ ನಾಶಕ್ಕೆ ಬೀಜರೂಪಿಯಾಗುತ್ತಾನೆ ಎಂಬ ಈ ಸೂಚನೆ ಸಾರ್ವಕಾಲಿಕ ಎಚ್ಚರದ ಸೂಚನೆಯೂ ಆಗಿದೆ. 'ಅರ್ಧ ಯೋಜನ ಅಗಲ ಒಂದು ಯೋಜನ ವಿಸ್ತಾರವಾದ ರಾವಣನ ಅಂತಃಪುರದಲ್ಲಿ ಅವನ ಪತ್ನಿಯರೂ ಆತನು ಭುಜಬಲದಿಂದ ಅಪಹರಿಸಿ ತಂದಿದ್ದ ರಾಜಕನ್ನಿಕೆಯರೂ ಅಸಂಖ್ಯಾತವಾಗಿ ತುಂಬಿದ್ದರು' ಎಂಬ ವಿವರವೂ ಇದರಲ್ಲಿ ಬರುತ್ತದೆ. ಹೀಗಿದ್ದೂ ತೃಪ್ತನಾಗದೆ, ಅನ್ಯರಾಜ್ಯಕ್ಕೆ ಹೋಗಿ ಸೀತೆಯನ್ನು ಅಪಹರಿಸಿ ತರುವ ಅವನ ದುರಾಸೆಯು ಎಷ್ಟೆಲ್ಲಾ ಜನರ ವಿಪತ್ತಿಗೆ ಕಾರಣವಾಗುತ್ತದೆ. ಈ ಮತ್ತಷ್ಟು ವಿಸ್ತರಿಸುವ ವಾಂಛೆಯೇ ಜಗತ್ತಿನ ಹಲವು ವಿಪ್ಲವಗಳ ಮೂಲ. ಅದೇ ಸರ್ವಾಧಿಕಾರಿಗಳನ್ನು ಹುಟ್ಟಿಸುವುದು. ಅಂತವರೊಂದಿಗೆ ಬಹುಬಲದ ಸೈನ್ಯರೂಪಿ ಬೆಂಬಲಿಗರಿಗೂ ದಿಗ್ವಿಜಯದ ಅಮಲು ಏರಿರುತ್ತದೆ.

ರಾವಣನಿಗೆ ಸೈನ್ಯ, ಸಂಪತ್ತು ಮತ್ತು ವಿಮಾನದಂತಹ ತಂತ್ರಜ್ಞಾನ ಬಲದ ಅಹಂಕಾರವಿತ್ತು. ಕವಿ ನಾಗಚಂದ್ರ ಬಳಸುವ 'ದುರ್ಯಶ ಪಟರವ' ಎಂಬ ಪದವನ್ನು ನೆನಪಿಸಿಕೊಳ್ಳಬೇಕು. ಕೈಹಾಕಿದ್ದೆಲ್ಲದರಲ್ಲೂ ಯಶಸ್ಸು ಸಿಗುತ್ತಾ ಹೋದಾಗ, ಕೆಲವೊಮ್ಮೆ ಕೆಟ್ಟ ಕೆಲಸವಾಗಿದ್ದರೂ ಅದಕ್ಕೂ ಮನ್ನಣೆ ಸಿಗುತ್ತಾ ಹೋಗುತ್ತದೆ. ಇದನ್ನೆಲ್ಲಾ ವ್ಯಕ್ತಿ ತನ್ನ ಯಶಸ್ಸು ಎಂದು ಭಾವಿಸಿಕೊಳ್ಳ ತೊಡಗುತ್ತಾನೆ. ಈ ಯಶಸ್ಸಿನ ಸದ್ದು ಆತನ ಕಿವಿಯಲ್ಲಿ ಮೊಳಗುತ್ತಿರುತ್ತದಂತೆ. ಹೀಗಾಗಿ, ಆತನಿಗೆ ತಾನು ಯಾವ ಕೆಲಸಕ್ಕೆ ಕೈ ಹಾಕುತ್ತಿದ್ದೇನೆ, ಅದರ ಅಪಾಯ ಯಾವುದು ಎಂಬುದೂ ಅರಿವಿಗೆ ಬರುವುದಿಲ್ಲವಂತೆ.

ಸೀತೆಯನ್ನು ಸಲೀಸಾಗಿ ಅಪಹರಿಸಿದ್ದು ಕೂಡ ಆತನಿಗೆ ತನ್ನ ಯಶಸ್ಸು ಎಂದೇ ಕಾಣುತ್ತದೆ. ತನ್ನನ್ನು ಯಾರೂ ಮಣಿಸಲಾರರು ಎಂದೇ ಅವನು ಭಾವಿಸುತ್ತಾನೆ. ತನ್ನ ಕಾರ್ಯ ಯೋಜನೆಯ ಗೆಲುವಿಗಾಗಿ ಆತ ಚಿನ್ನದ ಜಿಂಕೆಯ ಮರೆಮೋಸದ ಜಾಲವನ್ನೂ ಹೆಣೆಯಬಲ್ಲ. ಯಾಕೆಂದರೆ ಅವನಿಗೆ ಹೇಗಾದರೂ ಗೆಲ್ಲುವುದೇ ಮುಖ್ಯ. ಆದರೆ ಈ ಗೆಲುವೇ ಅವನ ಅವನತಿಯ, ನಾಶದ ಮೊದಲ ಮೆಟ್ಟಿಲಾಗಿರುತ್ತದೆ.

ಎಂತಹ ವಿಪರ್ಯಾಸ ನೋಡಿ. ರಾಮ ನೆಲೆಸಬಯಸಿದ್ದು ಹನುಮಂತನಂತವರ ಹೃದಯದಲ್ಲಿ. ಆದರೆ ನಾವು ಬಯಸುವುದು ರಾವಣ ರಾಜ್ಯದ ವೈಭವೋಪೇತ ಅಟ್ಟಹಾಸವನ್ನು. ಅದಕ್ಕಾಗಿ ನಾವು ಹನುಮಂತನ ಪರಿವಾರ ವಾಸಿಸುವ ಕಾಡುಗಳನ್ನೇ ಬಲಿಕೊಡಬಲ್ಲೆವು. ಆದರೆ ಆ ಬದುಕುಗಳು ನೀಡಿದ ಸೂಚನೆಗಳನ್ನು ಮಾತ್ರ ಇನ್ನಾವುದೋ ಕೊನೆಯಿಲ್ಲದ ಬಾಯಾರಿಕೆಯ ಗೆಲುವಿಗಾಗಿ ಸೇರುವ ರಸ್ತೆಯಾಗಿಸಿಕೊಳ್ಳಬಲ್ಲೆವೇ ಹೊರತು ಅವುಗಳನ್ನು ಮೌಲ್ಯವಾಗಿಸಿಕೊಳ್ಳಲಾರೆವು. ಸೀತೆ ರಾವಣನ ವೈಭವದ ಕಡೆ ಕಣ್ಣೆತ್ತಿಯೂ ನೋಡಲಿಲ್ಲ. ರಾವಣ ಭಾವಿಸಿದ್ದೇನೆಂದರೆ, ಸೀತೆ ಇಂದಲ್ಲಾ ನಾಳೆ ಈ ವೈಭವಕ್ಕೆ ಒಡತಿಯಾಗಲು ಬಯಸಿಯೇ ಬಯಸುತ್ತಾಳೆ ಎಂದು. ಬಂಗಾರದ ಜಿಂಕೆಗೆ ಮಾರುಹೋದವಳು ಬಂಗಾರದರಮನೆಗೆ ಒಡತಿಯಾಗುವುದನ್ನು ನಿರಾಕರಿಸುತ್ತಾಳೆಯೇ ಎಂದು ಅವನು ಎಣಿಕೆ ಹಾಕಿರಬಹುದು. ಹೀಗೆ ಕಾಲಬುಡಕ್ಕೆ ಬಂದು ಬೀಳುವ ಸಂಪತ್ತು ಅನ್ಯೆತಿಕವಾದರೇನಂತೆ, ಬಂದಾಗ ಬಾಚಿಕೊಳ್ಳಬೇಕು ಎನ್ನುವವರಿರುವ ತನಕ ಇದಕ್ಕೆ ಕೊನೆಯಿಲ್ಲ. ಹಾಗೆ ಕೊಟ್ಟಿದ್ದನ್ನು ಪಡೆದು ತೆಪ್ಪಗೆ ದಾಸರಾಗಿ ಇರಬೇಕೆಂಬುದೇ ಹತ್ತು ತಲೆಯ ಯೋಜನಾಕಾಂಕ್ಷಿಗಳ ಅನುಕ್ತ ಶಾಸನ. ಅಂತಹ ಶಾಸನ ಒಪ್ಪದವರೆಲ್ಲಾ ಅವರಿಗೆ ಬಂಡುಕೋರರಂತೆಯೇ ಕಾಣಿಸುವುದು.

ಈ ರಾವಣ ರಾಜ್ಯದಂತೆಯೇ ರಾವಣನ ಹತ್ತು ತಲೆಯೂ ಮಹಾನ್ ರೂಪಕ. ಏಕಕಾಲಕ್ಕೆ ಎಷ್ಟು ಯೋಚನೆ, ಯೋಜನೆ, ಯುಕ್ತಿ, ಕುಯುಕ್ತಿ! ಮನುಷ್ಯ ಬ್ರಹ್ಮಚರ್ಯ, ಗೃಹಸ್ಥ, ವಾನಪ್ರಸ್ಥ, ಸಂನ್ಯಾಸಗಳೆಂಬ ನಾಲ್ಕು ಆಶ್ರಮಗಳನ್ನು ದಾಟಬೇಕು ಎಂದು ಹೇಳುತ್ತಿದ್ದುದು ಈ ಹತ್ತು ತಲೆಯ ಯೋಜನೆಯ ವಿರುದ್ಧ ದಿಕ್ಕಿನದು. ತಾನು ಅನುಭವಿಸಿದ ನಂತರದಲ್ಲಿ ಕಿರಿಯರಿಗೆ ಜವಾಬ್ದಾರಿ ಒಪ್ಪಿಸಿ ನೀಗಿಕೊಳ್ಳುವಂತದು. ಕೊನೆಯ ಎರಡನ್ನು ಕಾಡಿನಲ್ಲಿ ಕಳೆಯಬೇಕಿತ್ತು. ಆದರೆ ಈಗಲೋ, ಸ್ಟೈಲಿಶ್ ಇಂಗ್ಲಿಷ್, ಅತ್ಯಾಧುನಿಕ ಗ್ಯಾಜೆಟ್, ಚಿನ್ನದ ಸರ ಇತ್ಯಾದಿಗಳನ್ನೆಲ್ಲಾ ಕಾವಿಯಲ್ಲಿ ಧರಿಸಿ ಕಾಂಕ್ರೀಟ್ ಅರಮನೆಯಲ್ಲಿ ಬಂಟರೊಂದಿಗೆ ಬಾಳುತ್ತಿರುವ ಹಲವು 'ಸನ್ಯಾಸಿ'ಗಳಿಗೇ ಕಾಡು ಯಾವ ದಿಕ್ಕಿನಲ್ಲಿ ಇದೆ ಎಂದು ತಿಳಿದಿಲ್ಲ. ಇನ್ನು ಜವಾಬ್ದಾರಿಗಳೋ? ವಾಣಿಜ್ಯ ವ್ಯವಹಾರಗಳಿಂದ ಹಿಡಿದು ಸರ್ಕಾರ ಉಳಿಸಬೇಕೋ, ಉರುಳಿಸಬೇಕೋ ಎಂಬಲ್ಲಿಯವರೆಗೆ ಗೃಹಸ್ಥರು ನಾಚಿಕೊಳ್ಳುವಷ್ಟು ಹೆಚ್ಚಾಗಿದೆ! ಜೊತೆಗೆ ಶಿಷ್ಯರುಗಳಿಗೆ ಒಳ್ಳೆಯ ಖಾತೆಗಳನ್ನು ಕೊಡಿಸಿ, ಇಲ್ಲವೇ ಕ್ಷೇತ್ರಕ್ಕೆ ಹೆಚ್ಚು ಅನುದಾನಗಳನ್ನು ಕೊಡಿಸಿ ರಾವಣ ರಾಜ್ಯದಲ್ಲಿರುವಂತೆ ವೈಭವೋಪೇತ ಮಹಲುಗಳನ್ನು ಮೇಲಕ್ಕೆಬ್ಬಿಸಬೇಕಾಗಿದೆ.

ಮನುಷ್ಯ ತಾನಾಗಿ ತಂದುಕೊಳ್ಳುವ ಈ ಗೋಳುಗಳಿಗೂ ರಾವಣ ಒಳ್ಳೆಯ ರೂಪಕ. ವಿಭೀಷಣ ಮಾತ್ರವಲ್ಲ, ಕುಂಭಕರ್ಣನೂ ಸೀತೆಯನ್ನು ಮರಳಿ ಒಪ್ಪಿಸು ಎಂದು ಬುದ್ಧಿಮಾತು ಹೇಳುತ್ತಾನೆ. ನಿನ್ನಿಂದಾಗಿ ಲಂಕೆಗೆ ವಿಪತ್ತು ಬಂದಿತು ಎನ್ನುತ್ತಾನೆ. ಆದರೂ ಅತ ಕೇಳದೆ ಕೆರಳಿದ. ಕುಂಭಕರ್ಣ 'ಸರಿ. ನಾನು ನಿನಗಾಗಿ ಹೋರಾಡುತ್ತೇನೆ. ರಾಮನನ್ನು ಕೊಲ್ಲುತ್ತಲೇ ಸೀತೆ ನಿನ್ನ ವಶವಾಗುತ್ತಾಳೆ' ಎನ್ನುತ್ತಾನೆ. ಈ ಸಂದರ್ಭದಲ್ಲಿ ಅತಿಕಾಯನೆಂಬ ರಾಕ್ಷಸನ ಮಾತು ಕೇಳಿದರೆ, ಈತನೇ ನಮ್ಮ ಇಂದಿನ ವಾಟ್ಸ್ಯಾಪ್ ಯುನಿವರ್ಸಿಟಿಯವರ, ಕೆಲವೊಮ್ಮೆ ಕೆಲವು ಮಾಧ್ಯಮಗಳವರ ಮೂಲಗುರುವಾಗಿರಬೇಕು ಎಂಬ ಸಂಶಯ ಹುಟ್ಟುತ್ತದೆ. 'ನನ್ನನ್ನೂ ಸೇರಿಸಿ ಇನ್ನೂ ಐವರನ್ನು ಯುದ್ಧಕ್ಕೆ ಕಳುಹಿಸು. ಶತ್ರುಗಳು ಹತರಾದ ಮೇಲೆ ಸೀತೆ ನಿನ್ನವಳಾಗುತ್ತಾಳೆ. ಒಂದು ಪಕ್ಷ ನಾವು ಸೋತರೆ, ಅದನ್ನು ಬಹಿರಂಗಪಡಿಸಬೇಡ: ನಾವೇ ಗೆದ್ದೆವೆಂದು ಊರಿನಲ್ಲೆಲ್ಲಾ ಹರಡು. ಅದನ್ನು ಕೇಳಿ ನಿರಾಶಳಾದ ಸೀತೆ ಗತ್ಯಂತರವಿಲ್ಲದೆ ನಿನ್ನನ್ನು ವರಿಸುತ್ತಾಳೆ.' ರಾವಣನೂ ಒಪ್ಪದ ಗೆಲುವಿನ ಈ ನೀಚದಾರಿಯ ಮಾತು ಈಗೀಗ ಬಹಳ ದೊಡ್ಡ ರಣತಂತ್ರವೇ ಆಗುತ್ತಿದೆ? ರಾಮಾಯಣದ ರಾವಣನ ನಾಶದ ನಂತರವೂ.

ಔ

· 12

ಇದಿರು ನೋಟ

ಸಬಿತಾ ಬನ್ನಾಡಿ

ಜಾಗತೀಕರಣ ಪೂರ್ವ ಮತ್ತು ಉತ್ತರಗಳ ಬೆಳವಣಿಗೆಗಳನ್ನು ತಿರುಗಿ ನೋಡುವ ಕಾಲ ಎದುರಿಗಿದೆ

ಏಕಾಂತವು ಕಾಣಿಸೀತೇ ಲೋಕಾಂತದ ದಾರಿ?

ಮನಸ್ಸು ಅತ್ಯಂತ ವೇಗವಾಗಿ ಓಡುತ್ತಿರುವ ಈ ಹೊತ್ತಿನಲ್ಲಿ ಕೈಕಾಲುಗಳು ಲಾಕ್‌ಡೌನ್‌ಗೆ ಒಗ್ಗಿಕೊಳ್ಳದ ಸ್ಥಿತಿಯೊಂದು ನಿರ್ಮಾಣವಾಗಿದೆ. ಈ ಕೆಲವು ದಿನಗಳಲ್ಲೇ ಎಷ್ಟೊಂದು ಸಂಗತಿಗಳು ಮುನ್ನೆಲೆಗೆ ಬಂದು ಹಿನ್ನೆಲೆಗೆ ಸರಿಯುತ್ತಿವೆಯೆಂದರೆ, ಅಭದ್ರತೆ ಮತ್ತು ಭೀತಿಯಲ್ಲಿ ಚಿತ್ರ ವಿಚಿತ್ರ ಪ್ರತಿಕ್ರಿಯೆಗಳು ಹುಟ್ಟುತ್ತಿವೆ, ಸಾಯುತ್ತಿವೆ. ಒಂದೆಡೆ ಕುಟುಂಬಗಳು ಒಗ್ಗೂಡುತ್ತಿದ್ದರೆ, ಇನ್ನೊಂದೆಡೆ ಕೌಟುಂಬಿಕ ಹಿಂಸೆಗಳು ಎಗ್ಗಿಲ್ಲದೇ ಹೆಚ್ಚುತ್ತಿವೆ.

ಹೌದು, ಎಂತ ಅನೂಹ್ಯ ಜಗತ್ತಿನಲ್ಲಿ ನಾವು ಬಾಳುತ್ತಿದ್ದೇವಲ್ಲ. ಯಾರು ಎಂದಾದರೂ ಕಲ್ಪನೆಯಲ್ಲೂ ಇದನ್ನು ಕಂಡಿರಲಾರರು. ಇಡೀ ಜಗತ್ತು ಒಂದೇ ಅವಧಿಯಲ್ಲಿ ಮನೆಯೊಳಗೆ ಅಡಗಿಕೊಳ್ಳುವುದೆಂದರೆ!

ಎಲ್ಲ ಬಲ್ಲವರೆಂಬ ನಮ್ಮ ಅಹಮ್ಮಿನಲ್ಲಿ, ಸದಾ ಅವಮಾನಿತರ, ಅಲಕ್ಷಿತರ ಬಗ್ಗೆ ಯೋಚಿಸುವವರು ನಾವು, ಅವರಿಗಾಗಿ ಕೆಲಸ ಮಾಡುತ್ತಿರುವವರು ನಾವು ಎಂಬವರಿಗೂ ಕೂಡ ಊಹಿಸಲಾಗದ ಒಂದು ಸಂಗತಿ ನಮ್ಮ ದೇಶದೊಳಗೆ ನಡೆದು ಹೋಯಿತು. ನಮ್ಮ ವಲಸಿಗರು ಕಾಲ್ನಡಿಗೆಯಲ್ಲಿ ತಮ್ಮ ಬೇರುಗಳನ್ನು ಸೇರಿಕೊಳ್ಳಲು ಮಕ್ಕಳು ಮರಿಯೊಂದಿಗೆ ರಸ್ತೆಗೆ ಬಿದ್ದಾಗ ಛೇ! ಎಂಬ ಉದ್ಗಾರ ಎಷ್ಟು ಜನರಲ್ಲಿ ಹುಟ್ಟಿತೋ ಲೆಕ್ಕ ಇಲ್ಲ. ವಲಸೆಯ ಬಗ್ಗೆ ಎಷ್ಟೊಂದು ಅಧ್ಯಯನಗಳು ಈ ಮೊದಲೇ ಪ್ರಕಟವಾಗಿವೆ. ಲಾಕ್ ಡೌನ್ ಅವರನ್ನು ಉಪವಾಸ ಬೀಳಿಸುತ್ತದೆ ಎಂಬ ಮುನ್ನೋಟವೇನೋ ಇತ್ತು. ಆದರೆ ಅವರು ಸಾವಿರಾರು ಕಿಲೋಮೀಟರ್ ನಡೆದಾರು ಎಂದು ಅಂದುಕೊಂಡಿರಲೇ ಇಲ್ಲ. ಮಾತೆತ್ತಿದರೆ ಯುದ್ಧದ ಪರಿಭಾಷೆಯನ್ನು ಬಳಸುವ ನಮಗೆ ಈ ವಲಸಿಗರು ಮಾತ್ರ 'ಯೋಧ'ರೆನಿಸಲೇ ಇಲ್ಲ.

ಸರಿಯಾಗಿ ಯೋಚಿಸಿದರೆ ಸುರಕ್ಷಿತ ಮನೆಗಳಲ್ಲಿ ವಾಸಿಸುತ್ತಿರುವ ನಾವೆಲ್ಲರೂ ಅವರಿಗಿಂತ ಎಷ್ಟೊಂದು ದುರ್ಬಲರು ಎನ್ನುವುದು ಗೋಚರವಾಗುತ್ತದೆ. ನಮಗಾಗಿ ದುಡಿವ ಅವರು ತಮ್ಮ ಸಾವನ್ನೂ ಲೆಕ್ಕಿಸದೆ ಮಕ್ಕಳು ಮರಿಗಳೊಂದಿಗೆ ಹೊರಟೇಬಿಟ್ಟರು. ತಾವು ಕಟ್ಟಿದ ಮಹಲುಗಳಲ್ಲಿ ತಣ್ಣಗೆ ಕುಳಿತವರ ಯಾವ ಸಹಾಯವನ್ನೂ ಯಾಚಿಸದೆ, ಅವರ ಸಾಕ್ಷಿಪ್ರಜ್ಞೆಯನ್ನು ಕೆಣಕುವಂತೆ 400–500 ಕಿಲೋಮೀಟರುಗಳನ್ನು ಕ್ರಮಿಸಿಯೇ ಬಿಟ್ಟರು. ಆಗಲೂ ಅವರನ್ನು ನಡೆಸಿಕೊಂಡ, ನಡೆಸಿಕೊಳ್ಳುತ್ತಿರುವ ರೀತಿ ಮತ್ತೆ ನಮ್ಮನ್ನು ಕೆಣಕಬೇಕಾಗಿತ್ತು. ಇಲ್ಲ. ಹಾಗೇನೂ ಆಗಲೇ ಇಲ್ಲ. ಅದರಾಚೆಯ ವಿಕೃತಿಗಳೆಲ್ಲ ತಿಳಿನೀರಿನ ಸರೋವರದೊಳಗಿಂದ ಬಗ್ಗಡದಂತೆ ಎದ್ದು ಬಂತು. ಬಹಳ ವಿಚಿತ್ರವೆಂದರೆ ಇದು ನಮ್ಮೊಳಗನ್ನೆಲ್ಲಾ ಕೆದಕಿ ಚೊಕ್ಕ ಮಾಡಬೇಕಿತ್ತು.

ಆದರೆ, ಇದನ್ನು ಮರೆಮಾಚಲು ಎಂತೆಂತಹ ನಾಟಕಗಳು ನಡೆದವು. ನಾಲ್ಕಾರು ದಿನಗಳಲ್ಲಿ ಧಾರ್ಮಿಕ ಬಣ್ಣ ಬಳಿದ ಸುದ್ದಿ ಎಷ್ಟೊಂದು ಮುನ್ನೆಲೆಗೆ ಬಂತು. ಮನೆ ಮನೆಗೂ ಇದು ಎಷ್ಟು ಬೇಗ ತಲುಪಿತು ಅಂದರೆ, ತಕ್ಷಣವೇ ಜನರಲ್ಲಿ ಧರ್ಮ ರಕ್ಷಣೆಯ ಪ್ರಜ್ಞೆ ಜಾಗೃತವಾಗಿ ವೀರಾವೇಶದ ಹುಲಿವೇಷದ ಅಟ್ಟಹಾಸ ಮೊರೆಯತೊಡಗಿತು. ತಪ್ಪು ಮಾಡಿದವರಿಗೆ ಶಿಕ್ಷೆಯನ್ನು ಒತ್ತಾಯಿಸುವ ನೇರದಾರಿಯಾಚೆಗೆ ಆ ನೆಪದಲ್ಲಿ ತಮ್ಮೊಳಗೆ ಅಡಗಿರುವ ದ್ವೇಷದ ವೈರಾಣುವನ್ನು ಅಧಿಕೃತಗೊಳಿಸುವ ಹಪಾಹಪಿಗೆ ಕೊರೊನಾ ಕೂಡ ನಾಚಿಕೊಂಡಿರಬಹುದು.

ಇದೆಲ್ಲಾ ಬಿಟ್ಟು ನಮ್ಮ ಬದುಕುಗಳ ಪರಿ ಮತ್ತದರ ದೋಷಗಳ ಬಗ್ಗೆ, ಭೂಮಿಯನ್ನು ಕೆಣಕುತ್ತಿರುವ ಬಗ್ಗೆ ನಮ್ಮ ಮಾಧ್ಯಮಗಳ್ಯಾಕೆ ಮಾತಾಡುತ್ತಿಲ್ಲ?

ಭೂಮಿ ಈ ಉಪಾಯ ಮಾಡಿ ಮನುಷ್ಯರನ್ನು ಕಟ್ಟಿ ಹಾಕಿರಬಹುದೇ? ಈ ವರ್ಷದ ಆರಂಭದಲ್ಲೇ ಸ್ವೀಡನ್‌ನ ಹದಿನಾರರ ಹುಡುಗಿ ಗ್ರೇತಾ ಥನ್‌ಬರ್ಗ್, 'ಇನ್ನು ಸಮಯವಿಲ್ಲ, ಈಗಲೇ, ಈ ವರ್ಷವೇ ಭೂಮಿಯ ತಾಪಮಾನ ತಗ್ಗಿಸಲು ಏನು ಮಾಡುತ್ತೀರಿ? 2030, 2050 ಎಂದೆಲ್ಲಾ ಕತೆ ಹೇಳಬೇಡಿ,' ಎಂದಿದ್ದಳು. ದೊಡ್ಡ ದೊಡ್ಡ ರಾಷ್ಟ್ರಗಳ ಅಧ್ಯಕ್ಷರುಗಳು ಅವಳನ್ನು ಲೇವಡಿ ಮಾಡಿದ್ದರು. ಭಾರತೀಯರೂ ಅವಳನ್ನು ಟ್ರೋಲ್ ಮಾಡಿದ್ದರು. ಈಗ ಕೆಲವರು, ಜ್ಯೋತಿಷಿಗಳು ಏನು ಹೇಳಿದ್ದರು ಎಂದು ಮರುಳು ಮಾಡಲು ಶತಸಾಹಸ ಮಾಡುತ್ತಿದ್ದಾರೆ. ಅವರ ಮಡ್ಡ ತಲೆಗೆ ಗ್ರೇತಾ ಆಗಲಿ, ಹಲವು ನಿಜ ವಿಜ್ಞಾನಿಗಳು ಕೊಟ್ಟ ಎಚ್ಚರಿಕೆಯಾಗಲಿ ಭವಿಷ್ಯವಾಣಿ ಎಂದು ಅನ್ನಿಸುವುದೇ ಇಲ್ಲ. ಅದು ಪ್ಯಾನಿಕ್ ಆದ ವರ್ತನೆಯಂತೆ ಕಾಣುತ್ತದೆ. ಕಾರ್ಪೊರೇಟ್ ಹಿಡಿತದಡಿಯಿರುವ ವಿಜ್ಞಾನವೂ ಕೂಡ ಮೂಲಭೂತವಾದಿಯಾಗಿರುತ್ತದೆ ಎಂದು ವಂದನಾ ಶಿವ ಹೇಳುತ್ತಾರೆ. ಯಾಕೆಂದರೆ, ಆಗ ವಿಜ್ಞಾನಕ್ಕೆ ಸತ್ಯ ಹೇಳುವುದಕ್ಕಿಂತಲೂ, ಅಧಿಕಾರದ ಹಿಡಿತವನ್ನು ಬಿಗಿಗೊಳಿಸುವುದೇ ಮಹತ್ವದ್ದಾಗಿರುತ್ತದೆ. ಅಧಿಕಾರ ಕಳೆದುಕೊಳ್ಳುವ ಸ್ಥಿತಿ ಬಂದರೆ, ಅವರು ಬೇಕಿದ್ದರೆ ಜ್ಞಾನವನ್ನು ಬಿಡುತ್ತಾರೆಯೇ ಹೊರತು ಅಧಿಕಾರವನ್ನಲ್ಲ. ಅಭಿವೃದ್ಧಿ ಎಂಬುದೊಂದು ದೊಡ್ಡ ಪರಿಕಲ್ಪನಾತ್ಮಕ ಭೌದ್ಧಿಕ ಭ್ರಷ್ಟಾಚಾರವಾಗಿದ್ದು ಇದನ್ನು ಬದಲಿಸಲು ಜನಸಾಮಾನ್ಯರ ಜ್ಞಾನದ ಸಾಮೂಹಿಕ ಜವಾಬ್ದಾರಿಯನ್ನು ಗಾಂಧಿ ಮಾದರಿಯಲ್ಲಿ ಮುನ್ನೆಲೆಗೆ ತರುವುದೊಂದೇ ದಾರಿ ಎಂದು ಆಕೆ ಹೇಳುತ್ತಾರೆ. ಈ ಕಠಿಣದ ಹಾದಿ ಕೈಗೂಡದಂತೆ ಜಾಗತೀಕರಣ ನಂತರದ ಕಾರ್ಪೋರೇಟ್ ಜಗತ್ತು ಸರ್ಕಾರಗಳನ್ನೇ ವಶಕ್ಕೆ ತೆಗೆದುಕೊಂಡು, ತಂತ್ರಜ್ಞಾನವನ್ನು ಬಳಸಿಕೊಂಡು ಜನರ ಮಿದುಳುಗಳಿಗೇ ಲಗ್ಗೆ ಇಡುತ್ತಿದೆ. ಕೊರೊನಾ ಇದನ್ನೂ ತೆರೆದು ತೋರಿಸಿದೆ – ಕಾಣಿಸುವವರಿಗೆ.

ಭಾರತ ಎಂತಹ ಸದವಕಾಶವನ್ನು ಕೈಚೆಲ್ಲಿತಲ್ಲಾ ಅಂತ ಅನ್ನಿಸದೇ ಇರದು. ಗಾಂಧಿ ಹೇಳಿದ ಗ್ರಾಮ ಸ್ವರಾಜ್ಯ, ಆ ಸ್ವರಾಜ್ಯದಲ್ಲಿ ಅಂಬೇಡ್ಕರ್ ಹೇಳಿದ ಸಂಪೂರ್ಣ ಸಾಮಾಜಿಕ ನ್ಯಾಯ, ಬುದ್ಧನ ಸಾವಧಾನ, ಗಂಡು-ಹೆಣ್ಣೆಂಬ ಭೇದವಿಲ್ಲದೆ ಎಲ್ಲರನ್ನೂ ಒಳಗೊಂಡ ಭಕ್ತಿ ಚಳವಳಿಗಳು ಹೇಳುವ ತಿಳಿವಿನ ವಿವೇಕ, ಎಲ್ಲ ಧರ್ಮದ ಚಿಂತಕರ ಗೂಡಾದ ತತ್ವಪದಕಾರರ ಅನನ್ಯ ಜೀವನ ದೃಷ್ಟಿ ಎಲ್ಲ, ಎಲ್ಲವನ್ನೂ ಒಳಗೊಂಡ ನಾವು, ಅದನ್ನು ನಮ್ಮ ಆಡಳಿತದ ತಿರುಳಾಗಿಸದೇ ಹೋದೆವಲ್ಲಾ, ಇದೇನು 'ನಿಂದ ನೆಲದ ಕೇಡೋ, ಬಂದ ಕಾಲದ ಕೇಡೋ' ವಿವರಿಸಲಾಗುವುದಿಲ್ಲ.

ಹೌದು, ಈಗ ಕೊರೊನಾ ಪೂರ್ವ ಮತ್ತು ಕೊರೊನಾ ನಂತರದ ಜಗತ್ತು ಎಂದು ವಿಭಜಿಸಿ ನೋಡುವ ಕಾಲ ಬಂದಿದೆ. ಆದರೆ ನಿಸ್ಸಂಶಯವಾಗಿ ಇದು ಜಾಗತೀಕರಣ ಪೂರ್ವ ಮತ್ತು ಜಾಗತೀಕರಣ ನಂತರದ ಬೆಳವಣಿಗೆಗಳನ್ನು ಮತ್ತೊಮ್ಮೆ ತಿರುಗಿ ನೋಡುವಂತೆ ಒತ್ತಾಯಿಸುತ್ತದೆ. ಯುದ್ಧ ಮತ್ತು ಜನಾಂಗವಾದದ ನಿಸ್ಸಾರತೆಯನ್ನು ಮನಗಾಣಿಸಿ ಒಂದು ಸುಸ್ಥಿರತೆಯತ್ತ ಪಯಣ ಹೊರಟಿದ್ದ ಜಗತ್ತನ್ನು ಭೌತಿಕ ಯುದ್ಧವಿಲ್ಲದೇ ಯುದ್ಧ ಸ್ಥಿತಿಗೆ ಜಾಗತೀಕರಣ ನಂತರದ ವ್ಯಾಪಾರೀ ಜಗತ್ತು ನೂಕಿದೆ. ಈಗ ಈ ಇಸ್ಪೀಟೆಲೆಯ ಕೋಟೆಯು ಕುಸಿಯುತ್ತಿದ್ದರೂ ಅದನ್ನು ನಂಬಲು ಮತ್ತು ಒಪ್ಪಲು ಇವರು ತಯಾರಿರುವುದಿಲ್ಲ.

ಒಂದೆಡೆ ತಮ್ಮ ಪ್ರಜೆಗಳು ಚೀನಾವನ್ನು ದ್ವೇಷಿಸುವಂತೆ ಟ್ರಂಪ್ ಮೊದಲಾದ ನಾಯಕರು ಮಾತಾಡುತ್ತಾರೆ. ಇನ್ನೊಂದೆಡೆ ತಮ್ಮ ಸಂಪೂರ್ಣ ಆರ್ಥಿಕತೆಯೇ ಚೀನಾವನ್ನು ಅವಲಂಬಿಸಿರುವುದನ್ನು ಮುಚ್ಚಿಡುತ್ತಾರೆ. ಚೀನಾ ಕೇವಲ ಕಮ್ಯುನಿಸ್ಟ್ ದೇಶವಲ್ಲ. ಅದು ಕ್ಯಾಪಿಟಲಿಸ್ಟ್ ಕಮ್ಯುನಿಸ್ಟ್ ದೇಶ. ಈ ಹೇಟ್ ಅಂಡ್ ಲವ್ ಸ್ಟೋರಿಗಳ ಮೂಲ ಇಲ್ಲಿದೆ.

'ಕಾಸ್ಟ್ ಅವೇ ಆನ್ ದ ಮೂನ್' ಎಂಬ ಕೊರಿಯನ್ ಸಿನಿಮಾದಲ್ಲಿ, ಮೆಟ್ರೊಪಾಲಿಟನ್ ನಗರದಲ್ಲಿ ವಾಸಿಸುವ ಹೈ ಪ್ರೊಫೈಲ್ ಉದ್ಯೋಗಸ್ಥ, ಹಲವು ಕಾರ್ಡುಗಳ ಮಾಲೀಕನಾದ ನಾಯಕ ಸಾಲ ತೀರಿಸಲಾಗದೆ ಆತ್ಮಹತ್ಯೆ ಮಾಡಿಕೊಳ್ಳಲು ಹೋದರೂ ಸಾಯದೆ, ದ್ವೀಪದಂತಹ ಕಾಡಿನಲ್ಲಿ ಸಿಕ್ಕಿಹಾಕಿ ಕೊಳ್ಳುತ್ತಾನೆ. ಎಲ್ಲ ಸವಲತ್ತುಗಳ ನಗರ ಅವನನ್ನು ಸಾವಿನೆಡೆಗೆ ನೂಕಿದರೆ, ಏನೂ ಇಲ್ಲದ ಕಾಡು ಅವನಲ್ಲಿ ಬದುಕುವ ಪ್ರೇರೇಪಣೆ ನೀಡುತ್ತದೆ. ತಾನೇ ಬೆಳೆದು ತಿನ್ನುವ ಸುಖದೆದುರು, ಆರ್ಡರ್ ಕೊಟ್ಟು ಕ್ಷಣಾರ್ಧದಲ್ಲಿ ತರಿಸಿಕೊಂಡು ತಿನ್ನುವ ಬದುಕು ಕ್ಷುಲ್ಲಕವೆನಿಸುತ್ತದೆ. ಮುಖವಿಲ್ಲದ ನಗರದ ಕರಾಳತೆ ಏಕಾಂತದ ಕಾಡಿನಲ್ಲಿ ತೆರೆದುಕೊಳ್ಳುತ್ತದೆ. ಇಂದಿನ ಲಾಕ್ ಡೌನ್ ಸ್ಥಿತಿ ಅತ್ಯಾಧುನಿಕ ಅಹಮ್ಮಿಕೆಯ ಮನುಷ್ಯನಿಗೆ ಈ ತಿಳಿವನ್ನು ತಂದು ಕೊಟ್ಟೀತೇ?

ಔ

ಇದಿರು ನೋಟ

ಸಬಿತಾ ಬನ್ನಾಡಿ

· 13

ಬಡತನವನ್ನೇ ಹೆಚ್ಚಿಸಿ ಅತಿ ಶ್ರೀಮಂತರಿಗೆ ಅನುಕೂಲ ಮಾಡುವೆಡೆಗೆ ನವ ಆರ್ಥಿಕತೆಯ ಗುಟ್ಟಿನ ನಡೆಯಿದೆ.

ಶ್ರಮಿಕರ ಬಡತನವ ಹಂಚಿಕೊಳ್ಳುವುದೆಂದು?

ಕುದುರೆ ಸತ್ತಿಗೆಯವರ ಕಂಡಡೆ
ಹೊರಳಿಬಿದ್ದು ಕಾಲ ಹಿಡಿವರು
ಬಡ ಭಕ್ತರು ಬಂದಡೆ ಎಡೆಯಿಲ್ಲ, 'ಅತ್ತ ಸನ್ನಿ' ಎಂಬರು
ಎನ್ನೊಡೆಯ ಕೂಡಲಸಂಗಯ್ಯನವರ
ತಡೆಗೆಡಹಿ ಮೂಗ ಕೊಯ್ಯದೆ ಮಾಬನೆ?
(ಸಂ: ಎಂಎಂ ಕಲಬುರ್ಗಿ; ಸಮಗ್ರ ವಚನ ಸಂಪುಟ; 2001)

ಬಸವಣ್ಣನವರ ಈ ವಚನ ಹೇಳುವ ಸತ್ಯಗಳು ಹಲವು.

ಇದು ವ್ಯಕ್ತಿಗಳ ಸಂಪತ್ತು ಹೆಚ್ಚುತ್ತಾ, ದೇಶದ ಸಂಪತ್ತು ಕುಸಿಯುತ್ತಾ ಹೋದಾಗ ಸಂಭವಿಸುವ ಒಂದು ಸಂಗತಿಯೂ ಹೌದು. ಭಕ್ತರಲ್ಲೂ ಬಡವ, ಬಲ್ಲಿದ ಎಂಬ ಭೇದವನ್ನು ಮಾಡುತ್ತಾ, ಶ್ರೀಮಂತಿಕೆಯನ್ನು ಸಹಜ ಎಂಬಂತೆ ಒಪ್ಪಿಸುವ, ಬಿಂಬಿಸುವ, ವಿಜೃಂಭಿಸುವ, ಮೌಲ್ಯವಾಗಿಸುವ, ಆ ಮೂಲಕ ಬಡವರಿಗಾಗುವ ಅಪಮಾನವನ್ನು ಪುರಸ್ಕರಿಸುವ ಎಲ್ಲ ನಡೆಗಳು ಇಲ್ಲಿವೆ. ಹಾಗೆ ಅಪಮಾನಿಸಿದವರ ಮೂಗು ಕೊಯ್ದು ಅವರಿಗೂ ಅಪಮಾನದ ಅನುಭವ ಆಗುವಂತೆ ಸಂಗಯ್ಯ ಮಾಡುತ್ತಾನೆ ಎನ್ನುವ ಆಶಯ ಇಲ್ಲಿದೆ.

ಎಲ್ಲ ಶ್ರೀಮಂತಿಕೆಗಳನ್ನು ನಿರಾಕರಿಸುವ, ಸಾಮುದಾಯಿಕ ಬದುಕಿನ ಮೂಲಕ ಸಮಾನತೆಯನ್ನು ಬಾಳುವ ನಿಲುವಿನಿಂದ ಹೊರಟವರು ಶರಣರು. ಇಂದಿನ ಪ್ರಜಾಪ್ರಭುತ್ವ ವ್ಯವಸ್ಥೆಯಲ್ಲೂ ಈ ಆಶಯ ಈಡೇರದೆ, ಜನರಿಗಾಗಿ ಚುನಾಯಿತವಾದ ಸರ್ಕಾರಗಳ ಹಣವೂ ಉಳ್ಳವರ ಪಾಲಾಗುವುದನ್ನು ತಪ್ಪಿಸಲಾಗದ ದುರಂತವು ಮುಂದುವರಿದಿದೆ. ಈ ಹಣವೆಂಬ ಮಧ್ಯವರ್ತಿಯು ಆರ್ಥಿಕ ನೆಲೆಯಲ್ಲಷ್ಟೇ ಬಡವರನ್ನು ಹುಟ್ಟಿಸಿರುವುದಲ್ಲ, ಸಾಮಾಜಿಕ ನೆಲೆಯಲ್ಲೂ ಬಡವರನ್ನು ಹುಟ್ಟಿಸಿದೆ. ಬೇರೆ ಬೇರೆ ಕಸುಬುಗಳೇ ಒಬ್ಬರಿಗೊಬ್ಬರ ಅವಲಂಬನೆಯ ನಂಟನ್ನು ಹಣವೆಂಬ ಮಧ್ಯವರ್ತಿಯು ಕಡಿದುಹಾಕಿದೆ. ಹೀಗಾಗಿ, ಮನುಷ್ಯರ ನಡುವೆ ಒಡಕು ತರುವುದು ಸಲೀಸಾಗಿ, ಸ್ವಲಾಭದ ಮೆಟ್ಟಿಲುಗಳನ್ನಾಗಿಸುವ ಕಾರ್ಯಸೂಚಿಯನ್ನೇ ಪ್ರವಚನಗಳನ್ನಾಗಿಸಿ– ಜನರ ಜುಟ್ಟು ಹಿಡಿಯುವುದನ್ನು ಕರಗತವಾಗಿಸಿಕೊಳ್ಳುವುದನ್ನೂ ಅಪೂರ್ವ ತಂತ್ರಗಾರಿಕೆ ಎಂದು ಬಿಂಬಿಸುವ ಹಣದೆಂಜಲಿನ ಹಪಹಪಿಯ ಮಾಧ್ಯಮಗಳನ್ನು ಸಾಕಿಕೊಂಡು ಹುಸಿಯ ಆಹಾರವನ್ನೇ ಮೆಂದು, ಇಂದು ಮಾನವತೆಯು ಮಸಿ ಹಿಡಿಸಿಕೊಂಡಿದೆ.

ಯಂತ್ರವು ಹುಟ್ಟುಹಾಕುವ ಯಾಂತ್ರಿಕ ಆಧುನಿಕತೆಯು ಹಸಿದವರನ್ನು ಕ್ರಿಮಿನಲ್‌ಗಳು ಎಂದು ಬಿಂಬಿಸುವ ದುರಂತವನ್ನು ಚಾರ್ಲಿ ಚಾಪ್ಲಿನ್ 'ಮಾಡರ್ನ್ ಟೈಮ್ಸ್' ಸಿನಿಮಾದಲ್ಲಿ ತೋರಿಸುತ್ತಾನೆ. ಕಾರ್ಪೋರೇಟೀಕರಣ, ಮಾರುಕಟ್ಟೆ ಆರ್ಥಿಕತೆಗಳು ಇದನ್ನು ಇನ್ನಷ್ಟು ಬಿಗಡಾಯಿಸಿ ಜಾತಿ, ಧರ್ಮ, ರಾಷ್ಟ್ರೀಯತೆ ಹೀಗೆ ಎಲ್ಲವನ್ನೂ ಸರಕುಗಳಾಗಿಸಿವೆ. ಇದಾಗದ ಸ್ವರಾಜ್ಯವನ್ನು ಗಾಂಧಿ ಬಯಸಿದ್ದರು. ಇದರಾಚೆಯ ಸಮಾನತೆಯನ್ನು ಅಂಬೇಡ್ಕರ್ ಸಂವಿಧಾನವಾಗಿಸಿದ್ದರು. ಆದರೆ ಇವರೆಲ್ಲರನ್ನೂ ಮೀರಿ ಸುಳ್ಳುಬುರುಕರು ಬಾಯಿಗೆ ಬಂದಿದ್ದು ಬಡಬಡಿಸುವುದನ್ನು– ಹಣವನ್ನು ದುಡಿಯುವುದಕ್ಕಾಗಿಯೇ ಕೊಡುತ್ತಿರುವ ಶಿಕ್ಷಣ ಪಡೆದ ಇಂದಿನ 'ವಿದ್ಯಾವಂತ'ರು ಕಣ್ಣಿಗೊತ್ತಿಕೊಳ್ಳುವಾಗ, ಇಂತಹ ಶಿಕ್ಷಣ ಪಡೆಯದವರಲ್ಲಿ ಮಾತ್ರ ಮಾನವೀಯತೆಯ ಸೆಲೆ ಚೂರುಪಾರು ಉಳಿದಿರುವ ವಿದ್ಯಮಾನಗಳು ಗೋಚರವಾಗತೊಡಗಿವೆ.

ಕೋವಿಡ್ ಸಂದರ್ಭ ಇವುಗಳನ್ನೆಲ್ಲ ತೆರೆದು ತೋರುವ ನೆಪಗಳೂ ಆಗಿವೆ. ಮೊದಲ ಲಾಕ್‌ಡೌನ್‌ನ ಅನಿರೀಕ್ಷಿತ ಸನ್ನಿವೇಶದಲ್ಲಿ ಕೂಲಿ ಕಾರ್ಮಿಕರು ನಗರದಲ್ಲಿ ಬದುಕುವುದು ದುಸ್ತರವಾಯಿತು. ಆ ಬಗ್ಗೆ ಯಾರಿಗೂ ಮುನ್ನೋಟವೂ ಇರಲಿಲ್ಲ. ಅವರು ತಮ್ಮ ಹಳ್ಳಿಯೆಡೆಗೆ ಕಾಲ್ನಡಿಗೆಯಲ್ಲೇ ವಲಸೆ ಹೊರಟರು. ದೆಹಲಿಯಿಂದ ಸಾವಿರಾರು ಕಿಲೊಮೀಟರ್ ದೂರದ ಬಿಹಾರಕ್ಕೆ ಹೀಗೆ ಸೆಕೆಂಡ್ ಹ್ಯಾಂಡ್ ಸೈಕಲ್‌ನಲ್ಲಿ ಹೊರಟ ಏಳು ಜನರಿಗೆ ಹಲವು ಸವಾಲುಗಳು ಎದುರಾಗುತ್ತವೆ. ಇದನ್ನು ಡಾಕ್ಯುಮೆಂಟರಿ ಮಾಡಿರುವ ವಿನೋದ್ ಕಾಪ್ರಿ ಆ ಅನುಭವಗಳನ್ನು, '1232 ಕಿ.ಮೀ' ಎಂಬ ಹೆಸರಿನಲ್ಲಿ ಪುಸ್ತಕವನ್ನಾಗಿಯೂ ತಂದರು (ಕನ್ನಡಕ್ಕೆ: ಸತೀಶ್ ಜಿ.ಟಿ).

ಈ ಏಳು ಜನ ನೂರಾರು ಕಿ.ಮೀ ಕ್ರಮಿಸಿದ ನಂತರ ಯಾವುದೋ ಒಂದು ಹಳ್ಳಿಯಲ್ಲಿ ಕತ್ತಲು ಆವರಿಸಿದ ಹೊತ್ತಿನಲ್ಲಿ ಇವರ ಸೈಕಲ್ಲಿಗೆ ಪಂಕ್ಚರ್ ಹಾಕಿಸಬೇಕಿರುತ್ತದೆ. ಕೆಲವು ಕಿಲೊಮೀಟರ್ ಹುಡುಕಿ ಒಬ್ಬಾತನ ಮನೆಗೆ ಹೋಗಿ ಕೇಳುತ್ತಾರೆ. ಮನೆ ಮಕ್ಕಳಿಗೆ ಹುಷಾರಿಲ್ಲದ ಆ ಬಡವ್ಯಕ್ತಿ ಮೊದಲು ನಿರಾಕರಿಸುತ್ತಾನೆ. ಆದರೂ ದೂರದ ಬಿಹಾರಕ್ಕೆ ಸೈಕಲ್‌ನಲ್ಲಿ ಹೊರಟಿದ್ದು ಕೇಳಿ ಒಂದು ಸೈಕಲ್ ಮಾತ್ರವಲ್ಲ, ಏಳೂ ಸೈಕಲ್‌ಗಳನ್ನು ಸಿದ್ಧಪಡಿಸಿ, 'ಇನ್ನು ನೂರು ಕಿಲೊಮೀಟರ್ ವರೆಗೆ ನಿಮಗೆ ತೊಂದರೆ ಇಲ್ಲ' ಎನ್ನುತ್ತಾನೆ. ಇವರು ಕಾಸು ಕೊಡಲು ಹೋದಾಗ ನಿರಾಕರಿಸುತ್ತಾನೆ. ಸ್ವತಃ ತಾನೇ ಅಂಗಡಿ ಮುಚ್ಚಿ ದುಡಿಮೆ ಕಳೆದುಕೊಂಡ ಆತನ ಹೆಸರು ಇರ್ಷಾದ್. ಈ ಪಂಕ್ಚರ್‌ವಾಲಾನ ಮಾನವೀಯತೆ ಓದುಗರನ್ನೂ ಸೇರಿಸಿ ಎಲ್ಲರ ಕಣ್ಣುಗಳನ್ನು ಹನಿಗೂಡಿಸುತ್ತದೆ.

ಅಲ್ಲಲ್ಲಿ ಕೆಲವೆಡೆ ನೀರೂ ಸಿಗದ ನವ ಅಸ್ಪೃಶ್ಯತೆ (ಕೋವಿಡ್ ಹೊತ್ತು ತರುತ್ತಿದ್ದಾರೆ ಎಂಬ ಭಯ), ಅಲ್ಲಲ್ಲಿ ವಿಶೇಷ ಅನುಕಂಪದ ಆದರಗಳ ನಡುವೆ ಮನೆ ತಲುಪುವ ಒಂದೇ ಆಸೆ ಹೊತ್ತು, ಹಸಿದ ಹೊಟ್ಟೆಯಲ್ಲಿ ಸೈಕಲ್ ತುಳಿವ ಇವರನ್ನು ಆಳುವ ವ್ಯವಸ್ಥೆಗಳು ನಡೆಸಿಕೊಂಡಿದ್ದು ಹೇಗೆ? ಇವರು ಹೆದ್ದಾರಿಗಳಲ್ಲಿ ಹಾದು ಹೋಗುವಾಗ ಪೊಲೀಸ್ ದೌರ್ಜನ್ಯಕ್ಕೆ ಬಲಿಯಾಗುತ್ತಾರೆ. ಇವರ್ಯಾರಿಗೂ ಡಾಬಾದವರು ಊಟ ಕೊಡಬಾರದು, ಕೊಟ್ಟಲ್ಲಿ ಶಿಕ್ಷೆ ವಿಧಿಸಲಾಗುವುದು ಎಂದು ತಾಕೀತು ಮಾಡಲಾಗುತ್ತದೆ! (ಒಂದು ಅನುಮಾನ– ಇವರು ಶ್ರಮದಿಂದ ದುಡಿದು ತಿನ್ನುವವರಾಗಿರದೆ ಕಾವಿ ಧರಿಸಿದ್ದರೆ ಊಟ ಸಿಗುತ್ತಿತ್ತೋ ಏನೋ?) ಅಷ್ಟೇ ಅಲ್ಲ, ನಿರಂತರ 32 ಗಂಟೆಗಳ ಕಾಲ ಹಸಿವಿನಿಂದ ಬಳಲಿದ ಇವರಂತಹ ಹಲವರನ್ನು ಪ್ರಾಣಿಗಳಂತೆ ಬಸ್ಸಿನಲ್ಲಿ ತುರುಕಿ, 'ನಿಮಗೆಂದೇ ಕ್ಯಾಂಪ್ ಇದೆ, ಅಲ್ಲಿ ಊಟವಿದೆ' ಎಂದು ಹಸಿ ಹಸಿ ಸುಳ್ಳು ಹೇಳಿ, ಸಾವಿರಾರು ಜನರಿರುವ ಸ್ಟೇಡಿಯಂನಲ್ಲಿ ಕುರಿ ಮಂದೆಯಂತೆ ಇರಿಸಲಾಗುತ್ತದೆ. ಈ ಸನ್ನಿವೇಶಗಳನ್ನು ಕಲ್ಪಿಸಿಕೊಳ್ಳುವಾಗಲೇ

ಕರುಳು ಚುರುಕ್ ಎನ್ನುತ್ತದೆ. ಪಂಕ್ಚರ್‌ವಾಲಾರನ್ನು ಆಡಿಕೊಳ್ಳುವ ನಮ್ಮ ಯೋಗ್ಯತೆ ಈ ಮಟ್ಟಕ್ಕೆ ಕುಸಿದು ಹೋಯಿತಲ್ಲವೇ? ಈ ಮದ ಎಲ್ಲಿಂದ ಹುಟ್ಟಿಕೊಂಡಿತು? ಇವರನ್ನೆಲ್ಲಾ ಬಡವರನ್ನಾಗಿಸಿ, ಕೆಲವರನ್ನೇ ಶ್ರೀಮಂತರನ್ನಾಗಿಸಿದ ನಮ್ಮ ಆರ್ಥಿಕತೆಯ ಹುಸಿಯಲ್ಲಿ ಹುಟ್ಟಿಕೊಂಡಿತಲ್ಲವೇ?

'ಆಕ್ಸ್ಫ್ಯಾಮ್' ಸಮೀಕ್ಷಾ ವರದಿಯ ಪ್ರಕಾರ ಎರಡು ವರ್ಷದ ಕೋವಿಡ್ ಅವಧಿಯಲ್ಲಿ ಶತಕೋಟ್ಯಧಿಪತಿಗಳ ಸಂಪತ್ತು ಎರಡು ಪಟ್ಟಿಗಿಂತ ಹೆಚ್ಚಾಗಿದೆ. ಅದೇ ಹೊತ್ತಿನಲ್ಲಿ ಜನ ಸಾಮಾನ್ಯರ ಬಡತನವೂ ಹೆಚ್ಚಾಗಿದೆ. 10% ಜನರ ಬಳಿ ದೇಶದ ಒಟ್ಟು ಸಂಪತ್ತಿನ 45% ಸೇರಿಕೊಂಡರೆ, 50% ಜನರ ಬಳಿ ಕೇವಲ 6% ಸಂಪತ್ತಿದೆ. ದೇಶದ 55.5 ಕೋಟಿ ಜನರ ಆದಾಯವನ್ನು ಒಟ್ಟುಗೂಡಿಸಿದರೆ ಸಿಗುವ ಸಂಪತ್ತು, ನಮ್ಮ ದೇಶದ ಕೇವಲ 98 ಜನ ಶ್ರೀಮಂತರ ಹತ್ತಿರ ಇದೆ! ಈ ಬೆಳವಣಿಗೆಯು ಮರಳಿ ಪ್ರಭುಗಳ ಪ್ರಭುತ್ವದೆಡೆಗೆ ಒಯ್ಯುವುದರ ಸಂಕೇತ.

ಹೀಗಾಗಿ, ಈಗ ಬಡತನದ ಹಂಚಿಕೆ ಆಗಬೇಕಿದೆ. ಜನರ ಶ್ರಮದ ಸಂಪತ್ತು ಕೆಲವೇ ವ್ಯಕ್ತಿಗಳಲ್ಲಿ ಅಡಗಿ ಕುಳಿತುಕೊಳ್ಳುವುದಲ್ಲ, ಅದು ದೇಶದೆಲ್ಲೆಡೆ ಜನರೆಲ್ಲರ ಮೂಲ ಸೌಲಭ್ಯಗಳಲ್ಲಿ ಹಂಚಿಹೋಗಬೇಕು. ಸಿರಿವಂತಿಕೆಯು ಬಡತನದಲ್ಲೂ, ಬಡತನವು ಸಿರಿವಂತಿಕೆಯಲ್ಲೂ ಕರಗಿ ಸಮತೆ ಬೆಳೆಯಬೇಕು. ಹಾಗಿದ್ದಲ್ಲಿ ಮಾತ್ರ ಅದು ಬಲವಾಗಿ ದೇಶದ ಭದ್ರ ನೆಲೆಯಾಗಬಲ್ಲುದು. ಇದು ಕೂಡಾ ನಮ್ಮ ನೆಲದಲ್ಲೇ ಇರುವ ತತ್ವ, ಆದರೆ ಕ್ವಚಿತ್ತಾಗಿ ಆಚರಣೆಯಲ್ಲಿರುವ ತತ್ವ. ಸಿಖ್ ಪಂಥವು ಆದಾಯದ ಒಂದು ಭಾಗವನ್ನು ಇಲ್ಲದವರಿಗೆ ಹಂಚಲು ಹೇಳುತ್ತದೆ. ಇದರ ವ್ಯಕ್ತರೂಪ ಅವರ ಸಾಮೂಹಿಕ ಅಡುಗೆಮನೆಯಾದ ಲಂಗರ್‌ಗಳು. ಶರಣರ ದಾಸೋಹದಂತೆ ಇದು. ಈಚಿನ ರೈತ ಚಳವಳಿಯಲ್ಲಿ ಇದು ವಹಿಸಿದ ಅಮೋಘ ಪಾತ್ರ ಎಚ್ ಆರ್ ನವೀನ್‌ಕುಮಾರ್ ಅವರ 'ಕದನ ಕಣ' ಪುಸ್ತಕದಲ್ಲಿ ದಾಖಲಾಗಿದೆ. ಜಾತಿ, ಧರ್ಮದ ಭೇದವಿಲ್ಲದೆ, ಪ್ರೀತಿ, ಸಹನೆ, ಸೌಹಾರ್ದವನ್ನು ಊಟದಂತೆಯೇ ಹಂಚಿದ ಅವರು, ಚಳವಳಿಯನ್ನು ಸುವ್ಯವಸ್ಥಿತ ಪ್ರೀತಿಯ ಹಕ್ಕೊತ್ತಾಯವಾಗಿಸಿದರು. ಇದು ಸಾಧ್ಯತೆಯ ಒಂದು ಮಾದರಿ.

ಮನಸ್ಸುಗಳನ್ನು ಬರಡಾಗಿಸಿಕೊಂಡು, ಬಡವರ ತುತ್ತು ಕಿತ್ತುಕೊಂಡು ಮೆರೆವವರಿಗೂ, ಅವರನ್ನು ಮಾದರಿಯಾಗಿಸುವರಿಗೂ, ಕನಿಷ್ಠ ನಾಚಿಕೆಯನ್ನಾದರೂ ಹುಟ್ಟಿಸುವನೇ ಸಂಗಯ್ಯ?

೫೦

· 14

ಇದಿರು
ನೋಟ

ಸಬಿತಾ ಬನ್ನಾಡಿ

ಅನನ್ಯತೆ ಉಳಿಸಿಕೊಂಡ ಸಾಮುದಾಯಿಕತೆಯೆಡೆಗೆ ಹೆಜ್ಜೆ ಹಾಕುವುದೊಂದೇ ಉಳಿದಿರುವ ದಾರಿ

ಅಧಿಕಾರದ ಹುಲಿ ಸವಾರಿ

ಸಾಲ ಮಾಡಿ ತುಪ್ಪ ತಿನ್ನಬೇಕೋ? ತುಪ್ಪ ಮಾರಿ ಸಾಲ ತೀರಿಸಬೇಕೋ? ಈ ಪ್ರಶ್ನೆಗಳ ಹಿಂದೆಯೇ ಇದರ ಇನ್ನೊಂದು ಮುಖವೂ ಕಾಣಿಸುತ್ತದೆ. ಅದೆಂದರೆ, ಸಾಲ ಕೊಡುವವರೂ ಇದ್ದಾರೆ, ಮಾರಿದರೆ ತುಪ್ಪ ಕೊಳ್ಳುವವರೂ ಇದ್ದಾರೆ. ಸಾಲದಿಂದ ತತ್ತರಿಸಿದವರೂ ಇದ್ದಾರೆ. ಇದು ಸದ್ಯಕ್ಕೆ ಭಾರತದೊಳಗಣ ಸ್ಥಿತಿಯೂ ಹೌದು. ಭಾರತದ ಸ್ಥಿತಿಯೂ ಹೌದು.

ಈಚೆಗೆ ಸರ್ಕಾರವೇ ಬಿಡುಗಡೆ ಮಾಡಿದ ಅಂಕಿ ಅಂಶಗಳ ಪ್ರಕಾರ, ಭಾರತದ ಸಾಲ ಈ ವರ್ಷ ರೂ. 107 ಲಕ್ಷ ಕೋಟಿಗೆ ತಲುಪಿದೆ! ಏಳು ವರ್ಷದ ಹಿಂದೆ ಇದು ರೂ. 40 ಲಕ್ಷ ಕೋಟಿ ಇತ್ತು. ಹಿಂದೆಲ್ಲಾ ದೇಶದ ಸಾಲವನ್ನು ತಲಾವಾರು ಲೆಕ್ಕ ಹಾಕಲಾಗುತ್ತಿತ್ತು. ಇತ್ತೀಚಿನ ದಿನಗಳಲ್ಲಿ ಈ ತಲೆಬಿಸಿಯನ್ನು ದೇಶದ ಜನ ಮರೆತು ಬಿಟ್ಟಿದ್ದಾರೆ.

ಬಹಳ ವಿಚಿತ್ರ ಸ್ಥಿತಿಯ ಕಾಲಘಟ್ಟವೊಂದರಲ್ಲಿ ನಾವಿದ್ದೇವೆ. ಜಗತ್ತಿನಲ್ಲೇ ಅತಿ ಸಿರಿವಂತರಾದವರು ಈಗ ನಮ್ಮ ದೇಶದಲ್ಲಿದ್ದಾರೆ. ಆರೂವರೆ ಲಕ್ಷ ಕೋಟಿ ವಾರ್ಷಿಕ ಆದಾಯವಿರುವವರೂ, ತಿಂಗಳಿಗೆ ಆರೂವರೆ ಸಾವಿರವೂ ಇಲ್ಲದ ಕಡು ಬಡವರೂ ಒಟ್ಟಿಗೇ ಇರುವ ಈ ದೇಶದಲ್ಲಿ ಕಳೆದ ವರ್ಷದ ಕೋವಿಡ್ ಸಂಕಟ ಇನ್ನಷ್ಟು ಕಟು ಸತ್ಯಗಳನ್ನು ನಮಗೆ ತೆರೆದು ತೋರುತ್ತಿದೆ. ಒಂದೆಡೆ ಕೆಲಸ ಕಳೆದುಕೊಂಡವರಿಗಾಗಿ ಸಹಾಯ ಕೋರುವ ಮನವಿಗಳು ಬರುತ್ತಲೇ ಇದೆ. ಇನ್ನೊಂದೆಡೆ, ಇದೇ ವರ್ಷವೇ ನಾವು ಬೃಹತ್ ಕಟ್ಟಡಗಳನ್ನು ಕಟ್ಟುವವರಿದ್ದು ಅದಕ್ಕಾಗಿ ವಿಜೃಂಭಣೆಯಿಂದ ಶಂಕುಸ್ಥಾಪನೆಗಳನ್ನು ಮಾಡುತ್ತಿದ್ದೇವೆ.

ಒಂದೆಡೆ, ಪ್ರವಾಹ, ಭೂಕುಸಿತಗಳಿಂದ ಮನೆ ಕಳೆದುಕೊಂಡವರು ಪರಿಹಾರಕ್ಕಾಗಿ, ಮನೆಗಾಗಿ ಕಾಯುತ್ತಲೇ ಇದ್ದಾರೆ. ಇನ್ನೊಂದೆಡೆ ಭವ್ಯ ಮಂದಿರಕ್ಕಾಗಿ ದೇಶಾದ್ಯಂತ ಹಣ ಸಂಗ್ರಹಿಸಲು ಅಭಿಯಾನಗಳು ನಡೆಯುತ್ತಿವೆ. ಒಂದೆಡೆ ಕೋವಿಡ್‌ನ ಸಾವುಗಳನ್ನು ತಡೆಯಲು ಯುದ್ಧೋಪಾದಿಯಲ್ಲಿ ಕಾರ್ಯಾಚರಣೆ ನಡೆಸಲಾಗುತ್ತದೆ. ಇನ್ನೊಂದೆಡೆ ಚಳವಳಿ ಮಾಡುತ್ತಿರುವ ರೈತರು ಚಳಿಯಲ್ಲಿ ಸಾಯುತ್ತಿದ್ದರೂ ಕಣ್ಣೀರಿನ ಪಸೆಯೂ ಇಲ್ಲ. ಒಂದೆಡೆ, ಯಾವುದೋ ಒಂದು ಆತ್ಮಹತ್ಯೆಯ ಪ್ರಕರಣವನ್ನು ತಿಂಗಳಾನುಗಟ್ಟಲೆ ಜೀವಂತವಾಗಿಟ್ಟು ಜನರನ್ನು ವಿಭಜಿಸುವ ಕೆಲಸ ಹಲವು ಮಾಧ್ಯಮಗಳಲ್ಲಿ ನಡೆದರೆ, ಇನ್ನೊಂದೆಡೆ ನೂರಾರು ರೈತರ ಸಾವಿನ ಕುರಿತು ಒಂದು ಸಾಲಿನ ಸುದ್ದಿಯೂ ಪ್ರಕಟವಾಗುವುದಿಲ್ಲ.

ಇವೆಲ್ಲ ರೀತಿ ನೀತಿಗಳು ನೈಸರ್ಗಿಕವೋ? ಕೃತಕವೋ? ಸರಿಯಾಗಿ ಯೋಚಿಸಿ ನೋಡಿದರೆ ಎಲ್ಲವೂ ಕೃತಕ. ಕೃತಕವಾದ ಈ ಟೊಳ್ಳು ಬುನಾದಿಯ ವ್ಯವಸ್ಥೆಯನ್ನು ಕೆಲವರೇ ಕೆಲವರ ಅನುಕೂಲಕ್ಕಾಗಿ ಮಾಡಿಕೊಳ್ಳಲಾಗಿದೆ. ಮತ್ತು ಅದೇ ಬದುಕಿನ ಪರಿ ಎಂದು ಎಲ್ಲರನ್ನು ಒಪ್ಪಿಸಲಾಗಿದೆ. ಪರಿಸರ ಚಿಂತಕಿ ವಂದನಾಶಿವ ಇದು ಮಾನವ ಕೇಂದ್ರಿತ ಚಿಂತನೆಯೊಂದಿಗೆ ಆರಂಭವಾಯಿತು ಎನ್ನುತ್ತಾರೆ. ಪರಿಸರದ ಜೊತೆಗೆ ಮನುಷ್ಯನಿದ್ದಾಗ ಅಪಾರ ಜೀವಿ ವೈವಿಧ್ಯ ಮತ್ತು ಮನುಷ್ಯನಿಗೆ ಅಪಾರವಾದ ಆಂತರಿಕ ಸ್ವಾತಂತ್ರ್ಯವಿತ್ತು. ಆದರೆ ಪರಿಸರ ಇರುವುದೇ ಮನುಷ್ಯನಿಗಾಗಿ ಎಂಬ ಚಿಂತನೆ ಮುನ್ನೆಲೆಗೆ ತಂದ ಮೇಲೆ ಕೆಲವೇ ಕೆಲವರು

ಸಂಪತ್ತಿನ ಮೇಲೆ ಹಿಡಿತ ಸಾಧಿಸಿ ಉಳಿದವರನ್ನು, ಉಳಿದ ಜೀವಜಾಲಗಳನ್ನು ತನ್ನ ಕೈವಶ ಮಾಡಿಕೊಂಡು ಎಲ್ಲರ ಸ್ವಾತಂತ್ರ್ಯಹರಣ ಮಾಡುತ್ತಾ ಕೊನೆಯಿಲ್ಲದ ಜೈತ್ರಯಾತ್ರೆ ಮಾಡತೊಡಗಿದರು. ಅದಕ್ಕಾಗಿ ಹಲವು ಪ್ರತ್ಯೇಕತೆಗಳನ್ನು ಬಿತ್ತಲಾಗುತ್ತದೆ. ವಸಾಹತುಗಳನ್ನು ಆಕ್ರಮಣ ಮಾಡಿಕೊಂಡ ಬಿಳಿಯರಿಂದಾಗಿ ಈ ಮಾದರಿ ಜಗತ್ತಿನಾದ್ಯಂತ ಪಸರಿಸಿದೆ. ಅದೀಗ ಹಲವು ಶ್ರೇಣಿ ಒಳಶ್ರೇಣಿಗಳಲ್ಲಿ ಹಲವು ರೂಪಗಳಲ್ಲಿ ಕೆಲಸ ಮಾಡುತ್ತಿದೆ.

ಮೊದಲು ಅವರು ತಾವು ಹೇಳಿದ್ದು ಮಾತ್ರ ಜ್ಞಾನ ಎಂದು ಉಳಿದವರನ್ನು ಪ್ರತ್ಯೇಕಿಸಿ ಆಳಿದರು. ಅದಕ್ಕೂ ಮೊದಲೇ ನಮ್ಮಲ್ಲೇ ಕೆಲವರು ತಾವು ಮಾತ್ರ ಶ್ರೇಷ್ಠ ಎಂದು ಸ್ಥಾಪಿಸಿ ಬೌದ್ಧಿಕವಾಗಿ ಆಳುತ್ತಿದ್ದರು. ಬುಡಕಟ್ಟು ಜನರು, ತಳಜಾತಿಗಳವರು, ಹೆಣ್ಣುಮಕ್ಕಳು ಹೀಗೆ ಹಲವು ಒಡಕುಗಳನ್ನು ಮಾಡಿ ಆಳ್ವಿಕೆ ಸಲೀಸುಗೊಳಿಸಿ ಕೊಳ್ಳಲಾಗುತ್ತದೆ. ಕಾಲಾಂತರದಲ್ಲಿ ಹಲವು ಹೋರಾಟ, ಚಿಂತನೆಗಳಿಂದ ಇದನ್ನು ಬದಲಿಸಿದರೂ, ಈ ಆಳ್ವಿಕೆ ಎಂಬುದು ಮೌಲ್ಯವಾಗಿ ಬದಲಾದಾಗ ಆಳಿಸಿಕೊಂಡವರೂ, ಆಳುವವರಂತಾಗಲು ಹಪಹಪಿಸುತ್ತಾರೆ. ಅವರನ್ನು ಆರಾಧಿಸ ತೊಡಗುತ್ತಾರೆ. ಇಂದಿನ ಲಾಭಕೋರತನದ ದಾಹ ಇಂತಹುದೇ. ಇನ್ನಷ್ಟು ಮತ್ತಷ್ಟು ದೊಡ್ಡ ಸಾಮ್ರಾಜ್ಯ ಸ್ಥಾಪಿಸುವ ಭರದಲ್ಲಿ ಹಲವರ ಸಾವು, ನೋವು, ಅವಮಾನಗಳು ಅವರಿಗೆ ಕಾಣಿಸುವುದೇ ಇಲ್ಲ.

ಕೋವಿಡ್‌ಗಿಂತಲೂ ಅದರಿಂದಾದ ಆರ್ಥಿಕ ಏರುಪೇರಿನ ಕಷ್ಟದಲ್ಲಿ, ಮತ್ತು ಸಾರ್ವಜನಿಕವಾಗಿ ಸೇರುವುದಕ್ಕೆ ಅವಕಾಶವಿಲ್ಲದಾಗಲೇ ಕಾರ್ಪೊರೇಟ್ ಕಂಪೆನಿಗಳು ತಮ್ಮ ಹಿತ ಸಾಧಿಸಲು ಸರ್ಕಾರಗಳ ಮೇಲೆ ನಿಷ್ಕರುಣೆಯಿಂದ ಒತ್ತಡ ಹಾಕಬಲ್ಲವು ಮತ್ತು ಅವುಗಳ ಒಡೆತನದ ಕೆಲವು ಮಾಧ್ಯಮಗಳು ನಿರ್ಲಜ್ಜೆಯಿಂದ ಅದನ್ನು ಬೆಂಬಲಿಸಬಲ್ಲವು. ಇಂತಹದ್ದೇ ಸನ್ನಿವೇಶವನ್ನು ನೆನಪಿಸುವಂತಿದೆ, ಬಂಗಾಳಿ ಬರಹಗಾರ ಭವಾನಿ ಭಟ್ಟಾಚಾರ್ಯ 1955ರಲ್ಲಿ ಬರೆದ 'ಹುಲಿ ಸವಾರಿ' ಎಂಬ ಕಾದಂಬರಿ.

ಕಷ್ಟಪಟ್ಟು ದುಡಿಯುವ ಅತ್ಯಂತ ಪ್ರಾಮಾಣಿಕ ಕಮ್ಮಾರ ಕಾಳು, ಬರಗಾಲ ಬಂದಾಗ ಬಾಳೆಹಣ್ಣು ಕದ್ದು ತಿಂದಿದ್ದಕ್ಕಾಗಿ ಮೂರು ತಿಂಗಳ ಜೈಲುಶಿಕ್ಷೆ ಅನುಭವಿಸುತ್ತಾನೆ. ಅದೇ ಬರಗಾಲ ಶ್ರೀಮಂತರಿಗೆ ಇನ್ನಷ್ಟು ಅನುಕೂಲ ಮಾಡಿಕೊಡುತ್ತದೆ. ಬಡವರು ಹೆಚ್ಚಾದಷ್ಟೂ ಅವರ ಮೋಜು ಮಸ್ತಿಗೆ ಅಗ್ಗದ ಜನ ಸಿಗುತ್ತಾರೆ. ವೇಶ್ಯಾವಾಟಿಕೆ ತುಂಬಿ ತುಳುಕುತ್ತದೆ. ಜೈಲಿನ ನರಕಸದೃಶ ಅನುಭವ ಕಾಳುವಿಗೆ ಶ್ರೀಮಂತರ ಮೇಲೆ ದ್ವೇಷ ಹುಟ್ಟಿಸುತ್ತದೆ. ಹೊರಬಂದವನು ಮಗಳ ಜೊತೆ ಸೇರಿ ಉದ್ಭವಲಿಂಗದ ಪವಾಡ ಮಾಡುತ್ತಾನೆ. ನೆಲದಾಳದ ಮಣ್ಣುತುಂಬಿದ ಡಬ್ಬದಲ್ಲಿ ಕಡಲೆಕಾಳು ತುಂಬಿಸಿ,

ಅದರ ಮೇಲೆ ಸುಟ್ಟ ಕಲ್ಲೊಂದನ್ನಿಟ್ಟು, ಸತತ ನೀರೆರೆದು ಅದು ಮಣ್ಣಿನಿಂದ ಮೇಲೆ ಬಂದಾಗ ಲಿಂಗ ಉದ್ಭವಿಸಿದೆ ಎಂದಾಗ ಜನ ಮರುಳಾಗುತ್ತಾರೆ. ಬಡತನದಲ್ಲಿ ಬೆಂದ ಜನರೂ ಸಮೀಪದಲ್ಲೇ ಮಂದಿರವಾಗುವುದು ತಮ್ಮ ಭಾಗ್ಯಚಕ್ರ ಎಂದು ಭಾವಿಸುತ್ತಾರೆ.

ಮಂದಿರ ಆದೀತೇ ಎಂಬ ಸಂಶಯಕ್ಕೆ ಬಡ ಹೆಣ್ಣುಮಗಳೊಬ್ಬಳು, 'ಇಡೀ ಕಲ್ಕತ್ತಾ ನಗರದಲ್ಲಿ ನಮ್ಮದೇ ಭವ್ಯ ಮಂದಿರ ಆಗುವುದು. ಇಲ್ಲವಾದರೆ, ಊರಿನ ತುದಿಯಲ್ಲಿದ್ದ ಈ ಜಾಗವನ್ನೇ ಏಕೆ ಶಿವ ಆಯ್ಕೆ ಮಾಡಿದ್ದು? ಆಕಾಶದಿಂದ ಹಣ ಸುರಿಯುವುದು. ಮಳೆಯ ಹಾಗೆ. ಸ್ವಲ್ಪ ತಡೆ, ನೋಡುವಿಯಂತೆ!' ಎಂದ ಮಾತು ನಿಜವಾಗಿ, ಕಾಳು, ಮಂಗಲ ಅಧಿಕಾರಿ ಎಂಬ ಬ್ರಾಹ್ಮಣವೇಷ ಧರಿಸಿ ಶ್ರೀಮಂತನಾಗುತ್ತಾನೆ.

ಮುಂದೊಂದು ದಿನ ಒಬ್ಬ ಹಸಿದ ಬಡವ ಕಾಳುವಿನ ಹತ್ತಿರ ಊಟ ಯಾಚಿಸುವಾಗ, ಅವನ ಕೈ ಇವನಿಗೆ ತಗುಲಿದ ಕೂಡಲೇ ಸಿಟ್ಟಿಗೆದ್ದು, ಕೀಳು ಜಾತಿಯ ನೀನು ಬ್ರಾಹ್ಮಣನಾದ ನನ್ನನ್ನು ಮುಟ್ಟಿ ಅಪವಿತ್ರಗೊಳಿಸುವೆಯಾ ಎಂದು ಅವನನ್ನು ಅಟ್ಟುತ್ತಾನೆ. ಆ ಕ್ಷಣದಲ್ಲಿ ಅವನ ಮಗಳ ವಿವೇಕ ಅವನನ್ನು ಎಚ್ಚರಿಸದೇ ಹೋಗಿದ್ದರೆ, ಅವನೂ ತನ್ನ ಗತ ಮರೆತು ಇನ್ನಷ್ಟು ಅಧಿಕಾರ ಹಿಡಿಯುವಲ್ಲಿ ಮಗ್ನನಾಗುತ್ತಿದ್ದ. ಆತ ಹಾಗೆ ಆಗುವಂತೆ ಪ್ರೇರೇಪಿಸುವುದು ಅವನಿಗೆ ಸಿಕ್ಕ ವರ್ತಮಾನದ ಗೌರವದ ಸ್ಥಾನ. ಅದು ಹೇಗೆ ಸಿಕ್ಕಿತು ಎಂಬುದು ಮುಖ್ಯವಾಗದ ಸಮಾಜದಲ್ಲಿ ಅದನ್ನು ಹೇಗೆ ಉಳಿಸಿಕೊಳ್ಳಬೇಕೆಂದರೆ, ಆಳುವುದಕ್ಕಾಗಿ ಭಕ್ತರ ಸಮೂಹ ಸೃಷ್ಟಿಸಿ, ಭೇದಭಾವಗಳನ್ನು ಉಳಿಸಿ, ಬಣಗಳನ್ನು ಬೆಳೆಸಿ, ಕಲ್ಪಿತ ಶತ್ರುಗಳನ್ನು ನಿರ್ಮಿಸಿ, ತನ್ನ ಪರವಾದ ಪಡೆಗಳನ್ನು ದಾಳಿಗೆ ಸದಾ ಸಜ್ಜುಗೊಳಿಸಿ ಇಡುವ ಮೂಲಕ.

ಇದೊಂದು ಬಹಳ ಗೋಜಲಾದ ಸಂಗತಿ. ಇದರ ಗೋಜಲು ಬಿಡಿಸಿ ಈ ಸ್ಥಿತಿಯನ್ನು ಬದಲಿಸಲಾಗದು ಅಂದುಕೊಂಡೇ ಬುದ್ಧ, ಬಸವನಂತವರು ಅದರಿಂದ ಹೊರಬಂದು ಅಧಿಕಾರ ಕೇಂದ್ರವಿಲ್ಲದ, ಪ್ರತಿ ವ್ಯಕ್ತಿಯೂ ಅನನ್ಯತೆಯನ್ನು ಉಳಿಸಿಕೊಂಡೂ ಸಮುದಾಯದ ಭಾಗವಾಗುವ, ಬಾಹ್ಯ ಕಟ್ಟಡಗಳಿಂದ ಹೊರಬಂದು ಬಯಲಾಗುವ ದಾರಿಯನ್ನು ಸೂಚಿಸಿದರು. ಸಾಲದ ಹುಲಿಯೇರಿದ್ದರೂ ನಮಗಿನ್ನೂ ಆ ಸೂಚನೆಗಳು ಸಿಕ್ಕಿಲ್ಲ.

ಌ

15

ಇದಿರು
ನೋಟ
ಸಬಿತಾ ಬನ್ನಾಡಿ

**ಅಧಿಕಾರ ಎಂಬುದು
ಧರಿಸುವ ಕಿರೀಟವಲ್ಲ,
ಹಿಡಿಯುವ ಕಂದೀಲು**

ಸಾಹಿತ್ಯವೆಂಬ ನಿತ್ಯ ಸಚಿವ ಮಂಡಲ

ಸಾಹಿತ್ಯಕ್ಕೂ ಪ್ರಭುತ್ವಕ್ಕೂ ಇರುವ ನಂಟು ಯಾವ ರೀತಿಯದು? ಸಾಹಿತಿ ಪ್ರಭುತ್ವದ ಜೊತೆಗೆ ನಂಟು ಇಟ್ಟುಕೊಳ್ಳಬೇಕಾದ ಅವಶ್ಯಕತೆ ಇದೆಯೇ ಅಥವಾ ಸಾಹಿತಿ ಪ್ರಭುತ್ವದಿಂದ ಸದಾ ಮಾರುದೂರ ಓಡಬೇಕೇ? ಇದು ಸಾಹಿತ್ಯದ ಪ್ರಶ್ನೆಯೇ? ಸಾಹಿತಿಯ ಪ್ರಶ್ನೆಯೇ?

ಅರಸನ ಓಲಗದಲ್ಲಿ 'ಆಸ್ಥಾನ ಕವಿ' ಎಂಬ ಪದವಿ ಇತ್ತು. ಅವನಿಗೆ ('ಅವಳಿಗೆ' ಅವಕಾಶ ಇಲ್ಲದ್ದು ಅವಳ ಪುಣ್ಯವೇ ಇರಬೇಕು) ಅರಸನನ್ನು ಓಲೈಸಲೇಬೇಕಾದ ಕಷ್ಟ ಇದ್ದೇ ಇತ್ತು.

'ಓಲೈಸಿ ಬಾಳ್ವುದು ಕಷ್ಟ ಇಳಾಧಿನಾಥರಾ' ಎಂಬ ಪಂಪನ ಮಾತು ಪ್ರಸಿದ್ಧವಾದುದು. ಇಂತಹ ಕಷ್ಟವೆಲ್ಲ ಬೇಡ ಅಂತಲೇ ಹರಿಹರನ ಕಾಲಾ ನಂತರದ ಕವಿಗಳು ದೇವಪ್ರಭುತ್ವ ಮನ್ನಿಸಿ, ರಾಜಪ್ರಭುತ್ವ ನಿರಾಕರಿಸಿದರು. ಆ ಪರಂಪರೆ ಕನ್ನಡದಲ್ಲಿ ಬಹಳ ದೊಡ್ಡದಿದೆ.

ಅದಿರಲಿ, ಆದರೆ ಅದಕ್ಕಿಂತ ಹಿಂದೆ ಮತ್ತು ಮುಂದೆ ಆಸ್ಥಾನ ಕವಿಗಳಂತೂ ಇದ್ದೇ ಇದ್ದರು. ಆದರೆ ಅವರೆಲ್ಲ ಎಲ್ಲಿ ಹೋದರು? ಅವರನ್ನೆಲ್ಲ ಇವತ್ತು ನಾವು ಓದುತ್ತಿಲ್ಲವೆಂದರೆ ಆ ಕೃತಿಗಳೆಲ್ಲ ಸಿಗುತ್ತಿಲ್ಲ ಎಂಬುದು ಮೂಲ ಕಾರಣವಲ್ಲ. ಆ ಕೃತಿಗಳಿಗೆ ಸತ್ವ ಇಲ್ಲದ್ದರಿಂದ ಆ ಕಾಲದಲ್ಲೇ ಜನರಿಂದ ಮರೆಯಾಗಿ ಹೋದವು. ಕುಮಾರವ್ಯಾಸನನ್ನು ಜನ ಮೌಖಿಕ ಪರಂಪರೆಯ ರೀತಿಯಲ್ಲಿ ಉಳಿಸಿಕೊಂಡಿದ್ದಕ್ಕಿಂತ ದೊಡ್ಡ ಉದಾಹರಣೆ ಇದಕ್ಕೆ ಬೇಕಿಲ್ಲ. ಅಂದರೆ, ರಾಜನ ಆಸ್ಥಾನದಲ್ಲಿ ಆಸ್ಥಾನ ಕವಿಯಾದರೆ, ಕೃತಿಗಳು ಓಲೆಗರಿಯಲ್ಲಿ ಗ್ರಂಥರೂಪ ತಾಳುವ ಅನುಕೂಲ, ಅವುಗಳ ಹಲವು ಪ್ರತಿಗಳು ಅಚ್ಚಾಗುವ ಅವಕಾಶ ಎಲ್ಲವೂ ಇರುತ್ತಿತ್ತು. ಉಳಿದವರಿಗೆ ಈ ಅನುಕೂಲಗಳು ಇರುತ್ತಿರಲಿಲ್ಲ. ತತ್ಕಾಲಕ್ಕೆ ಅವರಿಗೆ ಕವಿಗಳಾಗಿದ್ದ ಕಾರಣಕ್ಕೇ ಸಿಗಬಹುದಾಗಿದ್ದ ಮನ್ನಣೆಗಳು ಸಿಗುತ್ತಿತ್ತು ಎಂದು ಹೇಳಲಾಗುವುದಿಲ್ಲ. ವಚನಗಳನ್ನು ಆ ಕಾಲಕ್ಕೆ ಕಾವ್ಯ ಎಂದು ಪರಿಗಣಿಸಿಯೇ ಇರಲಿಲ್ಲವಾದರೂ ಅವು ನೂರಾರು ವರ್ಷಗಳ ನಂತರವೂ ಜನರ ನೆನಪಿನಲ್ಲಿ ಉಳಿದ ಉದಾಹರಣೆಯೂ ಮತ್ತು ಪ್ರೌಢದೇವರಾಯನ ಕಾಲದಲ್ಲಿ ಸಂಗ್ರಹ ಮತ್ತು ಕಾಪಾಡುವಿಕೆಗೆ ಒಳಗಾಗಿದ್ದು ಕೂಡ ಇದನ್ನೇ ಹೇಳುತ್ತದೆ. ಅಲ್ಲಿಗೆ ಉತ್ಕೃಷ್ಟ ಸಾಹಿತ್ಯ ಸೃಷ್ಟಿಗೂ ಪ್ರಭುತ್ವಕ್ಕೂ ನೇರ ಸಂಬಂಧ ಇಲ್ಲ ಎಂಬುದು ಸ್ಪಷ್ಟ. ಆದರೆ ಅದನ್ನು ಕಾಪಿಡುವುದಕ್ಕೆ ಪ್ರಭುತ್ವ ಸಹಾಯ ಮಾಡಬಹುದು ಎಂಬುದೂ ಅದನ್ನು ನಾಶ ಮಾಡಬೇಕೆಂದು ಪ್ರಭುತ್ವ ಬಯಸಿದರೆ ಅದು ಆ ಕೆಲಸಕ್ಕೆ ಕೈಹಾಕಿಯೇ ಹಾಕುತ್ತದೆ ಎಂಬುದೂ ಅಷ್ಟೇ ಸ್ಪಷ್ಟ. ಆಶ್ಚರ್ಯ! ಪ್ರಭುತ್ವದ ಬುಲ್‌ಡೋಜರ್ ಕೆಳಗೆ ಕೆಲವೊಮ್ಮೆ ಗರಿಕೆಗಳು ಜೀವ ಉಳಿಸಿಕೊಂಡು ಸೂರ್ಯನನ್ನು ನೋಡಿ ನಗುತ್ತವೆ.

ಗರಿಕೆ ಎಂದಾಗ ನೆನಪಾಗುತ್ತದೆ. 'ದೊಡ್ಡವರ ಕಣ್ಣಿಗೆ ಬೀಳದೆ ಬದುಕಬೇಕು' ಎಂಬ ಗಾದೆ ಜನಪದರ ಅನುಭವದಿಂದ ಹುಟ್ಟಿದ ಮಾತು. ಆದರೇನು? ಇಂದಿನ ಪ್ರಚಾರ ಯುಗದಲ್ಲಿ ಎಷ್ಟು ಸಾಧ್ಯವೋ ಅಷ್ಟು 'ಕಣ್ಣಿಗೆ' ಬೀಳಬೇಕೆಂಬುದು ಮೌಲ್ಯ. ಇಲ್ಲದೇ ಹೋದರೆ ಅದು ಪೆದ್ದುತನ. ಇರಬಹುದೇನೋ, ಯಾರಿಗೆ ಗೊತ್ತು? ಕಾಲನಿಯಮ. ಆದರೆ ಸ್ವಾಭಿಮಾನ ಕಳೆದುಕೊಂಡು ಕಣ್ಣಿಗೆ ಬೀಳಬೇಕಾದ ಅವಶ್ಯಕತೆ ಖಂಡಿತಾ ಇಲ್ಲ. ಈ ಕಾಲದಲ್ಲೂ ಯಾವುದೇ ವಶೀಲಿಬಾಜಿ ಇಲ್ಲದೆ ಘನತರವಾದ ಸಾಹಿತ್ಯ ರಚಿಸುತ್ತಾ ಜನರ ಗಮನ ಸೆಳೆಯುತ್ತಿರುವ, ತೀರಾ ನಕ್ಷತ್ರಗಳಂತೆ ಹೊಳೆಯದಿದ್ದರೂ

ಹಣತೆಯಂತೆ ಬೆಳಗುತ್ತಿರುವ ನೂರಾರು ಸಾಹಿತಿಗಳು ನಮ್ಮ ನಡುವೆ ಇದ್ದಾರೆ. ಆ ಬಗ್ಗೆ ಯಾವುದೇ ಸಂಶಯ ಇಲ್ಲ.

ನಿಜವಾಗಿಯೂ ಆಗಬೇಕಾದ್ದೇನು? ಪ್ರಭುತ್ವವೇ ಸಾಹಿತ್ಯದ ಸಹಾಯ ಪಡೆಯಬೇಕೇ ಹೊರತು, ಸಾಹಿತಿ ಪ್ರಭುತ್ವದ ಬಳಿ ಹೋಗಬೇಕಾಗಿಲ್ಲ. ಅನುಭವದ ಗಟ್ಟಿ ದ್ರವ್ಯವುಳ್ಳ, ದಿಟ್ಟ ಮತ್ತು ಖಚಿತ ನಿಲುವಿರುವ ಸಾಹಿತಿಯಿಂದ ರಚಿತವಾದ ಸಾಹಿತ್ಯಕ್ಕೆ ದಾರ್ಶನಿಕತೆಯ ಸ್ವರೂಪ ತಾನೇ ತಾನಾಗಿ ಒದಗಿರುತ್ತದೆ. ಅಲ್ಲಿ ಸಾಹಿತಿ ಮುಖ್ಯವಾಗದೇ ಸಾಹಿತ್ಯ ಮುಖ್ಯವಾಗಿರುತ್ತದೆ. ಅದು ಕಾಲದಿಂದ ಕಾಲಕ್ಕೆ ಬದಲಾದ ಸನ್ನಿವೇಶದಲ್ಲೂ ಹೊಸ ಹುಟ್ಟು ಪಡೆಯುತ್ತಲೇ ಇರುತ್ತದೆ. ಇದನ್ನು ಯಾರು ಹೇಳಿದರು ಎಂಬುದಕ್ಕಿಂತಲೂ ಏನು ಹೇಳುತ್ತಿದ್ದಾರೆ ಎಂಬುದೇ ಮುಖ್ಯವಾಗುತ್ತದೆ. ಇಂತಹ ಸಾಹಿತ್ಯದ ಧ್ವನಿಗೆ ಕಿವಿಗೊಡುವ ಕೆಲಸವನ್ನು ಪ್ರಭುತ್ವ ಮಾಡಬೇಕು. ಅದು ಅದರ ಆಡಳಿತವನ್ನು ಇನ್ನಷ್ಟು ಕುಶಲವೂ, ಜೀವಪರವೂ ಆಗುವಂತೆ ಮಾಡುವುದಕ್ಕೆ ಪೂರಕವಾಗಿರುತ್ತದೆ. ಸಾಹಿತ್ಯದ ಮಾತುಗಳು ಕಟುವಾಗಿ ಕೇಳಿಸಿದರೂ ಅದನ್ನು ವ್ಯಕ್ತಿಗತವಾಗಿ ಪರಿಭಾವಿಸದೆ, ಲೋಕದೃಷ್ಟಿಯಾಗಿ ಸ್ವೀಕರಿಸಿದರೆ, ಆಗ ಜೀವಸಂಕುಲದ ಒಳಿತಿಗಾಗಿ ಸಿಕ್ಕಿದ ಅಪೂರ್ವ ಅವಕಾಶವನ್ನು ಪ್ರಭುತ್ವ ಸಾರ್ಥಕ ಮಾಡಿಕೊಂಡಂತಾಗುತ್ತದೆ.

ಆದರೆ ಇಂತಹ ಮಾತುಗಳಿಗೆ ಪ್ರಭುತ್ವ ಸದಾ ಕಿವುಡಾಗಿಯೇ ಇರುತ್ತದೆ. ಈ ಮಾತುಗಳು ಅದಕ್ಕೆ ಹಾಸ್ಯಾಸ್ಪದವೆನಿಸುತ್ತದೆ. ಅಧಿಕಾರವೆಂದರೆ ಕಿರೀಟ ಎಂದೇ ಭಾವಿಸುವ ಮನಸ್ಸುಗಳೇ ಸುತ್ತ ಅಡರಿಕೊಂಡಿರುವಾಗ, ಅಧಿಕಾರವು ಕಂದೀಲು ಕೂಡಾ ಆಗಬಹುದು ಎಂಬ ದಿಟ ಮರೆಗೆ ಸರಿಯುತ್ತದೆ. ಒಂದು ಉದಾಹರಣೆ ನೋಡೋಣ: ಅರ್ಧ ಶತಮಾನಕ್ಕೂ ಹಿಂದೆಯೇ ಕುವೆಂಪು ಬರೆದ 'ಧನ್ವಂತರಿಯ ಚಿಕಿತ್ಸೆ' ಎಂಬ ಕತೆ ಮತ್ತು ಬೇಂದ್ರೆ ಬರೆದ 'ಭೂಮಿ ತಾಯಿಯ ಚೊಚ್ಚಿಲ ಮಗ' ಕವಿತೆ ರೈತನೆಡೆಗೆ ಪ್ರಭುತ್ವಗಳು ಹರಿಸಬೇಕಾದ ದೃಷ್ಟಿ ಯಾವುದು ಎಂಬುದನ್ನೂ, ಇಲ್ಲದೇ ಹೋದಲ್ಲಿ ಆಗಬಹುದಾದ ಅಪಾಯವನ್ನೂ ಹೇಳುತ್ತವೆ. ಪ್ರಭುತ್ವ ಕಿವಿಗೊಡಲಿಲ್ಲ. ಅವರು ಹೇಳಿದ್ದ ಅಪಾಯ ನಿಜವೇ ಆಗಿ, ಇಂದು ಲಕ್ಷಾಂತರ ರೈತರು ಆತ್ಮಹತ್ಯೆ ಮಾಡಿಕೊಂಡಿದ್ದಾರೆ.

ಇಷ್ಟೆಲ್ಲಾ ನಿರೀಕ್ಷೆ ತುಟ್ಟಿಯಾದುದು ಬಿಡಿ. ಜಗತ್ತಿನಾದ್ಯಂತ, ಪ್ರಭುತ್ವಗಳು ವಾಸ್ತವದ ಕಟು ಸತ್ಯಗಳನ್ನು ಹೇಳುವವರನ್ನು ಶತ್ರುಗಳೆಂದು ಬಗೆದಿದೆಯೇ ಹೊರತು ದಾರ್ಶನಿಕರೆಂದಲ್ಲ. ನಾಝಿ ರಾಷ್ಟ್ರೀಯತೆಯನ್ನು ವಿರೋಧಿಸಿ ಬರೆದಿದ್ದಕ್ಕೆ ಜರ್ಮನಿಯ ಥಾಮಸ್ ಮನ್, ಶಾಂತಿಪ್ರಿಯತೆಯನ್ನು ಹೇಳಿದ್ದಕ್ಕೆ ಇಂಗ್ಲೆಂಡಿನ ಡಿ ಎಚ್ ಲಾರೆನ್ಸ್, ನೆಪೋಲಿಯನ್‌ನನ್ನು ಟೀಕಿಸಿದ್ದಕ್ಕೆ ವಿಕ್ಟರ್ ಹ್ಯೂಗೋ,

ಮಹಮದ್‌ನ ಬಗ್ಗೆ ಹೇಳಿದ್ದಕ್ಕೆ ಸಲ್ಮಾನ್ ರಶ್ದಿ, ಹಿಂದೂ ಅಲ್ಪಸಂಖ್ಯಾತರ ಪರ ಧ್ವನಿ ಎತ್ತಿದ್ದಕ್ಕೆ ಬಾಂಗ್ಲಾದ ತಸ್ಲೀಮಾ ನಸ್ರೀನ್ ಮೊದಲಾದ ಅನೇಕ ಲೇಖಕರು, ಕಲಾವಿದ ಚಾರ್ಲಿ ಚಾಪ್ಲಿನ್, ತತ್ವಜ್ಞಾನಿ ಕಾರ್ಲ್ ಮಾರ್ಕ್ಸ್ ಇನ್ನೂ ಹಲವರು ಗಡೀಪಾರಿಗೆ ಒಳಗಾಗಿದ್ದಾರೆ. ಗ್ರಾಂಶಿಯಂಥ ಚಿಂತಕರು ಇಟಲಿಯ ಜೈಲುಗಳಲ್ಲಿ ಕೊನೆಯಾಗಿದ್ದಾರೆ. ನಮ್ಮ ನೆಲದಲ್ಲೇ ಶರಣರು, ಬೌದ್ಧರು ಇದನ್ನು ಎದುರಿಸಿದವರೇ. ಈ ದಶಕದಲ್ಲಿ ಹಲವರ ಕೊಲೆಯೂ ಆಗಿ ಹೋಗಿದೆ. ಇಲ್ಲಿ ಪ್ರಭುತ್ವ ಕೆಲವೊಮ್ಮೆ ನೇರವಾಗಿ, ಇನ್ನು ಕೆಲವೊಮ್ಮೆ ಸಾಮಾಜಿಕ/ಸಾಂಸ್ಕೃತಿಕ ಯಜಮಾನಿಕೆಯ ರೂಪದಲ್ಲಿ ಭಾಗಿಯಾಗಿರುತ್ತದೆ. ಹೀಗಿದ್ದೂ ಅವರು ವಿರೋಧಿಸಿದ ಪ್ರಭುತ್ವಗಳು ಅಳಿದಿವೆ. ಆದರೆ ಅವರ ವಿಚಾರಗಳು ಅಳಿದಿಲ್ಲ ಎಂಬುದರ ಹಿಂದಿನ ಸೂಚನೆಯನ್ನು ನಾವು ಈಗಲೂ ಅರಿತಂತೆ ಕಾಣುತ್ತಿಲ್ಲ ? ಕೆಲವು ಸಾಹಿತಿಗಳನ್ನೂ ಸೇರಿಸಿಕೊಂಡಂತೆ. ಪುಟ್ಟ ಪೊಟ್ಟಣದೊಳಗಿರುವ ಕಡ್ಡಿ ತಾನು ಉರಿದು ದೀಪ ಹಚ್ಚುವ ಕೆಲಸವನ್ನೇ ಮಾಡುತ್ತದೆಂದು ಹೇಳಲಾಗದು. ಅದು ಮಾನವತೆಯ ಗುಡಿಸಲುಗಳಿಗೆ ಬೆಂಕಿ ಹಚ್ಚುವ ಕೆಲಸವನ್ನು ಮಾಡುವ ಸಾಧ್ಯತೆಯೂ ಇರುತ್ತದೆ. ಅಂತಲ್ಲಿ ಕೇವಲ ಪ್ರಭುತ್ವಗಳನ್ನು ದೂರಿ ಪ್ರಯೋಜನವಿಲ್ಲ.

ಈ ಸಂದರ್ಭದಲ್ಲಿ ಪಿ ಲಂಕೇಶ್ ಹೇಳಿದ ಮಾತುಗಳು ನೆನಪಾಗುತ್ತಿವೆ: 'ಪ್ರತಿಭೆ, ವೈಚಾರಿಕತೆಯ ಒಗ್ಗಟ್ಟಿನಿಂದ ಚುನಾಯಿತ ಸರ್ಕಾರಗಳ ಮೇಲೆ ನೈತಿಕ, ಕ್ರಿಯಾಶೀಲ ಒತ್ತಡ ತರಬಲ್ಲ ಛಾತಿ ಪಡೆಯುವುದಾದರೆ, (ಸಾಹಿತ್ಯ) ಪರಿಷತ್ತು ಬೇಕು.' ಹೌದು, ಆಗ ಕುವೆಂಪು ಹೇಳಿದ್ದನ್ನು ಸ್ವಲ್ಪ ತಿದ್ದಿ ಹೇಳುವುದಾದರೆ, ಸಾಹಿತ್ಯವೆಂಬುದೇ ನಿತ್ಯ ಸಚಿವ ಮಂಡಲವಾಗುತ್ತದೆ.

೩೦

ಮೂಲಭೂತವಾದದ ಅಂತಿಮ ಫಲಿತ ಹೀಗಲ್ಲದೇ ಇನ್ನು ಹೇಗೆ ಇರಲು ಸಾಧ್ಯ?

ಚೌಕಟ್ಟಿನೊಳಗಿರುವ ಹಿಂಸೆಯ ಬೀಜ

'ಕೋ ಎಜುಕೇಶನ್ ಅನ್ನು ನಿಲ್ಲಿಸಬೇಕು. ಎಲ್ಲ ಅನಿಷ್ಟಗಳ ಮೂಲ ಈ ಕೋ ಎಜುಕೇಶನ್' ಎಂದು ತಾಲಿಬಾನಿಯೊಬ್ಬ ಅಪ್ಪಣೆ ಕೊಡಿಸಿದ್ದಾನೆ. ಈ ಮಾತುಗಳು ಗಂಡಿಗೆ ಸರಿಸಮಾನವಾಗಿ ಹೆಣ್ಣು ಇರುವುದನ್ನು ಸಹಿಸದ ಮನಸ್ಥಿತಿಯನ್ನು ಸ್ಪಷ್ಟವಾಗಿ ವಿವರಿಸುತ್ತದೆ. ಯಾವುದು ಅನಿಷ್ಟ? ಗಂಡು ಕಲಿಯುವ ವಿದ್ಯೆಯನ್ನೇ ಕಲಿಯುವುದು, ಅವಳು ಅವನಿಗಿಂತ ಜಾಣಳಾಗಿ ಹುದ್ದೆಗಳನ್ನು ಗಳಿಸುವುದು, ಅವಳ ಮಾತುಗಳಿಗೂ ಧ್ವನಿ ಬರುವುದು, ಅವಳು ಉಡುಗೆಯಲ್ಲಿ ಆಯ್ಕೆ ಬಯಸುವುದು, ಬಾಳ ಸಂಗಾತಿಯನ್ನು ಆಯ್ಕೆ ಮಾಡಿಕೊಳ್ಳುವುದು,

ಕೀಲಿಕೊಟ್ಟ ಗೊಂಬೆಯಂತಾಡದೆ ಸ್ವಂತಿಕೆಯನ್ನು ಹೊಂದುವುದು ಮತ್ತು ಅಭಿವ್ಯಕ್ತಿ ಮಾಡುವುದು, ಎಲ್ಲಕ್ಕಿಂತ ಹೆಚ್ಚಾಗಿ ಯಾವುದು ಶೋಷಣೆ ಎನ್ನುವುದನ್ನು ಸ್ವತಃ ಅರಿತು ಅದರಂತೆ ಸ್ವಯಂ ನಿರ್ಧಾರಗಳನ್ನು ಹೊಂದಬಲ್ಲವಳಾಗುವುದು ಇವುಗಳೇ? ಈ ಸ್ವಾವಲಂಬನೆಯ ದಾರಿಗಳನ್ನು, ಹೆಣ್ಣನ್ನು ಸಮಾನಳು ಎಂದು ಒಪ್ಪದಿರುವವರು ಅನಿಷ್ಟಗಳೆಂಬಂತೆಯೇ ಬಿಂಬಿಸುತ್ತಾರೆ. ಹಾಗೆ ಬಿಂಬಿಸುವುದು ಯಾಜಮಾನ್ಯದ ರಾಜಕಾರಣ. ತಮ್ಮ ಇಷ್ಟಗಳನ್ನು ಮಾತ್ರ ಮೌಲ್ಯೀಕರಿಸಿ ಇತರರ ಸರಿನಡೆಗಳನ್ನೂ ಅಪಮೌಲ್ಯ ಮಾಡುವುದು ಇಂತಹ ಕು–ರಾಜಕಾರಣದ ಮೊದಲ ಹಂತ.

ಸಂಸತ್ತಿಗೆ ಭಾರತ ಸರ್ಕಾರವೇ ಇತ್ತೀಚೆಗೆ ನೀಡಿದ ಮಾಹಿತಿಯಂತೆ ಕಳೆದ ಐದು ವರ್ಷಗಳಲ್ಲಿ ಭಾರತದಲ್ಲಿ 1.76 ಲಕ್ಷ ಅತ್ಯಾಚಾರ ಪ್ರಕರಣಗಳು ದಾಖಲಾಗಿವೆ. ಮಧ್ಯಪ್ರದೇಶದ ಶಿವಪುರಿಯಲ್ಲಿ 'ಧದೀಚಾ' ಎಂಬ ಸಂಪ್ರದಾಯದಲ್ಲಿ ಏಳು ವರ್ಷದಿಂದ ಆರಂಭಿಸಿ ಹೆಣ್ಣುಮಕ್ಕಳನ್ನು ಕೆಲವು ಸಾವಿರ, ಲಕ್ಷಗಳಿಗೆ ಪೋಷಕರೇ ಬಾಡಿಗೆ ನೀಡುವ ಅಮಾನುಷ ಪದ್ಧತಿ ಈ ಕ್ಷಣದಲ್ಲೂ ಜಾರಿಯಲ್ಲಿದೆ. ಇವೆಲ್ಲವೂ ಹೆಣ್ಣಿನ ಮೇಲೆ ಅನಿರ್ಬಂಧಿತ ಕ್ರೌರ್ಯಕ್ಕೆ ಪರವಾನಗಿ ನೀಡುವ ರಚನೆಗಳು ಎಂಬುದೇ ಇನ್ನೂ ನಮ್ಮೊಳಗನ್ನು ಹೊಕ್ಕಿಲ್ಲ. ಕೇವಲ ಕೆಲವರ 'ಒಳ್ಳೆಯತನ'ದಿಂದಷ್ಟೇ ಈ ಸ್ಥಿತಿಗಳನ್ನು ಸುಧಾರಿಸಲು ಸಾಧ್ಯವಿಲ್ಲ. ಬದಲಿಗೆ ಚೌಕಟ್ಟುಗಳೇ ಬದಲಾಗಬೇಕಿದೆ.

ಧರ್ಮದ ಹೆಸರಿನಲ್ಲಿ ಹೆಂಗಸರ ಎಲ್ಲ ಸಹಜ ಬಾಳ್ವೆಗಳನ್ನು ನಿರಾಕರಿಸಿ, ಅವಳ ಮೇಲೆಸಗುವ ಎಲ್ಲ ಕ್ರೌರ್ಯಗಳನ್ನು ಪುರಸ್ಕರಿಸಿ ಅವಳೊಂದು ಮೂಕ ಪಶುವಿನಂತೆ ಇರಬೇಕು ಎನ್ನುವುದನ್ನು ಬಲವಂತವಾಗಿ ಒಪ್ಪಿಸಿ ಅವಳನ್ನು ಅಸಹಾಯಕಳನ್ನಾಗಿಸುವ ಮೂಲಕ ಅಧಿಕಾರದ ಎಲ್ಲ ಶಸ್ತ್ರಗಳನ್ನು ತಮ್ಮದಾಗಿಸಿಕೊಳ್ಳಲಾಗುತ್ತದೆ. ಯಾವುದೇ ಜಾತಿ, ಧರ್ಮ 'ಪಾವಿತ್ರ್ಯ'ದ ಬಗೆಗೆ ಮಾತಾಡಿದಾಗಲೂ ಅದನ್ನು ಸಾಧಿಸಿಕೊಳ್ಳುವ ಬಗೆಯೆಂದರೆ, ತಮ್ಮ ತಮ್ಮ ಜಾತಿಯ, ಧರ್ಮದ ಹೆಣ್ಣುಮಕ್ಕಳಿಗೆ ಲೈಂಗಿಕ ನಿಯಂತ್ರಣಗಳನ್ನು ಏಕಪಕ್ಷೀಯವಾಗಿ ಹೇರುವುದು. ಮತ್ತದನ್ನು ಪ್ರಶ್ನೆಯೇ ಇಲ್ಲದೇ ಒಪ್ಪಿಕೊಳ್ಳುವಂತೆ ಭೀತಿಗೆ ಒಳಪಡಿಸುವುದು.

ಮೂಲಭೂತವಾದಿಗಳು ಇನ್ನೂ ಮುಂದಕ್ಕೆ ಹೋಗಿ ಈ ಚೌಕಟ್ಟಿನಲ್ಲಿ ಒಳ–ಹೊರಗು ಎಂಬ ಯಾವ ಬಾಗಿಲಿಗೂ ಅವಕಾಶ ನೀಡುವುದಿಲ್ಲ. ಹೆಣ್ಣು ವಿದ್ಯೆ ಪಡೆಯುವುದು ಮತ್ತು ಉದ್ಯೋಗಕ್ಕೆ ಹೋಗುವುದು ಕೂಡಾ ಅವರ ಪ್ರಕಾರ ಬಾಗಿಲುಗಳೇ.

ಅಫ್ಘಾನಿಸ್ತಾನವು ನಿರಂತರ ಯುದ್ಧದ ಮೇಲಾಟಗಳಿಗೆ ಬಲಿಯಾಗಿದೆ. ಯುದ್ಧದ ಮೇಲಾಟವೆಂದರೆ ಅತ್ಯಂತ ಖಚಿತವಾಗಿ ಪುರುಷಾಹಂಕಾರದ ಮೇಲಾಟವೇ

ಆಗಿದೆ. ಎಲ್ಲೆಲ್ಲಾ ಈ ಪುರುಷಾಹಂಕಾರವನ್ನು ಮೀರಿ ಮಾನವೀಯ ನೆಲೆಯಲ್ಲಿ ವರ್ತಿಸುವ ಪುರುಷರು ಅಧಿಕಾರ ಪಡೆದಿದ್ದಾರೋ ಅಲ್ಲೆಲ್ಲಾ ಒಂದು ಹಂತದ ಮಟ್ಟಿಗೆ 'ರಿಲ್ಯಾಕ್ಸೇಶನ್' ಸಿಕ್ಕುತ್ತದೆ. ಮತ್ತು ಹೆಂಗಸರು ಇದಕ್ಕಾಗಿ ಸದಾ ಪುನೀತರೂ, ಕೃತಜ್ಞರೂ ಆಗಿರಬೇಕು ಎಂದು ಹೆಂಗಸರೂ, ಗಂಡಸರೂ ನಂಬುವ ಸ್ಥಿತಿಯ ತನಕವಷ್ಟೇ ನಾವಿಂದು ತಲುಪಿರುವುದು. ಹೀಗಿರುವಾಗ ತಾಲಿಬಾನ್‌ನ ಆಕ್ರಮಣ ಈ ಚೂರು ಪಾರು ಆಶಾಕಿರಣವನ್ನೂ ಹೊಸಕಿ ಹಾಕುತ್ತದೆ. ಆದರೆ ದುರಂತವೆಂದರೆ, ಇಂತಹ ಸನ್ನಿವೇಶವನ್ನೂ ಕೂಡಾ ರಾಜಕಾರಣದ ಬೇಳೆ ಬೇಯಿಸಿಕೊಳ್ಳುವುದಕ್ಕಾಗಿ ಬಳಸಿಕೊಳ್ಳಲು ನಿಜ ಚರಿತ್ರೆಯನ್ನು ಮರೆಮಾಚಲಾಗುತ್ತಿದೆಯಲ್ಲಾ, ಅದೂ ಕೂಡಾ ಸ್ತ್ರೀವಿರೋಧಿ ಸಂಗತಿಯೇ ಆಗಿದೆ.

ಯಾವ ಅಮೆರಿಕವನ್ನು ಬದಲಾವಣೆಯ ಹರಿಕಾರ ಎಂದು ಬಿಂಬಿಸಲಾಗುತ್ತಿದೆಯೋ ಅದೇ ಅಮೆರಿಕವು ತಾಲಿಬಾನ್ ಅನ್ನು ಕಮ್ಯುನಿಸ್ಟರನ್ನು ಮಟ್ಟ ಹಾಕುವ ಏಕೈಕ ಉದ್ದೇಶದಿಂದ ಬೆಂಬಲಿಸಿ ಅಫ್ಘಾನಿಸ್ತಾನವನ್ನು ನರಕವಾಗಿಸಿತು ಎನ್ನುವುದನ್ನು ಪಾಠವಾಗಿ ನಾವು ನೋಡುತ್ತಿದ್ದೇವೆಯೇ? ಮೂಲಭೂತವಾದದ ವ್ಯಕ್ತ ಕ್ರೌರ್ಯವನ್ನು ಇಸ್ಲಾಮಿಕ್ ಉಗ್ರರು ಮಾಡುತ್ತಿರುವುದನ್ನು ಖಂಡಿಸುವುದರ ಜೊತೆಗೇ ನಾವಿಂದು ಎಲ್ಲಾ ಮೂಲಭೂತವಾದದ ಅಂತಿಮ ಫಲಿತ ಇದೇ ಆಗಿರುತ್ತದೆ ಎನ್ನುವುದಕ್ಕೂ ಒತ್ತುಕೊಡಬೇಕಾಗಿದೆ.

1920ರಿಂದ ಈಚೆಗಿನ ಅಫ್ಘಾನಿಸ್ತಾನದ ರಾಜಕೀಯದಲ್ಲಾದ ಏರುಪೇರು ಮತ್ತು ಅಲ್ಲಿನ ಮಹಿಳೆಯರ ಬದುಕಿನಲ್ಲಾದ ಏರುಪೇರುಗಳನ್ನು ಗಮನಿಸಿದರೆ ಇದನ್ನು ಸ್ಪಷ್ಟವಾಗಿ ಗುರುತಿಸಬಹುದು. 1919ರಲ್ಲಿ ಅಧಿಕಾರಕ್ಕೆ ಬಂದ ರಾಜ ಅಮಾನುಲ್ಲಾ ಕಾಲದಲ್ಲಿ ಪ್ರಯತ್ನಪೂರ್ವಕವಾಗಿ ಹಲವು ಬದಲಾವಣೆಗಳಿಗೆ ಒತ್ತು ನೀಡಿ ಸ್ತ್ರೀಯರ ವಿದ್ಯಾಭ್ಯಾಸ, ಉದ್ಯೋಗ, ಆಧುನಿಕ ಉಡುಪುಗಳನ್ನು ಪ್ರೋತ್ಸಾಹಿಸುವುದರೊಂದಿಗೆ ಬಲವಂತದ ಮದುವೆ, ಬಾಲ್ಯವಿವಾಹ, ವಧುದಕ್ಷಿಣೆ ಹಾಗೂ ಬಹುಪತ್ನಿತ್ವಗಳನ್ನು ನಿಷೇಧಿಸಿ ಕಾನೂನುಗಳನ್ನು ತರಲಾಯಿತು. ರಾಣಿ ಸೊರಾಯಾ ಅಫ್ಘನ್‌ನ ಮೊತ್ತ ಮೊದಲ ಮಹಿಳಾ ಮ್ಯಾಗಜೀನ್ ಹೊರತಂದಳಲ್ಲದೆ, ಮಹಿಳಾ ಸಂಘಟನೆಯನ್ನು ಹುಟ್ಟುಹಾಕಿ ಸಾಮಾಜಿಕ ಬದಲಾವಣೆಗಳಿಗೆ ಮುನ್ನುಡಿ ಬರೆದಳು. ಸಾರ್ವಜನಿಕವಾಗಿ ತಲೆಯ ಮೇಲಿನ ಮುಸುಕನ್ನು ತೆಗೆದು ಆಕೆ ಕಾಣಿಸಿಕೊಂಡಿದ್ದು ಇತರರಿಗೂ ಸ್ಫೂರ್ತಿ ನೀಡಿತು.

ಮುಂದೆ ಬಂದ ಸರ್ಕಾರಗಳು ಮಹಿಳೆಯರಿಗೆ ಮತದಾನದ ಹಕ್ಕಿನಿಂದ ಶುರುವಾಗಿ ಹೆಣ್ಣು ಎರಡನೇ ದರ್ಜೆ ಪ್ರಜೆಯಲ್ಲ ಎಂದು ಸಾರುವ ಎಲ್ಲ ಹೆಜ್ಜೆಗಳನ್ನಿಟ್ಟರು. ರಾಣಿಯರು ಮತ್ತು ಪ್ರಧಾನಿಯ ಪತ್ನಿ ತಲೆಮುಸುಕು ಧರಿಸದೇ ಇರುವುದನ್ನು

ಇಸ್ಲಾಮಿಕ್ ಗುಂಪೊಂದು ಪ್ರತಿಭಟಿಸಿ, ಶರಿಯತ್ ಪಾಲನೆ ಆಗಬೇಕು ಎಂದಾಗ 1953ರಿಂದ ಪ್ರಧಾನಿಯಾಗಿದ್ದ ಮೊಹಮದ್ ದಾವುದ್ ಖಾನ್ ಮುಕ್ತ ಚರ್ಚೆಗೆ ಆಹ್ವಾನಿಸಿ ಶರಿಯತ್‌ನಲ್ಲಿ ಎಲ್ಲಿ ಈ ನಿಯಮ ಇದೆ ತೋರಿಸಿ ಎಂದಾಗ, ತೋರಿಸಲು ಈ ಗುಂಪು ವಿಫಲವಾಯಿತು. ಆಗ ಪರ್ದಾ ನಿಷೇಧದ ಬಗೆಗೂ ಸರ್ಕಾರ ಯೋಚಿಸಿತು.

1978ರಲ್ಲಿ ಬಂದ ಕಮ್ಯುನಿಸ್ಟ್ ಸರ್ಕಾರ ವ್ಯಾಪಕವಾಗಿ ಮಹಿಳಾ ಸಮಾನತೆಯ ಕೆಲಸಗಳನ್ನು ಆರಂಭಿಸಿತು. ಇದು ಮಹಿಳೆಯರು ತಮ್ಮ ಬಾಳಸಂಗಾತಿಯನ್ನು ಮತ್ತು ತಮ್ಮ ಉದ್ಯೋಗಗಳನ್ನು ತಾವೇ ಆಯ್ಕೆ ಮಾಡಿಕೊಳ್ಳುವ ಹಕ್ಕನ್ನೂ ನೀಡಿತು. ಬದಲಾವಣೆ ಗ್ರಾಮೀಣ ಭಾಗಗಳಿಗೂ ಪಸರಿಸಿತು. ಇದು ಮೂಲಭೂತವಾದಿ ಮುಜಾಹಿದೀನ್ ಪಡೆಯ ಅಸಹನೆಯನ್ನು ಹೆಚ್ಚಿಸಿತು. ಮುಂದೆ ಸೋವಿಯತ್ ಬೆಂಬಲಿತ ಕಮ್ಯುನಿಸ್ಟರ ವಿರುದ್ಧ ಅಮೆರಿಕ ಇದೇ ಮುಜಾಹಿದೀನ್‌ಗಳಿಗೆ ಬೆಂಬಲ ನೀಡಿದ್ದೇ ಮೂಲಭೂತವಾದಿಗಳು ಇಂದಿನ ತಾಲಿಬಾನ್ ತನಕ ಭೂತಾಕಾರವಾಗಿ ಬೆಳೆಯಲು ಕಾರಣವಾಯಿತು. ಕಳೆದ ಇಪ್ಪತ್ತು ವರ್ಷಗಳಲ್ಲಿ ಮತ್ತೆ ಮಹಿಳೆಯರು ಬೀದಿಗಳಲ್ಲಿ, ಪಾರ್ಲರ್‌ಗಳಲ್ಲಿ, ವಿರಳವಾಗಿ ಶಾಲೆ ಕಾಲೇಜುಗಳಲ್ಲಿ, ಉದ್ಯೋಗಗಳಲ್ಲಿ ಕಾಣಿಸಿದರಾದರೂ ನಿರಂತರವಾಗಿ ಅಲ್ಲಿ ಮಹಿಳೆಯರ ಅಪಹರಣ, ಅತ್ಯಾಚಾರ, ಕೊಲೆಗಳು ನಡೆದಿವೆ. 2017ರಿಂದ 2019ರ ತನಕ ಹೆಣ್ಣುಮಕ್ಕಳ ಶಾಲೆಗಳ ಮೇಲೆ ಸುಮಾರು ಮುನ್ನೂರಕ್ಕೂ ಹೆಚ್ಚು ಬಾಂಬ್ ದಾಳಿ ನಡೆದಿದೆ. 2019ರೊಂದರಲ್ಲೇ ಮಹಿಳೆಯರ ಮೇಲಿನ ಹಿಂಸೆಯ 4,639 ಕೇಸುಗಳು ದಾಖಲಾಗಿವೆ.

'ಕಾಬೂಲಿವಾಲಾನ ಬೆಂಗಾಲಿ ಹೆಂಡತಿ' ಎಂಬ ಆತ್ಮಚರಿತ್ರೆ ಬರೆದಿದ್ದ, ತಾಲಿಬಾನ್ ಆಡಳಿತದಲ್ಲಿದ್ದಾಗ ಅಲ್ಲಿಂದ ತಪ್ಪಿಸಿಕೊಂಡು ಬಂದಿದ್ದ, ಕೋಲ್ಕೊತ್ತದ ಸುಶ್ಮಿತಾ ಬ್ಯಾನರ್ಜಿ 2013ರಲ್ಲಿ ಮತ್ತೆ ಅಲ್ಲಿಗೆ ತೆರಳಿದ ಸಂದರ್ಭದಲ್ಲಿ ಉಗ್ರರಿಂದ ಆಕೆಯ ಹತ್ಯೆಯಾಯಿತು. ಹೆಣ್ಣಿನ ಕುರಿತಾದ ಮೂಲಭೂತ ತಿಳಿವಳಿಕೆ ಅಲ್ಲಿನ್ನೂ ಬದಲಾಗಿರಲಿಲ್ಲ. ಮೇಲ್ನೋಟದ ಬದಲಾವಣೆ ಮಾತ್ರ ಪುನಃ ಅಲ್ಲಿ ಕಾಣಿಸಿತ್ತು. ತಾಲಿಬಾನ್‌ಗಳ ಕುಕೃತಿ ಮತ್ತು ವಿಕೃತಿಗಳಿಗೆ ಸಮರ್ಥನೆ ಮತ್ತು ಮಾನ್ಯತೆಯನ್ನು ಅದಾಗಲೇ ಉತ್ಪಾದಿಸಲಾಗಿತ್ತು. ಹೀಗಾಗಿ ಹೆಣ್ಣಿನ ಸಹಜ ಪ್ರಕೃತಿಯ ಮೇಲೆ ಆಕ್ರಮಣಕ್ಕೂ ಸಮ್ಮತಿಯನ್ನು ಉತ್ಪಾದಿಸಲಾಗಿತ್ತು. ಇಂತಹ ಸಮ್ಮತಿ ವಿಶ್ವದ ಹಲವೆಡೆ ಇದೆ. ಕೆಲವು ಭೀಕರವಾಗಿರುತ್ತವೆ. ಇನ್ನು ಕೆಲವು ಪ್ರಜಾಪ್ರಭುತ್ವದೊಳಗಡೆ ಅಗೋಚರವಾಗಿರುತ್ತವೆ.

ಸಮತೆಯೇ ಸಹಜವೆನ್ನಿಸುವ ಬೇರುಮಟ್ಟದ ಬದಲಾವಣೆ ಮನುಷ್ಯ ಚರಿತ್ರೆಯಲ್ಲಿ ಅಡಕಗೊಳ್ಳುವ ತನಕ ಈ ಹಿಂಸೆಗಳ ರೌದ್ರ ನರ್ತನ ಜೋಕಾಲಿಯಾಡುತ್ತಲೇ ಇರುತ್ತದೆ.

ೞ

· 17

ಇದಿರು
ನೋಟ
ಸಬಿತಾ ಬನ್ನಾಡಿ

ಮಹಿಳೆಯರೇ, ಇನ್ನೂ ಎಷ್ಟು ದಿನ ಈ ದೌರ್ಜನ್ಯವನ್ನು ಸಹಿಸಿಕೊಳ್ಳುತ್ತೀರಿ?

ನಾಚಿಕೆ ಸತ್ತ ಸಮಾಜ

ಈ ಸಮಾಜಕ್ಕೆ ನಾಚಿಕೆ, ಮಾನ, ಮರ್ಯಾದೆ ಏನಾದರೂ ಇದ್ಯಾ? ಯಾವ ಸಮಾಜದಲ್ಲಿ ಹೆಣ್ಣು ಮಗುವನ್ನು ಅದು ಹೆಣ್ಣು ಎಂಬ ಕಾರಣಕ್ಕೇ ಗರ್ಭದಲ್ಲೇ ಕೊಲ್ಲಲಾಗುತ್ತದೆಯೋ ಅಲ್ಲಿ ಅತ್ಯಾಚಾರ ಕೂಡ ಸಾಮಾನ್ಯ ಸಂಗತಿಯೇ ಆಗುತ್ತದೆ ಎಂಬ ಎಚ್ಚರಿಕೆಯಾಗಲಿ, ಪ್ರಜ್ಞೆಯಾಗಲೀ ಇಲ್ಲದ ನಾವು ಕೊಚ್ಚೆ ಗುಂಡಿಯ ಮೇಲೆ ಸಭ್ಯತೆಯ ಮಹಲು ಕಟ್ಟಿಕೊಂಡು ನಾಗರಿಕತೆಯ ನಾಟಕ ಆಡುತ್ತಿದ್ದೇವೆ.

ನಾನು ಒಬ್ಬ ನಿರ್ಭಯಳ ಬಗೆಗಾಗಲೀ, ಪಶುವೈದ್ಯೆಯ ಬಗೆಗಾಗಲೀ ಹೇಳುತ್ತಿಲ್ಲ. ಅತ್ಯಾಚಾರಕ್ಕೆ ಒಳಗಾದ ಸಾವಿರಾರು (ಬಹುಶಃ ಲಕ್ಷಾಂತರ?) ಹೆಣ್ಣುಮಕ್ಕಳ ಕುರಿತು ಹೇಳುತ್ತಿದ್ದೇನೆ. ಆ ಮಣಿಪುರದ ತಾಯಿ ಇರೋಮ್ ಶರ್ಮಿಳಾ ಹದಿನಾರು ವರ್ಷ ಸಶಸ್ತ್ರ ಮೀಸಲು ಪಡೆಯ ವಿಶೇಷಾಧಿಕಾರ ರದ್ಧತಿಗೆ ಆಗ್ರಹಿಸಿ ಉಪವಾಸ ಸತ್ಯಾಗ್ರಹ ಮಾಡಿದಳು. ಆ ಪಡೆಗಳು ಮನೆಮಂದಿ ಎದುರಿಗೇ ಹೆಣ್ಣುಮಕ್ಕಳನ್ನು ಎಳೆದೊಯ್ದು ಅತ್ಯಾಚಾರ ಮಾಡುತ್ತಿದ್ದುದನ್ನು ಹೇಳಿದಳು.

ಆ ಅವಧಿಯಲ್ಲಿ ಎಷ್ಟು ಸರ್ಕಾರಗಳು ಆಗಿ ಹೋದವೋ. ಏನೂ ಆಗಲಿಲ್ಲ. ಇರೋಮ್ ಚುನಾವಣೆಗೆ ನಿಂತಾಗ ಅವಳಿಗೆ ಬರೀ ತೊಂಬತ್ತು ಓಟುಗಳು ಬಿದ್ದವು. ಅತ್ಯಾಚಾರ ಯಾರು ಮಾಡಿದರೇನು? ಆತ ಅಪರಾಧಿಯೇ ಎಂದು ಗಟ್ಟಿಧ್ವನಿಯಲ್ಲಿ ಹೇಳಲೂ ಸಾಧ್ಯವಿಲ್ಲದ ಸಮಾಜ ಆ ಮೂಲಕ ಅತ್ಯಾಚಾರಿಗಳನ್ನು ರಕ್ಷಿಸುವ ಕೆಲಸವನ್ನು ಬಟಾಬಯಲಿನಲ್ಲಿ ಮಾಡುತ್ತಿದೆ. ಹೀಗೆ ಒಬ್ಬರಿಗೊಂದು ಇನ್ನೊಬ್ಬರಿಗೊಂದು ನೀತಿ ಮಾಡಿ ಸಮಾಜವನ್ನು ಸರಿ ಮಾಡಲು ಸಾಧ್ಯವೇ? ಎಲ್ಲಿ ಜಾತಿ, ಧರ್ಮ, ಲಿಂಗ, ವರ್ಗಗಳು ತಾರತಮ್ಯದ ಮಾನದಂಡಗಳಾಗಿವೆಯೋ ಅಲ್ಲಿ ನ್ಯಾಯದ ಮಾತು ಆಡಲು ಸಾಧ್ಯವೇ?

ಹುಟ್ಟಿನಿಂದಲೇ ಹೆಣ್ಣಿನ ಮೇಲೆ ಅಧಿಕಾರ ಚಲಾಯಿಸಲು ಸಮ್ಮತಿಯನ್ನು ಹುಟ್ಟಿಸಿಕೊಂಡು ಅದಕ್ಕೆ ಸಂಪ್ರದಾಯ, ಸಂಸ್ಕೃತಿ ಎಂಬೆಲ್ಲಾ ಸುಂದರ ಹೆಸರುಗಳನ್ನು ಇಟ್ಟುಕೊಂಡಿರುವವರೇ ಸ್ವಲ್ಪ ಆಲೋಚಿಸಿ, ಮಧ್ಯಮ ವರ್ಗದ, ಸುಶಿಕ್ಷಿತ, ಸುಂದರ ಹೆಣ್ಣಮಕ್ಕಳ ಮೇಲೆ ಅಮಾನುಷ ಕ್ರೌರ್ಯದ ಅತ್ಯಾಚಾರಗಳಾದಾಗ ದೊಡ್ಡ ಸುದ್ದಿಯಾಗುತ್ತದೆ. ಆಗ ಬೆಚ್ಚಿ ಬೀಳುತ್ತೀರಿ, ಮನೆ ಮಕ್ಕಳನ್ನು ಎಲ್ಲಿ ಅಡಗಿಸಿಡಲಿ ಎಂದು ಕಂಗಾಲಾಗುತ್ತೀರಿ, ಈ ಮನಸ್ಥಿತಿಗಳು ಬದಲಾಗಲಿ, ಅತ್ಯಾಚಾರಿಗಳಿಗೆ ಗಲ್ಲು ಶಿಕ್ಷೆಯಾಗಲಿ ಎಂದು ಆಗ್ರಹಿಸುತ್ತೀರಿ. ಆದರೆ ಆಮೇಲೆ ಏನಾಗುತ್ತದೆ? ಇಂತದೇ ಇನ್ನೊಂದು ಪ್ರಕರಣ ಆಗುವ ತನಕ ಮತ್ತೆ ನಿದ್ದೆ. ಆದರೆ ಅತ್ಯಾಚಾರಿಗಳು ಬೇರೆ ಬೇರೆ ರೂಪಗಳಲ್ಲಿ ಮೆರೆಯುತ್ತಲೇ ಇರುತ್ತಾರೆ. ನಿರ್ಭಯಾ ಪ್ರಕರಣದ ಡಾಕ್ಯುಮೆಂಟರಿಯನ್ನು ನಿಷೇಧಿಸಲಾಯಿತು. ಆದರೆ ಅದರಲ್ಲಿ ಅತ್ಯಾಚಾರಿಯ ಪರವಾಗಿ ಮಾತಾಡಿದ ವಕೀಲನ ಮಾತು ಮತ್ತು ಅತ್ಯಾಚಾರಿಗಳ ಮಾತನ್ನು ಸರ್ಕಾರಗಳೂ, ಜನಸಾಮಾನ್ಯರೂ ಕೇಳಿಸಿಕೊಳ್ಳಲೇ ಬೇಕು. ಎಷ್ಟು ಎಗ್ಗಿಲ್ಲದೆ ಅತ್ಯಾಚಾರವನ್ನು ಗಂಡಸಿನ ಅಸ್ತ್ರ ಎಂಬಂತೆ ಅವರು ಭಾವಿಸಿಕೊಂಡಿದ್ದಾರೆಂದರೆ, ಅದು ಅವರಿಗೆ ಪೌರುಷದ ಪ್ರಶ್ನೆ. ಪಶ್ಚಾತ್ತಾಪದ ಲವಲೇಶವೂ ಅವರಿಗಿಲ್ಲ. ಅದರ ಜೊತೆಗೆ ಇನ್ನೊಂದು ಅತ್ಯಂತ ಗಂಭೀರ ಸಂಗತಿಯೂ ಇದೆ. ಇವರಿಗೆ ಕಾನೂನಿನ ಭಯ ಇಲ್ಲವೇ? ಎಂದು ಕೇಳಿದರೆ, ಎಷ್ಟೋ ರೇಪ್ ಮಾಡಿಯೂ ಸಿಕ್ಕಿ ಹಾಕಿಕೊಳ್ಳದಿದ್ದರೆ ಆಯಿತು ಎಂಬ ನಿರಾಳತೆ ಅವರಿಗಿದೆ! ಅರೆ! ಇದು

ಎಲ್ಲಿಂದ ಬಂತು ಈ ನಿರಾಳತೆ? ಹೆಣ್ಣನ್ನು ಸದಾ ಅಧೀನದಲ್ಲಿಟ್ಟು ಇಟ್ಟು, ಅವಳೂ ಅದನ್ನು ಒಪ್ಪಿಕೊಂಡು ಇವರ ಅಡಿಯಾಳಾಗಿ ಇರುವಂತೆ ಮಾಡಿದ್ದರಿಂದ ಬಂತು. 'ಹೆಣ್ಣಿನ ದೇಹದ ಮೇಲೆ ಅನಿಯಂತ್ರಿತ ಅಧಿಕಾರ ನಿನಗಿದೆ' ಎಂಬ ಸಂದೇಶ ದಾಟಿಸಿದ್ದರಿಂದ ಬಂತು. ಎಲ್ಲಾ ಅವಕಾಶಗಳಿಂದ ವಂಚಿತಗೊಳಿಸಿ ಕೆಲವೇ ಕೆಲವು ಜಾತಿಗಳ ಹೆಣ್ಣುಮಕ್ಕಳನ್ನು ಊರಿಗೇ ಆಹಾರವಾಗಿಸಿದ ದೇವದಾಸಿ ಅಥವಾ ಇನ್ನೂ ಬೇರೆ ಬೇರೆ ಹೆಸರಿನಲ್ಲಿನ ಹೀನ ಆಚರಣೆಗಳನ್ನು ವ್ಯಕ್ತ ಮತ್ತು ಅವ್ಯಕ್ತ ರೂಪಗಳಲ್ಲಿ ಜೀವಂತವಾಗಿರಿಸಿದ್ದರಿಂದ ಬಂತು. ಈ ಮೂಲ ಅಡಿಪಾಯವನ್ನೇ ನಾಶ ಮಾಡದೇ ಬರೀ ಮನಸ್ಥಿತಿ ಬದಲಾಗಲಿ ಎಂದು ನಾವು ಎಷ್ಟು ಅರಚಿದರೂ ಬದಲಾವಣೆ ಸಾಧ್ಯವಿಲ್ಲ.

ಹೆಣ್ಣುಮಕ್ಕಳೇ, ಇನ್ನೂ ಎಷ್ಟು ದಿನ ಇದನ್ನು ಸಹಿಸಿಕೊಳ್ಳುತ್ತೀರಿ? ಇನ್ನೂ ಎಷ್ಟು ದಿನ ಯಾವನೋ ಒಬ್ಬ ಹೀರೋ ಬಂದು ನಮ್ಮನ್ನು ಬಚಾವು ಮಾಡುತ್ತಾನೆ ಎಂದು ಕಾದು ಕುಳಿತುಕೊಳ್ಳುತ್ತೀರಿ? ಯಾವನೋ ಯಾಕೆ ಬರಬೇಕು? ನಾವೇ ಒಂದು ಹೆಜ್ಜೆ ಮುಂದೆ ಇಡಬೇಕೆಂದರೆ ನಮ್ಮೊಳಗಿನ ಸ್ತ್ರೀಪ್ರಜ್ಞೆ ಗಟ್ಟಿಗೊಳ್ಳಬೇಕು. ಸರಿಯನ್ನು ಸರಿ, ತಪ್ಪನ್ನು ತಪ್ಪು ಎಂದು ಹೇಳುವ ದಿಟ್ಟತನ ಒಡಲೊಳಗಿಂದ ಹುಟ್ಟಿ ಬರಬೇಕು. ಯಾವುದೇ ಇಂತಹ ಘಟನೆಯ ಪ್ರತಿಭಟನೆಗೆ ಒಗ್ಗಟ್ಟಾಗಬೇಕು. ಕಾಶ್ಮೀರದ ಕಠುವಾದಲ್ಲಿ ಎಂಟು ವರ್ಷ ವಯಸ್ಸಿನ, ಕುದುರೆ ಮೇಯಿಸಿಕೊಂಡು ಬರಲು ಹೊರಟ ಬಾಲೆಯನ್ನು ದೇವಾಲಯದಲ್ಲೇ ಅತ್ಯಾಚಾರ ಮಾಡಿ ಕೊಲ್ಲಲಾಯಿತು. ಆಗ ಯಾಕೆ ಭಾರತದ ಪ್ರತೀ ದೇವಾಲಯವನ್ನೂ ಶುದ್ಧೀಕರಿಸಲಿಲ್ಲ? ಅತ್ಯಾಚಾರದಿಂದಾಗಿ ಆ ಹುಡುಗಿ ಜೀವನ್ಮರಣದ ರುಗ್ಣಶಯ್ಯೆಯಲ್ಲಿರುವಾಗ ಅತ್ಯಾಚಾರಿ ತನ್ನ ಗೆಳೆಯನಿಗೆ ಫೋನ್ ಮಾಡಿ 'ನೀನೂ ಬರ್ತೀಯಾ' ಅಂತ ಕರೆದ. 'ನಾನೂ ಬರ್ತೀನಿ ತಡಿ' ಅಂತ ಹೇಳಿ ಅವನು ಬಂದು ರೇಪ್ ಮಾಡಿದ. ಇವೆಲ್ಲ, ಅಪಾಯ ಎಲ್ಲಿಗೆ ತಲುಪಿದೆ ಎಂಬ ಸೂಚನೆಯನ್ನು ನಮಗೇಕೆ ಕೊಡಲಿಲ್ಲ? ಆ ಹುಡುಗಿಯ ಪರ ಹೋರಾಟ ಮಾಡಿದ ವಕೀಲೆಗೆ ಬೆದರಿಕೆ ಬಂದಾಗ ಯಾಕೆ ಗಟ್ಟಿಧ್ವನಿಯಲ್ಲಿ ವಿರೋಧಿಸಲಿಲ್ಲ? ಆ ಅತ್ಯಾಚಾರಿಗಳಿಗೆ, ಅವರ ಬೆಂಬಲಿಗರಿಗೆ ಪ್ರಮೋಶನ್ ಸಿಕ್ಕಿತೇ ಹೊರತು ಸರಿಯಾದ ಶಿಕ್ಷೆ ಆಗಲಿಲ್ಲ. ಅತ್ಯಾಚಾರಿಗಳನ್ನು ಬೆಂಬಲಿಸುವುದು ಅತ್ಯಾಚಾರಕ್ಕಿಂತ ಕಡಿಮೆ ಕೃತ್ಯವೇ? ಅತ್ಯಾಚಾರಿಗಳಲ್ಲೂ ಆಯ್ಕೆ ಮಾಡುವುದು ಇನ್ನೆಂಥ ಕೃತ್ಯ?

ಹೈದರಾಬಾದ್‌ನ ಘಟನೆಯ ಸಂದರ್ಭದಲ್ಲಿ ಒಬ್ಬ ಮುಸ್ಲಿಂ ಯುವಕನನ್ನು ಮಾತ್ರ ಹೆಸರಿಸಿ ಅವನಿಗೆ ಗಲ್ಲು ಶಿಕ್ಷೆಯಾಗಲಿ ಎಂದು ಚಕ್ರವರ್ತಿ ಸೂಲಿಬೆಲೆಯವರು ಟ್ವೀಟ್ ಮಾಡಿದ್ದಕ್ಕೆ ಆಕ್ರೋಶ ವ್ಯಕ್ತವಾಯಿತೆಂಬ ಸುದ್ದಿ ಓದಿದೆ. (ಪ್ರ.ವಾ., ಡಿ.1). ಅಂತದೇ ವಾಟ್ಸ್ ಆ್ಯಪ್ ಮೆಸೇಜ್‌ಗಳು ಹರಿದಾಡಿದವು. ಇದನ್ನು ನಾನಿರುವ

ಗ್ರೂಪ್‌ನಲ್ಲಿ ಉಪನ್ಯಾಸಕಿಯೊಬ್ಬರು ಹಂಚಿಕೊಂಡರು. ಆಘಾತಕಾರಿ ಸಂಗತಿ ಇದು. ಮನಸ್ಸುಗಳು ಎಷ್ಟು ಕೊಳೆತು ಹೋಗಿವೆ. ಇವರುಗಳು ಇನ್ನುಳಿದ ಮೂವರು ಅತ್ಯಾಚಾರಿಗಳನ್ನು ಬಚ್ಚಿಡಲು ಸಾಹಸ ಮಾಡುತ್ತಿದ್ದಾರೆ! ಅತ್ಯಾಚಾರಕ್ಕೊಳಗಾದವಳ ಕುರಿತ ನೋವಿಗಿಂತ ಅತ್ಯಾಚಾರಿಗಳೆಲ್ಲರೂ ಅನ್ಯ ಕೋಮಿಗೇ ಸೇರಿಲ್ಲವಲ್ಲಾ ಎಂಬ ನೋವೇ ಹೆಚ್ಚಾಗಿರಬಹುದು.

ಅತ್ಯಾಚಾರಕ್ಕೆ ಇನ್ನೊಂದು ಮುಖ ಇದೆ. 'ದಲಿತ ಮಹಿಳೆ, ಬಾಲಕಿಯರ ಮೇಲಿನ ದೌರ್ಜನ್ಯ ಹೆಚ್ಚಳ' (ಪ್ರ.ವಾ. ನ.30) ಎಂಬಂಥ ಸುದ್ದಿ ಹೇಳುತ್ತಿರುವುದೇನು? ಇದು ಸಾಮಾಜಿಕ ವಾಸ್ತವ. (ಜಮೀನ್ದಾರಿ ವ್ಯವಸ್ಥೆಯಲ್ಲಿ ದಲಿತ/ಶೂದ್ರ ಬಡ ಹೆಣ್ಣುಮಕ್ಕಳ ಮೇಲಿನ ದೌರ್ಜನ್ಯಕ್ಕೆ ರೇಪ್ ಎಂಬ ಹೆಸರು ಇರಲಿಲ್ಲ ಅಷ್ಟೇ). ಅವರು ದಲಿತರು ಎಂಬುದಕ್ಕಿಂತ ಆರ್ಥಿಕವಾಗಿ ದುರ್ಬಲರಾಗಿರುವ ದಲಿತರು ಎಂಬುದು ಹೆಚ್ಚಿನ ಸಂದರ್ಭದ ನಿಜ. ಅವರು ಯಾವ ಕೋರ್ಟಿಗೂ ಹೋಗುವುದಿಲ್ಲ ಎಂಬ, ಅವರಿಗೆ ಜೀವ ಬೆದರಿಕೆ ಒಡ್ಡಿ ಬಾಯಿ ಮುಚ್ಚಿಸಬಹುದು ಎಂಬ, ಅವರಿಗಾಗಿ ಸಮಾಜ ಧ್ವನಿ ಎತ್ತುವುದಿಲ್ಲ ಎಂಬ ಎಲ್ಲಾ ರಕ್ಷಣೆ ಈ ಅತ್ಯಾಚಾರಿಗಳಿಗೆ ಇದೆ. ಅಕಸ್ಮಾತ್ ಅತ್ಯಾಚಾರಿ ಅನ್ಯ ಕೋಮಿನವನಾಗಿದ್ದರೆ ಕೆಲವರಿಗೆ ಥಟ್ಟನೆ ಎಚ್ಚರಾಗುವುದಿದೆ. ಇಲ್ಲದಿದ್ದಲ್ಲಿ ಮೌನ. ಹೀಗೇಕೆ ಅತ್ಯಾಚಾರಿಗಳನ್ನು ರಕ್ಷಿಸಲಾಗುತ್ತಿದೆ? ಅತ್ಯಾಚಾರ ಮತ್ತು ಅತ್ಯಾಚಾರಿಗಳನ್ನು ರಕ್ಷಿಸುವ ಸ್ಥಿತಿ ಮತ್ತು ಮನಸ್ಥಿತಿಗಳ ವಿರುದ್ಧ ಇಡೀ ಭಾರತದ 'ಮನುಷ್ಯ'ರೆಲ್ಲರೂ ಒಟ್ಟಾಗಿ ಒಂದು ದಿನಾಂಕ ನಿಗದಿಗೊಳಿಸಿ ತಮ್ಮೆಲ್ಲಾ ಕೆಲಸಗಳನ್ನು ಒಂದು ಗಂಟೆಗಳ ಕಾಲ ಸ್ತಬ್ಧಗೊಳಿಸಿ ಬೀದಿಗೆ ಬಂದು ಮೌನ ಪ್ರತಿಭಟನೆಯನ್ನಾದರೂ ಮಾಡೋಣವೇ? ಅಥವಾ ನಾಚಿಕೆ ಸತ್ತ ಸಮಾಜದ ಭಾಗವಾಗಿ ಇದ್ದು ಬಿಡೋಣವೇ?

ಖ

ವಿಶ್ವಭಾರತಿಗೆ ಆರತಿ ಎತ್ತಿದ ಜ್ಞಾನಭಾರತಿ ನಮ್ಮ ದಾರಿ ಎಂದ ಹಿರಿಯರನ್ನು ನೆನಪಿಸಿಕೊಳ್ಳೋಣ

ಶಾಂತಿಪಥದ ವಿಳಾಸ ನೀಡಿ

ಇದೇನಾಗುತ್ತಿದೆ? ಕ್ಯಾಂಪಸ್ ಗಲಾಟೆಗಳಲ್ಲಿ ಹುಡುಗರು ಲಾಂಗು, ಮಚ್ಚುಗಳನ್ನು ಹಿಡಿದು ಹೊಡೆದಾಡುವುದನ್ನು ನಮ್ಮ ಜನಪ್ರಿಯ ಸಿನಿಮಾಗಳಲ್ಲಿ ವೈಭವೀಕರಣ ಮಾಡಿ ತೋರಿಸಿ ತೋರಿಸಿ ಅದೊಂದು ಸಾಧಿಸಬೇಕಾದ ಆದರ್ಶವನ್ನಾಗಿಸಿ ಮನೆಮನೆಗಳ ಮನಸ್ಸುಗಳಲ್ಲಿ ಬಿತ್ತಿದ್ದು ಸಾಮಾನ್ಯ ಸಂಗತಿಯಾಗಿ ದಶಕಗಳೇ ಸಂದುಹೋಗಿವೆ.

ಈಗ ನಾವೇನು ಕಡಿಮೆ ಎಂದು ಹೆಣ್ಣುಮಕ್ಕಳೂ ಮುಸುಕು ಧರಿಸಿ ರಾಡು, ಲಾಟಿ ಹಿಡಿದು ಜೆ ಎನ್ ಯು ಕ್ಯಾಂಪಸ್‌ಗೆ ನುಗ್ಗಿ ಅಮಾನುಷವಾಗಿ ಹಲ್ಲೆ ಮಾಡಿ ಕೇಂಕರಿಸಿದ್ದನ್ನು ಯಾವ ಕಣ್ಣಿನಿಂದ ನೋಡಬೇಕೋ ತಿಳಿಯುತ್ತಿಲ್ಲ. ಹಾಗೆ ನುಗ್ಗಿದವರು ಯಾರೇ ಆಗಿರಲಿ, ಅದು ಯಾರೂ ಮಾಡಬೇಕಾದ ಕೃತ್ಯವಲ್ಲವೇ ಅಲ್ಲ. ಎಂತಹ ಬೀಜಗಳನ್ನು ನಾವು ಬಿತ್ತುತ್ತಿದ್ದೇವೆ? ಅದರ ಪರಿಣಾಮವಾದರೂ ಎಲ್ಲಿಗೆ ತಲುಪೀತು? ಯಾಕೋ ನಮ್ಮ ದೇಶ 'ಹಿರಿಯರಿಲ್ಲದ ನೆರವಿ'ಯಂತೆ ಕಾಣತೊಡಗಿದೆ.

ಜನ್ನ ಕವಿ 'ಪಾಪ ಕಳಾ ಪಂಡಿತೆ' ಎಂಬ ಪದವೊಂದನ್ನು ಬಳಸುತ್ತಾನೆ. ಅಬ್ಬಾ! ಎಂತಹ ಪದ. ಇಂದು ಈ ಪಾಂಡಿತ್ಯಕ್ಕೆ ಬಹಳ ದೊಡ್ಡ ಬೆಲೆ ಬಂದಂತಿದೆ. ಎಲ್ಲಾ ಕಾಲದಲ್ಲೂ ದುಷ್ಟರು ಇದ್ದೇ ಇರುತ್ತಾರೆ. ಅವರು ನೇರ ಕಣ್ಣೋಟಕ್ಕೆ ಕಾಣಿಸುತ್ತಿದ್ದರು. ಆದರೆ ದುಷ್ಟರು ಶಿಷ್ಟರ ಮುಖವಾಡ ಧರಿಸಿ, ಸಾಮಾಜಿಕ ಸಮ್ಮತಿ ಗಳಿಸಿ ಸಾಮಾಜಿಕರನ್ನು ಆಳತೊಡಗುತ್ತಾರಲ್ಲಾ, ಅದು ಅತ್ಯಂತ ಕಷ್ಟದ ಕಾಲ. ಅದು ಯಾಕೆ ಕಷ್ಟದ ಕಾಲ ಎಂದರೆ, ಜನರಿಗೆ ಅದರ ಹಿಂದಿನ ಸತ್ಯವನ್ನು ವಿವರಿಸಿ ಹೇಳುವುದೇ ಸಾಧ್ಯವಾಗುವುದಿಲ್ಲ. ಅವರು ನಿಜ ಹೇಳುವವರನ್ನು ನಂಬುವುದಿಲ್ಲ. ಯಾಕೆಂದರೆ, ಸತ್ಯ ಅನಾಕರ್ಷಕವಾಗಿರುತ್ತದೆ. ಯಾತನಾದಾಯಕವಾಗಿರುತ್ತದೆ. ವಾಸ್ತವವನ್ನು ಅಂಗೀಕರಿಸುವುದಕ್ಕೆ ಮನಸ್ಸು ಒಪ್ಪುವುದಿಲ್ಲ. ಅದೇ ಸುಳ್ಳು ಬಣ್ಣಗಳಲ್ಲಿ ಅದ್ದಿಕೊಂಡು ಸೆಳೆಯುತ್ತಿರುತ್ತದೆ. ನಾವೇನೋ ಲೋಕಕ್ಕಾಗಿ (ದೇಶಕ್ಕಾಗಿ, ಧರ್ಮಕ್ಕಾಗಿ, ತನ್ನ ಜಾತಿಗಾಗಿ) ಮಾಡುತ್ತಿದ್ದೇವೆ ಎಂಬ ಸಾರ್ಥಕತೆಯನ್ನು ತುಂಬುತ್ತಿರುತ್ತದೆ. ನಾವು ಯಾರೋ ಅಧಿಕಾರದ ಸಿಂಹಾಸನದಲ್ಲಿ ಕುಳಿತುಕೊಳ್ಳಲು ನಿರ್ಮಿಸುತ್ತಿರುವ ಮೆಟ್ಟಿಲುಗಳಡಿಯ ಕಲ್ಲುಗಳಾಗಿದ್ದೇವೆ ಎಂಬುದು ಅವರಿಗೆ ಅರಿವಿಗೇ ಬರದೆ, ನಾವೇ ದೇಶ ಕಟ್ಟುತ್ತಿರುವವರು ಎಂಬ ಭ್ರಮೆಯಲ್ಲಿ ಅವರನ್ನು ತೇಲಿಸುತ್ತದೆ.

ಕೃಷಿಋಷಿ ನಾರಾಯಣ ರೆಡ್ಡಿ ಒಂದು ಮಾತು ಹೇಳುತ್ತಾರೆ. ಕೀಟಗಳಲ್ಲಿ ಎರಡು ರೀತಿ ಇರುತ್ತದೆ. ಒಂದು ಶತ್ರುಕೀಟ. ಇನ್ನೊಂದು ಮಿತ್ರಕೀಟ. ಬೆಳೆ ತಿನ್ನಲು ಮೊದಲು ಬರುವ ಕೀಟಗಳನ್ನು ಕೊಲ್ಲದೆ ಸ್ವಲ್ಪ ದಿನ ಹಾಗೇ ಬಿಡಬೇಕು. ಅಷ್ಟೊತ್ತಿಗೆ ಆ ಕೀಟಗಳನ್ನು ತಿನ್ನುವ ಕೀಟಗಳು ಬರುತ್ತವೆ. ಸಮತೋಲನ ಸಾಧಿಸುತ್ತದೆ. ಆದರೆ ನಾವು ಕೀಟ ಬಂದ ತಕ್ಷಣವೇ ಕೀಟನಾಶಕವನ್ನು ಸುರಿಯ ತೊಡಗುತ್ತೇವೆ. ದುಷ್ಟ ಕೀಟಗಳಿಗೆ ಬಲಿಷ್ಠವಾದ ಕವಚ ಇರುತ್ತದೆ. ಹೀಗಾಗಿ ಅವು ಕೀಟನಾಶಕಕ್ಕೆ ಸಾಯುವುದಿಲ್ಲ. ಬದಲಿಗೆ ಇವುಗಳನ್ನು ತಿನ್ನಲು ಬರುವ ಮಿತ್ರ ಕೀಟಗಳಿಗೆ ಕವಚ ಇರುವುದಿಲ್ಲ. ಅವುಗಳು ಸಾಯುತ್ತವೆ. ಇತ್ತ ಹಣವೂ ಹಾಳು. ಅತ್ತ ಪರಿಸರವೂ ಹಾಳು. ಆದರೆ ದುಷ್ಟ ಶತ್ರುಕೀಟಗಳು ತಮ್ಮ ಸಾಮ್ರಾಜ್ಯ

ವಿಸ್ತರಿಸಿಕೊಳ್ಳುತ್ತಲೇ ಇರುತ್ತವೆ. ಇಂದು ಸತ್ಯ, ಅಹಿಂಸೆ, ಸಹನೆ, ಸೌಹಾರ್ದದ ಮಾತುಗಳನ್ನು ಆಡುತ್ತಿರುವವರು ಕೀಟಗಳಂತೆ ಕಾಣುತ್ತಿರಬಹುದು. ಆದರೆ ಇವರು ಮಿತ್ರಕೀಟಗಳು ಎಂಬ ತಿಳಿವಳಿಕೆಯನ್ನು ಮೂಡಿಸುವುದೇ ಕಠಿಣವೆನಿಸಿದೆ. ಜನ ಹೇಗಾಗಿ ಹೋಗಿದ್ದಾರೆಂದರೆ, ಬೀದಿ ಬದಿಯ ನಾಯಿಯ ದುರವಸ್ಥೆಗೆ ಮರುಗಿ ಊಟ ಹಾಕಬಲ್ಲ ಸಹೃದಯರೆನಿಸಿಕೊಂಡವರೂ, ಅನ್ಯ ಧರ್ಮದವರ ಕುರಿತು ವಿಷಕಾರುತ್ತಿರುತ್ತಾರೆ. ಇದಂತೂ ಸಾಧಾರಣಕ್ಕೆ ಅರ್ಥವಾಗುವ ವಿದ್ಯಮಾನವಲ್ಲ.

ನನ್ನ ಗೆಳತಿಯೊಬ್ಬಳು ಮೂವತ್ತು ವರ್ಷದ ಹಿಂದಿನ ಸಂಗತಿಯೊಂದನ್ನು ಹೇಳಿದ್ದಳು. ಆಗ ಈಗಿನಂತೆ ಎಡ-ಬಲ ಚಿಂತನೆಯವರ ನಡುವೆ ಕಂದಕದಂತಹ ಬಿರುಕಿರಲಿಲ್ಲ. ಆದರೆ, ಒಬ್ಬರೆಡೆಗೆ ಇನ್ನೊಬ್ಬರಿಗೆ ಅನುಮಾನವಂತೂ ಇತ್ತು. ಅವಳು ಎಡಪಂಥೀಯಳು. ಎಡಪಂಥೀಯನನ್ನೇ ಪ್ರೀತಿಸಿದಳು. ಅವನಿಗೆ ಭದ್ರವಾದ ಉದ್ಯೋಗವೂ ಇದ್ದಿರಲಿಲ್ಲ. ಆದರೆ ಅವರು ಮದುವೆಯಾಗುವುದೆಂದು ತೀರ್ಮಾನಿಸಿದರು. ಅವನ ತಮ್ಮ, ತನ್ನದಲ್ಲದ ಜಾತಿಯವಳಾದರೂ ತನ್ನ ಅತ್ತಿಗೆಯಾಗುವಾಕೆಯನ್ನು ಭೇಟಿಯಾದ. ಮೊದಲಿಗೇ, ಅತ್ತಿಗೆ ಎಂದೇ ಕರೆದು ಮನಗೆದ್ದ. ತಂದೆಯಿಲ್ಲದ, ಊರಲ್ಲಿ ಚೂರುಪಾರು ಜಮೀನು ನೋಡಿಕೊಳ್ಳುವ ಆತ ಅಣ್ಣನ ಓದಿಗೆ ಬೆನ್ನೆಲುಬಾಗಿ ನಿಂತಿದ್ದ. ಈಗ ಅಣ್ಣನ ಮದುವೆ ಮಾಡಿಸಲು ಬೇಕಾಗುವ ಖರ್ಚುಗಳನ್ನು ತಾನೇ ಭರಿಸಿದ. ಮದುವೆ ಆಯ್ತು. ಹುಲ್ಲು ಮಾಡಿನ ಆ ಪುಟ್ಟ ಮನೆಗೆ ಸಾಕಷ್ಟು ಅನುಕೂಲದಲ್ಲೇ ಬೆಳೆದಿದ್ದ ಆ ಹುಡುಗಿ ಸೊಸೆಯಾಗಿ ಕಾಲಿಟ್ಟಾಗ, ಆ ಮನೆಯ ಗೋಡೆಯ ಮೇಲೆ ಸಾಲು ಸಾಲು ಜೋಡಿಸಿದ್ದ ಫೋಟೋಗಳನ್ನು ನೋಡಿ ಗಾಬರಿಗೊಂಡಳು. ಭಗತ್ ಸಿಂಗ್ ಜೊತೆಗೇ ಹೆಡಗೇವಾರ್, ಗೋಲ್ವಾಲ್ಕರ್ ಮೊದಲಾದವರು ಅಲ್ಲಿದ್ದರು. ಅಣ್ಣನ ರೂಮಿನಲ್ಲಿ ಕಾರ್ಲ್ ಮಾರ್ಕ್ಸ್ ಇದ್ದರೆ ತಮ್ಮನ ಮನೆತುಂಬ ಇವರುಗಳು. ಇದು ಹೇಗೆ ಸಾಧ್ಯ? ಅಂತ ಅವಳಿಗೆ ಅನ್ನಿಸಿತು. ಆ ತಮ್ಮ, ತನ್ನ ಸಿದ್ಧಾಂತದಿಂದ ಭ್ರಷ್ಟಾಚಾರ ರಹಿತ ಭಾರತ ನಿರ್ಮಾಣವಾಗುತ್ತೆ ಎಂದು ಮುಗ್ಧವಾಗಿ ನಂಬಿದ್ದ.

ಆ ತಮ್ಮನಿಗೆ ಮುಂದೆ ಅವನ ತೋಟದ ಗಡಿತಂಟೆಯ ನೆಪದಲ್ಲಿ ಜೀವನಾಧಾರಕ್ಕೇ ಧಕ್ಕೆ ತಂದವರಲ್ಲಿ ಹಿಂದೂಗಳೂ, ಮುಸ್ಲಿಮರೂ ಇದ್ದರು. ಅವನಿಗೆ ಜೊತೆ ನೀಡಿದ ಅತ್ಯಂತ ಆತ್ಮೀಯ ಸ್ನೇಹಿತರಲ್ಲಿ ಹಿಂದೂಗಳೊಂದಿಗೆ ಮುಸ್ಲಿಮರೂ ಇದ್ದರು. ಅವನ ಮಗಳು ಅವರುಗಳ ಮನೆಯಲ್ಲಿ ಬಿರಿಯಾನಿ ತಿಂದುಕೊಂಡೇ ಬೆಳೆದಳು! ಇದು ನಮ್ಮ ಹಳ್ಳಿಗಳ ಭಾರತ.

ಆದರೆ ಇಂದು, ತಾನು ನಂಬದ ಸಿದ್ಧಾಂತದ ಸಹಪಾಠಿಗಳ ತಲೆಯೊಡೆಯಲೂ ತಯಾರಾಗಿದ್ದಾರೆ ಭವಿಷ್ಯದ ಕುಡಿಗಳು. ಸಿರಿಯಾದ ಉಗ್ರರು, ಅಫ್ಘಾನ್‌ನ

ತಾಲಿಬಾನೀಯರು, ಸಾಲು ಸಾಲು ಪ್ರಗತಿಪರ ಪತ್ರಕರ್ತರನ್ನು ಕೊಂದ ಕೆಲವು ವರ್ಷಗಳ ಹಿಂದಿನ ಬಾಂಗ್ಲಾ ಮೂಲಭೂತವಾದಿಗಳು, ಇಂತಹ ಹಲವರಿಗಿಂತ ಇವರು ಭಿನ್ನರೇ? ಇದನ್ನು ಸಮರ್ಥಿಸುವುದಕ್ಕಾಗಿ ಇನ್ಯಾವುದೋ ಉದಾಹರಣೆಗಳನ್ನು ದಯವಿಟ್ಟು ಕೊಡದಿರಿ. ಯಾಕೆಂದರೆ, ಅದೆಲ್ಲವೂ ಖಂಡನೀಯವೇ ಆಗಿರುತ್ತವೆ. ಕೊಡುವುದೇ ಆದರೆ, ಈ ಒಂದು ತಿಂಗಳಲ್ಲಿ ಲಕ್ಷ, ಲಕ್ಷ ಜನಸೇರಿ ಪ್ರತಿಭಟನೆ ಮಾಡಿದಾಗಲೂ ಯಾವುದೇ ಗಲಾಟೆ, ಗದ್ದಲ, ಸಾವು ನೋವುಗಳು ಆಗದೇ ಇರುವ ಘಟನೆಗಳನ್ನೇ ಉದಾಹರಿಸಿ. ಶಾಂತಿಯುತ ಪ್ರತಿಭಟನೆ ಎಲ್ಲರ ಹಕ್ಕು. ಪೌರತ್ವ(ತಿದ್ದುಪಡಿ) ಕಾಯ್ದೆ ವಿರುದ್ಧ ಮಾತ್ರವಲ್ಲ, ಪರವೂ ಮೆರವಣಿಗೆಗಳು ಆಯೋಜನೆಗೊಂಡಿವೆಯಲ್ಲ. ಅಂದಮೇಲೆ ವಿರುದ್ಧದವರ ದಾರಿ ತಪ್ಪು, ಪರದವರದ್ದು ಮಾತ್ರ ಸರಿ ಎಂದು ಹೇಳಲು ಸಾಧ್ಯವೇ?

ಭಾರತದಲ್ಲಿ ಹತ್ತು ಹನ್ನೆರಡನೇ ಶತಮಾನದ ಹೊತ್ತಿಗೆ ಭಕ್ತಿ ಚಳವಳಿಗಳು ವ್ಯಾಪಕವಾಗಿ ಬೆಳೆಯತೊಡಗಿದವು. ಇವು, ಎಲ್ಲ ಅಧಿಕಾರ ರಾಜಕಾರಣದ ವಿರುದ್ಧವಾಗಿದ್ದವು. ಧಾರ್ಮಿಕ ಸಂಸ್ಥೆಗಳೇ ಬೃಹತ್ತಾಗಿ ಬೆಳೆದು, ಪ್ರಭುತ್ವದೊಂದಿಗೆ ಸೇರಿಕೊಂಡು ಶೋಷಣೆಯ ಕೇಂದ್ರಗಳಾದಾಗ ಇವು ಆ ಸಂಸ್ಥೆಗಳಿಂದ ಸಿಡಿದು ಹೊರಬಂದವು. ಆಲಯವನ್ನು ಬಯಲಿಗೆ ತಂದವು. ಕನ್ನಡದ ಶರಣ ಚಳವಳಿ ದೇಹದಲ್ಲೇ ದೇವಾಲಯ ಇದೆ ಎಂದು ಸಾರಿತು. ಪ್ರತಿ ವ್ಯಕ್ತಿಯೂ ಇದನ್ನು ಸಾಧಿಸಿಕೊಳ್ಳಬಹುದು. ಕಳಬೇಡ, ಕೊಲಬೇಡ, ಹುಸಿಯ ನುಡಿಯಲು ಬೇಡ. ಇದೇ ಅಂತರಂಗ ಶುದ್ಧಿ, ಇದೇ ಬಹಿರಂಗ ಶುದ್ಧಿ ಎನ್ನುತ್ತಾ ಸಾಮುದಾಯಿಕ ಸರಳ ಬದುಕನ್ನು ಪ್ರತಿಪಾದಿಸಿತು. ಇದು, ಅಧಿಕಾರವೇ ಅಂತಿಮ, ಯಜಮಾನಿಕೆಯೇ ದಿಗ್ವಿಜಯ ಎಂದು ಭಾವಿಸುವುದರ ವಿರುದ್ಧ ಧ್ರುವದಲ್ಲಿದೆ. ಮತ್ತೆ ಕಾಲ ಇನ್ನೊಂದು ಸುತ್ತು ಹಾಕಿದೆ. ಶರಣರ ಚಿಂತನೆ ನಾಲಿಗೆಯಲ್ಲಲ್ಲ, ಹೃದಯದಲ್ಲಿ ನೆಲೆಸಬೇಕಾಗಿದೆ. ಮತ್ತು ಇಂತಹ ಚಿಂತನೆಗಳು ಮಾತ್ರ ಭಾರತದ ಭವಿಷ್ಯದ ದಾರಿಗಳಾಗಬಲ್ಲವು.

೬೦

ದ್ವೇಷ ಎಂಬ ಅಗ್ನಿಯು ಹಬ್ಬುತ್ತಾ ತನ್ನ ಮನೆಯನ್ನೇ ಸುಡುತ್ತದೆ ಎಂಬ ಅರಿವು ನಾಶವಾಗದಿರಲಿ

ಒಳ್ಳೆಯ ಸುದ್ದಿಗಾಗಿ ಕಾತರಿಸಿದೆ ಮನ

'ಅರಗಿನ ಅರಮನೆಗೆ ಹಾಕಿದ ಬೆಂಕಿಯು ಬೀಜವಾಗಿ, ವಿಷದ ಲಡ್ಡುಗೆಯನ್ನು ತಿನ್ನಿಸಿದ್ದು ಮೊಳಕೆಯಾಗಿ, ಕಪಟ ಜೂಜಿನಲ್ಲಿ ಚಿಗುರಾಗಿ, ದ್ರೌಪದಿಯ ಸೀರೆ ಸೆಳೆದಾಗ ಹೂವಾಗಿ ವೈರವೆಂಬುದು ಬೆಳೆದು ಇಂದು ಮರವಾಗಿರುವಾಗ ಮುಂದೆ ಅದು ಕೌರವನ ಕಿರೀಟವನ್ನು ಪುಡಿಯಾಗಿಸುವ ಮತ್ತು ತೊಡೆಗಳನ್ನು ಮುರಿಯುವ ಫಲಗಳನ್ನು ಕೊಡದೇ ಇರುತ್ತದೆಯೇ? ವಿಷವೃಕ್ಷವು ವಿಷದ ಹಣ್ಣನ್ನೇ ಬಿಡುತ್ತದೆಯಲ್ಲವೇ' ಇದು ರನ್ನನ ಗದಾಯುದ್ಧದಲ್ಲಿ ಬರುವ ಭೀಷ್ಮರ ಮಾತು.

ಯುದ್ಧ ಬಿಟ್ಟು ಸಂಧಿ ಮಾಡಿಕೊಳ್ಳಲು ಹೇಳಿದಾಗ ಆತ ಒಪ್ಪದೇ ಹೋದಾಗ ಅವರು ಮನಸ್ಸಿನಲ್ಲೇ ಅಂದುಕೊಳ್ಳುವ ಮಾತು. ಸ್ವತಃ ಅವರೇ ಇದೇ ಕೌರವನ ಪಡೆಯಲ್ಲಿ ಸೇನಾಧಿಕಾರಿಯಾಗಿ ಯುದ್ಧ ಮಾಡಿ ಪಾಂಡವ ಪಡೆಯ ಸಾವಿರಾರು ಜನರ ಹತ್ಯೆ ನಡೆಸಿದ ನಂತರದಲ್ಲಿ ಶರಶಯ್ಯೆಯಲ್ಲಿರುವಾಗ ಹೀಗೆ ಅಂದುಕೊಳ್ಳುತ್ತಾರೆ.

ಅಜ್ಜನಾಗಿ ಮೊಮ್ಮಕ್ಕಳನ್ನು ತಡೆಯಲು ಇವರಿಗೆ ಸಾಧ್ಯವಾಗದೇ ಹೋದ ದುರಂತವೇ ಇದು? ಅಥವಾ ಈ ಮಾತನ್ನು ಓದುಗರ ವಿವೇಕ ಹೆಚ್ಚಿಸಲು ಕವಿ ಬರೆದಿರುವುದೇ? ಕವಿಗಳ ಈ ಮಾತು ಕೇಳಿಸಿಕೊಳ್ಳುವ ಕಿವಿಗಳು ಇದೆಯೇ? ಇರಲಿ, ಬಿಡಲಿ, ಮಾನವತೆಯನ್ನು ಎದೆಯಲ್ಲಿ ಹೊತ್ತವರು ಹೇಳುವುದನ್ನು ಎಂದಿಗೂ ಬಿಡಲಾರರು. ಅದು ತಮ್ಮ ಲಾಭಕ್ಕಾಗಿ ಅಲ್ಲ, ಲೋಕದ ಒಳಿತಿಗಾಗಿ. ಕೌರವನೆಂಬ ರಾಜನಿಗೆ ಭೀಷ್ಮ, ದ್ರೋಣರೆಂಬ ಹಿರಿಯರೂ ಗುರುಗಳೂ ತಕ್ಕ ಸಮಯದಲ್ಲಿ ಇಂತಹ ಮಾತನ್ನು ಹೇಳಲು ಹೆದರಿದರೇ? ಅದಕ್ಕಾಗಿ ಯುದ್ಧ ನಡೆದು ಲಕ್ಷಾಂತರ ಸೈನಿಕರು ಸಾಯುವಂತಾಯಿತೇ? ಯುದ್ಧ ಬೇಡ ಎಂದ ಕೃಷ್ಣನ ಮಾತನ್ನೇ ಆತ ಕೇಳದೇ ಹೋದ ನಿಜ. ಆದರೆ ಇವರೆಲ್ಲರೂ ಯಾಕೆ ಅವನನ್ನೇ ಬೆಂಬಲಿಸಿದರು? ಬಹುಸಂಖ್ಯಾತರ ಬೆಂಬಲ ಇದ್ದದ್ದು ಕೌರವನಿಗೇ ಹೊರತು ಪಾಂಡವರಿಗಲ್ಲ. ಎಲ್ಲ ದುರಂತಗಳಾಚೆಗೆ ಗೆಲುವು ಸಿಕ್ಕಿದ್ದು ಪಾಂಡವರಿಗೇ ಹೊರತು ಕೌರವರಿಗಲ್ಲ. ಇದೇ ಸಂಕಟ. ನಡುವಿನ ದುರಂತಗಳೆಲ್ಲವೂ ಕೌರವನಂತಹ ಆಳುವವರ ಅವಿವೇಕದಿಂದ ನಡೆದುಹೋಗುತ್ತವೆ.

ನಮ್ಮ ಸುತ್ತಿನ ಕೆಲವು ಘಟನೆಗಳು, ಮಾತುಗಳು ಇಂತಹ ವೈರದ ಬೀಜವನ್ನು ಬಿತ್ತುತ್ತಿವೆ. ಸನ್ಯಾಸಿಯೆಂದು ಕಾವಿತೊಟ್ಟಿರುವವರೊಬ್ಬರಿಂದ ತಮ್ಮ ಧರ್ಮದ ಹೆಣ್ಣುಮಕ್ಕಳಿಗೆ ಕೀಟಲೆ ಮಾಡಿದರೆ ಅನ್ಯ ಧರ್ಮದ ಮಗಳು, ಸೊಸೆಯಂದಿರನ್ನು ತಾನೇ ಅತ್ಯಾಚಾರ ಮಾಡುವುದಾಗಿ ಹೇಳಿಕೆ ಬಂದಿದೆ. ಕೀಟಲೆ ಯಾರು ಮಾಡಿದರೂ ಶಿಕ್ಷೆಗೆ ಗುರಿಯಾಗುವುದಾಗಿ ಹೇಳಲಿ. ಆದರೆ ಇದೆಂತ ಮಾತು? ಇದರರ್ಥ ಏನು? ತನ್ನದೇ ಧರ್ಮದವರು ಕೀಟಲೆ ಮಾಡಿದರೆ ಸರಿಯೇ? ಒಬ್ಬ ಸನ್ಯಾಸಿಯೆನಿಸಿಕೊಂಡವನು ತಾನೇ ಅತ್ಯಾಚಾರ ಮಾಡುವುದಾಗಿ ಹೇಳುವುದು ತನ್ನದೇ ಧರ್ಮಕ್ಕೆ ಮಾಡುವ ಅವಮಾನ ಅಲ್ಲವೇ? ದ್ವೇಷ, ಅಸೂಯೆಗಳನ್ನು ನೀರು ಗೊಬ್ಬರ ಹಾಕಿ ಬೆಳೆಸಿದರೆ ಮತ್ತು ಹಾಗೆ ಬೆಳೆಸುತ್ತಿರುವುದನ್ನು ನೋಡಿಯೂ, ತಮಗೆ ಅದರೊಳಗೇ ಒಂದು ಹುದ್ದೆಯೋ ಅನುಕೂಲವೋ ಇದ್ದರೆ ಸಾಕು ಬಿಡು ಎಂದುಕೊಂಡು ಆ ಆಡಳಿತದ ಭಾಗವಾದವರು ಮೌನವಾಗಿದ್ದರೆ ಅದರ ಪರಿಣಾಮ ಏನಾಗಬಹುದು ಎನ್ನುವುದಕ್ಕೆ ದ್ರೌಪದಿಯ ಪ್ರಸಂಗಕ್ಕಿಂತ ದೊಡ್ಡ ಪಾಠ ಯಾವುದೂ ಇಲ್ಲ. ಇದು ನಮ್ಮೊಳಗನ್ನು ಸದಾ ಎಚ್ಚರವಾಗಿಡಬೇಕು. ಆಕೆ ಸ್ವತಃ ತಮಗೆ ಸೊಸೆಯಾಗಿರುವವಳು ಎಂಬುದೂ ಈ ದ್ವೇಷಕ್ಕೆ ಮುಖ್ಯವಾಗುವುದೇ

ಇಲ್ಲ. ಕಣ್ಣಿಲ್ಲದ ಧೃತರಾಷ್ಟ್ರ ಮತ್ತು ಕಣ್ಣಿಗೆ ಪಟ್ಟಿ ಕಟ್ಟಿಕೊಂಡು ಕುರುಡಾದ ಗಾಂಧಾರಿ ಇಡೀ ವ್ಯವಸ್ಥೆಯ ರೂಪಕಗಳು. ಕಣ್ಣಿಲ್ಲದವರ ಸಾಮ್ರಾಜ್ಯದಲ್ಲಿ ಕೆಲವರು ಹೀಗೆ ಪಟ್ಟಿ ಕಟ್ಟಿಕೊಂಡು ಕೃತಕ ಕುರುಡಿನಲ್ಲಿ ಸುಖವನ್ನು ಹುಡುಕುತ್ತಾರೆ. ಕಣ್ಣಿರುವವರು ಪಾಪಿಗಳೆನಿಸಿಕೊಳ್ಳುತ್ತಾರೆ. ಕಾಶ್ಮೀರದ ಪಂಡಿತರು ಮತ್ತು ಕಾಶ್ಮೀರದ ಅಸಂಖ್ಯಾತ ಇತರ ಜಾತಿ, ಧರ್ಮದವರು, ಭಾರತವನ್ನು ಬೆಂಬಲಿಸುವ ಮುಸ್ಲಿಮರುಗಳೆಲ್ಲಾ ಮೂಲಭೂತವಾದಿ ಮತ್ತು ಪ್ರತ್ಯೇಕತಾವಾದಿಗಳ ಅಟ್ಟಹಾಸಕ್ಕೆ ಬಲಿಯಾದರು. ಇಲ್ಲಿ ಅನ್ಯ ದೇಶ ಮತ್ತು ಅಲ್ಲಿನ ಇಸ್ಲಾಂ ಭಯೋತ್ಪಾದಕರ ಅಮಾನವೀಯ ಆಕ್ರಮಣ ಇದೆ. ಆದರೆ, ಇನ್ನೊಂದೆಡೆ ನಮ್ಮದೇ ಖೈರ್ಲಾಂಜಿ ಮತ್ತು ಇಂತಹುದೇ ಅಸಂಖ್ಯ ಪ್ರಕರಣಗಳಲ್ಲಿ ದೇಶೀಯರೇ, ತಮ್ಮ ಧರ್ಮದವರೇ ಆಗಿದ್ದರೂ ಅವರ ಮೇಲೆ ಇಂತಹದೇ ಅಟ್ಟಹಾಸ ಮೆರೆಯುವುದು ಏನನ್ನು ಸೂಚಿಸುತ್ತದೆ? ಖೈರ್ಲಾಂಜಿಯ ದಲಿತ ಹೆಣ್ಣುಮಕ್ಕಳನ್ನು ಬೆತ್ತಲೆ ಮೆರವಣಿಗೆ ಮಾಡಿಸಿದ್ದು ದ್ವೇಷದ ಪರಾಕಾಷ್ಠೆಯು ಮುಟ್ಟುವ ಅಧಃಪತನವಲ್ಲವೇ?

ಇತ್ತೀಚೆಗೆ ದಕ್ಷಿಣ ಕನ್ನಡದ ಭೂತಕೋಲವೊಂದನ್ನು ನೋಡಲು ಹೋಗಿದ್ದ ಮಲೆನಾಡಿನ ಹುಡುಗನಿಗೆ ಆದ ಅನುಭವವೊಂದನ್ನು ಹೇಳಬಯಸುತ್ತೇನೆ. ಅಲ್ಲಿ ಊಟಕ್ಕೆಂದು ಸಿದ್ಧತೆ ನಡೆಯುವಾಗ ಒಂದಿಷ್ಟು ಹುಡುಗರು ಬಹುಶ್ರಮ ವಹಿಸಿ ಹೊರಗಿನ ಕೆಲಸ ಮಾಡುತ್ತಿದ್ದರು. ಅದರಲ್ಲಿ ಒಬ್ಬ ನೀರು ಕುಡಿಯಲೆಂದು ಮುಂದುಗಡೆ ಇದ್ದ ನೀರಿನ ಪಾತ್ರೆಯನ್ನು ಬಳಸಲು ಬಂದ. ಆಗ ಅಲ್ಲಿಗೆ ಆಗಮಿಸಿದ ಮರಿ ನಾಯಕನೊಬ್ಬ, 'ಏನು ನೀನು ಇಲ್ಲೆಲ್ಲಾ ಬರುವುದ?' ಎಂದು ಝುಂಕಿಸಿದ. ಈತ ತಡವರಿಸುತ್ತಾ ಏನೋ ಅಂದ. ಇವನೂ ಕೇಸರಿ ಶಾಲೇ ಹಾಕಿದ್ದ. ಆದರಿವನು ತಳಜಾತಿಯವನಾಗಿದ್ದ. ತಳಜಾತಿಯವನು ಎಷ್ಟೇ ಮೇಲಕ್ಕೆ ಚಲಿಸಿದರೂ ಅವರ ಅಧೀನದಲ್ಲೇ ಇರಬೇಕು. ವಿರೋಧಿಸಿದಾಗಲೇ ಬಿಸಿ ಮುಟ್ಟುವುದು. ಇಂದು ಅನ್ಯಧರ್ಮೀಯರ ಮೇಲೆ ನಡೆಯುವುದು ಅಲ್ಲಿನ ಟಾರ್ಗೆಟ್ ಮುಗಿದ ಮೇಲೆ ಎಲ್ಲಿಗೆ ಹೋಗುತ್ತದೆ ಎಂಬುದಕ್ಕೆ ಇದಕ್ಕಿಂತ ಬೇರೆ ಸೂಚನೆ ಬೇಕಿಲ್ಲ. ಆದರೆ ಇಂದು ಅವರ ಟಾರ್ಗೆಟ್ ಮುಗಿಸಲು ಇವರೆಲ್ಲಾ ಅಸ್ತ್ರಗಳಾಗಿ ಬಹಳ ಸಂತೋಷದಿಂದ, ಉನ್ಮಾದದಿಂದ ಕೆಲಸ ಮಾಡುತ್ತಿದ್ದಾರೆ. ಈ ಉನ್ಮಾದಕ್ಕೆ ಮಹಿಳೆಯರೂ ಸಿಲುಕಿದ್ದಾರೆ. ಇವರಿಂದಾಗಿ ಮರಿ ನಾಯಕರಾಗಿದ್ದವರು ಮುಂದೆ ದೊಡ್ಡ ನಾಯಕರಾಗುತ್ತಾರೆ. ಅದಕ್ಕಾಗಿಯೇ ಈ ವಿಭಜನೆಗಳನ್ನು ಪೋಷಿಸುತ್ತಲೇ ಇರುತ್ತಾರೆ. ನಮ್ಮ ಸುತ್ತಲೂ ಇದುವರೆಗೂ 'ಸಭ್ಯ'ರಂತೆ ಮುಖವಾಡ ತೊಟ್ಟವರನೇಕರು ಇಂದು ತಮ್ಮ ನಿಜಮುಖಗಳನ್ನು ತೋರಿಸತೊಡಗಿದ್ದಾರೆ. ಮರಿ ನಾಯಕರಾಗುವ ಅತುಲ ಉತ್ಸಾಹದಲ್ಲಿದ್ದಾರೆ.

ಜಗತ್ತನ್ನು ಕಾಡುತ್ತಲೇ ಇರಬೇಕಾದ ಹಿಟ್ಲರ್‌ತನವನ್ನು ಆಗಾಗ ಎಚ್ಚರಿಸುವ ಕೆಲಸವನ್ನು ಎಲ್ಲ ಪ್ರಾಜ್ಞರೂ ಮಾಡುತ್ತಲೇ ಬಂದಿದ್ದಾರೆ. ಹಾಗೆ ಹೇಳಿದಾಗ, 'ನೀವೆಲ್ಲಾ ಇಲ್ಲದೇ ಇರುವುದನ್ನು ಹೇಳುತ್ತಿದ್ದೀರಿ' ಎನ್ನುವವರೇ ಈಗ ನಡೆಯುತ್ತಿರುವುದೇನು? ಯಹೂದಿಗಳನ್ನು ಪ್ರತ್ಯೇಕಿಸಿದಂತೆಯೇ ಇಂದು ನಮ್ಮ ಕರ್ನಾಟಕದಲ್ಲಿ ಮುಸ್ಲಿಮರ ಹೊಟ್ಟೆಪಾಡುಗಳ ಮೇಲೆ ಆಕ್ರಮಣ ಮಾಡುತ್ತಿರುವುದು ಯಾವುದರ ಸೂಚನೆ? ನಾವಿಲ್ಲಿ ಆಂತರಿಕವಾಗಿ ಘರ್ಷಣೆಗೆ ತೊಡಗುವುದು ಬಾಹ್ಯರು ತಲೆ ತೂರಿಸಲು ಅವಕಾಶ ಮಾಡಿಕೊಡುವುದಿಲ್ಲವೇ? ನಾವು ಸಬಲ ಭಾರತವನ್ನು ಕಟ್ಟಬೇಕಾಗಿದೆಯಲ್ಲವೇ? ನಮಗೆ ಮಾದರಿ ಯಾರು? ಕೊಳಕು ಭಯೋತ್ಪಾದಕರೇ? ಅವರದೇ ದಾರಿಗಳನ್ನು ನಾವು ಅನುಸರಿಸಬೇಕಾಗಿದೆಯೇ? ನಮ್ಮದೇ ದೇಶದಲ್ಲಿ ಹಿಂದೆ ಎಷ್ಟೆಲ್ಲಾ ಒಳ್ಳೆಯ ಮಾರ್ಗಗಳು ಆವಿಷ್ಕಾರಗೊಂಡಿದ್ದುವಲ್ಲ? ಅದೆಲ್ಲ ಬಿಟ್ಟು ಹಿಟ್ಲರ್ ಮಾದರಿಯ ಹಿಂದೇಕೆ ಹೋಗುತ್ತಿದ್ದೇವೆ? ಹಿಟ್ಲರ್‌ನ ನೆನಪನ್ನು ಹಿಂದಿಕ್ಕಿ, ಸಿರಿಯಾದ ನಿರಾಶ್ರಿತರಿಗೆ ಆಶ್ರಯ ಕೊಟ್ಟೂ, ಕೋವಿಡ್ ಕಾಲದಲ್ಲೂ ಆರ್ಥಿಕ ಸ್ಥಿರತೆ ಹೊಂದಿ ಜನಾಂಗ ದ್ವೇಷವಿಲ್ಲದೆ ಹದಿನಾರು ವರ್ಷ ಆಡಳಿತ ಮಾಡಿ ತಾನೇ ಅಧಿಕಾರವನ್ನು ತ್ಯಜಿಸಿದ ಏಂಜೆಲಾ ಮರ್ಕೆಲ್‌ರಂತವರು ಕಟ್ಟಿದ ಜರ್ಮನಿ ನಮಗಿಂದು ನೆನಪಾಗಬೇಕು. ಸಂತೃಪ್ತ, ಸುಶಿಕ್ಷಿತ, ಮಾನವತೆಯ ಆಗರವಾದ, ವಿಷಮುಕ್ತ ಪರಿಸರ ಮತ್ತು ಆಹಾರವನ್ನು ನೀಡುವ ಜಗತ್ತಿನ ಅಪರೂಪದ ದೇಶ ಭಾರತವಾಗಿದೆ ಎಂಬ ಒಳ್ಳೆಯ ಸುದ್ದಿಯೊಂದನ್ನು ಕೇಳುವ ಕಾತರದಲ್ಲಿ ನನ್ನ ಕಿವಿಗಳಿವೆ. ಈ ಸುದ್ದಿ ನೀಡಲು ಕಾರಣರಾಗುವವರು ಯಾರೇ ಆದರೂ ಅವರಿಗೊಂದು ಸೆಲ್ಯೂಟ್‌ನ್ನು ಈಗಲೇ ಹೇಳುವೆ.

ಕೃಷ್ಣ, ತನ್ನ ಧರ್ಮದಲ್ಲಿದ್ದೇ ಪಾಪದ ಕೆಲಸ ಮಾಡಿದ ಕೌರವನಿಗೆ ಬುದ್ಧಿಮಾತು ಹೇಳಿದಾಗ, ಆತ 'ದನ ಕಾಯುವ ಜಾತಿಯವನು', 'ಈಗಷ್ಟೇ ದಾಸಿಯ ಮನೆಯ (ವಿದುರ) ಕೂಳು ತಿಂದು ಬಂದವನು' ಎಂದು ಟ್ರೋಲ್ ಮಾಡುತ್ತಾನೆ! ಇಂದು ಬುದ್ಧಿಜೀವಿಗಳೂ ಹೀಗೇ ಅನ್ನಿಸಿಕೊಳ್ಳಬೇಕಾದ ಕಾಲದಲ್ಲಿದ್ದಾರೆ!

ಐ

· 20

ಇದಿರು ನೋಟ

ಸಬಿತಾ ಬನ್ನಾಡಿ

ಸಮಸ್ಯೆಯನ್ನು ಗುರುತಿಸುವುದು, ನಿರ್ವಹಿಸುವುದು, ಭರವಸೆಯ ಭದ್ರತೆಯನ್ನು ವಾಸ್ತವವಾಗಿಸುವುದು ವರ್ತಮಾನದ ತುರ್ತು

ನಾಯಕತ್ವದ ಭಿನ್ನ ಮಾದರಿ

'ವಿಷಯ ಗೊತ್ತಾಯ್ತಾ? ನಿನ್ನ ಕ್ಲಾಸ್‌ಮೇಟ್ ಹೋದಳು. ಅವಳ ತಂದೆ ತಾಯಿ ಇಬ್ಬರೂ ಹೋದವಾರ ಹೋದರು. ಅವಳ ತಮ್ಮ ಇನ್ಯಾವುದೋ ಆಸ್ಪತ್ರೆಯಲ್ಲಿ ಪಾಸಿಟಿವ್ ಆಗಿ ಟ್ರೀಟ್‌ಮೆಂಟ್‌ನಲ್ಲಿ ಇದ್ದಾನಂತೆ, ನಾವೆಲ್ಲಾ ಇದ್ದೂ ಸತ್ತಂತಾಗಿದ್ದೀವಿ. ಏನೂ ಹೆಲ್ಪ್ ಮಾಡೋಕಾಗ್ತಿಲ್ಲ, ನಾವು ವೇಸ್ಟ್ ಅನ್ನಿಸ್ತಿದೆ,' ಅನ್ನುತ್ತಲೇ ದುಃಖದ ಕಡಲಲ್ಲಿ ಮುಳುಗಿದ ತನ್ನ ಮೇಷ್ಟ್ರು ದೆಹಲಿಯಿಂದ ಮಾಡಿದ ಕರೆಯನ್ನು ಕೇಳುತ್ತಾ ಮೂವತ್ತರ ಹರೆಯದ ಹುಡುಗ ಕಣ್ಣೀರು ಹಾಕುತ್ತಾನೆ.

ಎಲ್ಲೆಲ್ಲೂ ನಮ್ಮ ಆತ್ಮೀಯರನ್ನು ಕಳೆದುಕೊಳ್ಳುತ್ತಾ ಕ್ಷುಬ್ಧ ಸಾಗರದ ಅಲೆಯಲ್ಲಿ ಜೀವ ಎಂಬ ತೆಪ್ಪವನ್ನು ಏರಿ ಪಯಣ ಹೊರಟ ಸ್ಥಿತಿಯಲ್ಲಿ ನಾವೆಲ್ಲಾ ಇದ್ದೇವೆ. ಇದನ್ನು ತಡೆಯಲು, ತೀವ್ರತೆ ಕಡಿಮೆ ಮಾಡಲು ಆಗುತ್ತಿರಲಿಲ್ಲವೇ? ಇಂತಹ ಸಂದರ್ಭಗಳನ್ನು ಸವಾಲು ಎಂದು ಸ್ವೀಕರಿಸಿ ಸಾಮೂಹಿಕ ಪ್ರಯತ್ನಗಳನ್ನು ಉದ್ದೀಪಿಸಿ ವ್ಯಕ್ತಿಗಳು ಮರೆಯಲ್ಲಿ ನಿಂತು ಕೆಲಸಗಳು ಮುನ್ನೆಲೆಗೆ ಬರುವಂತೆ ಮಾಡುವುದನ್ನೇ ನಿಜವಾದ ನಾಯಕತ್ವ ಎನ್ನುವುದು. ಆ ನಾಯಕತ್ವಕ್ಕೆ ಯಾವ ಡಿಫೆನ್ಸ್ ಲಾಯರ್‌ಗಳ ಅವಶ್ಯಕತೆ ಇರುವುದಿಲ್ಲ. ವಿವೇಕ ಇರುವ ಜನರೇ ಅದನ್ನು ಗುರುತಿಸಿ ಎತ್ತಿ ಹಿಡಿಯುತ್ತಾರೆ. ಆಸ್ಟ್ರೇಲಿಯಾ, ನ್ಯೂಜಿಲೆಂಡ್, ಜರ್ಮನಿಯ ನಾಯಕಿಯರನ್ನು ಜಗತ್ತು ಹೇಗೆ ಗುರುತಿಸಿತೋ ಹಾಗೆ. ನಮ್ಮದೇ ಕೇರಳದ ಶೈಲಜಾ ಟೀಚರ್‌ರನ್ನು ಜನ ಹೇಗೆ ಅಪ್ಪಿಕೊಂಡರೋ ಹಾಗೆ. ಅವರಿಗಿಂದು ಎರಡನೇ ಅವಕಾಶ ಸಿಗದಿದ್ದಾಗ ಆತಂಕ ಮತ್ತು ಹತಾಶೆ ಅನುಭವಿಸುತ್ತಿರುವ ಜನ, 'ನಮ್ಮ ಶೈಲಜಾ ಟೀಚರನ್ನು ನಮಗೆ ನೀಡಿ' ಎಂದು ಧ್ವನಿ ಎತ್ತುತ್ತಿದ್ದಾರೆ. ಇವೆಲ್ಲವೂ ನಾಯಕತ್ವ ಹೇಗಿರಬೇಕು ಎಂಬುದಕ್ಕೆ ಮಾದರಿ. ನಾಯಕತ್ವವೆಂದರೆ ಪ್ರಾಮಾಣಿಕತೆಯ ಜೊತೆಗೆ ಸಮಯಪ್ರಜ್ಞೆ, ಸಾಮಾನ್ಯ ಜ್ಞಾನ (ಕಾಮನ್ ಸೆನ್ಸ್) ಮತ್ತು ಭಾವನಾತ್ಮಕ ಬೆಂಬಲ.

ನಾನಿಲ್ಲಿ ಇತಿಹಾಸದ ಘಟನೆಯೊಂದನ್ನು ನೆನಪಿಸಬಯಸುತ್ತೇನೆ. ನಮ್ಮೆಲ್ಲಾ ಮಹಾನ್ ಜ್ಞಾನಗಳು, ಮೇರು ಸಾಧನೆಗಳು, ಕಠಿಣ ಆಡಳಿತ ವ್ಯವಸ್ಥೆಗಳು ಇದ್ದಾಗಲೂ ಎಚ್ಚರಿಕೆಗಳನ್ನು ನಿರ್ಲಕ್ಷಿಸಿದ್ದು ಹೇಗೆ ತಲೆಮಾರುಗಳನ್ನೇ ನಾಶ ಮಾಡಿತು, ಹೇಗೆ ಕೇವಲ ಕರ್ತವ್ಯದ ವಿಧೇಯತೆಯಲ್ಲಿ ಮುಳುಗಿ, ತಕ್ಷಣದ ಅಪಾಯವನ್ನು ಚಕ್ಕನೆ ಗ್ರಹಿಸದೇ ಹೋಗಿದ್ದರಿಂದ ಏನೆಲ್ಲಾ ಸರಿಪಡಿಸದ ಅನಾಹುತಗಳು ನಡೆದುಹೋದವು, ಅದನ್ನು ಮುಚ್ಚಿಡಲು ಸರ್ಕಾರ ಮಾಡಿದ ಕಸರತ್ತು ಇನ್ನಷ್ಟು ಅಮಾಯಕರ ಬದುಕನ್ನು ಹೇಗೆ ಸದ್ದಿಲ್ಲದೆ ನರಕಸದೃಶಗೊಳಿಸಿತು ಎಂಬುದನ್ನು ಇದು ದಾಖಲಿಸುತ್ತದೆ.

1986ರಲ್ಲಿ ಆಗಿನ ಸೋವಿಯತ್ ಒಕ್ಕೂಟದ ಚೆರ್ನೋಬಿಲ್‌ನಲ್ಲಿ ನಡೆದ ಪರಮಾಣು ರಿಯಾಕ್ಟರ್ ಸ್ಫೋಟದ ಘಟನೆಯದು. 'ನಾಲ್ಕನೇ ನಂಬರ್ ಸ್ಥಾವರ. ತಟ್ಟನೆ ತುರ್ತು ಸನ್ನಿವೇಶವೊಂದು ಎದುರಾದರೆ ಸ್ಥಾವರವನ್ನು ತಣ್ಣಗಾಗಿಸುವ ವಿಧಾನವೊಂದನ್ನು ಪರೀಕ್ಷಿಸುವ ಪ್ರಯೋಗ ನಡೆಯುತ್ತಿದೆ... ಎಲ್ಲೋ ಏನೋ ಎಡವಟ್ಟಾಯಿತು. ಎಲ್ಲಿ ಏನು ತಪ್ಪು ಗಂಟಾಯ್ತು ಎಂದು ಗ್ರಹಿಕೆಗೂ ಸಿಗದಷ್ಟು ವೇಗದಲ್ಲಿ ವಿದ್ಯಮಾನಗಳು ಜರುಗುತ್ತಿದ್ದವು. 12.35ರಿಂದ 12.45ರ ಒಳಗೆ ಎರಡು ಸಲ ಎಚ್ಚರಿಕೆಯ ಗಂಟೆ ಮೊಳಗಿತು. ಆದರೆ ಪಾಳಿಯಲ್ಲಿದ್ದ ತಂತ್ರಜ್ಞರು ಅವನ್ನು ನಿರ್ಲಕ್ಷಿಸಿ, ಪ್ರಯೋಗವನ್ನು ಮುಂದುವರಿಸಿದರು... ಏನಾಗುತ್ತಿದೆ ಎನ್ನುವುದು ಅರಿವಿಗೆ ನಿಲುಕುವಷ್ಟರಲ್ಲಿ

ಚೆರ್ನೊಬಿಲ್ ಅಣುಸ್ಥಾವರ ಸಂಕೀರ್ಣದ ನಾಲ್ಕನೇ ನಂಬರಿನ ಘಟಕ ಸಿಡಿದು ಚೂರಾಯಿತು. ಇಲ್ಲಿಂದ ಸಿಡಿದ ಬೆಂಕಿಚೆಂಡುಗಳು ಪಕ್ಕದ ಮೂರನೇ ನಂಬರಿನ ಸ್ಥಾವರದ ಮೇಲೂ ಬಿದ್ದವು. ಆ ಸ್ಥಾವರವು ಇನ್ನೂ ಕೆಲಸ ಮಾಡುತ್ತಲೇ ಇತ್ತು. ಬೆಂಕಿಯನ್ನು ನೋಡಿದ್ದೇ ರಾತ್ರಿ ಪಾಳಿಯ ಮುಖ್ಯಸ್ಥ ಸ್ಥಾವರವನ್ನು ಶಟ್‌ಡೌನ್ ಮಾಡೋಣ ಎಂದರೆ ಮುಖ್ಯ ಎಂಜಿನಿಯರ್ ಒಪ್ಪಲಿಲ್ಲ. ವಿಕಿರಣದ ದುಷ್ಪರಿಣಾಮ ತಟ್ಟದ ಹಾಗೆ ಮುಖವಾಡ ತೊಟ್ಟು ಕೆಲಸ ಮುಂದುವರಿಸುವಂತೆ ತಾಂತ್ರಿಕ ಸಿಬ್ಬಂದಿಗೆ ಹೇಳಿದ (ನಂತರ ಅದೂ ಸ್ಫೋಟಗೊಂಡು ದುರಂತದ ತೀವ್ರತೆ ಹಲವು ಪಟ್ಟು ಹೆಚ್ಚಿತು). 'ನೊಬೆಲ್ ಪ್ರಶಸ್ತಿ ಪಡೆದ ಸ್ವೆಟ್ಲಾನಾ ಅಲೆಕ್ಸಿವಿಚ್‌ರ ರಷ್ಯನ್ ಕೃತಿ 'ಚೆರ್ನೊಬಿಲ್ ಪ್ರಾರ್ಥನೆ' ಎಂಬ, ಸುಮಂಗಲಾ ಅವರು ಕನ್ನಡ ಅನುವಾದ ಮಾಡಿದ ಕೃತಿಯಲ್ಲಿನ ಸಾಲುಗಳಿವು.

ಇಂತಹ ಕೃತಿಗಳು ನಮ್ಮ ಇಂದನ್ನು ರೂಪಿಸಲು ದಾರಿದೀಪಗಳಾಗದೇ ಹೋದರೆ ಹಲವು ಎಚ್ಚರಿಕೆಗಳ ನಡುವೆಯೂ ನಾವು ತಡೆಯಬಹುದಾಗಿದ್ದ ಕೋವಿಡ್ ದುರಂತಗಳನ್ನು ತಡೆಯುವುದಾದರೂ ಹೇಗೆ?

ಇಂತಹ ಸಂಗತಿಗಳು ಎಲ್ಲ ಪರಿಣಿತಿ, ಸಾಮರ್ಥ್ಯ, ಸಿದ್ಧಾಂತ, ಸಿದ್ಧತೆ, ಆಡಳಿತಾತ್ಮಕ ಸುವ್ಯವಸ್ಥೆಗಳ ನಡುವೆಯೂ ಆ ಕ್ಷಣದಲ್ಲಿ ಅದೆಲ್ಲವನ್ನೂ ಬಳಸಿಕೊಂಡು ಮುನ್ನಡೆಸಬಲ್ಲ ಚತುರಮತಿ ಮತ್ತು ತಾಯ್ತನದ ಅಕ್ಕರಾಸ್ಥೆ ಮುನ್ನಡೆಸುವವರಲ್ಲಿ ಇರಬೇಕು ಎನ್ನುವುದಕ್ಕೂ ಪಾಠವೇ ಆಗಿರುತ್ತದೆ.

ಭಾರತದ ಬೇರೆ ಬೇರೆ ರಾಜ್ಯಗಳಲ್ಲಿ ಕೋವಿಡ್ ನಿರ್ವಹಣೆ ಬೇರೆ ಬೇರೆ ರೀತಿಯಲ್ಲಿ ನಡೆದಿದೆ. ಆದರೆ ಕಳೆದ ಬಾರಿ ಇದು ದೂರದ ಚೀನಾದಲ್ಲಿ ಸುದ್ದಿಯಾಗಿದ್ದಾಗಲೇ ಮುನ್ನೋಟ ಹರಿಸಿ ಜಾಗರೂಕತೆಯನ್ನು ತೋರಿದ್ದು ಕೇರಳ ರಾಜ್ಯ. ಅಲ್ಲಿನ ಸರ್ಕಾರ ಎಲ್ಲಾ ಅನುಕೂಲ ಮತ್ತು ಸಹಕಾರಗಳನ್ನು ನೀಡಿ ಒಂದು ತಂಡವಾಗಿ ಕೆಲಸ ನಿರ್ವಹಿಸಿದ್ದರ ಜೊತೆ ಜೊತೆಗೇ ಆರೋಗ್ಯ ಸಚಿವೆ ಶೈಲಜಾ ಅವರ ವೈಯಕ್ತಿಕ ಛಾತಿಯೂ ಭಿನ್ನ ತೆರನಾಗಿತ್ತು. ವುಹಾನ್‌ನ ಸುದ್ದಿ ತಿಳಿಯುತ್ತಿದ್ದಂತೆಯೇ ಅವರು ಮಾಡಿದ ಮೊದಲ ಕೆಲಸ, ಅಲ್ಲಿ ಕೇರಳಿಗರು ಎಷ್ಟು ಜನ ಇದ್ದಾರೆ ಇಂಬ ಮಾಹಿತಿ ತರಿಸಿಕೊಂಡಿದ್ದು ಮತ್ತು 'ನಿಮ್ಮೊಡನೆ ನಾವಿದ್ದೇವೆ' ಎಂಬ ಸಂದೇಶ ರವಾನಿಸಿದ್ದು. ಎಚ್ಚರಿಕೆಯ ಗಂಟೆ ಬಡಿಯುವ ಮೊದಲೇ ಸಿದ್ಧತೆ ಮಾಡಿಕೊಂಡಿದ್ದು ಮಾತ್ರವಲ್ಲ, ಸರ್ಕಾರ ಎಂಬ ತಾಯಿಯ ಅಭಯವನ್ನು ಪ್ರಜೆಗಳು ಎಂಬ ಮಕ್ಕಳಿಗೆ ನೀಡಿದ ಭದ್ರತೆಯ ಭಾವವಿದೆಯಲ್ಲಾ ಅದನ್ನು ಎಲ್ಲರೂ ಮಾಡಲಾರರು.

ನಮ್ಮಲ್ಲಿ ಕ್ರಿಮಿನಲ್ ಕುಶಾಗ್ರಮತಿ ಹಲವರಲ್ಲಿ ಇರುತ್ತದೆ. ಇಂತಹ ಕಷ್ಟಕಾಲದಲ್ಲೂ ತಮ್ಮ ಬೇಳೆ ಬೇಯಿಸಿಕೊಳ್ಳುವ, ವಿರೋಧಿಗಳನ್ನು ಹಣಿಯಲು ಅವಕಾಶ

ಸೃಷ್ಟಿಸಿಕೊಳ್ಳುವ, ತಮ್ಮನ್ನು ಟೀಕಿಸಿದವರನ್ನು ನಾಶ ಮಾಡುವ ಎಲ್ಲ ದಾರಿಗಳನ್ನು ಹೆಣೆಯುವವರಿದ್ದಾರೆ. ನಮಗೀಗ ಬೇಕಿರುವುದು ಇದ್ಯಾವುದೂ ಅಲ್ಲ. ಶೈಲಜಾರ ವಿಷಯದಲ್ಲಿ ಇನ್ನೊಂದು ಉದಾಹರಣೆಯನ್ನು ನೆನಪಿಸಿಕೊಳ್ಳಬಹುದು. ತಾವು ವಿರೋಧ ಪಕ್ಷದಲ್ಲಿದ್ದಾಗ, ಸೌಮ್ಯ ಕೊಲೆ ಪ್ರಕರಣದಲ್ಲಿ, ಫೊರೆನ್ಸಿಕ್ ವಿಭಾಗದ ಡಾ.ಉನ್ಮೇಶ್ ಅವರನ್ನು ಶೈಲಜಾ ತೀವ್ರವಾಗಿ ಟೀಕಿಸಿದ್ದರು. ತನಿಖೆಯ ನಂತರ ಅವರು ನಿರಪರಾಧಿ ಎಂದು ತಿಳಿಯುತ್ತದೆ. ಶೈಲಜಾ ಅವರು ಮಂತ್ರಿಯಾದ ಮೇಲೆ ಅವರ ವಿಭಾಗಕ್ಕೆ ಭೇಟಿಕೊಡುವ ಸನ್ನಿವೇಶ ಬರುತ್ತದೆ. ಅಲ್ಲಿ ಉನ್ಮೇಶ್‌ರನ್ನು ನೋಡಿದ್ದೇ ಶೈಲಜಾ ಎಲ್ಲರ ಮುಂದೆ ಅವರ ಕ್ಷಮೆ ಕೇಳುತ್ತಾರೆ. ಇದು ನಮಗಿಂದು ಬೇಕಿರುವುದು. ಈ ಹಲವು ಕಾರಣಗಳಿಗಾಗಿ. ಶೈಲಜಾ ಉಳಿದ ಮಹಿಳಾ ರಾಜಕಾರಣಿಗಳಿಗಿಂತಲೂ ಭಿನ್ನ. ಹುಲಿಯಂತೆ ದಾಳಿ ಮಾಡುವ, ಸೇರಿಗೆ ಸವ್ವಾಸೇರು ಎಂಬಂತಿರುವುದೇ ನಾಯಕತ್ವವಲ್ಲ.

ಶೈಲಜಾ ಅವರದು ಎಲ್ಲ ಗಂಡಸರೂ ಹೆಂಗಸರೂ ಅನುಸರಿಸಬೇಕಾದ ಪೋಷಣೆಯ ಹೆಣ್ಣು ಮಾದರಿ. ಪಿಣರಾಯಿ ವಿಜಯನ್ ನೇತೃತ್ವದ ಹಿಂದಿನ ಸರ್ಕಾರವೂ ಈ ಮಾದರಿಗೆ ನೀರೆರೆದಿದೆ. ಇದನ್ನು ಗುರುತಿಸಿ ಪುನರಾಯ್ಕೆ ಮಾಡಿದ ಕೇರಳದ ಜನರ ವಿವೇಕ ಮತ್ತು ಭಾವನಾತ್ಮಕ ಪ್ರತಿಕ್ರಿಯೆಯನ್ನು ಕೇವಲ ಭಾವುಕವಾದದ್ದೆಂದು ನಿರ್ಲಕ್ಷಿಸುವಂತಿಲ್ಲ. ಸಿದ್ಧಾಂತ, ನಿಯಮಗಳಾಚೆಗೆ ವಿಜಯನ್‌ರಂತೆಯೇ, ಶೈಲಜಾ ಅವರ ನಾಯಕತ್ವದ ಫಲವೂ ಜನರಿಗೆ ಸಿಗುವಂತಾಗಬೇಕಿದೆ. ಎಲ್ಲ ಅತ್ಯುತ್ತಮ ತಂದೆಯರು ಅಂತಿಮವಾಗಿ ತಾಯಿಯರೇ ಆದಾಗ ಅಲ್ಲಿ ಭಾವನಾತ್ಮಕ ಸ್ಪರ್ಶದ ಮೃದುತ್ವವಿರುತ್ತದೆ. ಹಾಗಿದ್ದಾಗ, ಈ ಲೇಖನದ ಆರಂಭದಲ್ಲಿ ಉಲ್ಲೇಖಿಸಿದ ದುರಂತಗಳಿಗೆ ಅವಕಾಶವೇ ಇರುವುದಿಲ್ಲ. ಈಗ ನಮಗೆ ತುರ್ತಾಗಿ, ಶೈಲಜಾ ಟೀಚರ್ ಜೊತೆಗೆ ನೂರಾರು ಶೈಲಜೆಯರು ಬೇಕಾಗಿದ್ದಾರೆ.

ஐ

· 21

ಇದಿರು ನೋಟ

ಸಬಿತಾ ಬನ್ನಾಡಿ

**ಕೋಟೆಗಳಳಿಯಲಿ,
ಬಯಲ ಹೆದ್ದಾರಿಯಲಿ
ಭಯವಿರದೆ ಪಯಣ ಸಾಗಲಿ**

ಸ್ನೇಹವೇ ಶೌರ್ಯವೆಂಬ ಹೆಣ್ಣುನಡೆಯ ದಾರಿ

'ನಾನು ನಿಮ್ಮನ್ನು ಕಚ್ಚುವುದಿಲ್ಲ, ನಿಮಗೆ ಭಯವಾಗುತ್ತದೆಯೇ' ಎಂದಿದ್ದು, ಯುದ್ಧದ ದಾಳಿಯ ನಡುವೆಯೇ ತಾನೇ ಶಸ್ತ್ರಹಿಡಿದು ಒಬ್ಬಂಟಿಯಾಗಿ ಹೋರಾಡಲು ಬೀದಿಗಿಳಿದ ಸಂತ್ರಸ್ತ ದೇಶದ ಅಧ್ಯಕ್ಷ ಎಂಬುದು ಮಹತ್ವದ ಸಂಗತಿ. ಆತನ ಮಾತಿಗೆ ನೂರು ಮತಾಪುಗಳ ಶಕ್ತಿ ಇರುತ್ತದೆ. ಮಾತುಕತೆಯ ಸಂದರ್ಭದಲ್ಲಿ ಮೂವತ್ತು ಅಡಿ ಉದ್ದದ ಟೇಬಲ್‌ನ ಒಂದು ತುದಿಯಲ್ಲಿ ಕುಳಿತುಕೊಳ್ಳುವ ಪುಟಿನ್ ಬಗ್ಗೆ ಉಕ್ರೇನ್ ಅಧ್ಯಕ್ಷ ಝೆಲೆನ್ಸ್ಕಿ ಅವರ ಈ ವ್ಯಂಗ್ಯ ಕೇವಲ ಮಾತಲ್ಲ.

ದೊಡ್ಡ ದೇಶ ಆನೆಯಂಥಾ ರಷ್ಯಾ, ಆಡಿನಂತಾ ಉಕ್ರೇನ್‌ನ ದಾಳಿ ಮಾಡಿದ್ದು, ಭೂಮಿ ಗೆದ್ದರೂ, ಮಾನ ಸೋತಿದ್ದನ್ನು ಈ ಶತಮಾನದ ಪಾಠವಾಗಿ ಜಗತ್ತು ನೋಡಬೇಕಿದೆ. ಈ ಶತಮಾನದಲ್ಲಿ ದೊಡ್ಡ, ಮುಂದುವರಿದ ದೇಶಗಳ ನಾಯಕರುಗಳು ಮಾನಕ್ಕಿಂತಲೂ, ಸುಳ್ಳಾದರೂ ಸರಿ, ಸಮ್ಮಾನವೇ ದೊಡ್ಡದು ಎಂಬಂತೆ ನಡೆದುಕೊಂಡು, ಜನರನ್ನೂ ಭ್ರಷ್ಟರನ್ನಾಗಿಸುವಲ್ಲಿ ದಾಪುಗಾಲು ಹಾಕುತ್ತಿರುವಾಗ, ಉಕ್ರೇನ್ ಪ್ರಾಣಕ್ಕಿಂತಲೂ ಮಾನವೇ ಹಿರಿದು, ಸತ್ಯದ ದಾರಿಯಲ್ಲೇ ನಡೆಯುತ್ತೇವೆ ಎಂದು ಇಡೀ ದೇಶದ ಪ್ರಜೆಗಳಲ್ಲಿ ಆ ಭಾವ ತುಂಬಿ ಒಗ್ಗಟ್ಟಿನಿಂದ ನಡೆದುಕೊಳ್ಳುತ್ತಿರುವುದು ಖಂಡಿತಾ ದೊಡ್ಡ ದೇಶಗಳ 'ದೊಡ್ಡ' ನಾಯಕರಿಗೆ ಇರಿಸುಮುರಿಸು ಮಾಡಿರುತ್ತದೆ.

ಈಗಾಗಲೇ ಚೀನಾ ರಷ್ಯಾವನ್ನು ಬೆಂಬಲಿಸಿ ಎಂದು ತನ್ನ ಪ್ರಜೆಗಳಿಗೆ ಅಲವತ್ತುಕೊಂಡಿದೆ. ಆದರೆ ರಷ್ಯಾದ ಪ್ರಜೆಗಳೇ ರಷ್ಯಾ ಬೆಂಬಲಕ್ಕಿಲ್ಲ ಎನ್ನುವುದನ್ನು ಎಲ್ಲರೂ ಅರ್ಥ ಮಾಡಿಕೊಳ್ಳಬೇಕಿದೆ. ಇದು ಕೇವಲ ಯುದ್ಧದ ಪ್ರಶ್ನೆಯಲ್ಲ, ಇದು ನಾಯಕತ್ವದ ನಡೆಯು ಹೇಗಿರಬೇಕು ಎಂಬ ಪ್ರಶ್ನೆಯೂ ಆಗಿದೆ. ಜಾಗತಿಕ ಯುದ್ಧಗಳಿಗೆ, ಆಕ್ರಮಣಗಳಿಗೆ ಕಾರಣವಾದ ಎಲ್ಲ 'ಬಲಿಷ್ಠ' ನಾಯಕತ್ವದ ಮಾದರಿಯು ಶೌರ್ಯವನ್ನು ತಪ್ಪಾಗಿ ವ್ಯಾಖ್ಯಾನಿಸಿದ, ಕೆಲವೇ ಗಂಡಸರು ಹುಟ್ಟುಹಾಕಿ ಎಲ್ಲ ಗಂಡಸರ ಮೇಲೆ ಹೇರಿಕೆ ಮಾಡಿದ (ಹಲವು ಹೆಂಗಸರು ಅದನ್ನು ನಂಬಿ ಅನುಕರಣೆ ಮಾಡಲೆತ್ನಿಸುವ) 'ಸಿದ್ಧ ಗಂಡು ಮಾದರಿ'ಯಾಗಿದ್ದು, ಇದರ ಕೊರತೆಗಳನ್ನು ಕಂಡುಕೊಳ್ಳಲು ಕೂಡಾ ಈ ಸಿದ್ಧಮಾದರಿಯಲ್ಲಿನ ನಂಬಿಕೆಗಳು ಅಡ್ಡಿ ಮಾಡುತ್ತಿರುವುದನ್ನು ಗಂಭೀರವಾಗಿ ಪರಿಗಣಿಸಬೇಕಿದೆ.

ಉಕ್ರೇನ್ ಬಗ್ಗೆ ಮತ್ತೆ ಮತ್ತೆ ಬರುತ್ತಿರುವ ಮಾತೆಂದರೆ, ಅವರು ರಷ್ಯನ್ನರನ್ನು ಪ್ರೀತಿಸುತ್ತಿದ್ದರು, ಸಹೋದರತೆಯಿಂದ ನೋಡುತ್ತಿದ್ದರು ಎಂಬುದಾಗಿದೆ. ಇಂದು ಜಗತ್ತು ಇಡಬೇಕಾದ ಹೆಜ್ಜೆ ಯಾವುದು ಎಂಬ ಬಗ್ಗೆ ಇತಿಹಾಸಜ್ಞ ಯುವಾಲ್ ನೋಹಾ ಹರಾರಿ, 'ನಾವೀಗ ಹಣ ತೊಡಗಿಸಬೇಕಾದುದು ಮಿಲಿಟರಿಯ ಮೇಲಲ್ಲ, ಬದಲಿಗೆ ಜನರ ಶಿಕ್ಷಣ, ಆರೋಗ್ಯ, ಸುಸ್ಥಿರ ಪರಿಸರ ಇತ್ಯಾದಿಗಳ ಮೇಲೆ. ಪುಟಿನ್ ಮಿಲಿಟರಿ ಮೇಲೆ ಅತಿ ಹೆಚ್ಚು ಖರ್ಚು ಮಾಡುತ್ತಿದ್ದು ಇದರಿಂದಾಗಿ ಅಲ್ಲಿನ ಜನರ ಜೀವನ ವೆಚ್ಚ ಹೆಚ್ಚಾಗಿದೆ. ಬಲಿಷ್ಠ ಮಿಲಿಟರಿಯ ತನಗೆ ಉಕ್ರೇನ್ ಇಪ್ಪತ್ನಾಲ್ಕು ಗಂಟೆಗಳಲ್ಲಿ ಹೂ ನೀಡಿ ಸ್ವಾಗತಿಸಿ ಶರಣಾಗುತ್ತದೆ ಎಂಬುದು ಒಬ್ಬ ವ್ಯಕ್ತಿಯ ಭ್ರಮಾಧೀನ ಸ್ಥಿತಿಯ ನಂಬಿಕೆಯಾಗಿದ್ದು ಭವಿಷ್ಯದಲ್ಲಿ ಜಗತ್ತು ಬೆಲೆ ತೆರಬೇಕಾಗಿದೆ' ಎನ್ನುತ್ತಾರೆ.

ಈ ಹೊತ್ತು ಯಾವುದೇ ದೇಶ ತನ್ನ ನೆರೆಹೊರೆಯ ದೇಶಗಳೊಂದಿಗೆ ಇರಬೇಕಾದ ರೀತಿ ಯಾವುದು ಎನ್ನುವುದಕ್ಕೆ ಯುರೋಪಿಯನ್ ಒಕ್ಕೂಟ ಕಣ್ಣ ಮುಂದಿರುವ ಸದ್ಯದ ಒಳ್ಳೆಯ ದಾರಿಯಾಗಿದೆ. ಅನೇಕ ಪುಟ್ಟ ಪುಟ್ಟ ದೇಶಗಳ ಗೊಂಚಲಿನಂತೆ ಇರುವ ಯುರೋಪ್‌ನ ಹಲವು ದೇಶಗಳು ಸ್ವ-ಇಚ್ಛೆಯಿಂದ ಯುರೋಪಿಯನ್ ಒಕ್ಕೂಟಕ್ಕೆ ಸೇರಿಕೊಂಡಿವೆ. ಹೀಗೆ ಮಾಡಿಕೊಂಡು, ಶಾಂತವಾಗಿಯೇ ಎಲ್ಲವೂ ಆರ್ಥಿಕವಾಗಿ ವಿಶೇಷ ಯಶಸ್ಸನ್ನು ಪಡೆದುಕೊಂಡಿವೆ. ಈಗ ಉಕ್ರೇನ್ ಕೂಡಾ ತಾನು ಈ ಒಕ್ಕೂಟದ ಭಾಗವಾಗುತ್ತೇನೆ ಎನ್ನುತ್ತಿದೆ. ಈ ದೇಶಗಳ ನಡುವೆ ಜನರ ವ್ಯಾಪಾರ ವಹಿವಾಟು, ಓಡಾಟವೂ ಮುಕ್ತವಾಗಿದೆ. ಕೋಟೆ ಕಟ್ಟಿಕೊಂಡು, ಯಾರು ನಮ್ಮ ಮೇಲೆ ಆಕ್ರಮಣ ಮಾಡುತ್ತಾರೋ ಎಂದು ಹೆದರಿಕೊಂಡು ಕಾವಲು ಪಡೆ ನೇಮಿಸಿಕೊಂಡು ಕಾಯುತ್ತಾ ಕುಳಿತುಕೊಳ್ಳುವುದು ಮಾನಸಿಕವಾಗಿ ನಮ್ಮನ್ನು ಜರ್ಝರಿತರನ್ನಾಗಿಸುತ್ತದೆ. ಇಷ್ಟೆಲ್ಲಾ ಮಾಡಿ, ಅಭಿವೃದ್ಧಿ ಸಾಧಿಸಬೇಕು ಅನ್ನುತ್ತಾ ನಾವು ಅನುಸರಿಸುತ್ತಿರುವ ಅಭಿವೃದ್ಧಿ ಮಾದರಿಯೇ ಪ್ರಖರ ದೀಪಕ್ಕೆ ಸುತ್ತುವ ಪತಂಗದ ಮಾದರಿಯಾಗಿದ್ದು. ಬೇರೆ ಶತ್ರುಗಳೇನು, ನಮ್ಮ ಜೀವನ ಶೈಲಿಯೇ ನಮ್ಮ ಶತ್ರುಗಳಾಗಿರುವಾಗ, ಈ ಯುದ್ಧಗಳು ನಾಶದ ವೇಗವರ್ಧಕಗಳಾಗಿ ಮಾತ್ರ ಕೆಲಸ ಮಾಡಬಲ್ಲವು. ಇದಕ್ಕೆ ಭಿನ್ನವಾದ ತಾಯಿ ಮಾದರಿಯೊಂದು ನಮ್ಮ ನಡುವೆ ಇದ್ದು, ಅದನ್ನು ಮುನ್ನೆಲೆಗೆ ತರಬೇಕಿದೆ. ವಿನಾಶವಲ್ಲ, ವಿವೇಕ. ಇರುವುದನ್ನು ಕಾಪಿಟ್ಟುಕೊಳ್ಳುವ ಮಾತೃತ್ವ, ನಿನ್ನೊಂದಿಗೆ ನಾನು ಮತ್ತು ಮುಂದೆ ಹುಟ್ಟಲಿರುವವರು ಎಂಬ ಈ ಹೆಣ್ಣು ನಡೆಯನ್ನು ಒಪ್ಪಿಕೊಳ್ಳಲು ಇರುವ ಅಹಂಕಾರವನ್ನು ಜಗತ್ತು ತೊರೆದ ದಿನ ಈ ಜಗತ್ತು ಸ್ವರ್ಗವೆನಿಸುತ್ತದೆ.

'ಹನಿಲ್ಯಾಂಡ್' ಎಂಬ ಟರ್ಕಿಶ್ ಸಿನಿಮಾವೊಂದಿದೆ. ಅದರಲ್ಲಿ ಬೆಟ್ಟಗಳ ತಪ್ಪಲಿನ ಬಯಲಿನಲ್ಲಿನ ಒಂಟಿ ಮನೆಯಲ್ಲಿ ತಾಯಿಯೊಂದಿಗೆ ಇರುವ ಬೋಸ್ನಿಯಾ ಹೆಣ್ಣುಮಗಳು ಕಾಡಿನ ಜೇನುಗಳನ್ನು ಕಲ್ಲಿನ ಪೊಟರೆಯೊಳಗೆ ನೈಸರ್ಗಿಕ ಕೃಷಿಮಾಡಿ ಪೇಟೆಯಲ್ಲಿ ಮಾರಿ ತನಗೆ ಬೇಕಾದ್ದನ್ನು ಕೊಂಡುಕೊಂಡು ನೆಮ್ಮದಿಯಲ್ಲಿ ಇರುತ್ತಾಳೆ. ಆ ಜೇನುಗಳಿಗೆ ಅವಳು ಎಂದೂ ಹಾನಿ ಮಾಡುವುದಿಲ್ಲ. ಅರ್ಧಭಾಗ ಅವುಗಳಿಗೆ ಬಿಟ್ಟು ಇನ್ನರ್ಧ ಮಾತ್ರ ತಾನು ಪಡೆಯುತ್ತಾಳೆ. ಹೀಗಾಗಿ ಅವುಗಳು ಯಾರನ್ನೂ ಕಚ್ಚುವುದಿಲ್ಲ ಮತ್ತು ಸಂತತಿಯೂ ಹೆಚ್ಚುತ್ತದೆ. ಹೀಗಿರುವಾಗ ಇದ್ದಕ್ಕಿದ್ದಂತೆ ಹತ್ತಾರು ಜನರ ಒಂದು ಕುಟುಂಬ ತನ್ನ ನೂರಾರು ಹಸು, ಲಾರಿಗಟ್ಟಲೆ ಸಾಮಾನು, ಯಂತ್ರಗಳು ಎಲ್ಲವನ್ನೂ ಹೇರಿಕೊಂಡು ದೂಳೆಬ್ಬಿಸುತ್ತಾ, ಗಲಾಟೆ ಮಾಡುತ್ತಾ ಅಲ್ಲಿಗೆ ಬಂದು ನೆಲೆಸುತ್ತದೆ. ಜೇನಿನ ಪೆಟ್ಟಿಗೆ ಸ್ಥಾಪಿಸಿ ಇವಳ ಮಾದರಿಯನ್ನು ನಗೆಪಾಟಲು ಮಾಡಿ ಎಲ್ಲ ಹುಟ್ಟುಗಳನ್ನೂ ತಾವೇ ಬಳಸಿ

ಅವಳ ಜೇನುಹುಳಗಳನ್ನೂ ನಾಶಮಾಡಿ ಹಿಂಡಿಕೊಂಡು, ಕೊನೆ ಕೊನೆಗೆ ಜೇನಿನ ಸಂತತಿಯೇ ನಾಶವಾಗಿ ಬದುಕಿಗಾಗಿ ಇನ್ನೆಲ್ಲಿಗೋ ವಲಸೆ ಹೋಗುತ್ತಾರೆ. ಈಕೆ ಕಾಡಲ್ಲಿ ಅಲೆದು ಹೇಗೋ ಉಳಿಸಿದ್ದ ಒಂದು ಹುಟ್ಟನ್ನು ನೋಡುವಲ್ಲಿಗೆ ಸಿನಿಮಾ ಮುಗಿಯುತ್ತದೆ. ಅಲ್ಲಲ್ಲಿ ಈ ಭೂಮಿ ತತ್ವದ ಜನರು ಉಳಿಸಿದ್ದಕ್ಕಷ್ಟೇ ನಾವಿನ್ನೂ ಇದ್ದೇವೆ, ಠೇಂಕಾರದಲ್ಲಿ ಮೆರೆಯುತ್ತಿದ್ದೇವೆ.

ಮಹಿಳಾ ದಿನಾಚರಣೆ ಪುನಃ ಬಂದಿದೆ. ಇದು ದಿನ ಮತ್ತು ಆಚರಣೆ ಅಷ್ಟೇ ಅಲ್ಲ. ಇದು ಕೇವಲ ಹೆಣ್ಣಿನ ಹಕ್ಕಿನ ಮಾತೂ ಅಲ್ಲ. ಇದು ತಾಯಿಯೊಬ್ಬಳು ತನ್ನ ಗಂಡು ಮತ್ತು ಹೆಣ್ಣುಮಕ್ಕಳೆಲ್ಲರನ್ನು ಸಮಾನ ನೋವು ಕೊಟ್ಟು ಹೆತ್ತು, ಸಮಾನ ಸಂತಸದಲ್ಲಿ ಪೊರೆದು ಶಿಕ್ಷಣ ಮತ್ತು ಅದಕ್ಕಾಗಿ ತಕ್ಕ ಅಪಾಯಕಾರಿಯಲ್ಲದ ಶಿಕ್ಷೆ ನೀಡಿ ಪೊರೆದ ಆಡಳಿತ ಮಾದರಿಯನ್ನು ಜಗತ್ತು ಸ್ವೀಕರಿಸಬೇಕಾದ ದಿನವೂ ಆಗಿದೆ.

ನಮ್ಮ ಕರ್ನಾಟಕದಲ್ಲೂ ಒಂದು ಮಹಿಳಾ ಒಕ್ಕೂಟವಿದೆ. ಈ ಒಕ್ಕೂಟಕ್ಕೆ ಯಾವುದೇ ಅಧ್ಯಕ್ಷರಾಗಲೀ, ಪದಾಧಿಕಾರಿಗಳಾಗಲೀ, ಯಾವುದೇ ಸದಸ್ಯತ್ವ ಶುಲ್ಕವಾಗಲೀ ಇಲ್ಲ. ಲಿಂಗಭೇದವಿಲ್ಲದೆ ಮಾನವೀಯ ತತ್ವದಲ್ಲಿ ನಂಬಿಕೆ ಇರುವವರೆಲ್ಲರೂ ಇದರ ಸದಸ್ಯರೂ, ಕಾರ್ಯಕರ್ತರೂ ಆಗಬಹುದು. ಇದು ಯಾವುದೇ ರೀತಿಯ ದೌರ್ಜನ್ಯದ ವಿರುದ್ಧ, ಜಾಗೃತಿ ಮತ್ತು ಪರ್ಯಾಯ ನಡೆಯನ್ನು ನಮ್ಮಿಂದಲೇ ಆರಂಭಿಸಬೇಕು ಎಂಬ ನಂಬಿಕೆಯಲ್ಲಿ ಕಳೆದ ಹತ್ತುವರ್ಷಗಳಿಂದ ಕಾರ್ಯನಿರ್ವಹಿಸುತ್ತಿದ್ದು, ಪ್ರತೀ ವರ್ಷವೂ ಒಂದೊಂದು ಜಿಲ್ಲೆಗೆ ತೆರಳಿ, ಅಲ್ಲಿ ವರ್ಷವಿಡೀ ಅರಿವಿನ ಪಯಣಗಳನ್ನು ಮಾಡಿ ಮಾರ್ಚ್ 8ರಂದು ಸಮಾರಂಭದೊಂದಿಗೆ ಇನ್ನೊಂದು ಜಿಲ್ಲೆಗೆ ಪಯಣ ಹೊರಡುತ್ತದೆ.

ಈ ಹೆಣ್ಣುಮಾದರಿಯ ಶಿಕ್ಷಣ ಪುಟಿನ್‌ರನ್ನೂ ಸೇರಿಸಿ ಸದಾ ಆಕ್ರಮಣವೇ ಶೌರ್ಯ ಎಂದು ಭಾವಿಸಿರುವ ಎಲ್ಲ ಪುಕ್ಕಲೆದೆಯವರಿಗೂ ಸಿಗಲಿ.

೩೦

ದಮನದ ಬಹುಮಾದರಿ ಮತ್ತು ಸಂಗೋಪನೆಯ ಕಿರುಮಾದರಿಯ ನಡುವಿನ ಲೋಕ

ಸರ್ವ ಅಧಿಕಾರಕ್ಕೂ ಇದಿರುಂಟು

ಬೆಳಗಿನ ವಾಕ್‌ಗೆ ಹೊರಬಿದ್ದಾಗ, ಪೂರ್ಣಚಂದ್ರ ಮುಖ ಅಗಲಿಸಿಕೊಂಡು ನಗುತ್ತಿದ್ದ. ರಾತ್ರಿಯೆಲ್ಲಾ ಬೆಳಗಿದವನು ಹಗಲನ್ನು ಸೂರ್ಯನಿಗೆ ನಿಸೂರಾಗಿ ಬಿಟ್ಟು ಮಸುಕಾಗತೊಡಗಿದಾಗ ತನ್ನ ಸಾಮ್ರಾಜ್ಯ ಕಳೆದುಕೊಳ್ಳುವ ಭೀತಿ ಲವಲೇಶವೂ ಇದ್ದಿರಲಿಲ್ಲ. ಈ ಜಗತ್ತನ್ನು ಆಳುತ್ತಿರುವವರಲ್ಲಿ ಈಗ ಹೆಚ್ಚೂ ಕಡಿಮೆ ಐವತ್ತು ದೇಶಗಳಲ್ಲಿ ಪೂರ್ಣ, ಅರ್ಧ, ಮರೆಮಾಚಿದ ರೂಪಗಳಲ್ಲಿ ಸರ್ವಾಧಿಕಾರಿಗಳೇ ಇದ್ದಾರಂತೆ.

ಸದಾ ಇನ್ನೊಬ್ಬರನ್ನು ಪೀಡಿಸುವ, ಕಣ್ಣೀರು ತರಿಸಿ ನೋಡಿ ಸುಖ ಪಡುವ, ಕೊಲ್ಲುವ, ಕೊಲ್ಲಿಸುವ, ತಾನು ಹೇಳಿದ್ದೇ ಅಂತಿಮವಾಗಬೇಕು ಎಂದು ನಿದ್ದೆ ಎಚ್ಚರಗಳಲ್ಲಿ ಕಾಯುವ, ಇಷ್ಟೆಲ್ಲಾ ಮಾಡಿಯೂ, ಇವತ್ತಲ್ಲಾ ನಾಳೆ ಉದುರಿಹೋಗಲಿರುವ ಅವರನ್ನು ನೋಡಿ ಚಂದ್ರ ಅಲ್ಲೂ ನಗುತ್ತಿರಬೇಕಲ್ಲವೇ ಅನ್ನಿಸಿತು.

2019ರ ಲೋಕಸಭೆಯ ಚುನಾವಣೆಯ ಸಂದರ್ಭದಲ್ಲಿ ಎನ್‌ಡಿ ಟಿವಿಯ ಪ್ರಣಯ್ ರಾಯ್ ಉತ್ತರ ಪ್ರದೇಶದ, ಆದರೆ ಉದ್ಯೋಗಕ್ಕಾಗಿ ಮುಂಬೈಯಲ್ಲಿರುವ ಯುವಕರನ್ನು ಕೇಳಿದಾಗ ಅವರೆಲ್ಲ, ತಾವು ಓಟು ಹಾಕುವ ಕಾರಣಕ್ಕಾಗಿಯೇ ಹಳ್ಳಿಗೆ ಬಂದಿರುವುದಾಗಿಯೂ, ಈ ಬಾರಿ ತಾವು ಸೂಕ್ತ ವ್ಯಕ್ತಿಯನ್ನು ಆರಿಸಿ ಕಳಿಸುವುದಾಗಿಯೂ ಹಾಗೂ ಈ ಬಾರಿ ಚುನಾವಣೆ ನಡೆದ ನಂತರದಲ್ಲಿ, ಇನ್ನು ಐವತ್ತು ವರ್ಷಗಳ ಕಾಲ ಚುನಾವಣೆಯ ಅವಶ್ಯಕತೆಯೇ ಇಲ್ಲವೆಂದೂ ಹುಮ್ಮಸ್ಸಿನಲ್ಲಿ ಮಾತನಾಡುತ್ತಿದ್ದರು. ಕೆಲವು ಅಧ್ಯಯನಗಳ ಪ್ರಕಾರ 'ಮಿಲೆನಿಯಲ್' ಮಕ್ಕಳು (1980ರ ನಂತರ ಹುಟ್ಟಿದವರು) ಜಗತ್ತಿನಾದ್ಯಂತ ಹೀಗೇ ಆಲೋಚನೆ ಮಾಡುತ್ತಾರಂತೆ. 1930ರ ಆಸುಪಾಸಿನಲ್ಲಿ ಹುಟ್ಟಿದ ಅಮೆರಿಕನ್ನರಲ್ಲಿ ಶೇ 72ರಷ್ಟು ಜನ ಪ್ರಜಾಪ್ರಭುತ್ವವೇ ಅತ್ಯುತ್ತಮ ಆಡಳಿತ ವಿಧಾನ ಎಂದು ಹೇಳಿದರೆ, ಮಿಲೆನಿಯಲ್ ಮಕ್ಕಳಲ್ಲಿ ಶೇ. 30ರಷ್ಟು ಮಂದಿ ಮಾತ್ರ ಪ್ರಜಾಪ್ರಭುತ್ವದ ಪರ ಒಲವು ತೋರುತ್ತಾರೆ (ಆದರೆ ಈಗ ಜಗತ್ತಿನಾದ್ಯಂತ ಯುವಜನತೆ ದಿಟ್ಟ, ನೇರ ಮತ್ತು ಖಚಿತವಾಗಿ ಆಳುವವರನ್ನು ಪ್ರಶ್ನಿಸುವ ಆಶಾವಾದಿ ಬೆಳವಣಿಗೆ ಮತ್ತೆ ಕಂಡು ಬರುತ್ತಿದೆ). ಅವರಿಗೆ ಪ್ರಜಾಪ್ರಭುತ್ವ, ಚುನಾವಣೆ ಇವುಗಳಿಗಿಂತಲೂ, ಕಾಯ್ದೆ, ಕಾನೂನುಗಳನ್ನು ಮೀರಿ ಪ್ರಬಲವಾಗಿ ವರ್ತಿಸುವ 'ನಾಯಕ'ನ ಬಗೆಗೆ ವಿಶೇಷ ಒಲವು ಇದೆಯಂತೆ.

ಸದಾ ರೋಚಕತೆಯ ಬೆನ್ನು ಹತ್ತುವ ಅವರಿಗೆ ಯುದ್ಧವೂ ಕೂಡ ರೋಚಕತೆಯ ಭಾಗವಾಗಿ ಕಾಣುವುದರಿಂದ ಬಲಿಷ್ಠ ನಾಯಕತ್ವದ ತುರ್ತು ಇರುತ್ತದೆ. ಹೀಗಾಗಿ, ಭವಿಷ್ಯದ ಅಪಾಯಗಳ ಕುರಿತು ಮಾತಾಡುವ ಬಲ್ಲಿದರು 'ಕೇವಲ ಬುದ್ಧಿಜೀವಿ'ಗಳಾಗಿ ಕಂಡು ಅವರ ಮಾತುಗಳಿಗೆ ಕಿವುಡಾಗುತ್ತಾರೆ. ಅವರನ್ನು ವಾಸ್ತವದ ಝಳವೊಂದೇ ಎಚ್ಚರಿಸಲು ಸಾಧ್ಯ. ಜಗತ್ತಿನಾದ್ಯಂತ ಇರುವ ಸರ್ವಾಧಿಕಾರಿಗಳಲ್ಲಿ ಹೆಚ್ಚಿನವರು ದೇಶದಲ್ಲಿ ಬದಲಾವಣೆ ತರುತ್ತೇವೆ ಎಂಬ ಭರವಸೆ ನೀಡಿಯೇ ಅಧಿಕಾರಕ್ಕೆ ಏರಿದವರು. ಆದರೆ ಅವರು ಅವರ ಹಿಂದಿನವರಿಗಿಂತ ಕಳಪೆ ಆಡಳಿತ ನೀಡಿರುತ್ತಾರೆ ಮಾತ್ರವಲ್ಲ, ಜನರನ್ನು ಬಡತನಕ್ಕೆ ನೂಕಿ ತಾವು ಸಿರಿವಂತಿಕೆಯ ಸುಪ್ಪತ್ತಿಗೆಯಲ್ಲಿ ತೇಲುತ್ತಿರುತ್ತಾರೆ.

ದೇಶದಲ್ಲಿನ ನಿರುದ್ಯೋಗ, ಅಶಾಂತಿ, ಅಸಮಾಧಾನಗಳು ಬಲಿಷ್ಠ ನಾಯಕನನ್ನು ಬಯಸುವುದಕ್ಕೆ ಪೂರಕ ವಾತಾವರಣ ಸೃಷ್ಟಿಸುತ್ತದೆ. ಆ ಬಲಿಷ್ಠ ನಾಯಕನಿಗೆ ವಿಶೇಷ ಗುಂಪುಗಳು ಬೆನ್ನೆಲುಬಂತೆ ಕೆಲಸ ಮಾಡುತ್ತಿರುತ್ತವೆ. ಹೀಗೆ ಬಲವಾಗಿ ಬೆಳೆಯುವ ಇವರು ಜನರ ಆಸೆ ಪೂರೈಸುತ್ತಾರೆಂದು ಹೇಳಲಾಗುವುದಿಲ್ಲ.

ಗಯಾನಾ ದೇಶದ ಅಧ್ಯಕ್ಷ ನೆಗುಮಾ ಮೆಬಸಾಗೋ 1979ರಿಂದಲೂ ಆಳುತ್ತಿದ್ದು ತೈಲ ರಫ್ತಿನಿಂದ ಕೋಟ್ಯಂತರ ರೂಪಾಯಿ ಸಂಪಾದಿಸಿಯೂ, ಆ ದೇಶದ ಶೇ 76.8ರಷ್ಟು ಜನ ತೀವ್ರ ಬಡತನದಿಂದ ನರಳುತ್ತಿದ್ದಾರೆ. ಟರ್ಕಿಯ ಪ್ರಧಾನಿ ತಯ್ಯಿಪ್ ಎರ್ಡೊಗೆನ್ ವಿಶ್ವವಿದ್ಯಾಲಯಗಳನ್ನು ಮುಚ್ಚಿಸಿ, ವಿರೋಧ ಪಕ್ಷಗಳನ್ನು ದಮನಿಸಿ ಆಳುತ್ತಿರುವ ವ್ಯಕ್ತಿ. ಪ್ರಜೆಗಳಿಗೆ ಹೆಚ್ಚು ಹೆಚ್ಚು ಮಕ್ಕಳನ್ನು ಮಾಡಿಕೊಳ್ಳಿ ಎಂದು ಕರೆನೀಡುವ ಈತ ಆ ಜನರ ಆರೋಗ್ಯ, ಪೌಷ್ಟಿಕತೆ ಇತ್ಯಾದಿಗಳ ಕಡೆ ಗಮನವನ್ನೇ ಹರಿಸುವುದಿಲ್ಲ. ಅಲ್ಲಿನ ಶೇ 21ರಷ್ಟು ಜನ ಬಡತನದಲ್ಲಿ ನರಳುತ್ತಿದ್ದಾರೆ. ವೆನಿಜುವೆಲಾದ ಅಧ್ಯಕ್ಷ ನಿಕೊಲಸ್ ಮಡುರೊ 2013ರಿಂದಲೂ ಆಳುತ್ತಿದ್ದಾರೆ. ಅಲ್ಲಿನ ಆರ್ಥಿಕತೆ ಪೂರ್ತಿ ಕುಸಿದಿದ್ದು ಬಡತನದ ಪ್ರಮಾಣ ಶೇ.82ಕ್ಕೆ ಹೆಚ್ಚಿದೆ. ತಂದೆಯ ಸಾವಿನ ನಂತರ 2000ನೇ ಇಸವಿಯಿಂದ ಸಿರಿಯಾವನ್ನು ಆಳುತ್ತಿರುವುದು ಬಷರ್ ಅಲ್ ಅಸದ್. ಜನ ಈತ ಬದಲಾವಣೆ ತರುತ್ತಾನೆಂಬ ಆಶಾವಾದದಲ್ಲಿದ್ದರು. ಆದರೆ ಅಲ್ಲೀಗ ಶೇ 82ರಷ್ಟು ಜನ ಬಡತನ ರೇಖೆಯ ಕೆಳಗಿದ್ದಾರೆ. ಇದ್ರಿಸ್ ಡೆಬಿ, ಚದ್ ದೇಶವನ್ನು 1990ರಿಂದಲೂ ಆಳುತ್ತಿದ್ದು, ಅಪಾರ ಪ್ರಮಾಣದ ತೈಲ, ಯುರೇನಿಯಮ್, ಚಿನ್ನದ ಆದಾಯವಿದ್ದೂ ಶೇ 46ರಷ್ಟು ಜನ ಬಡತನದಲ್ಲಿದ್ದಾರೆ. ಇವರೆಲ್ಲರೂ ಅಲ್ಲಿನ ವಿರೋಧ ಪಕ್ಷ, ಮಾಧ್ಯಮಗಳು ಮತ್ತು ವಿಶ್ವವಿದ್ಯಾಲಯಗಳನ್ನು ಸಂಪೂರ್ಣ ಮೌನವಾಗಿಸಿ ಹೊಗಳುಭಟರನ್ನು ಸೃಷ್ಟಿಸಿಕೊಂಡಿದ್ದಾರೆ. ಈ ಪಟ್ಟಿ ಇನ್ನೂ ಮುಂದುವರಿಯುತ್ತಲೇ ಹೋಗುತ್ತದೆ.

ಈ ಉದಾಹರಣೆಗಳಿಗಿಂತ ಭಿನ್ನವಾದ ಕೆಲವು ನಿದರ್ಶನಗಳೂ ಇವೆ. ಭೂತಾನ್‌ನ ರಾಜ, ಜನ ಕೇಳದೇ ಇದ್ದಾಗಲೂ ದೇಶವನ್ನು ಪ್ರಜಾಪ್ರಭುತ್ವಕ್ಕೆ ಒಳಪಡಿಸಿದ. ಮಾತ್ರವಲ್ಲ, ರಾಜನ ಮೇಲೆ ದೋಷಾರೋಪಣೆ ಹೊರಿಸುವ ಅಧಿಕಾರವನ್ನೂ, ಅರವತ್ತೈದು ವರ್ಷಕ್ಕೆ ರಾಜ ನಿವೃತ್ತಿ ಹೊಂದಬೇಕು ಎಂಬ ನಿಯಮವನ್ನೂ ರಾಜನೇ ಸಂವಿಧಾನದಲ್ಲಿ ಅಳವಡಿಸಿದ ಅಪರೂಪದ ನಡೆ ಅಲ್ಲಿಯದು. ಆಧುನಿಕತೆ ಬೇಕು, ಪಾಶ್ಚಾತ್ಯ ಅನುಕರಣೆ ಬೇಡ ಎಂಬ ನಿಲುವು ಅವರದು. ಭೂತಾನ್ ಶೇ 72ರಷ್ಟು ಕಾಡನ್ನು ಹೊಂದಿದ್ದು, ಜಗತ್ತಿನ ಏಕೈಕ ಕಾರ್ಬನ್ ನ್ಯೂಟ್ರಲ್, ಕಾರ್ಬನ್ ನೆಗೆಟಿವ್ ದೇಶವೆನಿಸಿದೆ. ಇಲ್ಲಿ ಜಿಡಿಪಿ ಬದಲಿಗೆ ಜಿಎನ್‌ಹೆಚ್ (ಗ್ರಾಸ್ ನ್ಯಾಷನಲ್ ಹ್ಯಾಪಿನೆಸ್) ಮಾನದಂಡ ಇದೆ. ಇಲ್ಲಿನ ಶೇ 93ರಷ್ಟು ಜನ ಕೃಷಿಕರಾಗಿದ್ದೂ ಸುಖವಾಗಿದ್ದಾರೆ. ದೇಶದಾದ್ಯಂತ ಎಲ್ಲರಿಗೂ ಪ್ರಾಥಮಿಕ ಶಿಕ್ಷಣ ಉಚಿತ.

ಆರೋಗ್ಯ ಸೇವೆ ಸಂಪೂರ್ಣ ಉಚಿತ. ಮಾಲಿನ್ಯರಹಿತ ನೀರು, ಗಾಳಿಯಿಂದಾಗಿ ಅತ್ಯುತ್ತಮ ಆರೋಗ್ಯವೂ ಇದೆ. ದೇಶದ ಜನರನ್ನು ಸುಖವಾಗಿಡಬೇಕು ಎಂಬ ಅವರ ಕಾಳಜಿಗೆ ಸಾಟಿ ಇಲ್ಲ. ಇನ್ನೊಂದೆಡೆ, ಅತಿ ಹಳೆಯ ಮಾಡೆಲ್ ವಾಹನಗಳು ಓಡಾಡುವ ಕ್ಯೂಬಾ ದೇಶವನ್ನು ನೋಡಿ, ಇವರು ಬಹಳ ಕಷ್ಟದಲ್ಲಿದ್ದಾರೆ ಎಂದು ತಿಳಿದ ಕವಿ ಎಚ್ ಎಸ್ ಶಿವಪ್ರಕಾಶ್ ಅಲ್ಲಿನ ಯುವಜನರನ್ನು ಕೇಳಿದಾಗ ಅವರು, 'ಖಂಡಿತಾ ಇಲ್ಲ. ಇಲ್ಲಿ ಪ್ರಾಥಮಿಕ ಶಿಕ್ಷಣದಿಂದ ಹಿಡಿದು ಸ್ನಾತಕೋತ್ತರದವರೆಗಿನ ಶಿಕ್ಷಣ ನಿಶ್ಶುಲ್ಕ. ಆರೋಗ್ಯ ಚಿಕಿತ್ಸೆ ಎಲ್ಲರಿಗೂ ಉಚಿತ. ದವಸಧಾನ್ಯ, ಸಾರ್ವಜನಿಕ ಸಂಚಾರ, ಟೆಲಿಫೋನ್ ಎಲ್ಲವೂ ಸಸ್ತಾ. ನಮಗೆ ಯಾವುದೂ ಕಡಿಮೆಯಿದೆ ಅನಿಸುವುದೇ ಇಲ್ಲ,' ಎಂದು ಉತ್ತರಿಸಿದರಂತೆ (22–11 –13ರ ಪ್ರಜಾವಾಣಿ 'ಅಭಿಮತ').

ಭಾರತ ಮತ್ತು ಚೀನಾದ ಒತ್ತಿನಲ್ಲಿರುವ ಭೂತಾನ್‌ನಲ್ಲಿ ರಾಜ ಮತ್ತು ಅವರು ಅನುಸರಿಸುವ ಬೌದ್ಧಧರ್ಮ ತಮ್ಮ ಪಂಜಗಳನ್ನು ಜನರ ಕತ್ತಿನ ಬಳಿ ಹಿಡಿಯದೇ ಜನರನ್ನು ತಮ್ಮ ಬೊಗಸೆಯಲ್ಲಿ ಕಾಪಿಟ್ಟುಕೊಂಡಿರುವುದರಿಂದ ಅವರ ಮುಖಗಳಲ್ಲಿ ನಗು ಅರಳಿದೆ. ಸಮಾಜವಾದಿ ಸಿದ್ಧಾಂತದ ಸಮಾನತೆಯ ನಂಬಿಕೆ ಅಮೆರಿಕದಿಂದ ಕೇವಲ 124 ಕಿ.ಮೀ. ದೂರದಲ್ಲಿರುವ ಕ್ಯೂಬನ್ನರಲ್ಲಿ ದುರಾಸೆ ಮೂಡದಂತೆ, ಆರ್ಥಿಕ ದಿಗ್ಬಂಧನಕ್ಕೆ ಕೊರಗದಂತೆ ಕಾಪಿಟ್ಟಿದೆ. ಶಿಕ್ಷಣ ಮತ್ತು ಆರೋಗ್ಯವನ್ನು ಹರಾಜಿಗಿಟ್ಟಿರುವ ನಮ್ಮ ದೇಶದಲ್ಲಿ ಬರೀ 64 ಜನರಿಗೆ ಕೇಂದ್ರ ಸರ್ಕಾರದ ಬಜೆಟ್ ಮೊತ್ತಕ್ಕಿಂತಲೂ ಹೆಚ್ಚಿನ ಆದಾಯ ಇದೆ. ನಮ್ಮಲ್ಲಿ ಸಂಪತ್ತಿಗೇನೂ ಕೊರತೆ ಇಲ್ಲ. ಹಾಗಿದ್ದರೂ ಶಿಕ್ಷಣ ಮತ್ತು ಆರೋಗ್ಯ ಸೇವೆಯನ್ನು ಎಲ್ಲರಿಗೂ ಎಟಕುವ ರೀತಿಯಲ್ಲಿ ಪರಿಣಾಮಕಾರಿಯಾಗಿ ಒದಗಿಸಲು ನಮಗೆ ಇನ್ನೂ ಸಾಧ್ಯವಾಗಿಲ್ಲ.

ದಿನವಿಡೀ ಅಧಿಕಾರ ಮೆರೆದು ಉರಿದ ಸೂರ್ಯ, ಆಯಾಸ ಕಳೆದುಕೊಳ್ಳಲು ಪಡುವಣದ ಕಡಲಿಗೆ ಧಾವಿಸುವುದನ್ನು ಕಂಡು ಚಂದ್ರ ಈಗಲೂ ನಗುತ್ತಿರಬಹುದು.

23

ಇದಿರು ನೋಟ

ಸಬಿತಾ ಬನ್ನಾಡಿ

ಸಹಬಾಳ್ವೆಯ ದೇಶ ಕಟ್ಟುವ ಹುಮ್ಮಸ್ಸು ಕುಸಿದು ಹೋಗಿದೆಯೇ?

ನಂಜುಂಡವರು ಮತ್ತು ನಂಜೇರಿದವರು

ಮಹಾರಾಷ್ಟ್ರದಲ್ಲಿ ಕಳೆದ ವರ್ಷ ರೈತರು ನಡೆಸಿದ ಹೋರಾಟಕ್ಕೆ ಸಂಬಂಧಿಸಿದ ವರದಿಯೊಂದು ಬಂದಿತ್ತು. ಅದಕ್ಕೆ ಪ್ರತಿಕ್ರಿಯಿಸಿದವರೊಬ್ಬರು, 'ಈ ರೈತರ ಸಾಲ ಮನ್ನಾ ಮಾಡಲು ನಮ್ಮ ತೆರಿಗೆ ಹಣ ಪೋಲಾಗುತ್ತದೆ,' ಎಂದು ಬರೆದಿದ್ದನ್ನು ಓದಿ ನಾನು ದಂಗಾಗಿದ್ದೆ. ಆ ಪ್ರತಿಕ್ರಿಯೆಯನ್ನು ಅಲ್ಲಿಯೇ ಕೆಲವರು ತೀವ್ರವಾಗಿ ಖಂಡಿಸಿದ್ದರು. ತಮ್ಮಂತೆಯೇ ಪ್ರಜೆಗಳಾದ ರೈತರಿಗಿಂತಲೂ ತಾವು ಮೆಚ್ಚುವ ಸರ್ಕಾರವೇ ಮುಖ್ಯವೆಂದುಕೊಳ್ಳುವ ಈ ಪರಿ ವಿಚಿತ್ರವಾದುದು.

ಅದಕ್ಕಾಗಿ ಅವರು ರೈತರನ್ನೇ ಖಳರಾಗಿಸಲು ಹೊರಡುತ್ತಾರೆ. ಕೊನೆಯ ಪಕ್ಷ ರೈತರಿಗೆ ಈಚಿನ ದಿನಗಳಲ್ಲಿ ತೆರೆದುಕೊಂಡಿರುವ ನೈಸರ್ಗಿಕ ಕೃಷಿ ಇತ್ಯಾದಿ ಪರ್ಯಾಯ ದಾರಿಯ ಬಗ್ಗೆ ಅವರು ಹೇಳಿದ್ದರೆ ಅದಕ್ಕೊಂದು ಅರ್ಥವಿರುತ್ತಿತ್ತು ಮತ್ತದು ಮಾನವೀಯವಾಗಿರುತ್ತಿತ್ತು. ಆದರೆ ತಾವು ತೆರಿಗೆ ಕಟ್ಟುವವರು ಎಂಬ ಈ ಧಿಮಾಕು ದಿನದಿಂದ ದಿನಕ್ಕೆ ಹೆಚ್ಚುತ್ತಿದೆ. 'ತಮ್ಮ ಹಣ ತಮ್ಮ ಭೋಗ' ಎಂಬ ಈ ಮನಸ್ಥಿತಿಗೂ ಇಂದಿನ ಮಾರುಕಟ್ಟೆ ಆಧಾರಿತ ಆರ್ಥಿಕತೆಯು ವ್ಯಕ್ತಿಗಳಲ್ಲಿ ತುಂಬುತ್ತಿರುವ ರಾಕ್ಷಸ ಹಸಿವಿಗೂ ಸಂಬಂಧ ಇದೆ. ನಮ್ಮ ತೆರಿಗೆ ಹಣ ಹಲವರ ಭೋಗಕ್ಕೆ ಸಾಧನವಾಗುವುದು ಇವರಿಗೆ ಕಾಣುವುದಿಲ್ಲ. ಬದಲಿಗೆ ಅದನ್ನು ಹಂಚಿಕೊಂಡು ಸಂಭ್ರಮಿಸುತ್ತಾರೆ.

ಸ್ವಾತಂತ್ರ್ಯ ಹೋರಾಟದ ಸಂದರ್ಭದಲ್ಲಿಯೇ ಸುಧಾರಣಾ ಚಳವಳಿಗಳೂ ಹುಟ್ಟಿಕೊಂಡವು. ಅವು ಭಾರತದ ಸಾಮಾಜಿಕ ಪಿಡುಗುಗಳಿಂದ ಜನರನ್ನು ಎಚ್ಚರಿಸುವ ಹೊಣೆ ಹೊತ್ತುಕೊಂಡವು. ಕಾಲದ ಅಂತರದಲ್ಲಿ ನೋಡುವಾಗ ಆ ಸುಧಾರಣೆಗಳಿಗೂ ಕೆಲವು ಮಿತಿ ಇರುವುದು ತಿಳಿಯುತ್ತದಾದರೂ, ಒಂದು ಮಟ್ಟದ ಆದರ್ಶವನ್ನು ಒಳಗೊಳ್ಳುವ ಉತ್ಸಾಹ ಜನರಲ್ಲಿ ಕಾಣಿಸಿಕೊಂಡಿತು. ಇದು ಒಂದು ರೀತಿಯಲ್ಲಿ ಸಮಾಜದಲ್ಲಿ ಮೇಲ್ ಸ್ತರದಲ್ಲಿ ಇರುವವರು ಕೆಳಸ್ತರದಲ್ಲಿರುವವರನ್ನು ಉದಾರವಾಗಿ ಕಾಣುವ, ದಮನಿತರನ್ನು ಉದ್ಧರಿಸುವ ಕಾಯಕಕ್ಕೆ ತಮ್ಮನ್ನು ಅರ್ಪಿಸಿಕೊಳ್ಳುವ ರೀತಿಯದು. ಈ ಮೇಲ್ಮೇಲಿನ ಸುಧಾರಣೆಗಿಂತಲೂ ತುರ್ತಾಗಿ ಭಾರತದ ಸಾಮಾಜಿಕತೆಯ ಬೇರುಗಳಲ್ಲಿರುವ ತರತಮಗಳನ್ನು ನಾಶಮಾಡಿ ಸಮಾನ ಅವಕಾಶ ಮತ್ತು ಆ ಮೂಲಕ ಸ್ವಾಭಿಮಾನದ ಬದುಕು ದಮನಿತರಿಗೆ ಒದಗಿ ಬರುವುದೇ ಬದಲಾವಣೆಯ ನಿಜದ ದಾರಿ ಎಂದು ಅಂಬೇಡ್ಕರ್ ಪ್ರತಿಪಾದಿಸಿದ್ದರು. ಈ ಎಲ್ಲ ಚರ್ಚೆಗಳ ನಡುವೆಯೂ ಸುಧಾರಣೆ ಎಂಬ ಆದರ್ಶ ಭಾರತದ ಮಧ್ಯಮ ವರ್ಗಗಳ ನಡುವೆ 'ಮೌಲ್ಯ'ವೆನಿಸತೊಡಗಿತ್ತು. ಇವರ ಜೊತೆ ಉಳ್ಳವರೂ ಸೇರಿಕೊಂಡು ಗ್ರಾಮೀಣ ಭಾಗದಲ್ಲಿ ಶಾಲೆ ತೆರೆಯುವುದರಿಂದ ಹಿಡಿದು, ಅಸ್ಪೃಶ್ಯತಾ ನಿವಾರಣೆ ಇತ್ಯಾದಿ ಕಾರ್ಯಗಳಲ್ಲಿ ಮೇಲ್ಜಾತಿಯವರೂ ಭಾಗವಹಿಸಿದ್ದು ಕಾಣಿಸುತ್ತದೆ. ಕಾರ್ನಾಡ್ ಸದಾಶಿವರಾಯರಂಥವರನ್ನು ಇಲ್ಲಿ ನೆನಪಿಸಿಕೊಳ್ಳಬಹುದು. ಇದೆಲ್ಲವನ್ನೂ ಇಲ್ಲಿ ಯಾಕೆ ನೆನಪಿಸಿಕೊಳ್ಳುತ್ತಿರುವುದೆಂದರೆ, ಹೀಗೆ ಭಾರತವನ್ನು ಕಟ್ಟುವ ಉಮೇದು ಇಂದು ಯಾಕೆ ನಶಿಸಿಹೋಗಿದೆ ಎನ್ನುವುದನ್ನು ಕೇಳಿಕೊಳ್ಳುವುದಕ್ಕಾಗಿ. ಜಾತಿ ನಿವಾರಣೆ ಕೂಡ ಆಗ ಒಂದು ಗುರಿಯಾಗಿತ್ತು.

ಈಗ ಬಹಳ ಅಚ್ಚರಿ ಎನಿಸುವ ಒಂದು ವಿಚಾರವನ್ನು ಹಂಚಿಕೊಳ್ಳಲು ಬಯಸುತ್ತೇನೆ. ಶಾಂತವೇರಿ ಗೋಪಾಲಗೌಡರ ಪತ್ನಿ ಸೋನಕ್ಕ ಈಚೆಗೆ ತೀರಿಕೊಂಡರು. ಇವರ

ಮದುವೆಯಾದದ್ದು 1964ರಲ್ಲಿ. ಇವರ ಮದುವೆಯ ಪ್ರಸ್ತಾಪವನ್ನು ಮಾಡಿದವರು ಕಡಿದಾಳ್ ಮಂಜಪ್ಪನವರು – 1957ರಲ್ಲಿ. ಗೋಪಾಲಗೌಡರು ಒಕ್ಕಲಿಗರಾದರೆ, ಸೋನಕ್ಕ ಲಿಂಗಾಯಿತರು. ಇದೊಂದು ಹಿರಿಯರು ನಿರ್ಧರಿಸಿದ ಮದುವೆಯೇ ಹೊರತು, ಪ್ರೇಮ ವಿವಾಹವಲ್ಲ. ಸೋನಕ್ಕನಿಗೆ ಇವರನ್ನು ಮದುವೆಯಾಗಲು ಮನಸ್ಸಿತ್ತು ಎಂಬುದು ಬೇರೆ ವಿಷಯ. ಆದರೆ ಹಿರಿಯರು ಈ ಮದುವೆಗೆ ವಿರೋಧ ಮಾಡಲಿಲ್ಲ ಎಂಬುದು ಬಹಳ ಮುಖ್ಯವಾದ ಸಂಗತಿ. ಸುಧಾರಣಾವಾದ, ಸಮಾಜವಾದಗಳ ಪ್ರಭಾವ ಅಷ್ಟರಮಟ್ಟಿಗೆ ಕೆಲಸ ಮಾಡಿದೆ.

ಆದರೆ ನಿನ್ನೆ ಮೊನ್ನೆ ನಡೆಯುತ್ತಿರುವ ಸಂಗತಿಗಳನ್ನು ನೋಡಿದರೆ ದುಃಖವಾಗುತ್ತದೆ. ತೀರಾ ಈಚೆಗೆ ಗದಗ ಜಿಲ್ಲೆಯ ಗಜೇಂದ್ರಗಡದ ಬಳಿಯ ಲಕ್ಕಲಹಟ್ಟಿ ಗ್ರಾಮದಲ್ಲಿ ಮರ್ಯಾದೆಗೇಡು ಹತ್ಯೆ ನಡೆಯಿತು. ಪ್ರೀತಿಸಿ ಮದುವೆಯಾದ ಇಬ್ಬರೂ ಕೂಡ ಪರಿಶಿಷ್ಟ ಜಾತಿಯ ಆವರಣದೊಳಗಿರುವವರು. ಆದರೆ ಎರಡು ಭಿನ್ನ ಜಾತಿಯೊಳಗೆ ಗುರುತಿಸಿಕೊಳ್ಳುವ ಇವರೊಳಗೆ ವೈವಾಹಿಕ ಸಂಬಂಧಗಳು ನಡೆಯುವುದಿಲ್ಲ. ವಿರೋಧದ ನಡುವೆಯೂ ಮದುವೆಯಾದ ಇಬ್ಬರೂ ಹಲ್ಲೆಯಾದ ಕಾರಣ ಊರು ತೊರೆದು ಹಲವು ವರ್ಷಗಳ ನಂತರ ಎರಡು ಮಕ್ಕಳ ಪೋಷಕರಾಗಿ ಊರಿನ ಹಬ್ಬಕ್ಕೆ ಬಂದಿದ್ದರು. ಯುವಕನನ್ನು ಯುವತಿಯ ಮನೆಯವರು ಕೊಂದು ತಾವು ಶರಣಾಗಿದ್ದಾರೆ. ಇದೆಂತಹ ದ್ವೇಷ? ಇದೆಂತಹ ಮನಸ್ಥಿತಿ? ಸಾಧಾರಣವಾಗಿ ಮಕ್ಕಳು ಹುಟ್ಟಿದ ಮೇಲೆ ಮುನಿಸು ಕಳೆದುಕೊಳ್ಳುವುದು ಸಹಜ ಪ್ರಕ್ರಿಯೆ. ಆದರೆ ವರ್ಷಗಳ ಕಾಲ ಹಟವನ್ನು ಕಾಪಿಟ್ಟುಕೊಂಡು ಕೊಲೆ ಮಾಡುವಷ್ಟು ಪೋಷಕರೇ ಅಮಾನುಷರಾಗುತ್ತಾರೆಂದರೆ ಅದು ಯಾವ ರೀತಿಯ ಜಾತಿಪ್ರೇಮ? ಇಲ್ಲ, ಇದು ಪ್ರೇಮವಲ್ಲ, ನಂಜು. ನಂಜೇರಿದವರಿಗೆ ಇನ್ನು ಏನೂ ಕಾಣಿಸುವುದಿಲ್ಲ. ಹೆತ್ತ ಮಗಳೂ, ಮುದ್ದು ಮೊಮ್ಮಕ್ಕಳೂ.

ಇಂತಹ ಹಲವು ನಂಜುಗಳು ನಮ್ಮೊಳಗೆ ಏರಿ ಕುಳಿತಿವೆ. ಬಡ ಮಕ್ಕಳು ಹೆಚ್ಚಿದ ಶುಲ್ಕದ ವಿರುದ್ಧ ಹೋರಾಡುತ್ತಿದ್ದರೆ, 'ನಮ್ಮ ತೆರಿಗೆಯ ಹಣವನ್ನು ವ್ಯರ್ಥ ಮಾಡುತ್ತಿದ್ದಾರೆ,' ಎಂದು ಕಮೆಂಟ್ ಮಾಡುವುದು ಕೂಡ ಇಂತಹದೇ ಇನ್ನೊಂದು ಬಗೆಯ ನಂಜು. ಇಷ್ಟು ಕಡಿಮೆ ಶುಲ್ಕವನ್ನೂ ಕೊಡುವುದು ಅವರಿಗೆ ಸಾಧ್ಯವಾಗದ ದುಸ್ಥಿತಿಯ ಬಗೆಗೆ ನಾವು ಯೋಚಿಸಬೇಕಾಗಿತ್ತು. ಸರ್ಕಾರಿ ಸಂಸ್ಥೆಗಳಲ್ಲೇ ಓದಿ, ಉತ್ತಮ ಸರ್ಕಾರಿ/ಖಾಸಗಿ ಉದ್ಯೋಗಗಳನ್ನು ಪಡೆದು ಒಳ್ಳೆಯ ಸ್ಥಿತಿಗೆ ಹೋದವರು ಮತ್ತು ಆ ಸವಲತ್ತುಗಳಿಂದ ತಮ್ಮ ಮಕ್ಕಳನ್ನು ದುಬಾರಿ ಖಾಸಗಿ ಸಂಸ್ಥೆಗಳಲ್ಲಿ ಓದಿಸಿದವರೇ ಇಂದು ಇಂತಹ ಮನಸ್ಥಿತಿ ಹೊಂದಿದ್ದಾರೆ. ಆ ಖಾಸಗಿ ಸಂಸ್ಥೆಗಳಲ್ಲಿ ಬಡತನ ಎಂದರೇನು ಎಂದೇ ತಿಳಿಯದೆ ಓದಿದವರಿಂದಂತೂ ಹೆಚ್ಚಿನದನ್ನು ನಿರೀಕ್ಷಿಸುವಂತೆಯೇ ಇಲ್ಲ. ಖಾಸಗಿ ಈವೆಂಟ್‌ಗಳನ್ನು ಆಯೋಜಿಸುತ್ತಾ, ದುಡಿದ

ದುಡ್ಡನ್ನು ಖರ್ಚು ಮಾಡುವ ದಾರಿ ಹುಡುಕುವುದೇ ಕ್ರಿಯೇಟಿವಿಟಿ ಮತ್ತು ಪ್ರತಿಷ್ಠೆಯಾಗಿರುವ ಪ್ರತ್ಯೇಕ ಸಮಾಜಕ್ಕೆ ಸೇರಿದವರು ಇವರು. ಮತ್ತೆ ನೆನಪಿಸಿಕೊಳ್ಳಿ, ಸ್ವಾತಂತ್ರ್ಯದ ಆಸುಪಾಸಿನಲ್ಲಿ ಊರಿಗೊಂದು ಶಾಲೆ ತೆರೆಯುವುದು ಎಷ್ಟು ದೊಡ್ಡ ಆದರ್ಶವಾಗಿತ್ತು, ಅದಕ್ಕಾಗಿ ಊರಿಗೆ ಊರೇ ಹೇಗೆ ಕೈಜೋಡಿಸುತ್ತಿತ್ತು ಎಂಬುದನ್ನು. ನಮ್ಮ ನಮ್ಮ ಊರುಗಳಲ್ಲೂ ಈ ಕತೆಗಳಿವೆ. ನಮ್ಮೂರ ಶಾಲೆಗೆ ತನ್ನ ಪೋಷಕರು ಭೂಮಿ ಕೊಟ್ಟ ಬಗ್ಗೆ ನನ್ನಮ್ಮನಿಗೆ ಹೆಮ್ಮೆ ಮಾತ್ರವಲ್ಲ, ಕೃತಜ್ಞತೆಯೂ ಇತ್ತು. ನವೋದಯ ಕಾಲದವರ ನೆನಪಿನ ಚಿತ್ರಗಳಲ್ಲೆಲ್ಲಾ ಇಂತಹ ಹತ್ತು ಹಲವು ಪ್ರಸಂಗಗಳು ಕಣ್ಣಮುಂದೆ ಬರುತ್ತವೆ.

ಬೆಳಗೆರೆ ಕೃಷ್ಣಶಾಸ್ತ್ರಿಗಳ 'ಮರೆಯಲಾದೀತೇ..?' ಕೃತಿಯಲ್ಲಿ ತೋಪಿನ ಹನುಮಣ್ಣ ಮತ್ತು ಮೀಸೆ ಹನುಮಣ್ಣರ ಜಮೀನು ಜಗಳವನ್ನು ಪರಿಹರಿಸಲು ವಿವಾದಿತ 35 ಎಕರೆ ಜಾಗವನ್ನು ಶಾಲೆಗೆ ಬಿಟ್ಟುಕೊಡುವ ಸೂತ್ರವನ್ನು ಊರ ಪಂಚಾಯಿತಿ ಹೇಳಿದಾಗ ಇಬ್ಬರೂ ಮರುಮಾತಿಲ್ಲದೆ ಒಪ್ಪಿಬಿಡುತ್ತಾರೆ. ಇದೇ ತೋಪಿನ ಹನುಮಣ್ಣ ತನ್ನ ಫಲಭರಿತ ಅಡಿಕೆ ತೋಟವನ್ನು ಆಸ್ಪತ್ರೆ ಮಾಡಲು ದಾನ ಕೊಡುತ್ತಾರೆ. ಗಾಂಧೀಜಿಯಿಂದ ಪ್ರಭಾವಿತರಾದ ಗೋಪಾಲಸ್ವಾಮಿ ಅಯ್ಯರ್ ಎಂಬ ಮಡಿವಂತರು ಶ್ರೀರಾಮಪುರದಲ್ಲಿ ಹರಿಜನ ಹಾಸ್ಟೆಲ್ ಆರಂಭಿಸುತ್ತಾರೆ. ಅವರನ್ನು ಪಂಚಮಯ್ಯರ್ ಅಂತ ತಮಾಷೆ ಮಾಡುತ್ತಿದ್ದರಂತೆ. ಅವರು ಪ್ರತಿ ಭಾನುವಾರ ವಿದ್ಯಾರ್ಥಿಗಳ ತಲೆಗೆ ಎಣ್ಣೆಹಚ್ಚಿ ಅಭ್ಯಂಜನ ಮಾಡಿಸುತ್ತಿದ್ದರಂತೆ. ತಾರತಮ್ಯ ಎಂಬುದು ಎಷ್ಟು ಸಾಮಾಜಿಕವೋ, ಅಷ್ಟೇ ಮಾನಸಿಕತೆ ಕೂಡ ಹೌದು. ಅದರ ವಿರುದ್ಧದ ಸಾಮುದಾಯಿಕ ಪ್ರಯತ್ನ ಸದಾ ಬೇಕಿದೆ.

ಈಗ ಮತ್ತೆ ಈ ಮಾನಸಿಕತೆಯ ರೋಗ ಉಲ್ಬಣಿಸತೊಡಗಿದೆ. ಇಲ್ಲದೇ ಹೋದಲ್ಲಿ, ಬಡ ವಿದ್ಯಾರ್ಥಿಗಳಿಗೆ ತೆರಿಗೆ ಪಾಲು ಕೊಡುವುದಿಲ್ಲ ಎಂಬ, ಹೆತ್ತ ಮಕ್ಕಳ ಮನಸ್ಸರಿಯದೇ ಕೊಲೆಪಾತಕರಾಗುವ, ರೈತರ ಅಸಹಾಯಕತೆಯನ್ನು ಲೇವಡಿ ಮಾಡುವ ಲಜ್ಜೆಗೇಡಿತನಕ್ಕೆ ಈ ಲೋಕ ಇಳಿಯುತ್ತಿರಲಿಲ್ಲ. ಬಹುಜನರು ಅದಕ್ಕೆ ಸಾಥ್ ಕೊಡುತ್ತಿರಲಿಲ್ಲ.

ೞ

· 24

ಇದಿರು ನೋಟ

ಸಬಿತಾ ಬನ್ನಾಡಿ

ಹಮ್ಮಿನ ಸಿಂಹಾಸನದ ಪ್ರತಿನಿಧಿಗಳು ನಾವಲ್ಲ, ತಂಪು ನದಿತಟದ ಸಹಪಯಣಿಗರು ನಾವು

ಭೂಮಿತತ್ವದ ತಾಯಿನೋಟ

ಮಹಿಳೆಯರನ್ನು ಈಗ ಯಾರೂ ನಿರ್ಲಕ್ಷಿಸುತ್ತಿಲ್ಲ ಎಂದು ಮೇಲ್ನೋಟಕ್ಕೆ ಅನಿಸುತ್ತದೆ! ಈ ವಾಕ್ಯದಲ್ಲಿ 'ಮೇಲ್ನೋಟಕ್ಕೆ' ಎಂಬ ಪದವನ್ನು ಒತ್ತುಕೊಟ್ಟು ಓದಿಕೊಳ್ಳಬೇಕು. ಯಾಕೆಂದರೆ, 1909ರ ಫೆಬ್ರವರಿ 28ರಂದು ನ್ಯೂಯಾರ್ಕ್‌ನ ಐವತ್ತು ಸಾವಿರಕ್ಕೂ ಮಿಕ್ಕಿ ಮಹಿಳಾ ಕಾರ್ಮಿಕರು ಸೇರಿ ಹಲವು ಬೇಡಿಕೆಗಳನ್ನಿಟ್ಟುಕೊಂಡು ಹೋರಾಟ ಆರಂಭಿಸಿದರು. ಅವರ ಮೇಲೆ ಪೊಲೀಸರು, ಸೈನ್ಯ, ಖಾಸಗಿ ಗೂಂಡಾ ಪಡೆಗಳು ದಾಳಿ ನಡೆಸಿದರೂ ಬಗ್ಗದೆ ಈ ಚಳವಳಿ ನಡೆಯಿತು.

ಅದರ ನೆನಪಿಗಾಗಿ ರಷ್ಯಾದ ಹೋರಾಟಗಾರ್ತಿ ಕ್ಲಾರಾ ಜಟ್ಕಿನ್ ಆ ದಿನವನ್ನು 'ದುಡಿಯುವ ಮಹಿಳಾ ದಿನ'ವನ್ನಾಗಿ ಆಚರಿಸಲು ಕರೆ ನೀಡಿದರು. ಮೊದಮೊದಲು ಬೇರೆ ಬೇರೆ ದಿನಗಳಂದು ನಡೆದು ಅಂತಿಮವಾಗಿ 1914ರಿಂದ ಮಾರ್ಚ್ 8ರಂದು ನಡೆಯುತ್ತಿದೆ. 1975ರಲ್ಲಿ ವಿಶ್ವಸಂಸ್ಥೆ ಮಾನ್ಯತೆಯೂ ದೊರೆತಿದೆ. ಈಗ ಅದು ಸರ್ಕಾರಿ ಆಚರಣೆಯ ಹಂತಕ್ಕೂ, ಕಾರ್ಪೊರೇಟ್ ಕಂಪೆನಿಗಳಲ್ಲಿ ಗಂಡಸರು ಹೆಣ್ಣುಮಕ್ಕಳಿಗಾಗಿ ಆಚರಿಸುವ ಈವೆಂಟ್ ಆಗಿಯೂ ಮುನ್ನೆಲೆಗೆ ಬಂದಿದೆ. ಸಂಬಳ ಪಡೆವ ಉದ್ಯೋಗಿಗಳಿಗೆ ಹೊಸ ಬಟ್ಟೆಯ ಸರಬರವೆನಿಸಿದರೆ, ಗೃಹಿಣಿಯರ ರಂಗೋಲಿಗಳಲ್ಲಿ ಹೊಸ ಬಗೆಯ ಚಿತ್ರಗಳು ರೂಪು ತಳೆದಿವೆ. ಆಹಾ! ಹೆಣ್ಣುಮಕ್ಕಳ ಪರಿಸ್ಥಿತಿ ಎಷ್ಟು ಸುಧಾರಿಸಿದೆಯಲ್ಲವೇ?

ಎಲ್ಲಿ ಹೆಣ್ಣಿಲ್ಲ ಎಂಬ ಸಾರ್ಥಕತೆಯ ಉದ್ಗಾರ ಹೊಮ್ಮಿಸುವಷ್ಟು ನಿರುಮ್ಮಳತೆಯಲ್ಲಿ ನಡೆವ ದಾರಿಯಲ್ಲಿ, ಬೆಳಗಾಗುವ ಮೊದಲೇ ಗುಡಿಸಿ ಹೊಲಸು ಬಳಿದು ಹೋದ ಪೌರ ಕಾರ್ಮಿಕರ ಧ್ವನಿ ಉಡುಗಿಹೋಗಿದೆ. ಗಾರ್ಮೆಂಟ್ಸ್‌ನಲ್ಲಿ ದುಡಿಯುವ ಹೆಣ್ಣುಮಗಳು ಒಂದೇ ರೀತಿಯ ಹೊಲಿಗೆಯ ಏಕತಾನತೆಯಲ್ಲಿ ಕತ್ತು ಬಗ್ಗಿಸಿಕೊಂಡು, ಸಮಯ ಪೋಲಾಗದಿರಲೆಂದು ಮೂತ್ರ ತಡೆಹಿಡಿಯಲು ನೀರೂ ಕುಡಿಯದೇ ದೇಹ ದಂಡಿಸುತ್ತಿರುವುದು ಯಾರಿಗೂ ಕಾಣುವುದಿಲ್ಲ. ಹೀಗೆ ಬದಲಾದ ಹಲವು ವೃತ್ತಿಗಳಲ್ಲಿ, ಮರೆಮಾಚಿದ ತನ್ನ ಚಹರೆಯಲ್ಲಿ ಅಡಗಿರುವ ಹೆಣ್ಣಿನ ಸತ್ಯವಿದು. ನಿಜ, ಹಳ್ಳಿಗಳಲ್ಲಿ ಕಳೆದುಕೊಂಡಿದ್ದ ಡಿಗ್ನಿಟಿ ಆಫ್ ಲೇಬರ್ ಪೇಟೆಯಲ್ಲಿ ಉದ್ಯೋಗವಾಗಿ ಬದಲಾಗಿದೆ. ಕೆಲವು ಕಷ್ಟಗಳು ಕಳೆದಿವೆ. ಹಲವು ಬಂದು ಸುತ್ತಿಕೊಂಡಿವೆ.

ಮಹಿಳೆಯ ಹಕ್ಕುಗಳಿಗಾಗಿ, ಸ್ಥಿತಿ ಸುಧಾರಣೆಗಾಗಿ ಜಗತ್ತಿನ ಹತ್ತು ಹಲವು ದೇಶಗಳಲ್ಲಿ ನಿರಂತರ ಚಳವಳಿಗಳು ನಡೆದುಕೊಂಡು ಬಂದಿವೆ. ಕೆಲವು ಸವಲತ್ತುಗಳನ್ನು ಕೊಡಿಸಿವೆ. ಇನ್ನು ಹಲವು ಪ್ರಾತಿನಿಧ್ಯಗಳನ್ನು ಒತ್ತಾಯಿಸಿ ಪಡೆದಿವೆ. ಬಹುಶಃ ಈಗ ಒಮ್ಮೆ ಹಿಂತಿರುಗಿ ನೋಡಿಕೊಳ್ಳುವ ಸಮಯ ಬಂದಿದೆ. ಯಾಕೆಂದರೆ, ಮಹಿಳೆ ಈಗ ಮತಬ್ಯಾಂಕ್ ಆಗಿ ಪರಿವರ್ತಿತಳಾಗಿದ್ದಾಳೆ. ಮಹಿಳೆಯೂ ಮಾರುಹೋಗಲು ತುದಿಕಾಲಲ್ಲಿ ನಿಂತಿರುವಂತೆ ಕಾಣುತ್ತಿದೆ. ಹೀಗಾಗಿ, ನಮಗೆ ಬೇಕಿರುವುದು ಪ್ರಾತಿನಿಧ್ಯವಲ್ಲ ಎಂಬ ಗಟ್ಟಿ ಧ್ವನಿ ಹೊರಡಬೇಕಾಗಿದೆ.

ಯಾವುದೇ ಕ್ಷೇತ್ರದಲ್ಲಿ ಹೆಣ್ಣು ಪಡೆದುಕೊಳ್ಳುವ ಅವಕಾಶವು ಕೇವಲ ಅದೃಷ್ಟವೋ, ಯಾರದೋ ಅಭಯವೋ ಅಥವಾ ಇನ್ನಾವುದೋ ಒತ್ತಾಯವೋ ಆಗಬೇಕಿಲ್ಲ. ಅದು ಅತ್ಯಂತ ಸಹಜವಾದುದೂ, ಸಾಧ್ಯವಾದುದೂ, ಇಚ್ಛೆಯಿಂದ ಹೊಂದಿರುವುದೂ ಆಗಬೇಕಿದೆ. ಮತ್ತದನ್ನು ಸಮಾಜವೂ ಹಾಗೆಯೇ

ಗ್ರಹಿಸಬೇಕಾಗಿದೆ. ಆದರೆ ಯಾವ ನಡೆಯೂ ಸಹಜವಾಗಿ ಆಗುತ್ತಿಲ್ಲ. ನಮ್ಮದು ಏನಿದ್ದರೂ ಕೆಲವರು ಮಾತ್ರ ದೇವರುಗಳಾಗಿ, ಉಳಿದವರನ್ನು ಪೌಳಿ ಸುತ್ತುವ ಭಕ್ತರಾಗಿಸುವ ವ್ಯವಸ್ಥೆ. ಪೌಳಿ ಸುತ್ತುವವರು ಎಂದೂ ತಾವೇಕೆ ಸುತ್ತುತ್ತಿದ್ದೇವೆ ಎಂದು ಯೋಚಿಸದ ವ್ಯವಸ್ಥೆ. ಕೊಡುವ ತೀರ್ಥ-ಪ್ರಸಾದಕ್ಕೆ ಹಸಾದ ಎನ್ನುವ, ಸುತ್ತುವ ಬಿಸಿಲಿಗೆ ಚಪ್ಪರ ಹಾಕಿದ್ದಕ್ಕೇ ಪುನೀತರಾಗುವವರ ನಡುವೆ ಚಳವಳಿಗೂ ಸವಾಲುಗಳಿವೆ. ಯೋಚಿಸುವ ಮಿದುಳು ಬಲಿಯದೇ ಬರಿ ಸೌಲಭ್ಯ ಪಡೆಯುವುದಕ್ಕಾಗಿ ಮಾತ್ರ ಚಳವಳಿಗೆ ಬಂದರೆ, ಹುಟ್ಟುವ ಹೊಸ ದೇವರುಗಳ ಹಿಂದೆ ಅವರು ಹೊರಟುಹೋಗುತ್ತಾರೆ. ಹಾಗಿದ್ದಲ್ಲಿ ಏನು ಮಾಡಬೇಕು? ದೇವರ ಸ್ವರೂಪವೇ ಬದಲಾಗಬೇಕು.

ಬೀದಿಯ ಮರದ ಕೆಳಗೆ ಬಟಾಬಯಲಲ್ಲಿ ಕುಳಿತ ಕರಿಕಲ್ಲ ದೇವತೆಗೆ ಪೂಜಾರಿ ಬೇಕಿಲ್ಲ. ಅವರವರ ಮನಬಂದಂತೆ ಪೂಜಿಸುತ್ತಾರೆ. ಪ್ರತಿಯೊಂದೂ ಅನನ್ಯ. ಯಾವುದೂ ಅನ್ಯವಲ್ಲ. ಪ್ರತಿ ಪೂಜೆಯೂ ಮಾನ್ಯ. ಪ್ರತಿಯೊಬ್ಬರೂ ತಮಗೆ ತಾವೇ ಜವಾಬ್ದಾರರು. ಇಲ್ಲೊಂದು ಕ್ರೀಯಾಶೀಲತೆ ಇದೆ. ಏಕತಾನತೆಯ ಭಂಗ ಇದೆ. ಸ್ವಂತಿಕೆ ಇದೆ. ನಮ್ಮ ಸಾಮಾಜಿಕ ಮಾದರಿಯೂ ಹೀಗೆ ತಮ್ಮೊಳಗನ್ನು ತಾವು ಅನ್ವೇಷಿಸುವಂತೆ, ಕಟ್ಟಿಕೊಳ್ಳುವಂತೆ, 'ಸೃಷ್ಟಿಸಿಕೊಟ್ಟ ದೇವರು'ಗಳ ನಿಜ ತಿಳಿಯುವಂತೆ ಇರಬೇಕಾಗಿದೆ.

ವಂದನಾ ಶಿವ ಹೇಳ್ತಾರೆ - ಹೆಣ್ಣಿನ ಕೈಯಲ್ಲಿ ಬೀಜ ಸಂರಕ್ಷಣೆಯ ಜ್ಞಾನ ಮತ್ತು ಹೊಣೆಗಾರಿಕೆಗಳು ಇರುವಷ್ಟು ಕಾಲವೂ ಒಬ್ಬನೇ ಒಬ್ಬ ರೈತ ಆತ್ಮಹತ್ಯೆ ಮಾಡಿಕೊಂಡಿರಲಿಲ್ಲ. ಹೆಣ್ಣಿನ ಕೈಯೊಳಗೆ ಅಡುಗೆಯ ಜ್ಞಾನ ಇರುವ ತನಕವೂ ಜಂಕ್ (= ಕಸದಬುಟ್ಟಿಗೆ ಎಸೆಯಲು ಯೋಗ್ಯವಾದದ್ದು) ಫುಡ್ ಇರಲೇ ಇಲ್ಲ. ಹೆಣ್ಣಿನ ರೀತಿಯೆಂದರೆ ಅದು ಬೀಜ ಮತ್ತು ಆಹಾರದ ಜೊತೆಗೇ ಜೊತೆಗಾರನನ್ನೂ ಕಾಪಾಡುವಂತದು. ಆದರೆ, ಬಂಡವಾಳಶಾಹಿ ಗಂಡು ನೋಟ ತನ್ನನ್ನು ನಾಶಮಾಡಿಕೊಂಡು ತನ್ನವರನ್ನು ಅನಾಥರನ್ನಾಗಿಸುವಂತದು. ಇಂದು ಜಂಕ್ ಫುಡ್ ಮಾರುವ ಮಾಲ್‌ನಲ್ಲಿ ಗೊಂಬೆಯಂತೆ ಅಲಂಕರಿಸಿಕೊಂಡ ಹುಡುಗಿ ನಿರ್ಭಾವುಕವಾಗಿ ಬಿಲ್ಲಿಂಗ್ ಮಾಡುತ್ತಿದ್ದಾಳೆ. ಈ ಜಾಗದಿಂದ ಅವಳೂ ಜಂಕ್ ಫುಡ್ ಕಂಪೆನಿಯ ಮಾಲೀಕಳಾದ ತಕ್ಷಣ ಅದು ಸಾಧನೆಯೆನಿಸುವುದಿಲ್ಲ. ಬದಲಿಗೆ ಬರಡು ಗಂಡುನೋಟದ ಜಾಗದಲ್ಲಿ ಅವಳ ಪ್ರಾತಿನಿಧ್ಯ ಸ್ಥಾಪನೆಯಾಗುತ್ತದೆ. ಅಲ್ಲಿಗೆ ಜಗದ ನಾಶದ ಕೊನೆಯ ಮೆಟ್ಟಿಲು ಏರಿದಂತಾಗುತ್ತದೆ ಅಷ್ಟೆ.

ಕೃಷಿಯ ಲಾಭ-ನಷ್ಟಗಳನ್ನು ಅಳೆಯುವ ಮಾನದಂಡ ಬೇರೆಯಾಗಬೇಕು ಎನ್ನುವ ವಂದನಾ, ಬೆಳೆಯೊಂದು ಬಂದಾಗ ಅದು ಯಾರನ್ನೆಲ್ಲಾ- ಮಣ್ಣು, ಮಣ್ಣಿನೊಳಗಣ

ಸೂಕ್ಷ್ಮಜೀವಿ, ಕೂಲಿಕಾರರು, ಬೆಳೆದವರು, ತಿಂದವರು, ಇವರೆಲ್ಲರ ಹೆಲ್ತ್ ಜೊತೆಗಿಟ್ಟು ವೆಲ್ತ್ ಅನ್ನು ಅಳೆಯಬೇಕು ಎನ್ನುತ್ತಾರೆ. ಸಾಮಾಜಿಕ ಬದುಕೆಂದರೆ ಎಷ್ಟು ಸಂಪಾದಿಸಿದೆ, ಕಳೆದೆ ಎಂಬುದಲ್ಲ. ಎಷ್ಟು ಜನರ ಕ್ರಿಯಾಶೀಲತೆಯನ್ನು ಪೊರೆದೆ, ಎಷ್ಟು ಜೀವಿಗಳಿಗೆ ಜೀವನ ನೀಡಿದೆ, ಆ ಮೂಲಕ ಸಾಮಾಜಿಕ ಆರೋಗ್ಯವನ್ನು ಎಷ್ಟು ಕಾಪಿಟ್ಟೆ, ಎಷ್ಟು ಮುಂದಿನವರಿಗೆ ಈ ಅರಿವಿನ ಗಂಟನ್ನು ದಾಟಿಸಿದೆ ಎಂಬ ಕಣ್ನೋಟವಿದು. ವಿಷವಿಲ್ಲದ ಭೂಮಿ, ವಿಷವಿಲ್ಲದ ರಾಜಕೀಯ, ವಿಷವಿಲ್ಲದ ಸಮಾಜ, ವಿಷವಿಲ್ಲದ ಮನಸ್ಥಿತಿಗಳಿಗೆ ನೀರೆರೆಯುವ ಕಣ್ನೋಟ. ಈ ಕಣ್ನೋಟವು ಲೋಕಮೀಮಾಂಸೆಯಾಗಿ ಜಾರಿಗೆ ಬರಬೇಕೆಂಬುದು ಸ್ತ್ರೀವಾದದ ಮುಂದಿನ ನಡೆಯಾಗಲೇ ಬೇಕಿದೆ. ಯಾಕೆಂದರೆ, ಈಗಾಗಲೇ ಬರಡು ಆರ್ಥಿಕತೆಯ ಮಾಯಾಜಾಲಕ್ಕೆ ಹೆಣ್ಣು ಮರುಳಾಗಿ ಆ ಮೋಸದ ಸಿದ್ಧಾಂತದ ಪರ ಗಂಟಲು ಹರಿದುಕೊಳ್ಳುತ್ತಿರುವ ಪಡೆ ಜಗತ್ತಿನಾದ್ಯಂತ ಹುಟ್ಟಿಕೊಳ್ಳುತ್ತಿದೆ.

ಈ ಎಲ್ಲ ಸವಾಲುಗಳ ನಡುವೆ ಮತ್ತೆ ಮಾರ್ಚ್ 8 ಬಂದುಹೋಯಿತು. ಕರ್ನಾಟಕದಲ್ಲಿ ಮಹಿಳೆಯರ ಪರ ಹೋರಾಡಿದ, ಹೋರಾಡುವ ಹತ್ತಾರು ಸಂಘಟನೆಗಳು, ವ್ಯಕ್ತಿಗಳು ಇದ್ದಾರೆ. ಇವರೊಂದಿಗೆ ಸಾವಿರಾರು ಕೈಗಳು ಸೇರಿ, ಒಂಬತ್ತು ವರ್ಷಗಳ ಹಿಂದೆ ನಿರ್ಭಯಾ ಪ್ರಕರಣದ ಕುದಿಯಲ್ಲಿ ಹುಟ್ಟಿದ ಮಹಿಳಾ ದೌರ್ಜನ್ಯ ವಿರೋಧಿ ಒಕ್ಕೂಟವು ಬೇರೆ ಬೇರೆ ಊರುಗಳಲ್ಲಿ ಅಲ್ಲಲ್ಲಿನ ಮಹಿಳೆಯರ ಒಗ್ಗೂಡುವಿಕೆಯಲ್ಲಿ ಮಹಿಳಾ ದಿನಾಚರಣೆ ನಡೆಸುತ್ತಿದೆ. ಈ ಸಲದ ಊರು ಮಂಡ್ಯಕ್ಕೆ ಅತಿಥಿಗಳಾಗಿ ಆಂಧ್ರದ ಓಲ್ಗಾ ಹಾಗೂ ಗುಜರಾತಿನ ಶಬ್ನಂ ಹಶ್ಮಿ ಬಂದಿದ್ದರು. ಹೆಣ್ಣಿನ ಅಂತರಂಗದ ಮತ್ತು ಬಹಿರಂಗದ ಕಣ್ಣುಗಳು ತೆರೆಯುವಂತೆ ಬರೆಯುವವರು ಓಲ್ಗಾ. ಪರಿಸ್ಥಿತಿಯ ವ್ಯಂಗ್ಯವೆಂದರೆ, ಎಂಬತ್ತರ ದಶಕದಲ್ಲಿ ಅಭಿವ್ಯಕ್ತಿ ಸ್ವಾತಂತ್ರ್ಯಕ್ಕಾಗಿ ಹೋರಾಡಿ ಬೀದಿ ನಾಟಕ ಆಡಿಸುತ್ತಿರುವಾಗಲೇ ಕೊಲೆಯಾದ ಸಫ್ದರ್ ಹಶ್ಮಿಯ ಆ ಸಾವಿನ ಜೊತೆಗೇ ತಾನೂ ಹೋರಾಟಗಾರ್ತಿಯಾದ ಅವರ ತಂಗಿ ಶಬ್ನಂ ಕೂಡ ಆಳುವವರಿಂದ ಕಿರುಕುಳಕ್ಕೆ ಒಳಗಾಗುತ್ತಿರುವವರೇ. ಅದೇ ಅಭಿವ್ಯಕ್ತಿ ಸ್ವಾತಂತ್ರ್ಯದ ಪ್ರಶ್ನೆ ಇಂದೂ ಇದೆ. ನಿರ್ಭಯಾಳಂತ ನೂರಾರು ಹೆಣ್ಣುಮಕ್ಕಳ ಪ್ರಶ್ನೆ ಹಾಗೇ ಇದೆ. ಹೌದು, ಭೂಮಿತಾಯಿಯ ಮಡಿಲಲ್ಲಿರುವ ಮನುಜರೆಲ್ಲರಲ್ಲೂ ಭೂಮಿತತ್ವದ ತಾಯಿನೋಟ ಬರುವ ತನಕವೂ ಇದಕ್ಕೆ ಕೊನೆಯಿಲ್ಲ.

೩೦

· 25

ಇದಿರು ನೋಟ
ಸಬಿತಾ ಬನ್ನಾಡಿ

ನಮ್ಮ ಶತ್ರುಗಳಿಗಾಗಿ ನಿರ್ಮಿಸಿದ ಸಾವಿನ ಮನೆಗೆ ನಮ್ಮ ಮಕ್ಕಳೇ ಪ್ರವೇಶಿಸಿಯಾರು

ತಿಳಿವಿನ ಬಿತ್ತುಗಳ ತಿಳಿಯದವರು

ಪ್ರತೀ ವರ್ತಮಾನದಲ್ಲಿ ಹುಟ್ಟುವ ಕಲಾಕೃತಿಗಳು, ಸಾಹಿತ್ಯಗಳು ಭವಿಷ್ಯವನ್ನೂ ಒಳಗೊಂಡಿರುತ್ತವೆ. ಅವುಗಳ ಅಭಿವ್ಯಕ್ತಿ ಮತ್ತು ಆಶಯಗಳ ಕಾರಣಕ್ಕೆ ಅವು ಕಾಲಾತೀತವೂ ಆಗುತ್ತವೆ. ಆ ಮೂಲಕ ಅವು ಇತಿಹಾಸದ ತಪ್ಪುಗಳನ್ನು ಕಾಣಿಸುವ ಮತ್ತು ಎಚ್ಚರಿಸುವ ಗಂಟೆಯೂ ಆಗಿರುತ್ತವೆ. ಆದರೆ ಈ ಎಚ್ಚರಿಕೆಗಳು ನಮಗೇಕೆ ತಟ್ಟುವುದಿಲ್ಲ? ನಮ್ಮ ಕಿವಿಗಳೇಕೆ ತಿಳಿವಿಗೆ ಕಿವುಡಾಗಿರುತ್ತವೆ? ಕಲಾಕೃತಿಗಳೆಂದರೆ ಆನಂದದ ಸಾಧನಗಳೆಂಬ ಸೀಮಿತ ನಿಲುವುಗಳಿಂದಾದ ನಿರ್ಲಕ್ಷ್ಯವೇ ಇದಕ್ಕೆ ಕಾರಣವೇ?

ಅಥವಾ ಉತ್ಕೃಷ್ಟ ಮಟ್ಟದ ಕಲೆ ಮತ್ತು ಬುದ್ಧಿಜೀವಿಗಳು ಬಹಳ ಮೊದಲೇ ಮುಂಗಾಣುವುದರಿಂದ ಹಾಗೂ ಅದು ಕಹಿಯಾಗಿರುವುದರಿಂದ ತತ್ಕಾಲದಲ್ಲಿ ಜನ ಮತ್ತು ಆಡಳಿತ ಅದನ್ನು ಗಂಭೀರವಾಗಿ ಪರಿಗಣಿಸುವುದಿಲ್ಲವೇ? ಮುಂಗಾಣ್ಕೆ ಹೋಗಲಿ, ಹಿಂದೆ ಆಗಿ ಹೋದದ್ದರ ಕುರಿತು ಮಂಥನ ನಡೆಸುವ ಎಷ್ಟೊಂದು ಚಿಂತನೆಗಳನ್ನೂ ನಾವೇಕೆ ನಿರ್ಲಕ್ಷಿಸುತ್ತೇವೆ?

ದುರಂತಗಳು ಘಟಿಸುತ್ತಲೇ ಇರುತ್ತವೆ. ನಾವು ಮರೆಯುತ್ತಲೇ ಇರುತ್ತೇವೆ. ನಮ್ಮ ಮರೆವು ದುರಂತದ ಕಾರಣಗಳನ್ನು ಮತ್ತು ಹಲವೊಮ್ಮೆ ದುರಂತಕ್ಕೆ ಕಾರಣರಾದವರನ್ನು ಕಾಪಾಡುತ್ತಲೇ ಇರುತ್ತದೆ. ಇತಿಹಾಸದಲ್ಲಿ ಲೆಕ್ಕವಿಲ್ಲದಷ್ಟು ಪ್ರಾಕೃತಿಕ ವಿಕೋಪಗಳು ಆಗಿ ಹೋಗಿವೆ. ಕೋಟ್ಯಂತರ ಜೀವಹಾನಿಗಳಾಗಿವೆ. ಕೆಲವು ಪ್ರಾಕೃತಿಕ ದುರಂತಗಳಲ್ಲಿ ಮನುಷ್ಯರ ಕೈವಾಡವಿದೆ. ಅವುಗಳನ್ನು ಮತ್ತೆ ಮತ್ತೆ ನೆನಪಿಸಿಕೊಂಡು ತಪ್ಪುಗಳು ಮರುಕಳಿಸದಂತೆ ಮಾಡುವುದು ಸಾಧ್ಯ. ಇನ್ನು ಕೆಲವು ಸಲ ಪೂರ್ತಿಯಾಗಿ ಮಾನವ ನಿರ್ಮಿತ ದುರಂತಗಳಿರುತ್ತವೆ. ಅವಂತೂ ಪುನರಾವರ್ತನೆ ಆಗಲೇಬಾರದು. ಅದಕ್ಕಾಗಿ ನಾವು ಅವುಗಳೆಡೆಗೆ ಮರುಭೇಟಿ ಕೊಡುತ್ತಲೇ ಇರಬೇಕಾಗುತ್ತದೆ. ಹೊಸ ತಲೆಮಾರುಗಳಿಗೆ ಅದರ ಅರಿವು ದಾಟಿಸಬೇಕಾಗುತ್ತದೆ. ಇತಿಹಾಸದಲ್ಲಿ ಆಗಿ ಹೋದ ಯಹೂದಿಗಳ ಮಾರಣಹೋಮದ ಕಥನಗಳು ನೂರಾರು ಕಲಾಕೃತಿಗಳ ಭಿತ್ತಿಯಾಗಿ ಮರುನಿರ್ಮಾಣಗೊಂಡಿವೆ. ಇವುಗಳನ್ನು ವರ್ತಮಾನದ, ಹೊಸನಾಡು ಕಟ್ಟಿಕೊಂಡು ಇತಿಹಾಸ ಮರೆತಿರುವ ಯಹೂದಿಗಳನ್ನೂ ಸೇರಿಸಿಕೊಂಡು ನಾವೆಲ್ಲರೂ ಮರಳಿ ಮರಳಿ ನೋಡಬೇಕಾಗುತ್ತದೆ. ಯಾಕೆಂದರೆ, ವರ್ತಮಾನದ ಹಲವು ಬೆಳವಣಿಗೆಗಳು ಇತಿಹಾಸದ ಆ ಚಲನೆಗಳೊಂದಿಗೆ ಅತ್ಯಂತ ಸಮೀಪದಲ್ಲಿ ಹೆಜ್ಜೆ ಹಾಕುತ್ತಿರುವುದು ಆಗ ನಮಗೆ ಗೋಚರಿಸುತ್ತದೆ. ನಮ್ಮೊಳಗಿನ ವಿಕೃತಿಯನ್ನು ಉದ್ದೀಪಿಸುವ ಪ್ರಯತ್ನಗಳ ನಡುವೆ ನಾವು ನಮ್ಮೊಳಗಿನ ಕರುಣೆ, ಮೈತ್ರಿಗಳನ್ನು ಉದ್ದೀಪಿಸಿಕೊಳ್ಳಲು ಅವು ನೆರವಾಗಬಹುದು.

ಲಾಕ್ ಡೌನ್ ಸಮಯದಲ್ಲಿ ಓದಿದ ಹಲವು ಓದುಗಳು ಮತ್ತು ನೋಡುಗಳಲ್ಲಿ ನನ್ನನ್ನು ಕಾಡಿದ್ದು ಈ ಮಾನವ ನಿರ್ಮಿತ ವಿಕೃತಿಗಳ ಆಳಗಳನ್ನು ಕೃತಿಗಳಾಗಿಸಿದವರ ಕಾಳಜಿಗಳು ಮತ್ತು ಅದನ್ನು ಕಲಾಕೃತಿಗಳಾಗಿಸಿ ನಮ್ಮೊಳಗನ್ನು ತಟ್ಟಿದ ಅದರ ಪರಿಗಳು. ಅಕಿರಾ ಕುರೊಸಾವಾನ 'ಡ್ರೀಮ್ಸ್' ಸಿನಿಮಾ ಪ್ರಕೃತಿ ಮತ್ತು ಮನುಷ್ಯ ಒಬ್ಬರಿಗೊಬ್ಬರು ಕೊಟ್ಟುಕೊಳ್ಳಬೇಕಾದ ಅವಕಾಶ ಮತ್ತು ಇಟ್ಟುಕೊಳ್ಳಬೇಕಾದ ಹಸ್ತಕ್ಷೇಪರಹಿತ ಸಂಬಂಧದ ಸ್ವರೂಪಗಳೆರಡನ್ನೂ ಸೌಂದರ್ಯದ ಪಾಕದೊಳಗದ್ದಿ ನೇರ ಹೃದಯಕ್ಕೇ ಮುಟ್ಟಿಸುತ್ತದೆ. ಅಷ್ಟಕ್ಕೇ ವಿರಮಿಸದೆ ಮಿದುಳು ಆ ಬಗ್ಗೆ ನಿರಂತರ ಯೋಚಿಸುವಂತೆ ಮಾಡುತ್ತದೆ. ಈ ಸಿನಿಮಾದ ಎಲ್ಲ ಹತ್ತು ಕತೆಗಳಲ್ಲೂ

ಮನುಷ್ಯ ನಿಸರ್ಗದತ್ತವಾಗಿ ಬದುಕುವುದು ಸಾಧ್ಯ ಎಂಬುದನ್ನೂ, ಆದರೆ ಮನುಷ್ಯ ಹಾಗೆ ಮಾಡುತ್ತಿಲ್ಲ ಎಂಬುದನ್ನೂ ಅದರ ಪರಿಣಾಮವೆಂದರೆ ಕೊಟ್ಟಕೊನೆಗೆ ಮನುಷ್ಯ ತನ್ನನ್ನೂ, ತನ್ನ ಸಂತತಿಯನ್ನೂ ಉಳಿಸಿಕೊಳ್ಳಲು ಭೂಮಿಯ ಕೊನೆಯ ತನಕ ಓಡಿದರೂ ಅದು ಸಾಧ್ಯವಿಲ್ಲ ಎಂಬುದನ್ನೂ ಹೇಳುತ್ತದೆ. ಇದು ಬರೀ ಪ್ರಕೃತಿಗೆ ಹೇಳುತ್ತಿರುವುದಲ್ಲ. ದುರ್ಬಲರ ಮೇಲೆ ಪ್ರಬಲರ, ಅಧಿಕಾರ ಹೀನರ ಮೇಲೆ ಅಧಿಕಾರಶಾಹಿಯ, ದೇಶವನ್ನೇ, ಜಗತ್ತನ್ನೇ ಕೈವಶ ಮಾಡಿಕೊಳ್ಳಲು ಎಲ್ಲ ಎಲ್ಲೆ ಮೀರಿ ವರ್ತಿಸುವ ವ್ಯಕ್ತಿ/ ಶಕ್ತಿಗಳಾಗಿರುವ ಮನುಷ್ಯ ಮನುಷ್ಯರ ನಡುವಿನ ಮೇಲಾಟಗಳಿಗೂ ಹೇಳುತ್ತಿರುವುದು.

ಇದರಲ್ಲಿ ತೋರಿಸುವ ಸಮೃದ್ಧ ಹಸಿರು, ತಿಳಿನೀರು, ಬಣ್ಣ ಬಣ್ಣದ ಹೂವುಗಳ ಸುಂದರ ವಸುಂಧರೆಯಂತಹುದೇ ತಾಣ ನಮ್ಮ ಕನ್ನಡಿಗರ ಆವಾಸ ತಾಣವಾದ ಕಾಸರಗೋಡು ಸೀಮೆಸುತ್ತಣ ಹಳ್ಳಿಗಳಲ್ಲೂ ಇದೆ. ಆದರೆ ಅಲ್ಲಿನ ಗುಡ್ಡಗಳಲ್ಲಿ ಬೆಳೆಯುವ ಗೇರುಬೀಜ ಗೋಡಂಬಿಯಾಗಿ ಮಾರುಕಟ್ಟೆಯಲ್ಲಿ ಬೆಲೆಬಾಳುವ ಸರಕಾದ ಕೂಡಲೇ ಸರ್ಕಾರದ ಹಸ್ತಕ್ಷೇಪ ಶುರುವಾಗುತ್ತದೆ. ಮರದ ಒಂದೂ ಹೂ ಉದುರದಂತೆ ಎಂಡೋಸಲ್ಫಾನ್ ಸಿಂಪಡಣೆಯು ಜನ ಬೆರಗಿನಿಂದ ಕಣ್ಣರಳಿಸುವಂತೆ ಹೆಲಿಕಾಪ್ಟರ್ ಮೂಲಕ ಆಗುತ್ತದೆ. ಆಧುನಿಕರು ತಮ್ಮೂರು ಅಭಿವೃದ್ಧಿಯಾಗುತ್ತಿರುವುದನ್ನು ಸಂತಸದಿಂದ ಅನುಭವಿಸತೊಡಗುತ್ತಾರೆ. ಒಂದೆರಡು ದಶಕಗಳಲ್ಲಿ ಊರಿನ ಚಿತ್ರಣವೇ ಬದಲಾಗುತ್ತದೆ. ಆದರೆ ಸದ್ದಿಲ್ಲದೆ ಬಂದು ಸೇರಿದ ಎಂಡೋಸಲ್ಫಾನ್ ರಾಕ್ಷಸ ನೆಲದ ಗರ್ಭವನ್ನಷ್ಟೇ ಅಲ್ಲ ತಲೆಮಾರುಗಳ ಮನುಷ್ಯಗರ್ಭವನ್ನೇ ಸೇರಿಕೊಂಡು ಚಿತ್ರ ವಿಚಿತ್ರ ಕಾಯಿಲೆಗಳನ್ನು ಹುಟ್ಟಿಸುತ್ತದೆ. ಹುಟ್ಟುವ ಮಕ್ಕಳು, ಇರುವವರು ಎಲ್ಲರನ್ನೂ ವಿಕಾರತೆ ಆವರಿಸಿಕೊಳ್ಳುತ್ತದೆ. ಆದರೆ ಇದಕ್ಕೆ ಎಂಡೋಸಲ್ಫಾನ್ ಕಾರಣ ಎಂಬುದನ್ನು ತಿಳಿದುಕೊಳ್ಳುವುದಕ್ಕೆ ಮತ್ತು ನಿರೂಪಿಸುವುದಕ್ಕೆ ಎಷ್ಟೆಲ್ಲಾ ಹೋರಾಡಬೇಕಾಗುತ್ತದೆ. ಅನುಪಮಾ ಪ್ರಸಾದ್ ಅವರ 'ಪಕ್ಕಿಹಳ್ಳದ ಹಾದಿಗುಂಟ' ಎಂಬ ಕಾದಂಬರಿಯಲ್ಲಿ ಇದನ್ನು ತಾಳ್ಮೆಯಿಂದ ಕಥಿಸಿದ್ದಾರೆ. ಸಂಪೂರ್ಣ ಮಾನವ ನಿರ್ಮಿತವಾದ ಈ ದುರಂತ ಅಲ್ಲಿನ ನಿಷ್ಪಾಪಿಗಳನ್ನು, ಅಲ್ಲಿನ ಉಸಿರ್ತಾಣಗಳನ್ನು, ಅಲ್ಲಿನ ಹೆಣ್ಣುಮಕ್ಕಳ ವೈವಾಹಿಕ ಬದುಕನ್ನು ಆಪೋಶನ ತೆಗೆದುಕೊಂಡಿದ್ದನ್ನು ಹಿಂದೂಸ್ಥಾನಿ ಸಂಗೀತದ ಲಯದಲ್ಲಿ ಮೀಟುತ್ತಾರೆ. ಆದರೆ ಹೀಗೆಲ್ಲಾ ಆಯಿತಲ್ಲಾ ಇದರ ಹೊಣೆ ಹೊರುವವರು ಯಾರು? ಹೋಗಲಿ, ಇಂತಹ ಕೃತಿಗಳ ಮೂಲಕ ಮುಂದಾಗುವುದನ್ನಾದರೂ ಗೊಡವೆಗೆ ತರೋಣವೆಂದರೆ ಓದುವವರು ಯಾರು?

ನಿಜ, ಒಮ್ಮೊಮ್ಮೆ ಹತಾಶೆ ಮುತ್ತಿಕೊಳ್ಳುತ್ತದೆ. ಆದರೆ ಭರವಸೆ ಇಟ್ಟುಕೊಳ್ಳದೆ ಏನೂ ಸಾಗುವುದಿಲ್ಲ. ಅಂತಹ ನಿದರ್ಶನಗಳೂ ನಮ್ಮ ನಡುವೆ ಇರುತ್ತವೆ.

ಪೋಲೆಂಡ್ ಹಿಟ್ಲರನ ಕೈವಶವಾಗುತ್ತಿದ್ದಂತೆಯೇ ಕಣ್ಣಮುಂದೆ ನಡೆಯತೊಡಗಿದ ವಿಪ್ಲವಗಳನ್ನು ನೋಡಿ ತಲ್ಲಣಿಸಿ ಹೋದ ಇರೆನಾ ಸ್ಲೆಂಡರ್, ಇನ್ನಿದು ಹೀಗೇ ಎಂದು ಮನಸ್ಸಿಗೆ ನಾಟಿದ ಕೂಡಲೇ ತಾನೇನು ಮಾಡಬಹುದು ಎಂದು ಯೋಚಿಸುತ್ತಾಳೆ. ಗಂಡ ಸೈನ್ಯದಲ್ಲಿ ದೂರದಲ್ಲಿದ್ದಾನೆ. ಮಕ್ಕಳಿನ್ನೂ ಇಲ್ಲ. ವೃದ್ಧ ತಾಯಿಯ ಹೊಣೆ ಇದೆ. ವಾರ್ಸಾದಲ್ಲಿದ್ದ ಯಹೂದಿಗಳಿಗೆ ತಡೆಗೋಡೆ ನಿರ್ಮಿಸಿ, ಅವರಿಗೆ ನೀರು, ವಿದ್ಯುತ್ ಹಾಗೂ ಆಹಾರ ಸಿಗದಂತೆ ಮಾಡಿ ಚಳಿ ಮತ್ತು ಹಸಿವೆಯಿಂದ ಅವರು ಸಾಯುವುದನ್ನು ಯಹೂದಿಯಲ್ಲದ ಅವಳು ಕಣ್ಣಾರೆ ನೋಡಬೇಕಾಯಿತು. ಅದುವರೆಗೂ ಸಾಮಾಜಿಕ ಕಾರ್ಯಕರ್ತೆಯಾಗಿದ್ದ ಆಕೆ ಆರೋಗ್ಯ ಕಾರ್ಯಕರ್ತೆಯಾಗಿ ರೂಪು ಧರಿಸಿ ತಡೆಗೋಡೆಯಾಚೆಯ ಸೇವೆಗೆ ಅನುಮತಿ ದೊರಕಿಸಿಕೊಳ್ಳುತ್ತಾಳೆ. ಅಪಾಯಕಾರಿ ಬಿಗಿ ಭದ್ರತೆಯ ನಡುವೆಯೂ ಒಳಗಿನ ಜನಕ್ಕೆ ಆಹಾರ, ಹಣ ಕೊಡುತ್ತಿದ್ದವಳು, ನಾಜಿಗಳು ಅವರ ಹತ್ಯೆಗೂ ತೊಡಗಿದ ನಂತರ ಯಹೂದಿಗಳ ಹಸುಗೂಸುಗಳನ್ನು ಹೆಣದ ಗಾಡಿ, ಬುಟ್ಟಿ, ಆಸ್ಪತ್ರೆಯ ವಾಹನ ಹೀಗೆ ಕಂಡ ಕಂಡಿದ್ದರಲ್ಲಿ ಹೊರಗೆ ಸಾಗಿಸಿ, ಯಹೂದಿಯೇತರರ ಮನವೊಲಿಸಿ ಅವರು ಮಕ್ಕಳನ್ನು ದತ್ತು ತೆಗೆದುಕೊಳ್ಳುವಂತೆ ಮಾಡಿ ಬದುಕಿಸುತ್ತಾಳೆ. ಹೀಗೆ ಆಕೆ ಬದುಕಿಸಿದ್ದು ಎರಡೂವರೆ ಸಾವಿರ ಮಕ್ಕಳನ್ನು. ಅದಕ್ಕಾಗಿ ಮರಣದಂಡನೆಗೂ ಗುರಿಯಾದ ಆಕೆ, ಅಲ್ಲಿನ ತೀವ್ರ ಹಿಂಸೆಯ ಶಿಕ್ಷೆಯ ನಂತರವೂ ಪವಾಡ ಸದೃಶವಾಗಿ ಬದುಕಿದಳು. ಜಗತ್ತಿಗೆ 2000ನೇ ಇಸವಿಯ ತನಕವೂ ಅಪರಿಚಿತಳಾಗಿದ್ದ ಇವಳ ಜೀವನಕಥನವನ್ನು ಪಲ್ಲವಿ ಇಡೂರು 'ಜೊಲಾಂಟಾ' ಹೆಸರಿನಲ್ಲಿ ಕನ್ನಡಕ್ಕೆ ಪರಿಚಯಿಸಿದ್ದು ಇದರ ಓದು ನಮ್ಮನ್ನು ಅಚ್ಚರಿಯಲ್ಲಿ ಮುಳುಗಿಸುತ್ತದೆ.

'ದ ಬಾಯ್ ವಿತ್ ದ ಸ್ಟ್ರೈಪಡ್ ಪೈಜಾಮಾ' ಎಂಬ ಸಿನಿಮಾ ಧ್ವನಿಸುವಂತೆ ನಮ್ಮ ಶತ್ರುಗಳಿಗಾಗಿ ನಿರ್ಮಿಸಿದ ಸಾವಿನ ಮನೆಗೆ ನಮ್ಮ ಮಕ್ಕಳೇ ಪ್ರವೇಶಿಸಿಯಾರು ಎಂಬ ಎಚ್ಚರಿಕೆಯಿಲ್ಲದ ಲೋಕದೊಳಗೆ ಇಂತಹ ಪ್ರಯತ್ನಗಳನ್ನು ನಿರಂತರವಾಗಿ ಮಾಡುವುದೊಂದೇ ದಾರಿಯೇನೋ. ಯಾಕೆಂದರೆ, ಕೊರೊನಾ ಕೂಡ ಯಾವ ರೀತಿಯಲ್ಲೂ ಬುದ್ಧಿ ಕಲಿಸಿದ್ದು ಕಾಣಿಸುತ್ತಿಲ್ಲ.

೩೦

ಹುಡುಗನಿಗೆ ಅಂತರ್ಜಾತಿ, ಹುಡುಗಿಗೆ ಮಾತ್ರ ಸ್ವಜಾತಿ ಎಂಬ ಜಾತಿಮೋಹದ ಕಟ್ಟಳೆ

ಕುಲದ ನೆಲೆಯನೇನಾದರು ಬಲ್ಲಿರಾ?

'ನೀನು ಬೇಕಿದ್ದರೆ ಅವಳೊಂದಿಗೆ ಸಂಬಂಧ ಇಟ್ಟುಕೋ, ಮದುವೆ ಮಾತ್ರ ನಮ್ಮ ಜಾತಿಯವಳನ್ನೇ ಆಗು,' ಎಂದು ಮೇಲ್ಜಾತಿಗೆ ಸೇರಿದ ಅಜ್ಜ ಅಂತರ್ಜಾತಿ ಮದುವೆಯಾಗ ಹೊರಟ ಮೊಮ್ಮಗನಿಗೆ ಮೂವತ್ತು ವರ್ಷದ ಹಿಂದೆ ಕೊಟ್ಟಿದ್ದ ಸಲಹೆ ಇನ್ನೂ ನನ್ನ ಕಿವಿಯಲ್ಲಿ ಅನುರಣಿಸುತ್ತಿದೆ. ಕಾಲ ಬದಲಾಗಿದೆ. ಮನಸ್ಥಿತಿ ಬದಲಾಗಿದೆಯೇ? ಜಾತಿ ಶ್ರೇಷ್ಠತೆಯ ಅಹಂ ಮತ್ತು ನಂಬಿಕೆಯನ್ನು ಹೇಗೆಲ್ಲಾ ಉಳಿಸಲು ಪ್ರಯತ್ನಿಸಲಾಗುತ್ತಿದೆಯಲ್ಲವೇ?

ಮತ್ತೆ ಮತ್ತೆ ಹಿಂದಕ್ಕೆ ಹೊರಳಿಸುವ ಚಿಂತನೆಗಳು ಮುಂದಕ್ಕೆ ಬರತೊಡಗಿದ್ದು ಕೆಲವು ವರ್ಷಗಳ ಹಿಂದೆ ಪ್ರೈವೇಟ್ ಆಗಿ ವ್ಯಕ್ತವಾಗುತ್ತಿದ್ದ ಅಭಿಪ್ರಾಯಗಳು ಈಗ ಪಬ್ಲಿಕ್ ಆಗಿ ಪ್ರಕಟವಾಗತೊಡಗಿವೆ.

ಈಚಿನ ದಿನಗಳಲ್ಲಿ ಕ್ರಿಯೆ ಮತ್ತು ಪ್ರತಿಕ್ರಿಯೆಗಳು ಮೇರೆ ಮೀರಿ ಬಸವಳಿದಿವೆ. ಯಾವುದೋ ಒಂದು ಹೇಳಿಕೆ, ಘಟನೆಗಳಿಗೆ ಹೆಚ್ಚಾಗಿ ಸಾಮಾಜಿಕ ಮಾಧ್ಯಮಗಳಲ್ಲಿ ಒಂದೇ ಬಾರಿಗೆ ವಿಪರೀತ ಪ್ರತಿಕ್ರಿಯೆಗಳು ಬರುತ್ತವೆ. ಅದರಲ್ಲಿ ಕೆಲವು ಗಂಭೀರವಾದವೂ ಇರುತ್ತವೆ. ಆದರೆ, ಆ ವಿಷಯದ ಬಗ್ಗೆ ಆಳವಾದ ಕ್ರಿಯೆಯೊಂದು ಜಾರಿಗೆ ಬರುವ ಮೊದಲೇ ಇನ್ಯಾವುದೋ ವಿಚಾರ ಮುನ್ನೆಲೆಗೆ ಬರುತ್ತದೆ. ಅಲ್ಲಿಗೆ ಹಿಂದಿನ ವಿಷಯ ಸಂಪೂರ್ಣ ಮೂಲೆಗುಂಪಾಗುತ್ತದೆ. ಹೀಗೆ 'ಮುಟ್ಟಿ ಓಡುವ' ಈ ಪರಿ ಎಷ್ಟೋ ಬಾರಿ ಪೂರ್ವಯೋಜಿತವೂ ಆಗಿದ್ದಿರಬಹುದು. ಮೇಲ್ನೋಟಕ್ಕೆ ಸಾರಾಸಗಟು ಎಂಬಂತೆ ಕಾಣುವ ಕೆಲವು ಹೇಳಿಕೆಗಳು ಒಟ್ಟು ಸಮೂಹದ ಪ್ರತಿಕ್ರಿಯೆಯ ಮೂಲಕ ಮುಂದಿನ ಹೆಜ್ಜೆ ಇಡಲು ಒಂದು ತಯಾರಿಯೋ, ಇಲ್ಲವೇ ಹೆಜ್ಜೆಯ ಜಾಡು ಬದಲಿಸಲು ಬೇಕಾದ ಸಿದ್ಧತೆಯೋ ಆಗಿರುವ ಸಂಭವವೇ ಹೆಚ್ಚು. ಸಮಾಜದಲ್ಲಿ ಕ್ರೀಯಾಶೀಲವಾಗಿರುವ ವ್ಯಕ್ತಿಗಳು ಕ್ರಿಯೆಯೆಡೆಗೆ ಗಮನ ಹರಿಸುವುದಕ್ಕಿಂತ, ಪ್ರತಿಕ್ರಿಯೆಯಲ್ಲೇ ಮುಳುಗಿರುವಂತೆ ಮಾಡುವ ಒಂದು ತಂತ್ರವೂ ಇದಾಗಿರಬಹುದು.

ಕೆಲವು ವಾರಗಳ ಹಿಂದೆ, ಮಠಾಧೀಶರೊಬ್ಬರು,"ಬ್ರಾಹ್ಮಣ ಸಮಾಜದ ಹೆಣ್ಣುಮಕ್ಕಳು ಇತರೆ ಜಾತಿಯವರನ್ನು ವಿವಾಹ ಆಗುವುದನ್ನು ತಡೆಯಲು ಮಾತೃಮಂಡಳಿ ರಚಿಸಬೇಕು," ಎಂಬ ಹೇಳಿಕೆ ಸದ್ದು ಮಾಡಿತು. ಇದಕ್ಕೆ ಹಲವು ಪ್ರತಿಕ್ರಿಯೆಗಳು ಬಂದು ಈಗದು 'ಹಳೆಯ' ವಿಷಯವಾಗಿದೆ. ಭಾರತದ ರಾಷ್ಟ್ರೀಯ ಚಳವಳಿಯ ಸಂದರ್ಭದಲ್ಲೇ ಹುಟ್ಟಿಕೊಂಡ ಸಾಮಾಜಿಕ ಸುಧಾರಣೆಯ ಸಂದರ್ಭದಲ್ಲಿ ಮುನ್ನೆಲೆಗೆ ಬಂದ ಹಲವು ವಿಷಯಗಳಲ್ಲಿ ಜಾತಿ ವಿನಾಶ ಕೂಡಾ ಪ್ರಮುಖ ಕಾಳಜಿಯಾಗಿತ್ತು. ಮೊದಮೊದಲು ಜಾತಿಯ ಬಗೆಗೆ ಸಾಂಪ್ರದಾಯಿಕ ನಂಬಿಕೆ ಇದ್ದ ಗಾಂಧಿಯವರು ಕೊನೆ ಕೊನೆಗೆ ಅಂತರ್ಜಾತಿ ಮದುವೆಗಳಿಗೆ ಮಾತ್ರ ಹೋಗುವುದಾಗಿ ಹೇಳುವಷ್ಟು ಬದಲಾದರು. ಅಂಬೇಡ್ಕರ್, ಲೋಹಿಯಾ ಅವರು ಹೇಳಿದ ಜಾತಿವಿನಾಶದ ಬಗೆಗಿನ ಚಿಂತನೆಗಳು ಬಹುಜನರನ್ನು ಪ್ರಭಾವಿಸಿದವು. ಹಿಂದೂ ಎಂಬ ಧರ್ಮವು ಸಂಘಟಿತವಾಗಬೇಕೆಂದರೆ, ಇದರೊಳಗಿನ ಜಾತಿಭೇದಗಳು ಅಳಿದು ಹೋಗಬೇಕು ಎಂಬ ನಿಲುವೂ ವ್ಯಕ್ತವಾದದ್ದಿದೆ.

'ಹಿಂದೂ ನಾವೆಲ್ಲಾ ಒಂದು' ಎಂಬುದು ಹಿಂದೂ ಸಂಘಟನೆಗಳ ಜನಪ್ರಿಯ ತೋರಿಕೆಯ ಸ್ಲೋಗನ್. ಆದರೆ ವಾಸ್ತವದಲ್ಲಿ ಆಧುನಿಕ ಭಾರತದಲ್ಲಿ ಆಗಿದ್ದೇನು?

ಜಾತಿಗಳ ಧ್ರುವೀಕರಣವೇ ಮುನ್ನೆಲೆಗೆ ಬಂದಿತು. ನಮ್ಮೆಲ್ಲಾ ಆಧುನಿಕತೆಗಳು ಕೇವಲ ಬಾಹ್ಯದ ವೇಷಭೂಷಣ, ನುಡಿಯ ಒನಪು, ನಡವಳಿಕೆಯ ಒಯ್ಯಾರ, ತಾಂತ್ರಿಕ ಸಲಕರಣೆಗಳ ಬಳಕೆ ಮೊದಲಾದವುಗಳಿಗೆ ಸೀಮಿತವಾಯಿತೇ ಹೊರತು ಚಿಂತನೆ, ವಿಚಾರಗಳ ಆಳವಾಗಲೀ, ಔನ್ನತ್ಯವಾಗಲೀ ಆದರ್ಶವಾಗಿ ಮುಂದಕ್ಕೆ ಬರಲಿಲ್ಲ. ಜಾತಿಯ ಜೊತೆಗೇ ಜಾತಿಯೊಳಗಿನ ಆಚರಣೆಗಳಲ್ಲಿ ಗಂಡು ಪ್ರಧಾನ ಆಲೋಚನೆಗಳು ಹಾಸುಹೊಕ್ಕಾಗಿ ಮುಂದುವರಿದುಕೊಂಡು ಬಂತು.

ತಂತ್ರಜ್ಞಾನದ ಬಳಕೆಯ ದುರುಪಯೋಗದ ಪರಿಣಾಮವಾಗಿ ಪಂಜಾಬ್, ಹರಿಯಾಣದಂತಹ ರಾಜ್ಯಗಳಲ್ಲಿ ಸ್ತ್ರೀಭ್ರೂಣ ಹತ್ಯೆಗಳು ಅವ್ಯಾಹತವಾಗಿ ನಡೆದು ಮದುವೆಗೆ ಹುಡುಗಿ ಸಿಗದ ಸ್ಥಿತಿ ಇದೆ. ಇನ್ನೊಂದೆಡೆ ಕೆಲವು ನಿರ್ದಿಷ್ಟ ಜಾತಿಗಳಲ್ಲಿ ಹೆಣ್ಣುಮಕ್ಕಳ ಸಂಖ್ಯೆ ಕಡಿಮೆಯಾದದ್ದರಿಂದಾಗಿ, ಆ ಹೆಣ್ಣುಮಕ್ಕಳಿಗೆ ವಿವಾಹದಲ್ಲಿ ಆಯ್ಕೆ ದೊರಕಿತು. ಆ ಸಂದರ್ಭದಲ್ಲಿ ಕೆಲವು ವೃತ್ತಿಯನ್ನು ಆಯ್ದುಕೊಂಡ ಹುಡುಗರಿಗೆ ಆರ್ಥಿಕ ಸುಸ್ಥಿತಿ ಇದ್ದಾಗಲೂ ಕೂಡ ವಧು ಸಿಗುವುದು ಕಷ್ಟವಾಗತೊಡಗಿತು. ಕರ್ನಾಟಕದಲ್ಲಿ ಕೆಲವು ಬ್ರಾಹ್ಮಣ ಉಪಪಂಗಡಗಳು ಇಂತಹ ಸಮಸ್ಯೆ ಎದುರಿಸಿದವು. ಒಂದು ಕಾಲದಲ್ಲಿ ಇವರಲ್ಲಿ ಎಷ್ಟೋ ಬಡ ಕುಟುಂಬದ ಹೆಣ್ಣುಮಕ್ಕಳಿಗೆ ವರದಕ್ಷಿಣೆ ಕೊಡಲಾಗದೆ ಮದುವೆಯೇ ಇಲ್ಲದೇ ಉಳಿದಿದ್ದೂ ಇದೆ. ಇನ್ನು ವಿಧವೆಯರಿಗಂತೂ ಮರು ಮದುವೆಯ ಅವಕಾಶವೇ ಇದ್ದಿರಲಿಲ್ಲ.

ಬದಲಾದ ಕಾಲದಲ್ಲಿ ಎಲ್ಲವೂ ಏರುಪೇರಾಗಿದ್ದು, ವಿಧವೆ, ವಿಚ್ಛೇದಿತೆಯರಿಗೆ ಈಗ ಮದುವೆ ಸಮಸ್ಯೆ ಇಲ್ಲ. ಆದರೆ ಹುಡುಗರಿಗೆ ಮಾತ್ರ ಹುಡುಗಿ ಸಿಕ್ಕರೆ ಸಾಕು ಎಂಬ ಪರಿಸ್ಥಿತಿ ಉದ್ಭವಿಸಿದೆ. ಇಲ್ಲೇ ಇರುವುದು ಕುತೂಹಲದ ತಿರುವು! ಮೊದಮೊದಲು ಸಸ್ಯಾಹಾರಿಗಳಾದ ಬೇರೆ ಜಾತಿಯ ಬಡಹುಡುಗಿಯರನ್ನು, ಜಾತಿಯೇ ಗೊತ್ತಿಲ್ಲದ ಅನಾಥಾಶ್ರಮದವರನ್ನು ಮದುವೆಯಾಗ ತೊಡಗಿದರು. ಆ ನಂತರದಲ್ಲಿ ಯಾವುದೇ ಜಾತಿಯ ಹುಡುಗಿಯಾದರೂ ಪರವಾಗಿಲ್ಲ ಎಂಬ ರಾಜಿಗೆ ತಯಾರಾದರು. ಕೆಲವೆಡೆ, ಮಾಂಸಾಹಾರಿಗಳಾದರೂ, ಹೆಣ್ಣುಕೊಡಲೊಪ್ಪಿದರೆ, ಹುಡುಗಿಯ ತವರಿನವರಿಗೆ ಮನೆ ಕಟ್ಟಿಸಿಕೊಡುವ, ಧನಸಹಾಯ ಮಾಡುವ ಹೆಜ್ಜೆಗಳನ್ನೂ ಇಡಲಾಗಿದೆ.

ಹೀಗೆ ಹೆಣ್ಣು ಕೊಟ್ಟು ಉಪಕರಿಸಿದ್ದರೂ, ಈ ಹುಡುಗಿಯರನ್ನು ಶುದ್ಧೀಕರಿಸಿ ತಂದುಕೊಳ್ಳಲಾಗುವುದಂತೆ. ಹಾಗೂ ಅವರು ಗಂಡನ ಮನೆಯಿಂದ ಹೊರಗೆ ಮಾತ್ರ ಮಾಂಸಾಹಾರ ಸೇವಿಸಬಹುದಂತೆ. ಮತ್ತಿಲ್ಲಿ ಮೇಲ್ಜಾತಿ ಎಂಬ ಅಹಮ್ಮನ್ನು ಮೀರಲಾರದ ಸಣ್ಣತನವಿದೆ. ಅಂದರೆ, ಇದ್ಯಾವುದೂ ಜಾತಿಯಲ್ಲಿ ನಂಬಿಕೆ ಇಲ್ಲದೇ ಮಾಡಿದ್ದಲ್ಲ. ಇದೆಲ್ಲವೂ ಅನುಕೂಲ ಶಾಸ್ತ್ರ ಅಷ್ಟೇ.

ಇದರ ಹಿಂದೆ ಕೆಲಸ ಮಾಡುವುದು ಬೀಜ ಕ್ಷೇತ್ರ ನ್ಯಾಯ. ಆ ಪ್ರಕಾರ ಹೆಣ್ಣು ಕ್ಷೇತ್ರವಾಗಿದ್ದು ಅವಳು ಸ್ವೀಕರಿಸುವ ನೆಲೆಯಲ್ಲಿರುವವಳು. ಬಿತ್ತಿ ಬೆಳೆಯುವ ಗಂಡು ವಂಶದ ಮೇಲೆ ಹಕ್ಕು ಸಾಧಿಸುತ್ತಾನೆ. ಅವನೇ ಶ್ರೇಷ್ಠ ಎಂಬ ಗಂಡುಪ್ರಧಾನ ನೆಲೆಯ ಮನಸ್ಥಿತಿ ಇಲ್ಲಿ ಕೆಲಸ ಮಾಡುತ್ತದೆ. ಹೀಗೆ ಭಾವಿಸುವುದರ ಮೂಲಕ ಬೀಜ ಮತ್ತು ಕ್ಷೇತ್ರಕ್ಕೆ ಇರುವ ಸಮಾನ ಅಸ್ತಿತ್ವವನ್ನು ನಿರಾಕರಿಸಲಾಗುತ್ತದೆ. ಆದರೆ, ಮೇಲ್ಜಾತಿಯ ಮನಸ್ಥಿತಿಯಲ್ಲಿ ಇನ್ನೂ ಒಂದು ವಿಪರ್ಯಾಸ ಇದೆ. ಅದೆಂದರೆ, ಇದೇ ನ್ಯಾಯವನ್ನು ಎಲ್ಲಾ ಸಂದರ್ಭದಲ್ಲೂ ಪುರಸ್ಕರಿಸುವುದಿಲ್ಲ. ಕೇವಲ ತನ್ನದಲ್ಲದ ಜಾತಿಯ ಹೆಣ್ಣುಮಕ್ಕಳಿಗೆ ಮಾತ್ರ ಈ ನಿಲುವು.

ಹುಡುಗನು ಅನಿವಾರ್ಯ ಸಂದರ್ಭದಲ್ಲಿ ಯಾವ ಜಾತಿಯ ಹುಡುಗಿಯನ್ನಾದರೂ ಮದುವೆಯಾಗಬಹುದು. ಆತ ಅಗ್ನಿಯಂತೆ. ಅವನ ಸಂಸರ್ಗಕ್ಕೆ ಬಂದ ಹುಡುಗಿ ಆ ಅಗ್ನಿಯಲ್ಲಿ ಬೆಂದು ಶುದ್ಧವಾಗಿ ಬಿಡುತ್ತಾಳೆ ಎಂದು ನಂಬಿಸಲಾಗಿದೆ. ಅದೇ ಮೇಲ್ಜಾತಿ ಎಂದು ಭಾವಿಸಲಾದ ಜಾತಿಯ ಹುಡುಗಿ ಮಾತ್ರ ಬೇರೆ ಜಾತಿಯ ಹುಡುಗರನ್ನು ಮದುವೆಯಾಗಬಾರದು ಎಂದು ನಿರ್ಬಂಧಿಸಲಾಗುತ್ತದೆ. ಆಗ ಆಕೆ ಕೆಳಗಿನ ಮೆಟ್ಟಿಲಿಗೆ ಇಳಿದಂತೆ ಎಂದೇ ಭಾವಿಸಲಾಗುತ್ತದೆ. ಈ ನಿರ್ಬಂಧ ಹುಡುಗಿಯರ ಕೊರತೆ ಇದ್ದಾಗ ಮಾತ್ರವಲ್ಲ, ಅವರಿಗೆ ಜಾತಿಯಲ್ಲಿ ಗಂಡು ಸಿಗದಿದ್ದಾಗಲೂ ಇತ್ತು. ಇದರ ಹಿಂದಿರುವುದು ಜಾತಿ ಶ್ರೇಷ್ಠತೆಯ ಮನಸ್ಥಿತಿ. ಮಠಾಧೀಶರ ಹೇಳಿಕೆಗೆ ವಧುಗಳ ಕೊರತೆಯೇ ನಿಜವಾದ ಕಾರಣ ಎಂದಾದರೆ, ಅದಕ್ಕೆ ಅತಿ ಸರಳ ಪರಿಹಾರವಿದೆ. ಅದೆಂದರೆ, ಜಾತಿಗೂ ಮದುವೆಗೂ ಇರುವ ಕೃತಕ ಸಂಬಂಧವನ್ನು ಕಿತ್ತು ಹಾಕುವುದು. ಆಗ ಹುಡುಗನಿಗೆ ಹುಡುಗಿ ಸಿಗದ, ಹುಡುಗಿಗೆ ಹುಡುಗ ಸಿಗದ ಎಲ್ಲರ ಸಮಸ್ಯೆಗೂ ಒಂದು ಹಂತದ ಪರಿಹಾರವಂತೂ ಸಿಕ್ಕೇ ಸಿಗುತ್ತದೆ.

ಗಂಡಿಗೊಂದು, ಹೆಣ್ಣಿಗೊಂದು ನೀತಿ ಮಾಡಿ ಅದನ್ನೇ ಸ್ಥಾಪಿಸುವ ಹಿಂಪಯಣಕ್ಕಿಂತ, ಈ ಮುಂಪಯಣದ ದಿಟ್ಟ ಹೆಜ್ಜೆಯನ್ನು ನಿರೀಕ್ಷಿಸಬಹುದೇ? ನಿರೀಕ್ಷೆ ಅಸಾಧ್ಯ. ಕೇವಲ ಪ್ರತಿಕ್ರಿಯೆ ಅಪ್ರಯೋಜಕ. ಸುಧಾರಣಾವಾದ ಮತ್ತೊಮ್ಮೆ ಮುನ್ನೆಲೆಗೆ ಬಂದು ಲಿಂಗಭೇದ ಹಾಗೂ ಜಾತಿ ಶ್ರೇಣೀಕರಣದ ವಂಚನೆಗಳ ಬಗೆಗೆ ಸದಾ ಜಾಗೃತಿ ಮೂಡಿಸುವುದೊಂದೇ ಉಳಿದಿರುವ ದಾರಿ.

೬೦

· 27

**ಗಡಿಗುರುತು ಬೋಧಿಸುವವರೇ
ಗಡಿಗುರುತು ದಾಟುತ್ತಲೇ
ಇರುವುದು ಸುಮ್ಮನೆಯೇ?**

ಮನಸು ಪಳಗಿಸುವಾಟದ ಮಾಟ

ಸಾಂಟಾಕ್ಲಾಸ್‌ನ ಹಣ್ಣಾದ ಗಡ್ಡದಂತೆ ಬೆಳ್ಳಗಾದ ಹಿಮವು ನಿಧಾನಕ್ಕೆ ಆವರಿಸಿಕೊಳ್ಳುತ್ತಾ, ಕೊಳೆ, ಕೊರೆಗಳೆಲ್ಲಾ ಅದರೊಳಗೆ ಮರೆಯಾಗಿ, ಕಲ್ಲಿನ ಕಠಿಣ ಬೆನ್ನಿನ ಮೇಲೆಲ್ಲ ಮಿದು ತುಪ್ಪಳದಂತೆ ಅಪ್ಪಿಕೊಂಡ ಮಂಜುಗಡ್ಡೆಯು ಅಪೂರ್ವ ಚೆಲುವನ್ನು ಸೃಷ್ಟಿಸಿ, ಮೇಲೇರುವ ನೇಸರನಿಗೆ ಸವಾಲು ಹಾಕಿಯೂ ಚಿನ್ನದಂತೆ ಹೊಳೆದು ನಕ್ಕು ಸ್ನೇಹ ಹಸ್ತ ಚಾಚಿ, ಸದ್ಯ ಏನಿದ್ದರೂ ನನ್ನದೇ ಕಾರುಬಾರು, ನಿನ್ನ ಧಗೆಗೆ

ಕಡಿವಾಣ ಹಾಕಿಕೋ ಎಂಬ ಅದರ ಅಪ್ಪಣೆಯನ್ನು ಒಪ್ಪಿ ಸಾಮ್ರಾಜ್ಯವನ್ನು ಅದರ ಸುಪರ್ದಿಗೆ ಒಪ್ಪಿಸಿ ನಿರುಮ್ಮಳವಾಗುತ್ತದೆ ಪ್ರಕೃತಿ. ನಿನ್ನೆ ನನ್ನದು, ಇಂದು ನಿನ್ನದು, ನಾಳೆ ಮತ್ತೊಬ್ಬರದು? ಮತ್ತೆ ನಾ ಬರುವೆ ಎಂಬ ಈ ಪ್ರಕೃತಿಯ ಪಾಠ ಸರ್ವಋತುಗಳಲ್ಲೂ ನಡೆಯುತ್ತಿರುತ್ತದೆ. ಆದರೆ ಮನುಷ್ಯರಿಗೆ ಮಾತ್ರ ಸರ್ವಋತುಗಳನ್ನೂ ತಾನೇ ಆಳಬೇಕೆಂಬ ಕೇಡಿನ ಬಯಕೆಯ ಉದರ ರೋಗ.

ಇದಕ್ಕಾಗಿ ಎಂತೆಂಥಾ ಆಟ, ಎಂತೆಂಥಾ ಮಾಟಗಳು ನಡೆಯುತ್ತಿರುತ್ತವೆಯೆಂದರೆ, ತಮ್ಮದಲ್ಲದ ವಿಷಯಗಳಿಗೆಲ್ಲಾ ಯಾರ್ಯಾರೋ ಮೂಗು ತೂರಿಸಿ 'ಟೆಸ್ಟ್ ಡೋಸ್' ನೀಡುತ್ತಾ ಇರುತ್ತಾರೆ. ಇನ್ನು ಕೆಲವರು ಫರ್ಮಾನು ಹೊರಡಿಸುತ್ತಿರುತ್ತಾರೆ. ತಿನ್ನುವ ಆಹಾರವನ್ನೂ, ಆಳುವ ಅಸ್ತ್ರಗಳಾಗಿಸುವ ಸನ್ನಿವೇಶಗಳನ್ನು 'ಹುಟ್ಟಿಸ'ಲಾಗುತ್ತದೆ. ಮಕ್ಕಳಿಗೆ ಅವಶ್ಯ ಇರುವ ಪೌಷ್ಟಿಕ ಆಹಾರ ಯಾವುದು ಎನ್ನುವುದನ್ನು ನೋಡಿಕೊಳ್ಳಲು ಆರೋಗ್ಯ ಇಲಾಖೆ ಇರುತ್ತದೆ. ತಾನು ಏನನ್ನು ತಿನ್ನುವೆ, ಏನು ತಿನ್ನಲಾರೆ ಎನ್ನುವುದನ್ನು ತಿನ್ನುವ ಮಕ್ಕಳನ್ನು ಕೇಳಬೇಕು. ಏನನ್ನು ಒದಗಿಸಲು ಸಾಧ್ಯ ಎನ್ನುವುದನ್ನು ಅಲ್ಲಿನ ಶಿಕ್ಷಕರನ್ನು ಕೇಳಿ ತಿಳಿದುಕೊಳ್ಳಬೇಕು. ಈ ಇಷ್ಟು ಜನರಿಗೆ ಸಂಬಂಧಿಸಿದ ಈ ವಿಷಯವನ್ನು ಕುರಿತು, ಈ ಸರ್ಕಾರಿ ಶಾಲೆಯಲ್ಲಿ ತಮ್ಮ ಮಕ್ಕಳನ್ನೇನೂ ಓದಿಸದ, ಸ್ವತಃ ತಾವೇ ತಿನ್ನದ ಆಹಾರದ ಬಗೆಗೆ ಅಧಿಕಾರವಾಣಿಯಿಂದ 'ಅದನ್ನು ಕೊಡುವಂತಿಲ್ಲ' ಎಂದು ಯಾರೇ ಆದರೂ ಹೇಳಿದರೆ, ಅದರ ಹಿಂದೆ 'ಇನ್ನೇನೋ' ಉದ್ದೇಶ ಇದೆ ಎಂದೇ ಅರ್ಥ. ಅಷ್ಟಕ್ಕೂ ಇಂದು ಸರ್ಕಾರಿ ಶಾಲೆಗಳಲ್ಲಿ ಕಲಿಯುತ್ತಿರುವ ಮಕ್ಕಳ ಸಂಖ್ಯೆಯೇ ಬೆರಳೆಣಿಕೆಯದು. ಅದರಲ್ಲೂ ಮೇಲ್ವರ್ಗದ ಜೊತೆಗೆ ತಳುಕು ಹಾಕಿಕೊಂಡಿರುವ ಜಾತಿಗಳ ವಿದ್ಯಾರ್ಥಿಗಳಂತೂ ಒಬ್ಬರೂ ಇಲ್ಲದಿರುವ ಸಾಧ್ಯತೆಯೇ ಹೆಚ್ಚು.

ನಿಮಗೆ ಆಶ್ಚರ್ಯ ಆಗಬಹುದು, ಸರ್ಕಾರಿ ಕಾಲೇಜುಗಳಲ್ಲಿ ಕೆಲವೊಮ್ಮೆ ಇಡೀ ತರಗತಿಗೆ ತರಗತಿಯೇ ಜನರಲ್ ಮೆರಿಟ್ ಹಿನ್ನೆಲೆಯವರನ್ನು ಹೊಂದಿರುವುದಿಲ್ಲ (ಮೆರಿಟ್ ಇರುವವರು ಖಂಡಿತಾ ಇರುತ್ತಾರೆ). ಯಾವುದೋ ಕಾರಣಕ್ಕೆ ಹೋದವರ್ಷ, ಐದು ಜಾತಿಯ ವಿದ್ಯಾರ್ಥಿಗಳ ಮಾಹಿತಿ ಕೇಳಿದ್ದರು. ನಮ್ಮ ಕಾಲೇಜಿನ ಒಟ್ಟು ಐನೂರ ನಲವತ್ನಾಲ್ಕು ವಿದ್ಯಾರ್ಥಿಗಳಲ್ಲಿ ಬ್ರಾಹ್ಮಣ ಮತ್ತು ಜೈನ ಜಾತಿಯ ಒಬ್ಬರೂ ವಿದ್ಯಾರ್ಥಿ ಇರಲೇ ಇಲ್ಲ. ಸಾಮಾಜಿಕ ಸ್ಥಾನಮಾನ ಮತ್ತು ಶಾಲಾ ಕಾಲೇಜುಗಳ ಆಯ್ಕೆಗೂ ಹತ್ತಿರದ ಸಂಬಂಧ ಇರುತ್ತದೆ. ಕಾಲೇಜಿನಲ್ಲೇ ಹೀಗೆ ಎನ್ನುವುದಾದರೆ, ಶಾಲೆಗಳಲ್ಲಿ ಇದು ಇನ್ನಷ್ಟು ಸ್ಪಷ್ಟ. ಅಂದಮೇಲೆ ಅಲ್ಲಿರುವ ಮಕ್ಕಳಿಂದ, ಪೋಷಕರಿಂದ ಬರದ 'ಹುಯಿಲು' ಪೋಷಕರ ಹೆಸರಿನಲ್ಲಿ ಬೇರೆಲ್ಲಿಂದಲೋ ಬರುತ್ತಿದೆ ಎನ್ನುವುದು, ಒಟ್ಟು ಸಮಾಜದಲ್ಲಿ ಬದುಕುತ್ತಿರುವ ಜನ ಸಮೂಹದ ಆಹಾರ ಪದ್ಧತಿಯ ಮೇಲೆ ನಿಯಂತ್ರಣ ಸಾಧಿಸಲು ಸಾಧ್ಯವೇ ಎಂದು

ಪರೀಕ್ಷಿಸುತ್ತಿರುವ, ಹಾಗೇ ಸಾಧ್ಯ ಆದರೆ ಕ್ರಮೇಣ ಅವರ ಇತರೆಲ್ಲಾ ಆಚಾರ ವಿಚಾರಗಳನ್ನು ತಮ್ಮ ಇಶಾರೆಯಿಂದ ನಡೆಯಿಸಲು ಅಧಿಕಾರ ದಕ್ಕಿಸಿಕೊಳ್ಳುವ ಮೆಟ್ಟಿಲಾಗಿ ಬಳಸಲು ಸಿಗುವ ಸಮ್ಮತಿಯನ್ನಾಗಿ ಪರಿವರ್ತಿಸುವ ಸಣ್ಣಸಂಖ್ಯೆಯವರ ಹುನ್ನಾರ ಎನ್ನುವುದು ನಿಸ್ಸಂಶಯ.

ಸರ್ಕಾರಿ ಶಾಲೆಯ ಹುಡುಗಿಯೊಬ್ಬಳು ಸಿಟ್ಟಿನಿಂದ 'ನಮಗೆ ತತ್ತಿ ಬೇಕೇ ಬೇಕ್ರೀ' ಎಂದು ಕೇಳಿದ್ದರಲ್ಲಿ ಅವಳ ಹಕ್ಕು ಇದೆ, ರೋದನೆ ಇದೆ. ಆ ತತ್ತಿಯ ಬದಲಿಗೆ ದುಡ್ಡು ಕೊಟ್ಟರೆ ಅದು ತಮ್ಮಪ್ಪನ ಹೆಂಡದಂಗಡಿಗೆ ಹೋಗಿ ಬೀಳುತ್ತದೆ ಎಂಬ ಅನುಭವದ ವಾಸ್ತವದ ಸ್ಪರ್ಶ ಇದೆ.

ಅನುಭವದ ಸ್ಪರ್ಶವಿಲ್ಲದವನ್ಯಾವನೋ ಹುಟ್ಟುಹಾಕಿದ ಪಡೆನುಡಿಯನ್ನು, ಅನುಭವದ ಗಂಧವಿಲ್ಲದವರು ಆಡಿ, ನಕ್ಕು, ನಾಡಿನ ಹೆಣ್ಣುಮನಗಳ ಆಕ್ರೋಶಕ್ಕೆ ಒಳಗಾದ ಸಂಗತಿಯೂ ನಡೆದುಹೋಯಿತು. ಹೆಣ್ಣನ್ನು ಖಾಸಗಿ ಆಸ್ತಿಯೆಂಬಂತೆ ಪರಿಗಣಿಸಿ ಆಳುವ ಮನಸ್ಸುಗಳು ಅವಳಿಗೆ ಸದಾ ಪಾವಿತ್ರ್ಯದ ಬೇಲಿಯಲ್ಲೇ ಇರುವಂತೆ ಪ್ರತ್ಯಕ್ಷ, ಪರೋಕ್ಷ ಬೋಧನೆ ಮಾಡುತ್ತಲೇ ಇರುತ್ತವೆ. ಆ ಮೂಲಕ ಅವಳ ಮನಸ್ಸನ್ನು 'ಹದ'ಗೊಳಿಸುತ್ತದೆ. ಎಷ್ಟು ಹದವಾಗಿರುತ್ತದೆ ಮನ ಎಂದರೆ, ಆ ದೇಹದ ಮೇಲೆ ಆಕ್ರಮಣ ಆದರೆ, ಆಕ್ರಮಿಸಿದವನು ಮಾಡಿದ ತಪ್ಪಿಗೆ ತಾನು ಕುದಿ ಕುದಿದು ನಲುಗುತ್ತದೆ. ತಪ್ಪು ಮಾಡಿದ ಅವನಿಗೆ ಶಿಕ್ಷೆಯ ಭಯವಾಗಲೀ, ನಲುಗುವ ತಾಪವಾಗಲೀ ಇಲ್ಲವೇ ಇಲ್ಲ. ಯಾಕೆಂದರೆ, ಅವನ ದೇಹ 'ಪವಿತ್ರ' ಅಂತ ಯಾರೂ ಆತನಿಗೆ ಪದೇ ಪದೇ ಬೋಧಿಸಿಲ್ಲ!

ಪಾವಿತ್ರ್ಯದ ಕತೆ ಅತ್ತಿರಲಿ, ಆದ ದಾಳಿಯ ಅವಮಾನ, ದೈಹಿಕ ಹಲ್ಲೆಯ ನೋವಿನಿಂದ ನರಳುತ್ತಿರುವವಳು ತಪ್ಪಿಸಿಕೊಳ್ಳಲಾಗದಿದ್ದರೆ 'ಆನಂದಿಸ'ಬೇಕಂತೆ! ಅಲ್ಲಿಗೆ ಅವನಿಗೆ ಪೂರ್ತಿ ಮಾಫಿ! ಎಷ್ಟೊಂದು ಅಸೂಕ್ಷ್ಮವಾಗಿದ್ದೇವಲ್ಲಾ ನಾವು? ಇದು ಕೇವಲ ಅಸೂಕ್ಷ್ಮಮತೆಯೇ? ಅಥವಾ ಇದು ತಮ್ಮದಲ್ಲದ ಹೆಣ್ಣಿನ ಕ್ಷೇತ್ರದ ಮೇಲೆ ಸ್ಥಾಪಿಸಿದ್ದ ಹಕ್ಕಿನ ಮರುಕಳಿಕೆಯೇ? ಎರಡನೆಯದೇ ನಿಜವಾದ್ದು. ಹೆಣ್ಣಿನ ದೇಹದ ಮೇಲಿನ ಹಕ್ಕು ಹೆಣ್ಣಿನದಷ್ಟೇ ಎಂಬುದು ಇಂದಿಗೂ ಎಷ್ಟೋ ಜನ ಹೆಣ್ಣುಮಕ್ಕಳೂ ಒಪ್ಪುವುದಿಲ್ಲ. ಅಷ್ಟರಮಟ್ಟಿಗೆ ಅವರಿಂದ ಅದನ್ನು ಅಪಹರಿಸಿ ಅವರನ್ನು ಆಳಲು ಅವರದೇ ಸಮ್ಮತಿ ಪಡೆದಾಗಿದೆ.

ಸಮ್ಮತಿ ಹುಟ್ಟುಹಾಕಿಕೊಳ್ಳುವ ಈ ನಿರಂತರ ನಡೆಗಳ ನಡುವೆಯೇ, ಸ್ವಾಭಿಮಾನದ ಬಿಸುಪು ಕಾಪಿಟ್ಟುಕೊಳ್ಳಬೇಕಾದ ಜನಸಮುದಾಯಗಳು ಮತ್ತೆ ಮತ್ತೆ ಮರವೆಯೆಡೆಗೆ ಚಲಿಸುವುದೂ ನಡೆಯುತ್ತಲೇ ಇರುವುದನ್ನೂ ಗಮನಿಸಿಕೊಳ್ಳಬೇಕಿದೆ. ಎಷ್ಟೆಲ್ಲ ಹೋರಾಟಗಳಿಂದ ಪಡೆದುಕೊಂಡಿದ್ದನ್ನು ಕೆಲವು ತಲೆಮಾರುಗಳ ನಂತರದವರು

ಮರೆಯುವಲ್ಲಿ, ಒಳವಿಮರ್ಶೆಯ ಕೊರತೆಯು ಕೆಲಸ ಮಾಡುತ್ತಿರುತ್ತದೆ. ಹಿಂದಿನವರ ಹೋರಾಟದ ಫಲವಾಗಿ ಇಂದು ಒಂದು ಹಂತದ ಸವಲತ್ತು ಪಡೆದ ತಲೆಮಾರು, ಶೋಷಕರ ಪರ ಚಿಂತನೆಯೆಡೆಗೆ ವಾಲುತ್ತದೆಯೇ ಹೊರತು ತನ್ನದೇ ಸಮುದಾಯದವರ ಶೋಷಣೆಯೆಡೆಗೆ ಚಿಂತಿತವಾಗುವುದಿಲ್ಲ. ಆಳುವವರಾಗುವುದಕ್ಕಾಗಿ ಅವರೊಂದಿಗೆ ಗುರುತಿಸಿಕೊಳ್ಳಲು ಹೊಸ ಅಖಾಡಾ ಬೇಕಿರುತ್ತದೆ. ತನ್ನ ಸಮುದಾಯ ಕೇವಲ ಐಡೆಂಟಿಟಿ ಆಗಿಬಿಡುವ ಸಂಭಾವ್ಯತೆಯೂ ಇರುತ್ತದೆ. ಇಂತಹ ಹೊತ್ತಿನಲ್ಲಿ ಬೇಕಿರುವುದು ಒಳವಿಮರ್ಶೆಯ ಎಚ್ಚರ.

ಈ ತಿಂಗಳು ನಮ್ಮನ್ನಗಲಿದ ಅಮೆರಿಕನ್ ಆಫ್ರಿಕನ್ ಸ್ತ್ರೀವಾದಿ ಬೆಲ್ ಹುಕ್ಸ್, ಸ್ತ್ರೀವಾದಕ್ಕೆ ಒಳವಿಮರ್ಶೆಯ ವಿಸ್ತಾರವನ್ನು ನೀಡಿದವರು. ಲೈಂಗಿಕತಾವಾದ, ಶೋಷಣೆ, ದಮನಗಳನ್ನು ಕೊನೆಗಾಣಿಸುವ ಚಳವಳಿಯೇ ಸ್ತ್ರೀವಾದವಾಗಿದ್ದು, ಸ್ತ್ರೀ, ಪುರುಷರೆಲ್ಲರೂ ಇದರಲ್ಲಿ ಭಾಗಿಗಳಾದಾಗ ಇಬ್ಬರೂ ಪಡೆವ ಬಿಡುಗಡೆಯನ್ನು ಪ್ರೀತಿಯಿಂದ ಪ್ರತಿಪಾದಿಸಿದವರು. ಆದರೆ, ಪುರುಷನಿರುವ ಜಾಗದಲ್ಲೆಲ್ಲಾ ಸ್ತ್ರೀ ಹೋಗಿ ಕುಳಿತುಕೊಂಡ ತಕ್ಷಣ ಆಕೆಯ ಬಿಡುಗಡೆ ಆಗಿಬಿಡುತ್ತದೆ ಎಂಬ ತಪ್ಪು ಅರ್ಥೈಸುವಿಕೆಯನ್ನು ಸ್ತ್ರೀವಾದದ ಕುರಿತಾಗಿ ಪ್ರಚುರಪಡಿಸುವುದು ನಡೆಯುತ್ತಿರುತ್ತದೆ. ಹೋರಾಟವು ಒಂದು ಹಂತ ತಲುಪಿದಾಗ ಅದು ನೀಡುವ ಸವಲತ್ತಿನಿಂದ ತೃಪ್ತರಾದ ಮೇಲ್ವರ್ಗದ ಮಹಿಳೆಯರು ಇದನ್ನು ಅವಕಾಶವಾಗಿ ಮಾತ್ರ ನೋಡುತ್ತಾ, ಲಿಂಗ ತರತಮವಾದೀ ಧೋರಣೆಯುಳ್ಳವರನ್ನೇ ಬೆಂಬಲಿಸ ತೊಡಗುವ ಅಪಾಯ ಹುಟ್ಟಿಕೊಳ್ಳುತ್ತದೆ. ಇದೆಲ್ಲವನ್ನೂ ಗಮನಕ್ಕೆ ತಂದು, ಬಿಳಿಯ ಸ್ತ್ರೀವಾದಿಗಳು ಕರಿಯ ಸ್ತ್ರೀವಾದಿಗಳನ್ನು ಒಳಗೊಳ್ಳದಿರುವ ವಿದ್ಯಮಾನವನ್ನು ಗುರುತಿಸಿ ಪರಸ್ಪರ ಕೈಹಿಡಿದು ನಡೆಯುವುದಕ್ಕೆ ಕಾರಣರಾದವರು ಈಕೆ. ಶೋಷಕರನ್ನು ದ್ವೇಷಿಸದೆಯೇ, ಅವರೊಳಗಣ ಸಮಸ್ಯೆಯನ್ನು ತಿದ್ದಿ ಕೈನೀಡುವ ಈ ದೃಷ್ಟಿಗೆ ಹಂಚಿ ಉಣ್ಣುವ ಜನಪದ ವಿವೇಕವಿದೆ. ಇದು ಮನಸ್ಸನ್ನು ಬೆಳಗಿಸುವ ನಡೆ.

ಪಳಗಿಸುವವರ ನಡುವೆ, ಬೆಳಗಿಸುವವರೂ ಇರುವುದೇ ಬದುಕಿನೆಡೆಗೊಂದು ಆಶಾವಾದಿತನವನ್ನು ಹುಟ್ಟಿಸುತ್ತದೆ.

೬೧

· 28

ಪ್ರೀತಿಯೇ ಸಿದ್ಧಾಂತವೂ, ಕ್ರಿಯೆಯೂ ಆದಾಗ ನಾವು ಎಂಬುದು ಹುಟ್ಟಿ ನಾನೆಂಬುದು ಅಳಿಯುತ್ತದೆ.

ಮನ ಮಂದಿರದಲಿ ನಲ್ಮೆಯೊಲುಮೆ

ಅಂದು ರಸ್ತೆಯ ಇಕ್ಕೆಲದಲ್ಲೂ ಜನ ಸಾಲಾಗಿ ನಿಂತು ಕುತೂಹಲ ತಣಿಸಿಕೊಳ್ಳುತ್ತಿದ್ದರು. ಒಂದು ಮದುವೆಯ ದಿಬ್ಬಣ ಹತ್ತಿರದಲ್ಲೇ ಇದ್ದ ದಲಿತರ ಕೇರಿಯ ಕಡೆಗೆ ಹೋಗುತ್ತಿತ್ತು. ಅಚ್ಚ ಕಪ್ಪು ಹುಡುಗ ಮತ್ತು ಸಾಧಾರಣ ಬೆಳ್ಳಗಿನ ಹುಡುಗಿ. ದಿಬ್ಬಣ ಮುಂದಕ್ಕೆ ಹೋಗುತ್ತಿದ್ದಂತೆ ಅಲ್ಲಿ ಸೇರಿದ್ದ ಹೆಂಗಳೆಯರು 'ಶ್ಶೆ! ಈ ಹುಡುಗಿಗೆ ಏನಾಯ್ತು.

ಈ ಕೇರಿ ಹುಡುಗನ್ನ ಮದ್ವೆ ಆಗಿದ್ದಾಳಲ್ಲ? ಅದು ಹೇಗೆ ಆ ಕೇರಿಯಲ್ಲಿ ಬದುಕುತ್ತಾಳೋ' ಅಂತ ಸಂತಾಪ ಪಡುತ್ತಿದ್ದರು. ಇದು ಸುಮಾರು ನಲವತ್ತೈ ವರ್ಷಗಳ ಹಿಂದಿನ ಮಾತು. ಆಕೆ ಒಬ್ಬ ಮುಸ್ಲಿಂ ಆಗಿದ್ದು, ಸರ್ಕಾರಿ ನೌಕರಿಯಲ್ಲೂ ಇದ್ದಳು. ಅಸ್ಪೃಶ್ಯತೆ ಮಗುಮ್ಮಾಗಿ ಆಚರಣೆಯಲ್ಲಿದ್ದ ಆ ಕಾಲದಲ್ಲಿ ದಲಿತ ಹುಡುಗನೊಂದಿಗಿನ ಆಕೆಯ ಮದುವೆ ಕೇರಿಯ ಸುತ್ತಮುತ್ತ ಇದ್ದ ಸ್ಪೃಶ್ಯರಿಗೆ ವಿಚಿತ್ರವೆನಿಸುತ್ತಿತ್ತು. ಮಾತ್ರವಲ್ಲ ಆಕೆ ಮೇಲ್ಜಾತಿಯವಳು ಎಂಬ ನಂಬಿಕೆಯಿತ್ತು.

ಇಷ್ಟಾಗಿಯೂ, ಅಲ್ಲಿ ಯಾರೂ ಹಲ್ಲು ಕಚ್ಚಿ ಸಿಟ್ಟು ತೋರುತ್ತಿರಲಿಲ್ಲ. ಅವಳು ಹೇಗೆ ಬಾಳುತ್ತಾಳೋ ಎಂಬ ಕಲ್ಪಿತ ಆತಂಕ ಇತ್ತೇ ಹೊರತು ಅವಳನ್ನಾಗಲೀ, ಅವನನ್ನಾಗಲೀ ಚಚ್ಚಿ ಕೊಂದು ಹಾಕಬೇಕು ಎಂಬ ಆಕ್ರೋಶ ಇರಲಿಲ್ಲ. ಅವಳು ಅವರೆಲ್ಲರೆದುರಲ್ಲಿ ಅದೇ ಕೇರಿಯಲ್ಲಿ ಬಾಳಿ ಬದುಕಿದಳು. ಬಾಲ್ಯದಲ್ಲಿ ನಾನು ಕಂಡ ಈ ದೃಶ್ಯ ನನ್ನ ಕಣ್ಣ ಮುಂದೆ ಹಾಗೇ ಅಚ್ಚಳಿಯದೆ ಉಳಿದಿದೆ. ಇಷ್ಟು ವರ್ಷಗಳ ನಂತರ ಪ್ರೇಮ ವಿವಾಹದ ಬಗೆಗೆ ಸಹನೀಯತೆ, ಒಂದು ವೇಳೆ ಅದು ಸಫಲವಾಗದಿದ್ದಲ್ಲಿ ಅದರಿಂದ ಹೊರಬರಲು ಕಾನೂನು ಸಮ್ಮತ ದಾರಿಯಿದೆ ಎಂಬ ಉದಾರತೆ ನಮ್ಮೊಳಗೆ ಬೆಳೆಯಬೇಕಿತ್ತು. ಆದರೆ ಕಳೆದ ತಿಂಗಳು ಹೈದರಾಬಾದಿನಲ್ಲಿ ಮುಸ್ಲಿಂ ಹುಡುಗಿಯನ್ನು ಮದುವೆಯಾದ ದಲಿತ ಹುಡುಗನನ್ನು ಮರ್ಯಾದೆಯ ಹೆಸರಿನಲ್ಲಿ ಸಾಯಬಡಿದಾಗ ಜನ ಆ ಕೊಲೆಯನ್ನು ವಿಡಿಯೋ ಮಾಡಿದರೇ ಹೊರತು ಆತನನ್ನು ರಕ್ಷಿಸಲಿಲ್ಲ. ಅಪಘಾತಗಳನ್ನು, ಕೊಲೆಗಳನ್ನು ವಿಡಿಯೋ ಮಾಡಿ ಆದಷ್ಟು ಬೇಗ ಹಂಚುವ ಜನರ ಈ ಕಾತರವೂ ಆ ಕೊಲೆಯಷ್ಟೇ ಅಮಾನುಷವಾದುದು. ಈ ಎರಡು ಘಟನೆಗಳ ನಡುವಿನ ಈ ಅಂತರ ಹೇಗೆ ಸಂಭವಿಸಿತು? ಮನುಷ್ಯನೊಳಗಿನ ಪ್ರೀತಿ, ಕರುಣೆ ಎಂಬ ಭಾವ ಬತ್ತಿ ಹೋಗಿದೆಯೇ?

ಸ್ವಾತಂತ್ರ್ಯ ಚಳವಳಿಯ ಸಂದರ್ಭದಲ್ಲಿನ ಸುಧಾರಣಾವಾದ ಅನೇಕ ಅಮಾನವೀಯ ಸಂಪ್ರದಾಯಗಳನ್ನು ಪ್ರಶ್ನಿಸಿ ತಿದ್ದಿ ತೀಡಲು ಪ್ರಯತ್ನಿಸಿತು. ಆ ನಂತರದಲ್ಲಿ ಜನರ ಮನಸ್ಸಿನಲ್ಲಿ ವ್ಯಾಪಕ ಪರಿಣಾಮ ಬೀರಿದ ಸಿನಿಮಾ ಮತ್ತು ಸಾಹಿತ್ಯ ಪ್ರೀತಿಯನ್ನು ಒಂದು ಮೌಲ್ಯವಾಗಿ ಮುನ್ನೆಲೆಗೆ ತಂದಿತು. ಅನೇಕ ದುರಂತ ಅಂತ್ಯದ ಪ್ರೀತಿ ಕಥಾನಕಗಳು ನೋಡುಗರ, ಓದುಗರ ಮನ ಕರಗುವಂತೆ ಮಾಡಿದವು. ಜಾತಿ, ಧರ್ಮದಾಚೆಗಿನ ಮದುವೆಗಳ ಕುರಿತು ಸಾಮಾಜಿಕ ಅಸಹನೆ ಇದ್ದೂ, ಅವರು ಎಲ್ಲಾದರೂ ಬದುಕಿಕೊಳ್ಳಲಿ ಎಂದು ಅವರನ್ನು ಕುಟುಂಬಗಳಿಂದ ದೂರ ಮಾಡುವ ಕಠಿಣತೆಯನ್ನು ತೋರಿತು ಹೊರತು ಅವರ ಬದುಕನ್ನು ನಾಶ ಮಾಡಲಿಲ್ಲ.

ಪ್ರೀತಿಯೆಂಬುದೊಂದು ಕಲೆಯಾಗಿದ್ದು ಎಲ್ಲವನ್ನೂ ಕಲಿಯುವ ನಾವು ಪ್ರೀತಿಯನ್ನು ಕಲಿಯಲು ಮನಸ್ಸು ಮಾಡುವುದಿಲ್ಲ ಎಂದು ಎರಿಕ್ ಫ್ರಾಮ್ ಹೇಳುತ್ತಾರೆ. ಪ್ರೀತಿ ಕೂಡಾ ಪಿತೃಪ್ರಾಧಾನ್ಯದ ವ್ಯಾಖ್ಯೆಯಲ್ಲಿ ನರಳುತ್ತಿದೆ. ಗಂಡು ಹೆಣ್ಣು ಒಬ್ಬರನ್ನೊಬ್ಬರು ಇಷ್ಟಪಟ್ಟ ಮೇಲೆ, ಆಕೆ ಅವನನ್ನು ಒಪ್ಪಿಕೊಂಡ ಮೇಲೆ ಅವನ ಬದುಕಿಗೆ ತನ್ನನ್ನು ಸಂಪೂರ್ಣ ಕೊಟ್ಟುಕೊಳ್ಳುವುದು ಮತ್ತು ಅವನು ಆಕೆಯ ಎಲ್ಲಾ ಇಚ್ಛೆಯನ್ನು ಪೂರೈಸಿ ಅವಳನ್ನು ಸಂತೃಪ್ತಿಯಿಂದ ನಡೆಸಿಕೊಳ್ಳುವುದು ಎಂಬ ಮೇಲು ಮೇಲಿನ ನಂಬಿಕೆಯೇ ಎಲ್ಲೆಡೆಯೂ ಇರುವುದು. ಒಂದೋ ಪ್ರೇಮವನ್ನು ಪರಾಕ್ರಮ ಎಂದು ಬಿಂಬಿಸುತ್ತೇವೆ. ಇಲ್ಲವೇ ಅದೊಂದು ಆದರ್ಶ ಎಂದು ಬಿಂಬಿಸುತ್ತೇವೆ. ಇವೆರಡೂ ಅಲ್ಲದ ಅದನ್ನು ನಿಜ ಜೀವನದಲ್ಲಿ ಬಾಳಲಾಗದು. ಪ್ರೀತಿಯೆಂಬುದು ಎರಡು ಜೀವಗಳ ನಡುವಿನ ಸ್ನೇಹ, ಸಾಂಗತ್ಯ, ನಂಬಿಕೆ, ಗೌರವಗಳನ್ನು ಉಳಿಸಿಕೊಂಡು ಪರಸ್ಪರ ಪರಿಚಿತರಾಗುತ್ತಾ ಹೋಗುವ ನಿರಂತರ ಪಯಣ ಮತ್ತು ಇದು ಇಬ್ಬರದೂ ಜವಾಬ್ದಾರಿ.

ಇಲ್ಲಿ ಯಾರೂ ಹೆಚ್ಚಲ್ಲ, ಯಾರೂ ಕಡಿಮೆಯಲ್ಲ ಎಂಬ ನೆಲೆಯಲ್ಲಿ ಇದನ್ನು ವಿಸ್ತರಿಸುವ ಯಾವ ಪ್ರಯತ್ನವನ್ನೂ ನಾವಿನ್ನೂ ಮಾಡಿಲ್ಲ, ಎಳೆಯರಿಗೆ ಇದನ್ನು ದಾಟಿಸುತ್ತಲೂ ಇಲ್ಲ. ಇನ್ನೊಂದೆಡೆ ಸಾಂಪ್ರದಾಯಿಕ ಮದುವೆಗಳಲ್ಲಿ ವಸ್ತು ಸಾಂಗತ್ಯವೇ ಮುಖ್ಯ ಸಂಗತಿಯಾಗಿ ಮದುವೆಯೆಂಬುದು ಒಪ್ಪಂದವೆನಿಸಿ, ಇರುವ ಆಸ್ತಿ ಪಾಸ್ತಿಗಳನ್ನು ಇಬ್ಬರೂ ಮುನ್ನಡೆಸಿಕೊಂಡು ಹೋಗುವುದರ ಜೊತೆಗೆ ಒಬ್ಬರನ್ನೊಬ್ಬರು ಇಷ್ಟ ಪಟ್ಟರೆ ಅದು ಅದೃಷ್ಟವೆನಿಸಿ, ಇಲ್ಲದಿದ್ದಲ್ಲಿ ಹಣೆಬರಹವೆನಿಸಿ ಹೇಗೋ ನಡೆಯುತ್ತಲೋ, ಕುಂಟುತ್ತಲೋ, ಕಡಿದು ಹೋಗುತ್ತಲೋ ಇರುತ್ತದೆ. ವಸ್ತು ಸಾಂಗತ್ಯವೇ ಜೀವನದ ಯಶಸ್ಸೆನಿಸಿದ ಈ ಕಾಲದಲ್ಲಿ ಎಲ್ಲರೂ ಅಂತರಂಗದಲ್ಲಿ ಹೆಚ್ಚು ಹೆಚ್ಚು ಒಂಟಿಯಾಗುತ್ತಿದ್ದಾರೆ. ಜಾಗತೀಕರಣದ ನಂತರದ ಬದುಕಿನಲ್ಲಿ ಬಂದ ಪಲ್ಲಟವು, ಚಿಕ್ಕ ಮಗುವಿನಿಂದಲೇ ಖಾಸಗಿ ಆಸ್ತಿಯನ್ನು ಹೆಚ್ಚಿಸಿಕೊಳ್ಳುವುದು ಹೇಗೆ ಎಂಬ ಪಾಠದಲ್ಲೇ ಬೆಳೆಯತೊಡಗಿ ಎಲ್ಲವೂ ವ್ಯವಹಾರವಾಗಿ, ಪ್ರಕೃತಿ ಸಹಜವಾದ ಅನುಬಂಧದಿಂದ ದೂರವಾಗಿ, ಮೂಲ ಪ್ರೀತಿಯ ಅನುಭವದಿಂದ ವಂಚಿತಗೊಂಡ ಮನಸ್ಸು ಖಿನ್ನತೆಯಲ್ಲಿ ನರಳುವಂತಹ ಬೆಳವಣಿಗೆಗಳಾಗುತ್ತಿವೆ.

ಇನ್ನೊಂದೆಡೆ, ಜಾತಿ, ಧರ್ಮ, ವರ್ಗ ಎಲ್ಲವೂ ಅದರೆಡೆಗೆ ವ್ಯಾಮೋಹಿತ ರಾಗಿರುವವರಿಗೆ ಪ್ರತಿಷ್ಠೆಯಾಗಿಯೂ ಮತ್ತು ಹಲವರಿಗೆ ಲಾಭದ ಬಾಬತ್ತುಗಳಾಗಿಯೂ ಪರಿವರ್ತನೆಗೊಂಡಿವೆ. ಪ್ರೀತಿಯ ತ್ಯಾಗಕ್ಕಿಂತಲೂ, ದ್ವೇಷದ ಅಟ್ಟಹಾಸವು ಸ್ವೀಕೃತವೆನ್ನಿಸಿ, ಇವುಗಳ ಹೆಸರಿನಲ್ಲಿ ನಡೆಯುವ ಎಲ್ಲ ಹಿಂಸೆಗಳೂ ಮಾನ್ಯವಾಗತೊಡಗಿವೆ. ಸಾಮಾನ್ಯ ಸಂಗತಿಯೆನ್ನಿಸಿವೆ. ತಮ್ಮ ಹುಕುಮ್ಮಿನಂತೆ ಇರುವುದಲ್ಲದೆ ಬೇರೊಂದು ಭಾವನಾ ಜಗತ್ತೇ ನಿನಗಿಲ್ಲ ಎಂದು ಅಧೀನ

ನೆಲೆಯಲ್ಲಿರಿಸಿದ ತಮ್ಮದೇ ಧರ್ಮದ ಹೆಣ್ಣು ಮತ್ತು ಅನ್ಯ ಧರ್ಮದ ಜನರನ್ನು ನಿರ್ಬಂಧಿಸುವ ಮೂಲಭೂತವಾದಿಗಳ ಭಾಷೆಯು ಇಂದು ನಮ್ಮ ನಾಡಿನ ಹೊಸಿಲಲ್ಲಿ ಹೊಂಚು ಹಾಕುತ್ತಿದೆಯೇ? ಒಂದು ಕಾಲದಲ್ಲಿ ಒಲುಮೆಯೆಡೆಗಿನ ವಿರೋಧದ ಹಲವು ಗಡಿಗಳನ್ನು ದಾಟಿದ ಸಾಹಸಿಗರ ಬವಣೆಯು ವ್ಯರ್ಥವಾಗುತ್ತಿದೆಯೇ?

ತನ್ನ ಸ್ವಂತ ಅತ್ತೆಯ ಮಗನಾದ ಗುತ್ತಿಯನ್ನು ಮದುವೆಯಾಗ ಬಯಸಿದ ತಿಮ್ಮಿಗೆ ವಿರೋಧ ಬಂದಿದ್ದು ಅವಳು ಬೇರೆ ಊರಿಗೆ ಹೋದರೆ ತಮಗೆ ಆಳೊಂದು ಕಡಿಮೆಯಾಗುತ್ತದೆ ಎಂಬ ಅವಳ ಒಡೆಯರ ಲೆಕ್ಕಾಚಾರದ ಕಾರಣಕ್ಕೆ. ಪ್ರಾಣಾಂತಿಕವಾದ ಅಪಾಯ ಇದ್ದಾಗಲೂ ಆಕೆ ಘೋರ ಕಾನನದ ಕತ್ತಲಲ್ಲಿ, ಧೋ ಎಂದು ಸುರಿಯುವ ಮಳೆಯನ್ನೂ ಲೆಕ್ಕಿಸದೆ ಮನೆಯಿಂದ ಪರಾರಿಯಾಗಿ ಗುತ್ತಿಯನ್ನು ಸೇರಿಕೊಳ್ಳುತ್ತಾಳೆ. ಮಲೆಯ ತುತ್ತ ತುದಿಯಲ್ಲಿ ಹುಲಿ ಘರ್ಜನೆಯ ಭೀಕರ ಅನುಭವದ ನಡುವೆಯೂ ರಾತ್ರಿ ಕಳೆದು ಬೆಳಗಾದಾಗ ತನ್ನ ಜೀವನದಲ್ಲೇ ಎಂದೂ 'ಕಾಣದಿದ್ದ' ಸೂರ್ಯೋದಯದ ಅದ್ಭುತ ಸೌಂದರ್ಯವನ್ನು ನೋಡಿ ಬೆಕ್ಕಸ ಬೆರಗಾಗುತ್ತಾಳೆ.

ಎಲ್ಲ ಕೃತಕ ಬೇಲಿಗಳನ್ನು ದಾಟಿ ಬೆಟ್ಟದ ತುದಿಯ ಏಕಾಂತದಲ್ಲಿ, ಎರಡಳಿದು ಒಂದಾದ ಭಾವ ಹೊಮ್ಮಿಸಿದ್ದ ಗುತ್ತಿಯ ಸಾಂಗತ್ಯವೆಂತೋ ಅಂತೆಯೇ ಪ್ರಕೃತಿಯೊಂದಿಗೂ ಎರಡಳಿದು ಒಂದಾದ ಭಾವ ಹುಟ್ಟಿದ ಅಪೂರ್ವ ಕ್ಷಣವದು. ತಾನು ಒಂಟಿಯಲ್ಲ, ತನ್ನೊಳಗನ್ನು ಅಪ್ಪಿದ ಈ ಭಾವ ಮೊಳೆತು ಬೆಳೆಯುತ್ತಲೇ ತನ್ನ ಬಾಳೂ ಅರಳುತ್ತದೆ ಎಂಬ ಸೋಜಿಗವೇ ಪ್ರೀತಿ.

'ಮಲೆಗಳಲ್ಲಿ ಮದುಮಗಳು' ಕಾದಂಬರಿಯಲ್ಲಿ ಕುವೆಂಪು ಚಿತ್ರಿಸಿದ ತಿಮ್ಮಿಗಾದ ಈ ದರ್ಶನಾನುಭವ ಎಲ್ಲರಿಗೂ ಆಗಬೇಕೆಂದರೆ, ಪ್ರೀತಿಗೆ ಸಂಬಂಧವೇ ಇಲ್ಲದ ಎಲ್ಲ ಕೃತಕ ಬೇಲಿಗಳನ್ನೂ ಕಿತ್ತು ಹಾಕಬೇಕು. ಜಾತಿ, ಧರ್ಮ, ವರ್ಗ, ವರ್ಣಭೇದಗಳ ವಿಷವನ್ನು ಕುಡಿದು, ಮರ್ಯಾದೆಯ ಹೆಸರಿನಲ್ಲಿ ಪ್ರೇಮಿಗಳನ್ನು ಕೊಚ್ಚಿ ಕಡಿದು ಹಾಕುವವರಿಗೆ, ಸಂಗಾತಿಯನ್ನು ಅನುಮಾನದಿಂದ ಅವಮಾನಿಸುವವರಿಗೆ ಎಂದೆಂದಿಗೂ ಅರ್ಥವಾಗದ ಸಂಗತಿಯಿದು. ಮನೋಮಂದಿರದೊಳಗೆ ಪ್ರೀತಿಮೂರ್ತಿಯ ಕಟೆಯದೇ ಹೊರಗೆ ಕಟ್ಟಿದ ಮಂದಿರ/ಮಹಲುಗಳಿಂದ ಯಾರಿಗೆ ಸುಖ?

ಐ

29

ಇದಿರು ನೋಟ

ಸಬಿತಾ ಬನ್ನಾಡಿ

ಆಗಿನವರ ತಪ್ಪುಗಳನ್ನು ಮುಚ್ಚಿಟ್ಟು ಈಗಿನವರನ್ನು ದೂಷಿಸುವುದು ಇಂದಿನ ಹೊಸ ರಾಜಕಾರಣ

ನಾತಿಚರಾಮಿ... ಧ್ವನಿಸುತ್ತಿದೆ, ಕಿವಿಗೊಡಿ

ತಾನು ಟೀಚರ್ ಅಗಬೇಕು ಅಂತ ಕನಸು ಕಂಡಿದ್ದ ನನ್ನ ಅಮ್ಮ 'ನಿಮ್ಮ ಕಾಲವೇ ಚಂದ ಮಗಾ' ಅನ್ನುತ್ತಿದ್ದರು. ನಾವು ಓದಿ ಕೆಲಸ ಪಡೆದಿದ್ದು, ಎಲ್ಲದಕ್ಕೂ ಗಂಡನ ಕೈ ಕಾಯಬೇಕಾಗದಿರುವುದು ಮತ್ತು ಎಲ್ಲದಕ್ಕೂ ಮೂಕಳಾಗಿ ಇರಬೇಕಾಗಿಲ್ಲ ಎಂಬುದು ಅವಳಿಗೆ ಕ್ರಾಂತಿಕಾರಕ ಬದಲಾವಣೆ ಎನಿಸಿತ್ತು. ಈಚೆಗೆ ಹೆಣ್ಣುಮಗಳೊಬ್ಬರು, 'ಭಾರತದಲ್ಲಿ ಹೆಣ್ಣುಮಕ್ಕಳಿಗೆ ಸಮಸ್ಯೆಗಳೇ ಇದ್ದಿರಲಿಲ್ಲ. ಅವಳಿಗೆ ಬೇಕಾದಂತೆ

ಬದುಕುವ ಎಲ್ಲ ಸ್ವಾತಂತ್ರ್ಯವೂ ಇತ್ತು. ಅವಳು ಅವಳಿಗೆ ಬೇಕಾದ ಉಡುಗೆ ತೊಡಬಹುದಿತ್ತು. ಎಷ್ಟೊಂದು ಜನ ಹೆಣ್ಣುಮಕ್ಕಳು ರಾಣಿಯರೂ ಆಗಿದ್ದರು. ಹೆಣ್ಣುಮಕ್ಕಳೆಲ್ಲ ಸಂತೋಷವಾಗಿದ್ದರು. ಈಗ ಎಪ್ಪತ್ತು ವರ್ಷಗಳಿಂದ ಎಲ್ಲ ಹಾಳಾಗುತ್ತಿದೆ. ಈ ಕೆಲವು 'ಇಸಂ'ಗಳು ಬಂದು ಬರೀ ಹುಳುಕನ್ನು ಹೇಳುತ್ತವೆ. ಇದರಿಂದಾಗಿ ದುಃಖ ಹೆಚ್ಚಾಗುತ್ತಿದೆ. ನಾವು ನಮ್ಮ ಭವ್ಯ ಪ್ರಾಚೀನ ಭಾರತಕ್ಕೆ ಮರಳೋಣ,' ಎನ್ನುತ್ತಿದ್ದರು. ಇದಕ್ಕೇನು ಹೇಳಬೇಕು?

ನಮ್ಮ ರಾಷ್ಟ್ರೀಯ ಚಳವಳಿಯ ಸಂದರ್ಭದಲ್ಲಿ ಮಹಿಳೆಯರ ಬದುಕಿನ ಪುನರುಜ್ಜೀವನಕ್ಕಾಗಿ ಹೋರಾಡಿದವರು, ಮಹಿಳೆಯರ ಶಿಕ್ಷಣಕ್ಕಾಗಿ ಶಾಲೆ ತೆರೆದು ಸೆಗಣಿಯಿಂದ ಎರಚಿಕೊಂಡು ಅವಮಾನಿತಳಾದ ಸಾವಿತ್ರಿಬಾಯಿ ಫುಲೆಯಂತವರ ತ್ಯಾಗಗಳು, ಹಲವು ಸ್ತ್ರೀ ಪುರುಷರ ಹೋರಾಟಗಳು, ನಲುಗಿ ಹೋದ ಹೆಣ್ಣುಮಕ್ಕಳ ಕತೆಗಳನ್ನು ತಮ್ಮ ಕೃತಿಗಳಲ್ಲಿ ಅನಾವರಣ ಮಾಡಿದ ಉತ್ಕೃಷ್ಟ ಸಾಹಿತಿಗಳು, ಹಿಂದೂ ಕೋಡ್ ಬಿಲ್ ಜಾರಿಗಾಗಿ ತಮ್ಮ ಮಂತ್ರಿ ಪದವಿಯನ್ನೇ ಬಿಟ್ಟುಕೊಟ್ಟ ಅಂಬೇಡ್ಕರ್ ಅಂತಹವರು, ಇವೆಲ್ಲಕ್ಕಿಂತ ಮೊದಲು 'ಅರಿವಿಂಗೆ ಹೆಣ್ಣು ಗಂಡೆಂಬ ಭೇದವುಂಟೇ' ಎಂದು ಪ್ರಶ್ನಿಸಿದ ವಚನಕಾರರು... ಇವರೆಲ್ಲರ ಪ್ರಯತ್ನದ ಫಲವಾಗಿ ಇಂದು ಹೆಣ್ಣು ಅವಕಾಶಗಳ, ತನ್ನದೇ ಬದುಕಿನ ಒಂದು ಹಂತಕ್ಕೆ ತಲುಪಲು ಸಾಧ್ಯವಾಯಿತು ಎಂಬೆಡೆಗೆ ನಮಗೆ ಕೃತಜ್ಞತೆ ಬೇಡವೇ?

ಇತಿಹಾಸದ ನಡೆಗಳನ್ನು ಮುಚ್ಚಿ ಹಾಕಿ, ಈ ನಡೆಗಳಿಂದಲೇ ವೇದಿಕೆ ಪಡೆದ ಹೆಣ್ಣುಮಕ್ಕಳೇ, 'ಹೆಣ್ಣುಮಕ್ಕಳು ಸರಿ ಇಲ್ಲ, ಹೆಣ್ಣುಮಕ್ಕಳ ಚೆಲ್ಲು ನಡೆಗಳಿಂದ ರೇಪ್ ಆಗುತ್ತಿದೆ. ಹೆಣ್ಣುಮಕ್ಕಳು ಸಭ್ಯ ಉಡುಗೆಯೊಂದಿಗೆ ಗಂಭೀರ ನಡೆ ಇಟ್ಟುಕೊಂಡರೆ ಯಾರೂ ಹತ್ತಿರವೂ ಬರಲಾರರು,' ಎಂಬ ಮಾತುಗಳನ್ನು ಹೇಳಿ ಚಪ್ಪಾಳೆ ಪಡೆಯುತ್ತಿದ್ದರೆ, ಇನ್ನೊಂದೆಡೆ, ಮ್ಯಾರಿಟಲ್ ರೇಪ್ ಎಂಬುದು ಇಲ್ಲವೇ ಇಲ್ಲ ಎಂದು ವಾದಿಸುವವರು ನಮ್ಮ ನಡುವೆ ಇದ್ದಾರೆ. ಸರಿ, ಆ ಪದ ಬೇಡ. ಅಸಮ್ಮತಿಯ ಸಂಬಂಧ ಎಂದು ಬೇಕಾದರೆ ಇದನ್ನು ವ್ಯಾಖ್ಯಾನಿಸೋಣ. ಇದು ಇಲ್ಲವೇ ಇಲ್ಲ ಎಂದು ಅದರ ಅರಿವಿಲ್ಲದ ಗಂಡಸರೋ, ಅದರ ಅನುಭವವಿಲ್ಲದ ಹೆಣ್ಣುಮಕ್ಕಳೋ ಹೇಳಿದರೆ ಅದನ್ನು ಒಪ್ಪಲಾದೀತೆ? ಮತ್ತೆ ಯಾರೋ ಕೆಲವರು ಇದನ್ನು ಅಸ್ತ್ರ ಮಾಡಿಕೊಂಡು ಆರೋಪಿಸುತ್ತಾರೆ ಎಂಬ ಕಾರಣಕ್ಕೂ ಇದನ್ನು ಅಲ್ಲಗಳೆಯಲಾಗದು.

ವಿವಾಹ ಸಂಬಂಧವೆಂದರೆ ಹೆಣ್ಣಿನ ದೇಹವನ್ನು ಗಂಡು ತಾನು ಹೇಗೆ ಬೇಕಾದರೂ ಬಳಸಬಲ್ಲ ತನ್ನ ಸ್ವಾಮ್ಯದ ವಸ್ತು ಎಂದು ಭಾವಿಸುವಂತಿಲ್ಲ. ಹೀಗೆ ಹೇಳಿದ ತಕ್ಷಣ ಇದು ಭಾರತೀಯ ಸಂಸ್ಕೃತಿಯಲ್ಲ ಎಂಬ ಮಾತು ಮುನ್ನೆಲೆಗೆ ಬರುತ್ತದೆ. ನನ್ನ

ಕಾಳಜಿ ಕೂಡ ಇದು ಭಾರತೀಯ ಸಂಸ್ಕೃತಿ ಆಗಬಾರದು, ಯಾರ ಸಂಸ್ಕೃತಿಯೂ ಆಗಬಾರದು ಎಂಬುದೇ ಆಗಿದೆ. ಸಾಂಪ್ರದಾಯಿಕ ಮದುವೆ ಮನೆಗೆ ಹೋದರೆ ಪುರೋಹಿತರ ಬಾಯಿಯಲ್ಲಿ ಬರುವ ಕೆಲವು ಮಂತ್ರಗಳಲ್ಲಿ "ಧರ್ಮೇಚ, ಅರ್ಥೇಚ, ಕಾಮೇಚ ನಾತಿಚರಾಮಿ" ಎಂಬುದೂ ಒಂದು. ಗಂಡಾಗಲೀ, ಹೆಣ್ಣಾಗಲೀ ಒಬ್ಬರ ಒಪ್ಪಿಗೆ ಇಲ್ಲದೆ ಇನ್ನೊಬ್ಬರು ಅತಿಕ್ರಮಣ ಮಾಡಿದಲ್ಲಿ ಅದು ಆ ಸಂಬಂಧವನ್ನು ಯಾಂತ್ರಿಕಗೊಳಿಸುತ್ತದೆ, ಪರಸ್ಪರ ದ್ವೇಷಿಸುತ್ತಾ ಗತಿ ಇಲ್ಲದೆ ಒಟ್ಟಿಗೆ ಬದುಕುವುದಕ್ಕೂ, ಅದರಿಂದಾಗಿ ಮಕ್ಕಳು, ಮನೆ ಮಂದಿಯ ಬದುಕು ನರಕವಾಗುವುದಕ್ಕೂ ಕಾರಣವಾಗುತ್ತದೆ. ಆದರೆ ಇದನ್ನು ವಾಸ್ತವದಲ್ಲಿ ಮನಗಾಣಿಸಲಾಗುತ್ತಿದೆಯೇ ಎಂಬುದೇ ಸಮಸ್ಯೆ. ಜನಪದರೊಳಗೆ, 'ಹೆಂಡತಿಯ ಮಾತು ಕೇಳುವುದೆಂದರೆ ಹೆಂಡತಿಯ ದಾಸನಾದಂತೆ,' ಎಂಬುದನ್ನು ಹಾಸು ಹೊಕ್ಕಾಗುವಂತೆ ತಲೆಗೆ ತುಂಬಿರುವುದರಿಂದ ಹೆಣ್ಣಿನ ಅಸಮ್ಮತಿಯೆಂದರೆ ಅವಳ ನಿರಾಕರಣೆ ಎಂದು ಭಾವಿಸಲಾಗಿದೆ.

ತನ್ನಿಚ್ಛೆಗೆ ಎಂತಾ ಸನ್ನಿವೇಶದಲ್ಲಾದರೂ ತಲೆಬಾಗುವುದೇ ಹೆಂಡತಿಯ ಕರ್ತವ್ಯ ಮತ್ತು ಅವಳನ್ನು ಹಾಗೆ ಇರಿಸಿಕೊಳ್ಳುವುದು 'ಪೌರುಷ' ಎಂಬ ತಪ್ಪು ತಿಳಿವಳಿಕೆ ಜಗತ್ತಿನ ಎಷ್ಟು ಮದುವೆಗಳನ್ನು ಆಪೋಶನ ತೆಗೆದುಕೊಂಡಿದೆಯೋ ಗೊತ್ತಿಲ್ಲ. ಆದರೆ ಇದನ್ನು ಹೇಳದೇ ತಿಳಿಯುವುದು ಹೇಗೆ? ಏನೇ ಆದರೂ ಮೌನವಾಗಿ ಸಮ್ಮತಿಸಬೇಕು, ಯಾರ ಎದುರೂ ಬಾಯಿ ಬಿಡಬಾರದು, ಈಗೀಗ ಫೆಮಿನಿಸಂ ಓದಿ, ಕೇಳಿ ಕೆಟ್ಟುಹೋಗಿರುವವರು ನಾಚಿಕೆ ಇಲ್ಲದೆ ಇಂತ ವಿಚಾರಗಳನ್ನೆಲ್ಲ ಚರ್ಚಿಸತೊಡಗಿದ್ದಾರೆ ಎಂಬ ದೂರುಗಳ ಬಗೆಗೆ ಆಕ್ಷೇಪ ಎತ್ತದೇ ಬೇರೆ ದಾರಿಯೇ ಇಲ್ಲ. ಯಾಕೆಂದರೆ, ಹೆಣ್ಣಿನ ಮೇಲೆ ಆಕ್ರಮಣ ಮಾಡುವುದೇ ನಾಚಿಕೆಯ ಸಂಗತಿ ಎಂಬುದನ್ನು ಇವರು ಮನಗಾಣಬೇಕು. ಮತ್ತು ಹಾಗೆ ಆಕ್ರಮಣ ಮಾಡಿ ಅವಳ ಬಾಯಿ ಮುಚ್ಚಿಸುವುದು ಭಾರತೀಯ ಸಂಸ್ಕೃತಿ ಎನಿಸಿಕೊಳ್ಳಬಾರದು.

ಸ್ತ್ರೀವಾದ ಎನ್ನುವುದು ಜಗತ್ತಿನಾದ್ಯಂತ ಆಯಾ ದೇಶದ, ಸಮುದಾಯದ ಅನುಭವ ದ್ರವ್ಯದಿಂದ ಹೊಸ ನೋಟಗಳನ್ನು ಅದಕ್ಕೆ ಸೇರಿಸುತ್ತಾ ಬೆಳೆಯುತ್ತಿರುವುದಕ್ಕೆ ಕಾರಣ ಅದು ಹೆಣ್ಣುಮಕ್ಕಳಿಗೆ ತಮ್ಮ ಅಭಿವ್ಯಕ್ತಿಗೊಂದು ಧೈರ್ಯ ಕೊಡುತ್ತಿದೆ ಎಂಬುದೇ ಆಗಿದೆ. ಯಾವುದೇ ಇಸಂ ನಮ್ಮ ನಡುವಿನ ಅನ್ಯಾಯಗಳನ್ನು ವಿವರಿಸುತ್ತಿದೆಯೇ? ಅದು ಕೀಳರಿಮೆಯಿಂದ ನರಳುತ್ತಿರುವ ಹೆಣ್ಣುಮಗಳೊಬ್ಬಳಿಗೆ ಆತ್ಮ ವಿಶ್ವಾಸವನ್ನು ತುಂಬುತ್ತಿದೆಯೇ? ಅದು ನರಕ ಸದೃಶ ಬದುಕಿನಿಂದ ಪಾರಾಗಲು ಅವಳಿಗೆ ದಾರಿ ತೋರುತ್ತಿದೆಯೇ? ಎಂಬುದು ಮುಖ್ಯ. ಈ ಸ್ವಪ್ರಜ್ಞೆ ಬರದೇ ಅವಳು ಧ್ವನಿ ಎತ್ತಲಾರಳು. ಅವಳು ಧ್ವನಿ ಎತ್ತದೇ ಲೋಕ ಅರಿತುಕೊಳ್ಳಲಾರದು. ಅಂತಹ ಧ್ವನಿಗಳೀಗ ಕೇಳಿಸತೊಡಗಿವೆ. ಗೊಲ್ಲರ ಹಟ್ಟಿಯ ಹೆಣ್ಣುಮಕ್ಕಳು ಮುಟ್ಟಾದರೆ

ಅವರನ್ನು ಊರಿನ ಹೊರಗೆ ಗುಡಿಸಲಿನಲ್ಲಿ ಪ್ರತ್ಯೇಕವಾಗಿ, ಒಂಟಿಯಾಗಿ ಬಿಡುವುದನ್ನೂ, ಅವರು ಮಕ್ಕಳನ್ನು ಹೆತ್ತಾಗಲೂ ಹೀಗೆ ಮಾಡುವುದನ್ನೂ ಪತ್ರಿಕೆಗಳಲ್ಲಿ ಓದಿದ್ದೇವೆ. ಆದರೆ ಅದೇ ಗೊಲ್ಲರ ಹಟ್ಟಿಯ ಮಕ್ಕಳು ಇಂದು ಓದಿ ಕೆಲಸ ಪಡೆದು ಇಂತಹ ಹಿಂಸೆಗಳಿಂದ ಪಾರಾಗಿರುವುದನ್ನೂ ನಾವು ನೋಡುತ್ತಿದ್ದೇವೆ. ಇವರಿಗೆಲ್ಲರಿಗೂ ಈ ಕಾಲವೇ ಒಳ್ಳೆಯ ಕಾಲವಾಗಿ ಕಾಣಿಸುತ್ತದೆ. ಯಾಕೆಂದರೆ, ಇತಿಹಾಸದಲ್ಲಿ ನೋವುಂಡವರು ಮಾತ್ರ ಅದನ್ನು ಹೇಳಬಲ್ಲರು. ನೋವನ್ನೇ ಕಾಣದೆ, ಎಲ್ಲ ಸವಲತ್ತುಗಳನ್ನು ಮೊದಲು ಅನುಭವಿಸಿ, ಈಗ ಕೈತಪ್ಪುವ ಭಯದಲ್ಲಿರುವವರಿಗೆ, ಕೆಲವು ಇಸಂಗಳ ತಿಳಿವಿನಿಂದಾಗಿ ಜನ ಪ್ರಶ್ನಿಸತೊಡಗಿದರೆ ಅದು ಘೋರ ಅಪರಾಧವಾಗಿ ಕಾಣುತ್ತದೆ. ಆದರೂ ಚಲನೆ ಮುಂದುವರಿಯುತ್ತಲೇ ಇರುತ್ತದೆ.

ಈ ತಿಳಿವಿನ ಮುಂದುವರಿಕೆಯಾಗಿ ವಿವಾಹದೊಳಗಣ ಆಕ್ರಮಣವನ್ನು ಪ್ರಶ್ನಿಸಿದರೂ ಅಪರಾಧವೆನಿಸುತ್ತಿದೆ. ಆದರೆ ಅದನ್ನು ಸಹಾನುಭೂತಿಯಿಂದ ಪರಿಶೀಲಿಸದೇ ಹೋದರೆ, ತರುಣ ಜನಾಂಗದ ವೈವಾಹಿಕ ಬದುಕು ಛಿದ್ರವಾಗುತ್ತದೆ. ಸಮಾನತೆಯ ಆಶಯ ಮಿದುಳಿಗೆ ರವಾನೆಯಾಗದೇ ಎಲ್ಲ ಸರಿಯಿತ್ತು ಎಂದು ತಿಪ್ಪೆ ಸಾರಿಸಲಾಗದು. ಅಂದೂ ವೈದಿಕವಲ್ಲದೆ ಅವೈದಿಕ ನಡೆಗಳಿಂದಲೂ ಸಮಾಜದಲ್ಲಿ ಒಳಿತು ಕೆಡುಕುಗಳ ವಿಶ್ಲೇಷಣೆ ನಡೆದಿತ್ತು. ಇಂದೂ ನಡೆಯುತ್ತಿರುತ್ತದೆ. ತಮ್ಮ ಅನುಕೂಲಕ್ಕೆ ತಕ್ಕಂತೆ ಹಿಂದು ಮುಂದುಗಳನ್ನು ತಿರುಚುತ್ತಾ, ಹಿಂದಿನ ತರತಮಗಳಿಗೆ ಮರುಮನ್ನಣೆ ಒದಗಿಸಲು ಪ್ರಯತ್ನಿಸಲಾಗುತ್ತಿದೆ. ನಿಮ್ಮ ಸ್ಥಿತಿಗೆ ನೀವೇ ಕಾರಣ ಎಂದು ಒಪ್ಪಿಸಲಾಗುತ್ತಿದೆ. ಆಗ ಎಲ್ಲಾ ಚೆನ್ನಾಗಿತ್ತು ಎನ್ನುವಾಗಲೂ, ಆಗಿನ ತಪ್ಪುಗಳನ್ನು ಮುಚ್ಚಿಟ್ಟು ಈಗಿನವರನ್ನು ದೂಷಿಸುವುದು ಇಂದಿನ ಹೊಸ ರಾಜಕಾರಣ.

ಭೈರಪ್ಪನವರ 'ಗೃಹಭಂಗ' ಕಾದಂಬರಿಯ ನಂಜಮ್ಮನಂತೆ ಅವಳ ಮರಿಮಗಳು ನಲುಗಲು ತಯಾರಿರುವುದಿಲ್ಲ. ಫೆಮಿನಿಸ್ಟರನ್ನು ಬೈಯುವುದು ಒತ್ತಟ್ಟಿಗಿರಲಿ, ಕಾಮದಲ್ಲೂ ಒಪ್ಪಿಗೆ ಕೇಳುತ್ತೇನೆ ಎನ್ನುವ 'ನಾತಿಚರಾಮಿ' ಮಂತ್ರದೆಡೆಗೆ ಸೆಲೆಕ್ಟಿವ್ ಆಗದಿರಿ ಎಂದವಳು ಕೇಳತೊಡಗಿದ್ದಾಳೆ. ಕಿವಿಗೊಡಿ.

ಖ

· 30

ಇದಿರು
ನೋಟ

ಸಬಿತಾ ಬನ್ನಾಡಿ

ಉನ್ನತ ಶಿಕ್ಷಣವು ಅವನತ ಸಮಾಜದ ಬಾಲಂಗೋಚಿಯಾಗುವ ಪ್ರಪಾತದೆಡೆಗೆ ಸಾಗುತ್ತಿದೆ

ಸುಣ್ಣ ನುಂಗುತ್ತಿರುವ ಗೋಡೆಗಳು

ಆತ ಕೊಠಡಿಯಿಂದ ಹೊರಬಂದು 'ಹೀ ಈಸ್ ಅಮೇಜಿಂಗ್. ಎಷ್ಟು ವಿಷಯ ತಿಳ್ಕೊಂಡಿದಾನೆ ಗೊತ್ತಾ? ಐ ವಾಸ್ ವೆರೀ ಹ್ಯಾಪಿ ವಿತ್ ಹಿಮ್' ಅಂತೆಲ್ಲ ಬಡಬಡಿಸುತ್ತಿದ್ದ. ವಾಸ್ತವದಲ್ಲಿ ಆಗಿದ್ದೇನೆಂದರೆ, ಮುಚ್ಚಿದ ಕೊಠಡಿಯೊಳಗೆ, ಬಂದವನು ಈತನಿಗೆ ಚೆನ್ನಾಗಿ ತದುಕಿದ್ದ. ಈತನೊಬ್ಬ ಯುನಿವರ್ಸಿಟಿ ಪ್ರೊಫೆಸರ್ ಆಗಿದ್ದು ಆತ ಈತನ ಪಿಎಚ್.ಡಿ ವಿದ್ಯಾರ್ಥಿನಿಯ ಗಂಡನಾಗಿದ್ದ.

ತಿಂದಿದ್ದು ಒದೆಯಾದರೂ ಹೊರಗೆ ತಾನು ಬಹಳ ಗಹನವಾದ ಚರ್ಚೆಯಲ್ಲಿದ್ದೆ ಅಂತ ಪೋಸ್ ಕೊಡುವ ಈತನದ್ದು ಒಂಥರಾ ದುಸ್ಥಿತಿಯಾದರೆ, ಈತನ ಮಾರ್ಗದರ್ಶನದಲ್ಲಿ ಓದುವ ಅವಳದ್ದು ಇನ್ನೊಂಥರ ದುಸ್ಥಿತಿ. ಇವನ ಅಸಭ್ಯ ವರ್ತನೆ, ಹಣ ಮತ್ತು ಮಾನ ಎರಡಕ್ಕೂ ಕುತ್ತು ತರುವಂತಹ ಇವನ ಬೇಡಿಕೆ ಇತ್ಯಾದಿಗಳಿಂದ ರೋಸಿ ಹೋದ ಅವಳು ಹೀಗೆ 'ಗುರು'ವಿಗೆ ಬುದ್ಧಿ ಕಲಿಸಲು ಹೊರಟಿದ್ದಳು. ಅವಳ ಹಾಗೆ ಗಂಡನ ಬೆಂಬಲವೂ ಇಲ್ಲದ, ಬಡತನದಿಂದ ಬಂದ, ಸಾಮಾಜಿಕ ಭದ್ರತೆಯಿಲ್ಲದ ಹುಡುಗ, ಹುಡುಗಿಯರದು ಬೇರೆಯದೇ ಗೋಳು.

ಇಲ್ಲಿ ಎರಡು ಅಂಶಗಳಿವೆ. ಒಂದು ತನ್ನ ಮಾನಹಾನಿಯನ್ನು ಮುಚ್ಚಿಟ್ಟು ಅಲ್ಲೂ ತಾನು ಬಹಳ ದೊಡ್ಡವನು ಎಂದು ತೋರಿಸಿಕೊಳ್ಳುವ ನಿರ್ಲಜ್ಜ ನಡೆ. ಇನ್ನೊಂದು ಇಂತಹ ಮಹಾನುಭಾವರು ಬಹಳ ದೊಡ್ಡವರು ಅಂತ ತಿಳಿದು ಅವರ ಮಾರ್ಗದರ್ಶನದಲ್ಲಿ ಓದಲು ಬಂದು ಅವರ ಒಳ ವ್ಯವಹಾರಗಳಿಂದ ರೋಸಿಹೋದವರೂ, ಪ್ರಕಟವಾಗಿ ಏನನ್ನೂ ಮಾಡಲಾಗದೆ ವ್ಯಕ್ತಿ ಮಟ್ಟದಲ್ಲೇ ಎಲ್ಲವನ್ನೂ ಮುಚ್ಚಿಟ್ಟು 'ಸರಿ'ಪಡಿಸಿಕೊಳ್ಳಬೇಕಾದ ಅಸಹಾಯ ಅವ್ಯವಸ್ಥೆ. ಮೀಟೂ ಚಳವಳಿಯಲ್ಲಿ ಬೇರೆ ಬೇರೆ ರಂಗದವರ ಈ ಮುಚ್ಚಿಟ್ಟ ಈ 'ಸರ್ಪದ ಬುಟ್ಟಿ' ಯಿಂದ ಹೊರಬಂದ 'ದೊಡ್ಡವರ' ಸುದ್ದಿ ಕೆಲವರನ್ನು ಬೆಚ್ಚಿಬೀಳಿಸಿತು. ಆದರೆ ಆಗಲೂ ಶೈಕ್ಷಣಿಕ ರಂಗದ ಇಂತಹ ಅಸಂಖ್ಯ ಪ್ರಕರಣಗಳು ಹೊರಬರಲೇ ಇಲ್ಲ. ಇದು ವಿಶ್ವವಿದ್ಯಾನಿಯಲಗಳ ಜಗುಲಿಯಲ್ಲಿ ಗುಸಗುಸ ಪಿಸಪಿಸಕ್ಕೆ ಮಾತ್ರ ಇಂದಿಗೂ ಸೀಮಿತವಾಗಿದೆ.

ಅದು ಯಾಕೆ ಹಾಗೆ? ಎಂದು ಈಗಲೂ ಕೆಲವರು ಮುಗ್ಧ ಪ್ರಶ್ನೆ ಹಾಕಬಹುದು. ತಕ್ಷಣ ಕಂಪ್ಲೇಂಟ್ ಕೊಡಬೇಕೆಂಬ ಬಿಟ್ಟಿ ಸಲಹೆಯನ್ನೋ ಅಥವಾ ಪಿಎಚ್.ಡಿ ಬಿಸಾಕಿ ಬರಬಹುದಲ್ಲಾ ಅಂತ ಸಿಟ್ಟಿನಿಂದಲೋ ಹೇಳಬಹುದು. ಆದರೆ ಪ್ರಶ್ನೆ ಇರುವುದು ದೂರು ನೀಡಿ ಸಾಕ್ಷಿ ಹೇಗೆ ಒದಗಿಸಬೇಕು? ಎಲ್ಲಾ ಮಾಡಿಯೂ ನ್ಯಾಯ ಸಿಗುವ ಖಾತ್ರಿ ಇದೆಯೇ? ಯಾರ ಜೊತೆ ಯಾರು ನಿಲ್ಲುತ್ತಾರೆ? ಇವೆಲ್ಲದರ ಜೊತೆಗೆ ಪಿಎಚ್.ಡಿಯನ್ನು ಯಾಕೆ ಇವಳು/ಇವನು ಬಿಸಾಕಬೇಕು? ಅದು ಅವರ ಹಕ್ಕಲ್ಲವೇ ಎಂದು ನಾವೇಕೆ ಯೋಚಿಸುತ್ತಿಲ್ಲ? ಇದೆಲ್ಲ ಹೀಗೇ ಒಳಗೊಳಗೇ ನಡೆಯುವುದಕ್ಕೆ ನಿದರ್ಶನವಾಗಿ ಮೀಟೂ ಪ್ರಕರಣವನ್ನೇ ನೆನಪಿಸಿಕೊಳ್ಳಬಹುದು. ಅವಕಾಶಕ್ಕಾಗಿ ಪ್ರತ್ಯಕ್ಷವಾಗಿಯೋ, ಪರೋಕ್ಷವಾಗಿಯೋ ಹಾಸಿಗೆಗೆ ಕರೆಯುವ ತನಕವೂ ಮುಂದುವರಿಯುವ ನಿರ್ದೇಶಕರು, ನಿರ್ಮಾಪಕರು, ನಟರು ಇದ್ದಾರೆ ಎಂದು ಬಾಯಿಬಿಟ್ಟ ಹಲವು ಪ್ರತಿಭಾವಂತ ಹೆಣ್ಣುಮಕ್ಕಳ ವೃತ್ತಿಜೀವನಕ್ಕೆ ಕಲ್ಲು ಬಿತ್ತು ಮಾತ್ರವಲ್ಲ ಕೆಟ್ಟ ಟ್ರೋಲ್ ಎದುರಿಸಬೇಕಾಯಿತು.

ಯಾಕೆ ಹೆಣ್ಣುಮಕ್ಕಳು ವ್ಯಕ್ತಿ ಮಟ್ಟದ ಪರಿಹಾರಕ್ಕೆ ಮುಂದಡಿಯಿಡಬೇಕಾದ ಅನಿವಾರ್ಯತೆ ಅಥವಾ ಸಹಿಸಿಕೊಳ್ಳಬೇಕಾದ ಮೂಗುಬ್ಬಸದ ದಾರಿಯನ್ನೇ ಆಯ್ಕೆ ಮಾಡಿಕೊಳ್ಳುತ್ತಾರೆ ಎಂಬುದು ಇದರಿಂದ ದೃಢಪಡುತ್ತದೆ. ಕನ್ನಡದ ನಟಿ ಶೃತಿ ಹರಿಹರನ್ ಅವರಿಗೆ ಇಡೀ ಸಿನಿಮಾ ಇಂಡಸ್ಟ್ರಿಯು ಸದ್ದಿಲ್ಲದೇ ಅವಕಾಶ ನಿರಾಕರಿಸಿರುವ ಜೀವಂತ ಉದಾಹರಣೆ ನಮ್ಮ ಮುಂದಿದೆ. ಅಂದರೆ, ಸಾಮಾಜಿಕ ಸ್ಥಿತಿ ಹೇಗಿದೆಯೆಂದರೆ, ಸಂತ್ರಸ್ತರನ್ನೇ ಅಪರಾಧಿಗಳಾಗಿಸಿ, ಅಪರಾಧಿಗಳನ್ನು ನಾಯಕರನ್ನಾಗಿಸುವ ವ್ಯವಹಾರವಿಲ್ಲಿ ಸಲೀಸು. ಇದು ರಾಜಕಾರಣದಿಂದ ಹಿಡಿದು ಕಾವಿಧಾರಿಗಳ ತನಕ 'ತೆರೆದ ಗುಟ್ಟು.'

ಗುರುಪೂರ್ಣಿಮೆ ನಮ್ಮ ಸಂಸ್ಕೃತಿ ಎಂದು ಹುಸಿ ಮಾತು ಆಡುವ ನಮ್ಮಲ್ಲಿಂದು ಶಿಕ್ಷಣದ ಗುಣಮಟ್ಟ ಯಾವ ಪಾತಾಳಕ್ಕೆ ತಲುಪಿದೆ ಎಂಬ ಬಗೆಗೆ ಯಾರಿಗೂ ಚಿಂತೆ ಇಲ್ಲ. ಗುಣಮಟ್ಟ ಉಳಿಸಿಕೊಂಡ ಕೆಲವು ವಿಶ್ವವಿದ್ಯಾಲಯಗಳನ್ನು ಬೆಂಬೆತ್ತಿ ಹಳ್ಳಹಿಡಿಸುವ ಕಾಯಕವೇ ಶೌರ್ಯವಾಗಿರುವಾಗ ಭರವಸೆ ಎಲ್ಲಿದೆ?

ಹೀಗೆಲ್ಲ ಇರುವಾಗ ಮಹಿಳಾ ಪ್ರೊಫೆಸರ್ ಒಬ್ಬರು ತನ್ನ ಪಿಎಚ್.ಡಿ ವಿದ್ಯಾರ್ಥಿಯಿಂದ, ಬಾಹ್ಯ ಮೌಲ್ಯಮಾಪಕರಿಗೆ ಕೊಡುವುದಕ್ಕಾಗಿ ಹದಿನಾರು ಸಾವಿರದ ಎಂಟುನೂರು ರೂಪಾಯಿಗೆ ಬೇಡಿಕೆ ಇಟ್ಟು ಅದರಲ್ಲಿ ಐದು ಸಾವಿರವನ್ನು ಸ್ವೀಕರಿಸುವಾಗ ಲೋಕಾಯುಕ್ತ ಪೊಲೀಸರಿಗೆ ಸಿಕ್ಕಿಬಿದ್ದು ಮೂರು ವರ್ಷ ಜೈಲು ಶಿಕ್ಷೆಗೆ ಗುರಿಯಾಗಿದ್ದಾರೆ ಎಂಬ ಸುದ್ದಿ ಬಂತು. ಈ ಸುದ್ದಿಗಿಂತ ಇದಕ್ಕೆ ಬಂದ ಪ್ರತಿಕ್ರಿಯೆ ಈ ಸಮಾಜದ ಕನ್ನಡಿಯಂತೆ ಪ್ರತಿಫಲಿಸಿತು.

ಇದಕ್ಕಾಗಿ ಕೆಲವರು ಸಮಾಧಾನ ಪಟ್ಟುಕೊಂಡರೆ ಇನ್ನು ಕೆಲವರು ಹಣ್ಣು ತಿಂದವರಿಗೆ ಶಿಕ್ಷೆ ಆಗಲಿಲ್ಲ, ಸಿಪ್ಪೆ ತಿಂದವರಿಗೆ ಶಿಕ್ಷೆಯೇ? ಎಂದರು. ಇನ್ನೂ ಕೆಲವರಿಗಿದು, ಎಂತೆಂಥಾ ಪ್ರಕರಣ ಬಿಟ್ಟು ಲೋಕಾಯುಕ್ತ ಜುಜುಬಿ ಐದು ಸಾವಿರ ರೂಪಾಯಿ ಪ್ರಕರಣದಲ್ಲಿ ಶಿಕ್ಷೆ ಆಗಿದೆಯಲ್ಲಾ ಎನಿಸಿತು. ಇದೆಲ್ಲದರಾಚೆಗೆ ಬಂದ ಪ್ರತಿಕ್ರಿಯೆ ಎಂದರೆ, ಲಂಚ ತಿನ್ನುವುದೂ ಗೊತ್ತಿಲ್ಲದ ಪೆದ್ದು ಎನ್ನುವುದು. ಈ ಎಲ್ಲಾ ಪ್ರತಿಕ್ರಿಯೆಗಳನ್ನು ಗಂಭೀರವಾಗಿ ಪರಿಗಣಿಸಬೇಕಿದೆ.

ಕಾಲುವೆಗಳು, ಕಟ್ಟಡಗಳು, ರಸ್ತೆಗಳು, ಅರಣ್ಯಗಳು, ನೂರಾರು ಎಕರೆ ಜಮೀನುಗಳು, ಸಾವಿರ, ಲಕ್ಷ ಕೋಟಿಗಳನ್ನೇ ನುಂಗಿ ಜೀರ್ಣಿಸಿಕೊಳ್ಳುತ್ತಿರುವುದು ಕಣ್ಣೆದುರೇ ನಡೆಯುವಾಗ 'ಪಾಪ! ಐದು ಸಾವಿರಕ್ಕೆ ಮೂರುವರ್ಷ ಜೈಲೇ?' ಎಂದು ಕರುಣೆ ಉಕ್ಕಿಸುವಂತೆ ಈ ತೀರ್ಪು ಹಲವರಿಗೆ ಕಂಡರೆ ಅದು 'ನಿಂದ ನೆಲದ ದೋಷವೇ' ಇರಬೇಕು. ಕದಿಯುವುದು, ಕದ್ದು ಸಿಕ್ಕಿ ಹಾಕಿಕೊಳ್ಳದೇ ಇರುವುದು ಮಾತ್ರವಲ್ಲ, ಅವರೇ ಕೆಲವೊಮ್ಮೆ ಆಳುವವರೂ ಆಗುವುದಕ್ಕೆ ದೊಡ್ಡ ಇತಿಹಾಸವೇ ಇದೆ.

ಮೆಡೋಸ್ ಟೇಲರ್ ಎಂಬ ಬ್ರಿಟಿಷ್ ಅಧಿಕಾರಿ ಬರೆದ ಕೃತಿಯ ಕನ್ನಡ ಅನುವಾದ 'ಠಕ್ಕನೊಬ್ಬನ ಆತ್ಮಚರಿತ್ರೆ'ಯಲ್ಲಿ 18–19ನೇ ಶತಮಾನದಲ್ಲಿ ಭಾರತದಲ್ಲಿ ವ್ಯಾಪಾರಿಗಳನ್ನು ದೋಚಿ ಕೊಲೆ ಮಾಡುತ್ತಿದ್ದ ಠಕ್ಕರು ಇದನ್ನು ಮನೆಮಂದಿಗೂ ಗೊತ್ತಾಗದಂತೆ ನಿಭಾಯಿಸುತ್ತಿದ್ದುದೂ ಅಲ್ಲದೆ, ಕೆಲವರು ಆ ಹಣದಲ್ಲೇ ಸೈನ್ಯ ಕಟ್ಟಿ ಸಣ್ಣಪುಟ್ಟ ರಾಜರೆನಿಸಿಕೊಂಡ ವಿವರವಿದೆ. ಕ್ರಿ.ಶ.ಸು. 920ರ 'ವಡ್ಡಾರಾಧನೆ'ಯಲ್ಲಿ ಕಳ್ಳತನದಲ್ಲಿನ ಹಲವು ತಂತ್ರಗಳಲ್ಲಿ ಪರಿಣತಿ ಪಡೆಯುವ ತಸ್ಕರಶಾಸ್ತ್ರದ ಉಲ್ಲೇಖ ಬರುತ್ತದೆ. ಈ ಶಾಸ್ತ್ರ ಕಲಿತವನನ್ನು ತಳವಾರಿಕೆಯಲ್ಲಿ ತರಬೇತಿ ಪಡೆದವನು ಹಿಡಿದರೂ ಸಾಬೀತು ಪಡಿಸಲಾಗದ ವ್ಯಂಗ್ಯ 'ವಿದ್ಯುತ್‌ಚೋರನೆಂಬ ರಿಸಿಯ ಕತೆ'ಯಲ್ಲಿ ಬರುತ್ತದೆ. ಋಷಿಗಳು ಚೋರರೇ, ಚೋರರು ಋಷಿಗಳೇ ಎಂಬ ಕಲಸುಮೇಲೋಗರದ ಸಾಮಾಜಿಕ ಸನ್ನಿವೇಶಕ್ಕೆ ಪ್ರತಿಮೆಯಂತೆ ಇವುಗಳನ್ನು ನೋಡಬಹುದು ಎಂಬುದಕ್ಕೆ ನಮ್ಮ ಸುತ್ತಲಿನ ಜಗತ್ತೇ ಸಾಕ್ಷಿ.

ಮುಖವಾಡಗಳಲ್ಲಿರುವ ನಾನಾ ಚೋರರಿಗೆ ಸಿಗುತ್ತಿರುವ ಮನ್ನಣೆಯು ಹುಟ್ಟಿಸುವ ಮೋಹದಿಂದ ಗಂಡು, ಹೆಣ್ಣು, ಆ ಜಾತಿ ಈ ಜಾತಿ ಎಂಬ ಭೇದವಿಲ್ಲದೆ ಎಲ್ಲರೂ ಪ್ರಭಾವಿತರೇ. ಇಂದಿನ ಮಾರುಕಟ್ಟೆ ಪ್ರಣೀತ ಆರ್ಥಿಕತೆ ಮತ್ತು ಅದನ್ನು ಬೆಂಬಲಿಸುವ ಹಲವಾರು ರೀತಿಯ ಮಾಧ್ಯಮಗಳು ಹೇಗಾದರೂ ಸರಿಯೇ, ಕುಬೇರರೆನಿಸಿಕೊಂಡರೆ ಸಾಕು ಬೀಸಣಿಗೆ ಹಿಡಿದು, ನಡುಬಗ್ಗಿಸಿ ಹಾಜರಾಗುತ್ತಿರುವಾಗ ಮತ್ತು ಅಂತವರೇ, ಕಾಣದಂತೆ ಅಧಿಕಾರ ಸೂತ್ರ ಹಿಡಿಯುವಾಗ, ಇದೇ ಬದುಕಿನ ಯಶಸ್ಸು ಎನಿಸಿಕೊಂಡಿರುವಾಗ ಇದಕ್ಕೆ ಉಘೇ ಉಘೇ ಎನ್ನದಿರಲಾದೀತೇ?

ಈ ಸುಳ್ಳಿನ ದಾರಿಯಿಂದ ಬಿಡುಗಡೆಗಾಗಿ ಎಲ್ಲ ಅಧಿಕಾರ ಕೇಂದ್ರಗಳನ್ನು ವರ್ಜಿಸಿ ಸ್ವಯಂ ಬುದ್ಧರಾಗುವ ತಿಳಿವನ್ನು ತೋರಿದ ಬುದ್ಧನಾಗಲೀ, ಶ್ರೀಮಂತಿಕೆಯ ಸಾಂಸ್ಥಿಕತೆಯನ್ನು ನಿರಾಕರಿಸಿದ ಶರಣರಾಗಲೀ ಇಂತವರ ಕೈಯಲ್ಲಿ ಉರುಳಿಸುವ ದಾಳಗಳಾಗಿದ್ದಾರೆ. ಹೀಗಿರುವಲ್ಲಿ ಸಾಮಾಜಿಕ ಉನ್ನತಿಯ ಪ್ರತೀಕಗಳಾಗಬೇಕಾದ ವಿಶ್ವವಿದ್ಯಾಲಯಗಳಲ್ಲಿ ಪ್ರಾಜ್ಞರನ್ನು ಬೆಪ್ಪರಂತೆಯೂ, ಬೆಪ್ಪರನ್ನು ಪ್ರಾಜ್ಞರಂತೆಯೂ ನಡೆಸಿಕೊಳ್ಳುವ ಸನ್ನಿವೇಶ ಎದುರಾಗಿರುವುದು ಮತ್ತದರ ಪರಿಣಾಮ ವಿದ್ಯಾರ್ಥಿಗಳ ಮೇಲಾಗುವುದು ಸಾಮಾಜಿಕ ರೋಗದ ಉಲ್ಬಣಾವಸ್ಥೆಯ ದ್ಯೋತಕ ಅಷ್ಟೇ.

೩೦

· 31

ಇದಿರು
ನೋಟ

ಸಬಿತಾ ಬನ್ನಾಡಿ

ಗಡಿಯಲ್ಲಿ, ನೆಲದಲ್ಲಿ ಅಸಲಿ ಯುದ್ಧ ಮಾಡುವವರೊಂದಿಗೆ ನಕಲಿ ಯುದ್ಧ ಶೂರರ ಗಡಿ ಮೀರಿದ ಮಾತಿನ ದಾಳಿ

ನಡೆ ಮರೆಮಾಚುವ ನುಡಿಜಾಲ

ಉತ್ರಳ್ಳಿ ಇಂದ್ರಕ್ಕ ಹೀಗೆ ಹೇಳಕೂಡದು: 'ನಾನು ಯಾರನ್ನೂ ಜೈಲಿಗೆ ಹಾಕುವುದಿಲ್ಲ.' (ಅದರರ್ಥ) ಆಕೆ ಹೀಗೆ ಹೇಳಬೇಕು: 'ನಾನು ಎಲ್ಲರನ್ನೂ ಬಂಧಿಸುತ್ತೇನೆ ಮತ್ತು ಜೈಲಿಗೆ ಹಾಕುತ್ತೇನೆ.' – ಪಿ ಲಂಕೇಶ್‌ರ 'ಟೀಕೆಟಿಪ್ಪಣಿ–1' ಕೃತಿಯ ಸಾಲುಗಳು ಇವು.

ಜಗತ್ತು ಎಂಬ ಮಾರುಕಟ್ಟೆಯಲ್ಲಿ ಅತಿ ಹೆಚ್ಚು ವ್ಯಾಪಾರವಾಗುತ್ತಿರುವ ಸರಕೆಂದರೆ ಮಾತೇ ಇರಬೇಕು. ಈ ಮಾತಾದರೋ ಎಂಥೆಂಥಾ ಬಣ್ಣದ ಧಿರಿಸು, ಅಲಂಕಾರ, ಥಳುಕು, ರೂಪ ಧರಿಸಿ ಕುಳಿತಿದೆಯೆಂದರೆ, ಅದಿಲ್ಲದ ಮಣ್ಣೊಳಗೆ

ಅಡಗಿರುವ ಅಮೂಲ್ಯ, ಬಿತ್ತಿನಂತಿರುವ ನಿರಲಂಕೃತ ಮಾತುಗಳೆಡೆಗೆ ಯಾರೂ ಕಣ್ಣೆತ್ತಿಯೂ ನೋಡುತ್ತಿಲ್ಲ. ಮಾರಾಟವಾಗುವುದೇ ಮೌಲ್ಯವಾಗಿರುವ ಕಾಲದಲ್ಲಿ ಒಳಗಿನ ತಿರುಳು ತೆರೆದು ನೋಡುವ ವ್ಯವಧಾನ ಯಾರಿಗೂ ಇಲ್ಲ. ವೈರಲ್ ಆಗುವ ಫಿವರ್‌ನ ಬೆನ್ನು ಬಿದ್ದ ಕಾಲವಿದು.

ಮಾತು ಇಂದು ಪರ್ಯಾಯ ನಾಣ್ಯದಂತೆ ಚಲಾವಣೆಯಲ್ಲಿದೆ. ಅಂದರೆ ಅದು ಬಂಡವಾಳವಾಗಿ ವರ್ತಿಸುತ್ತಿದೆ. ಹೀಗೆ ವರ್ತಿಸುವ ಗಡಿಬಿಡಿಯಲ್ಲಿ ಅದು ಈ ಸಮಾಜದ ನಡೆಗಳನ್ನು ತೆರೆದು ತೋರಿಸುವ ಕನ್ನಡಿಯಾಗಿಯೂ ಕೆಲಸ ಮಾಡುವುದು ನುಡಿಯ ವೈಶಿಷ್ಟ್ಯ. ಇದು ಹಲವು ಸಂದರ್ಭಗಳಲ್ಲಿ ಅನಾವರಣಗೊಳ್ಳುತ್ತಿರುತ್ತದೆ. ಈಗ ನಡೆಯುತ್ತಿರುವ ರೈತರ ಮುಷ್ಕರದ ಹೊತ್ತಿನಲ್ಲೂ ಇದು ಆಗುತ್ತಿದೆ. ಸರ್ಕಾರದ ಎದುರಿಗೆ ಪ್ರಜಾಸತ್ತಾತ್ಮಕವಾಗಿ ರೈತರು ನಡೆಸುತ್ತಿರುವ ಮುಷ್ಕರದ ಬಾಹುಳ್ಯ ನೋಡಿ ಅವರನ್ನು ಹೇಗಾದರೂ ಮಣಿಸಬೇಕು ಎಂದು ಹೊರಟ ಕೆಲವು ಟ್ವಿಟರ್ ವೀರರು ರೈತರನ್ನು ಮಾತಿನ ಗುಂಡಿನಿಂದ ಹೊಡೆದೋಡಿಸಲು ಅಣಿಯಾದರು. ಇನ್ನು ಕೆಲವು ಸುದ್ದಿ ಮಾಧ್ಯಮಗಳು ತಮ್ಮ ಬಳಿ ಇರುವ ಮಾತಿನ ಮದ್ದುಗುಂಡಿನ ಸಂಗ್ರಹದಿಂದ ಹೇಗೇಗೋ ಗುರಿಯಿಟ್ಟು ಸ್ಫೋಟಿಸತೊಡಗಿದರು.

ಈ ಸನ್ನಿವೇಶದಲ್ಲಿ ಕೆಲವು ಮಾತುಗಳನ್ನು ಇಲ್ಲಿ ಚರ್ಚಿಸಬಹುದು. ಅದರಲ್ಲಿ ಒಂದು, ಈಚಿನ ಟ್ವಿಟರ್ ಝಾನ್ಸಿರಾಣಿ ಎನಿಸಿಕೊಂಡಿರುವ ಕಂಗನಾ ರಣಾವತ್ ಅವರ ಮಾತುಗಳು. ರೈತ ಹೋರಾಟದಲ್ಲಿ ಕಾಣಿಸಿಕೊಂಡ ಎಪ್ಪತ್ತೈದರ ಮೊಹಿಂದರ್ ಕೌರ್ ಬಗ್ಗೆ ಬಹಳ ಹಗುರವಾಗಿ, 'ಇಂಥವರು ನೂರು ರೂಪಾಯಿಗೆ ಸಿಗುತ್ತಾರೆ,' ಎಂದು ಟ್ವೀಟ್ ಮಾಡಿದರು. ಕೇವಲ ಮಾತಾಗಿ ಇದನ್ನು ಹೇಳಿದ ಕಂಗನಾರನ್ನು ನಿರ್ಲಕ್ಷಿಸಬಹುದು. ಆದರೆ, ಈ ಮಾತು, ಅದರಾಚೆಗೆ ನಮ್ಮ ಸಾಮಾಜಿಕ ಮನಸ್ಥಿತಿಯನ್ನು ಪ್ರತಿಬಿಂಬಿಸುತ್ತಿರುವುದರಿಂದ ಅದನ್ನೀಗ ನಾವು ವಿಶ್ಲೇಷಿಸಲೇಬೇಕು. ಇದನ್ನು ಯಾರು ಹೇಳಿದರು ಎಂಬುದು ಮುಖ್ಯವಲ್ಲ, ಏನು ಹೇಳಿದರು ಎಂಬುದು ಮುಖ್ಯ.

ಸಾಮಾಜಿಕ ತರತಮಗಳನ್ನು ಕಾಪಿಟ್ಟುಕೊಳ್ಳುವ ಸಂಸ್ಕೃತಿಯೊಂದು ನಮ್ಮಲ್ಲಿ ಇದೆ. ಈ ತರತಮವು ಕೆಳಶ್ರೇಣಿಗೆ ಯಾರನ್ನು ತಳ್ಳಬೇಕೆಂದು ಬಯಸುತ್ತದೋ ಅವರನ್ನು 'ಕೇವಲ'ವಾಗಿ ನಡೆಸಿಕೊಳ್ಳುತ್ತದೆ. ಜನರನ್ನು ಅವರ ಬಣ್ಣದಿಂದ, ಆಹಾರದಿಂದ, ತೊಡುವ ಬಟ್ಟೆಯಿಂದ, ಅವರ ಆರ್ಥಿಕ ಮಟ್ಟದಿಂದ, ಅವರು ಹುಟ್ಟಿದ ಜಾತಿಯಿಂದ ನಿರ್ಧರಿಸುತ್ತದೆ. ಇದೀಗ ಜನರು ತಮಗಿಂತ ಭಿನ್ನ ಚಿಂತನೆಯನ್ನು ಹೊಂದಿದರೂ ಅವರೆಡೆಗೆ ತರತಮ ಮಾಡುವ ಪ್ರಯತ್ನ ಶುರುವಾಗಿದೆ.

ಪ್ರತಿಭಟನೆಯಲ್ಲಿ ತೊಡಗಿಕೊಂಡಿರುವ ಪಂಜಾಬಿಗಳು, ಅದರಲ್ಲೂ ಯುವ ಪಂಜಾಬಿಗಳು ಈ ಪ್ರಯತ್ನಗಳನ್ನು ದಿಟ್ಟವಾಗಿ ವಿರೋಧಿಸುತ್ತಿದ್ದಾರೆ. ಅದಕ್ಕಾಗಿ ಮಾತಿನ ಕನ್ನಡಿಯನ್ನು ವಾಸ್ತವಕ್ಕೆ ಹಿಡಿಯಲು ಆರಂಭಿಸಿದ್ದಾರೆ. ಈ ಕೇವಲಗೊಳಿಸುವುದು ಎದುರು ಬಣದ ಆತ್ಮವಿಶ್ವಾಸವನ್ನು ಕುಗ್ಗಿಸಿ ಬಿಡುತ್ತದೆ. ನೂರು ರೂಪಾಯಿಗೆ ಸಿಗುತ್ತಾರೆ ಅಂದರೆ? ಅದು ಏನನ್ನೆಲ್ಲಾ ಒಳಗೊಂಡಿದೆ? ಮೊದಲಿಗೆ ಅದು ಬಡತನವನ್ನು ಅವಮಾನ ಮಾಡುತ್ತದೆ. ಬರೀ ಅವಮಾನವಲ್ಲ, ಬದಲಿಗೆ, ಜೊಲ್ಲು ಸುರಿಸಿಕೊಂಡು ಬರ್ತಾರೆ ಎಂಬಂತಹ ಅಸಹನೆಯ ಕಿಡಿಯಂತೆ ಇವು ರಾಚುತ್ತವೆ. ಇನ್ನೊಂದು ಸಂದರ್ಭವೆಂದರೆ, ಸಾಮಾಜಿಕ ನೈತಿಕತೆಯನ್ನು ಪ್ರಶ್ನಿಸದೆ ವ್ಯಕ್ತಿಗತ ಮಾನಹಾನಿಯನ್ನು, 'ದೇಹ'ವನ್ನು ಗುರಿಯಾಗಿಸಿ ಆಡಿ ಅವಮಾನಿಸುವುದು. ಇಲ್ಲೂ ಆಡುತ್ತಿರುವಾಕೆ ಹೆಣ್ಣಾಗಿ, ನಟಿಯಾಗಿ, ಇಂತಹ ಮಾತುಗಳು ಹೆಣ್ಣುಮಕ್ಕಳನ್ನು ನಿಯಂತ್ರಿಸಲು ಬಳಸುವ ಅಸ್ತ್ರಗಳಾಗಿರುವುದನ್ನು ಪರಿವೆಗೇ ತಂದುಕೊಳ್ಳಲಿಲ್ಲ. ಇದು, ಹಿರಿಯ ವಯಸ್ಸಿನ ಹೆಣ್ಣುಮಗಳ ಬಗ್ಗೆ ಹೇಳುವಾಗ, ಅವಳನ್ನು ಕುಗ್ಗಿಸಲು ಯಾವ ಮಾತಾದರೂ ಸರಿ, ಆಕ್ರಮಣವೊಂದೇ ನಿಶ್ಚಿತ ಎಂಬ ಮಾನಸಿಕತೆಯ ಪ್ರತಿಬಿಂಬವಾಗಿರುತ್ತದೆ.

ಇನ್ನು ಮೂರನೆಯದೊಂದು ಸಂದರ್ಭವಿದೆ. ಇಲ್ಲಿ ಸ್ವಲ್ಪ ಸೂಕ್ಷ್ಮವಾಗಿ ಅವಲೋಕಿಸಿದರೆ, ಮಾತಾಡುವವರನ್ನೇ ಆ ಕನ್ನಡಿಯಲ್ಲಿ ತೋರಿಸಿಬಿಡುತ್ತದೆ. ಈ ನೂರು ರೂಪಾಯಿ ಕೊಟ್ಟು ಜನರನ್ನು ಕರೆದುಕೊಂಡು ಬರುವುದನ್ನು ಆರಂಭಿಸಿದವರು ರಾಜಕೀಯ ಪಕ್ಷಗಳವರು. ಅವರ ಸಮಾವೇಶಗಳ ಬಲ ಪ್ರದರ್ಶನಗಳಿಗೆ. ಈಗ ತಮ್ಮಂತೆಯೇ ರೈತರೂ ಮಾಡುತ್ತಿದ್ದಾರೆ- ಎಂದು ಅವರನ್ನೇ ಅವರು ಅನಾವರಣ ಮಾಡಿಕೊಂಡಂತೆ ಆಗುವುದೂ ಇದೆ. ಇದಕ್ಕೆ ವಿರುದ್ಧವಾಗಿ ಮೊಹಿಂದರ್ ಕೌರ್ ನೀಡಿದ ಉತ್ತರ ಆಕೆಯ ಅನುಭವ, ವಯಸ್ಸಿಗೆ ತಕ್ಕನಾಗಿತ್ತು. ರೈತರು ಕಷ್ಟದಲ್ಲಿರುವುದರಿಂದ ಅವರನ್ನು ಬೆಂಬಲಿಸಲು ತಾನು ಅಲ್ಲಿಗೆ ಹೋಗಿದ್ದೆ ಎನ್ನುವುದನ್ನು ಹೇಳುತ್ತಲೇ, ತನ್ನ ರೈತಾಪಿ ಕೆಲಸಗಳಿಗೆ ತಾನು ಪ್ರತಿನಿತ್ಯ ಮುನ್ನೂರರಿಂದ ನಾನೂರು ರೂಪಾಯಿ ಕೂಲಿ ಕೊಡುತ್ತಿದ್ದು, ತನ್ನ ಮನೆಯ ಹಸುಗಳ ಹಾಲು ಕರೆದು, ಹಟ್ಟಿ ಸ್ವಚ್ಛಗೊಳಿಸಿ, ಹಸುವಿನ ಸಗಣಿ ಸಾರಿಸಿ ಕೊಟ್ಟರೆ ತಾನು ಕಂಗನಾರಿಗೆ ಐನೂರು ರೂಪಾಯಿ ಕೊಡಲು ತಯಾರಿದ್ದೇನೆ ಎಂದಾಕೆ ಹೇಳಿದರು. ಇಲ್ಲಿ ಮಾತು ವಸ್ತು ಸ್ಥಿತಿಯನ್ನು ಮಾತ್ರ ಹೇಳುವುದರಿಂದ ಬಹಳ ಮೊನಚಾಗಿರುವುದನ್ನು ಗಮನಿಸಬಹುದು.

ತರತಮದ ಮನಸ್ಥಿತಿಯ ಇನ್ನೊಂದು ರೂಪವಾಗಿ ರೈತರೆಡೆಗಿನ ದೃಶ್ಯ ಮಾಧ್ಯಮಗಳ ಇನ್ನೂ ಕೆಲವು ಮಾತುಗಳನ್ನು ಗಮನಿಸಬಹುದು. ರೈತರು ಇಂಗ್ಲಿಷ್ ಮಾತಾಡ್ತಾರಾ? ಜೀನ್ಸ್ ಹಾಕೊಂತಾರಾ? ಇತ್ಯಾದಿ ಹಾಸ್ಯಾಸ್ಪದ ಮಾತುಗಳು. ಇದು

ಅನುಮಾನಿಸುವ ಮೂಲಕ ಅವಮಾನಿಸುವ ಉದ್ದೇಶದ್ದು ಹಾಗೂ ತರತಮದಲ್ಲಿ ಎಲ್ಲರಿಗೂ ಭಾಷೆ ಹಾಗು ಬಟ್ಟೆಯ ಸಮಾನತೆಯನ್ನು ನಿರಾಕರಿಸುವಂತದ್ದು. ಇದನ್ನು ತೀವ್ರವಾಗಿ ವಿರೋಧಿಸಿದ ಯುವ ರೈತರು ತಾವು ಸದಾ ಹರಿದ, ಕೊಳಕಾದ ಬಟ್ಟೆ ಧರಿಸಬೇಕು, ಇಂಗ್ಲಿಷ್ ಮಾತಾಡಬಾರದು ಎಂದು ಬಯಸುವುದನ್ನು ಇವರು ನಿಲ್ಲಿಸಬೇಕು. 'ಇದು ನಮ್ಮ ಹಕ್ಕು. ನಾವು ಅನ್ನದಾತರಾಗಿದ್ದು ನಾವು ಮಾತ್ರ ಒಳ್ಳೆಯ ಬಟ್ಟೆ ಧರಿಸದೇ ಸದಾ ದರಿದ್ರರಾಗಿರಬೇಕೇ? ನಾವೂ ಸಂಪನ್ನರು,' ಎಂದು ತಿರುಗೇಟು ನೀಡಿದ್ದಾರೆ.

ಮಾಧ್ಯಮದ ಭಾಷೆ ರೈತರನ್ನು ಕೊಡುವವರು ಎಂದು ಪರಿಗಣಿಸದೆ, ಕೈ ಒಡ್ಡುವವರು ಎಂದು ಸ್ಥಾಪಿಸುವ ನಾಗರಿಕ ಅಹಂಕಾರದ ದ್ಯೋತಕವೂ, ಅದರೊಂದಿಗೆ ಮೂರ್ಖತನದ್ದೂ ಆಗಿದೆ.

ತರತಮದ ಒಡಹುಟ್ಟಿಕೊಂಡು ಬರುವ ಇನ್ನೊಂದಿಷ್ಟು ಅಧಿಕಾರದ ಮಾತುಗಳಿವೆ. ಇವು ಬಂದೂಕಿನ ಮೊನೆಯಿಂದ ಉಡಾಯಿಸುವ ಮದ್ದಿನಂತೆ ಬೆದರಿಕೆಯಾಗಿ ವರ್ತಿಸುತ್ತಿರುತ್ತವೆ. ಈಗ ನಾಕಾರು ವರ್ಷಗಳಿಂದ ಇವುಗಳನ್ನು ಎಷ್ಟೊಂದು ಉರುಳಿಸಲಾಗಿದೆಯೆಂದರೆ, ಎಷ್ಟೋ ಜನರ ಬಾಯಿ ಬಂದು ಮಾಡಿದ ಇದನ್ನು ಯೋಧರನ್ನು ಬೆನ್ನಿಗಿಟ್ಟುಕೊಂಡ ಪಂಜಾಬಿನ ರೈತರು ಮರುದಾಳಿಯಲ್ಲಿ ಹಿಮ್ಮೆಟ್ಟಿಸಿ ಬಿಟ್ಟಿದ್ದಾರೆ. ಅದು 'ದೇಶದ್ರೋಹಿಗಳು' ಎಂಬ ಆಪಾದನೆ.

ಪಂಜಾಬಿ ರೈತರನ್ನು ಖಲಿಸ್ತಾನಿಗಳು ಎಂದು ದೂಷಿಸಿದ್ದು ವಾಸ್ತವದಲ್ಲಿ ಅಪಾಯಕಾರಿ ನಡೆ. ಹೀಗೆ ಹೇಳುವ ಮೂಲಕ ಆಗುವ ಪರಿಣಾಮಗಳನ್ನೂ ಯೋಚಿಸದೆ, ಯಾರಿಗೋ ಬೀಸಣಿಗೆಯಾಗುವ ಉಮೇದಿನಲ್ಲಿ, ಯಾರಿಗೋ ಮೊಣಕಾಲೂರೂರುವ ಲಜ್ಜೆಗೇಡಿತನದಲ್ಲಿ ಉರುಳಿಸಿದ ಈ ಗೋಲಿಯಂತಹ ಮಾತುಗಳನ್ನು ತಡೆದ ರೈತರು, 'ಸರಿ, ನಾವು ಖಲಿಸ್ತಾನಿಗಳು ಎಂದು ನೀವು ಹೇಳುವುದಾದರೆ, ದೇಶದ ಗಡಿ ಕಾಯುತ್ತಿರುವ ನಮ್ಮ ಮಕ್ಕಳನ್ನು ನಾವು ಸೈನ್ಯದಿಂದ ವಾಪಾಸ್ಸು ಕರೆಸಿಕೊಳ್ಳುತ್ತೇವೆ,' ಎಂದರು. ಹೌದು, ನೀವು ಸ್ವಾಭಿಮಾನದ ಶ್ರಮದಿಂದ ಬಾಳುವವರನ್ನು ತಾತ್ಸಾರದಿಂದ ತುಳಿಯಹೋದರೆ ಅವರು ನಿಮ್ಮ ಕಾಲು ಹಿಡಿಯುತ್ತಾರೆಂದು ಭಾವಿಸುವುದು ಕುಟಿಲತನ.

ತಣ್ಣನೆ ಕೊಠಡಿಯೊಳಗೆ ಕುಳಿತು ಪಠಿಸುತ್ತಿರುವ ದೇಶಭಕ್ತಿಯ ಮಂತ್ರದಂತಹ ಮಾತಿಗೆ ಇರುವಷ್ಟು ಚಲಾವಣೆ, ಗಡಿ ಕಾಯುವವರ ಮತ್ತು ಅನ್ನದಾತರ ಮಾತಿನ ನಿಜನೆಲೆಗೆ ತತ್ ಕ್ಷಣದಲ್ಲಿ ಕಾಣಿಸದೇ ಇದ್ದರೂ ಅದು ಮಣ್ಣೊಳಗಿನ ಬಿತ್ತಿನಂತಹದು, ಅರಿವಿನ ಜಲ ಬಿದ್ದಾಗ ನೆಲಸೀಳಿ ಮೊಳೆಯುವಂತಹದು.

ಖ

· 32

ಇದಿರು ನೋಟ

ಸಬಿತಾ ಬನ್ನಾಡಿ

ನಮ್ಮದೇ ಚಾಟಿ ನಮಗೇ ಏಟು ಎಂಬುದು ತಿಳಿಯದ ಸಮಾಜದಲ್ಲಿ ಆದ್ಯತೆಗಳ ಕಡೆಗಣನೆ

ತಪ್ಪು ಒಪ್ಪಾಗಿರುವ ದುರಿತ ಕಾಲದಲಿ...

ಕರ್ನಾಟಕ ರಾಜ್ಯ ಎಂಬ 'ರಾಷ್ಟ್ರ'ದೊಳಗೆ ನಡೆಯುತ್ತಿರುವ ಘಟನೆಗಳಲ್ಲಿ ಯಾವುದು ಪ್ರಾದೇಶಿಕ ಸುದ್ದಿ? ಯಾವುದು ರಾಜ್ಯಸುದ್ದಿ? ಈ ಅನುಮಾನಕ್ಕೆ ಕಾರಣ ಸಮಾಜವೊಂದು ಗಂಭೀರವಾಗಿ ಆಲೋಚಿಸಬೇಕಾದ ಸಂಗತಿಗಳು ಕೇವಲ ಪ್ರಾದೇಶಿಕ ಸುದ್ದಿಯಾಗಿ ಮರೆಗೆ ಸರಿಯುತ್ತಾ, ಶಾಸಕರ ರೆಸಾರ್ಟ್ ವಾಸವೆಂಬುದು ಗಳಿಗೆ ಗಳಿಗೆಗೂ ಬ್ರೇಕಿಂಗ್ ಎನಿಸಿ ರೋಚಕಗೊಳಿಸುವ ಮತ್ತು ಜನರೂ ಕೂಡ ಅದನ್ನು ಕಡ್ಲೆಮಿಠಾಯಿ ತರ ಸವಿಯುತ್ತಾ ನೋಡುತ್ತಿರುವುದೇ ಆಗಿದೆ.

ಒಂದೆಡೆ ಮಲೆನಾಡಿಗರು ಶರಾವತಿಯ ಮೇಲೆ ರಾಜಧಾನಿಯ ಕಣ್ಣು ಬಿದ್ದಿರುವುದನ್ನು ಆತಂಕದಿಂದ ಪ್ರತಿಭಟಿಸುತ್ತಿದ್ದರೆ ಅದು ಶಿವಮೊಗ್ಗ ಆವೃತ್ತಿಯಲ್ಲಿ ದೊಡ್ಡ ಸುದ್ದಿಯಾಗಿ ರಾಜ್ಯ ಪುಟದಲ್ಲಿ 'ಒಂದು ಸುದ್ದಿ'ಯಷ್ಟೇ ಆಗಿದೆ. ಇನ್ನೊಂದೆಡೆ ಭದ್ರಾವತಿಯ ವಿಐಎಸ್‌ಎಲ್ ಖಾಸಗೀಕರಣಕ್ಕೆ ಕೇಂದ್ರ ಸರ್ಕಾರ ಹೊರಟಿದೆ ಎಂದು ಅದರ ವಿರುದ್ಧ ದಿನನಿತ್ಯ ಪ್ರತಿಭಟಿಸುತ್ತಿರುವ ಜನರ ನಿಟ್ಟುಸಿರು ರಾಜ್ಯಕ್ಕೆ ಬೇಕಾಗಿಯೇ ಇಲ್ಲ. ಹಿಂದೆ ನೇತ್ರಾವತಿ ನದಿಯ ತಿರುವು ಯೋಜನೆಯನ್ನು ಕರಾವಳಿಯ ಜನ ವಿರೋಧಿಸುವಾಗ, ಮಹಾದಾಯಿಗಾಗಿ ವರ್ಷಾನುಗಟ್ಟಲೆ ಹೋರಾಟ ನಡೆದಾಗ ರಾಜ್ಯದ ಇತರ ಭಾಗದವರು ತಲೆಕೆಡಿಸಿಕೊಂಡಿರಲಿಲ್ಲ. ಇದೀಗ ಪುತ್ತೂರಿನಲ್ಲಿ ವಿದ್ಯಾರ್ಥಿನಿಯೊಬ್ಬಳ ಮೇಲೆ ಅವಳದೇ ಸಹಪಾಠಿಗಳು ನಡೆಸಿದ ಅತ್ಯಾಚಾರ ಪ್ರಕರಣದೆಡೆಗೂ ಅಂತಹುದೇ ನಿರ್ಲಕ್ಷ್ಯ ಕಾಣುತ್ತಿದೆ.

ಇಂತಹ ಪ್ರಕರಣಗಳಾದಾಗ, ಮನುಕುಲವೇ ಈ ಕುರಿತು ಅತ್ಯಂತ ತೀವ್ರವಾಗಿ ಆಲೋಚಿಸಬೇಕಾಗುತ್ತದೆ. ಮನುಷ್ಯರು ಪರಸ್ಪರ ನಂಬಿಕೆಯಿಂದಲೇ ವ್ಯವಹರಿಸಬೇಕಾದ ಸಾವಿರ ಸಂಗತಿಗಳಿರುತ್ತವೆ. ಆರ್ದ್ರವಾದ ಭಾವಗಳಿರುತ್ತವೆ. ಇವುಗಳನ್ನು ಕಳೆದುಕೊಳ್ಳುತ್ತೇವೆಂದರೆ ಆಮೇಲೆ ಉಳಿಯುವುದಾದರೂ ಏನು? ಹೈಸ್ಕೂಲಿನ ಅರೆಮುಗ್ಧತೆ ಹಾಗೂ ಪಿಯುಸಿಯ ಗೊಂದಲದ ಕಣ್ಣುಗಳನ್ನು ದಾಟಿ ಕಾಲೇಜು ಹಂತಕ್ಕೆ ಬಂದ ಮೇಲೇ ಸಹಪಾಠಿ ಹುಡುಗರ ಜೊತೆಗೊಂದು ತಿಳಿಯಾದ ಸ್ನೇಹ ಹುಟ್ಟುವುದು. ಬಹುಶಃ ಕಾಲೇಜಿನ ಆಚೆಗೆ ಓಡಾಡುವಾಗ ಸುತ್ತ ಮುತ್ತ ಎಲ್ಲೋ ಒಂದೆಡೆ ನಮ್ಮದೇ ತರಗತಿಯ ಹುಡುಗರು ಇದ್ದರೆ ಏನೋ ಒಂದು ನಿರಾಳತೆಯ ಭಾವ ಹುಡುಗಿಯರಿಗಿರುತ್ತದೆ. ಅಷ್ಟರ ಮಟ್ಟಿಗೆ ಅವರು ಮನೆಯ ಆಚೆಗಿನ 'ಮನೆಯ' ಸದಸ್ಯರು. ಕಾಲೇಜು ದಿನಗಳ ನೆನಪೆಂದರೆ ಇವೆಲ್ಲ ಜೊತೆಯಾಗಿ ಮುನ್ನುಗ್ಗುವುದು ಎಲ್ಲರ ಅನುಭವ.

'ಅವರು ನಮ್ಮ ಸಹಪಾಠಿಗಳು' ಎಂಬ ಆತ್ಮೀಯ ಭಾವ ನಮ್ಮೊಳಗಿರುತ್ತದೆ. ಇಂತಹ, ಜೀವನದಲ್ಲಿ ಅತಿ ಕಡಿಮೆ ಅವಧಿಯವರೆಗೆ ಮಾತ್ರ ಲಭಿಸುವ ಪುಟ್ಟ ಖುಷಿಯನ್ನು, ನಂಬಿಕೆಯ ಲೋಕವನ್ನು ಛಿದ್ರಗೊಳಿಸುವುದೆಂದರೆ ನಿಂತ ನೆಲೆಯನ್ನೇ ಸ್ಫೋಟಿಸಿದಂತೆ. ಪುತ್ತೂರಿನ ಕಾಲೇಜಿನ ಹುಡುಗರು ತಮ್ಮದೇ ಸಹಪಾಠಿಯ ಮೇಲೆ ಅತ್ಯಾಚಾರವೆಸಗುತ್ತಾರೆ ಎಂದರೆ, ಅದಾದ ನಂತರವೂ ಅವರು ನಿರ್ಭಿಢೆಯಿಂದ ಅದೇ ಕಾಲೇಜಿನಲ್ಲಿ ಓಡಾಡಿಕೊಂಡಿದ್ದರೆಂದರೆ, ಅದೆಲ್ಲದಕ್ಕಿಂತ ಅಸಹ್ಯವಾಗಿ, ಆ ಅತ್ಯಾಚಾರದ ವಿಡಿಯೋ ಮಾಡಿಟ್ಟುಕೊಂಡು ಬೆದರಿಸುತ್ತಿದ್ದರೆಂದರೆ– ಇವೆಲ್ಲ ನಿರ್ಲಕ್ಷಿಸುವ ಸಂಗತಿ ಅಲ್ಲವೇ ಅಲ್ಲ. ಅದೂ ಎಲ್ಲರೂ ಹತ್ತೊಂಬತ್ತರ ಹರೆಯದವರು. ಈ ಘಟನೆಯನ್ನು ಹೇಗೆ ಸಮಾಜವೊಂದು ಪರಿಭಾವಿಸಬೇಕು,

ನಿರ್ವಹಿಸಬೇಕು ಎಂಬುದು ಸಮಾಜವೊಂದರ ಭವಿಷ್ಯದ ದೃಷ್ಟಿಯಿಂದ ಅತ್ಯಂತ ತುರ್ತಾಗಿ ಚಿಂತಿಸಬೇಕಾದ ವಿಷಯವಾಗಿತ್ತು.

ಆದರೆ ನಿರಾಶೆಯಾಗುತ್ತದೆ. ಸಮಾಜ ನಿದ್ರಿಸುತ್ತಿದೆಯೋ, ನಿದ್ರಿಸಿದಂತೆ ನಾಟಕವಾಡುತ್ತಿದೆಯೋ ಅರ್ಥವಾಗುತ್ತಿಲ್ಲ. ಈ ಘಟನೆಯನ್ನು ಕುರಿತು ಯೂಟ್ಯೂಬ್ ನಲ್ಲಿ ಜಾಲಾಡಿದರೆ ಅಲ್ಲಿ ದಕ್ಷಿಣ ಕನ್ನಡದ ಸ್ಥಳೀಯ ಚಾನಲ್‌ಗಳಲ್ಲಿ ಪ್ರಸಾರವಾದ ಕೆಲವು ನಿಮಿಷಗಳ ತುಣುಕುಗಳು ಸಿಗುತ್ತವೆ. ಪತ್ರಿಕೆಗಳು ಇದನ್ನು ಒಂದು ದಿನದ ಸುದ್ದಿಯಾಗಿ ಪ್ರಕಟಿಸಿವೆ. ಆದರೆ, ಸಣ್ಣ ಸಣ್ಣ ಸಂಗತಿಗಳನ್ನೂ ದಿನಗಟ್ಟಲೆ ಚರ್ಚಿಸುವ ರಾಜ್ಯದ ಕೆಲವು ಜನಪ್ರಿಯ ದೃಶ್ಯಮಾಧ್ಯಮಗಳನ್ನು ಇದು ಕಾಡಿದಂತೆ ಕಾಣುವುದಿಲ್ಲ.

ನಾಲ್ಕಾರು ವರ್ಷಗಳ ಹಿಂದಿನ, ತೀರ್ಥಹಳ್ಳಿ ನಂದಿತಾ ಪ್ರಕರಣ ನೆನಪಾಗುತ್ತದೆ. ಆ ಪುಟ್ಟ ಹುಡುಗಿ ಆತ್ಮಹತ್ಯೆ ಮಾಡಿಕೊಂಡಿದ್ದಳು ಎಂಬುದು ಆನಂತರ ಸಾಬೀತಾಯಿತು. ಆದರೆ ಕೆಲವು ದೃಶ್ಯಮಾಧ್ಯಮಗಳು ಅದನ್ನು ಅತ್ಯಾಚಾರ ಮತ್ತು ಕೊಲೆ ಎಂಬಂತೆ ರೋಚಕಗೊಳಿಸಿ, ಇಡೀ ರಾಜ್ಯಕ್ಕೇ ಸುದ್ದಿಯ ಝಳದ ಬೆಂಕಿ ಹಚ್ಚತೊಡಗಿದವು. ಇದಕ್ಕೆ ರಾಜಕೀಯ ಪಕ್ಷಗಳು ಕೈಜೋಡಿಸಿದವು. ಸಣ್ಣ ಹಳ್ಳಿ ಮೂಲೆಗಳಲ್ಲಿ ಎಂದೂ ಯಾವ ವಿಷಯಕ್ಕೂ ಗಲಾಟೆಯೇ ಆಗದಲ್ಲೂ ಪ್ರತಿಭಟನೆಗಳು ನಡೆದಿದ್ದವು. ಇಲ್ಲಿ ಆ ಹುಡುಗಿಗಾದ ಅನ್ಯಾಯಕ್ಕೆ ನ್ಯಾಯ ಕೇಳುವುದಕ್ಕಿಂತಲೂ ಯಾರನ್ನೋ ಟಾರ್ಗೆಟ್ ಮಾಡುವುದೇ ಮುಖ್ಯ ಆಗಿತ್ತು. ನಿಜ ಹೊರಗೆ ಬಿದ್ದ ಮೇಲೆ ಈ ಮಾಧ್ಯಮಗಳು ಕನಿಷ್ಠ ಕ್ಷಮೆಯನ್ನೂ ಕೇಳಲಿಲ್ಲ. ಅವು ಕೇಳಬೇಕೆಂದು ನಾವು ನಿರೀಕ್ಷಿಸಲೂ ಇಲ್ಲ. ಅಂದು ಆವೇಶದಿಂದ ಹೋರಾಟದ ಮಾತಾಡಿದ್ದ ಶೋಭಾ ಕರಂದ್ಲಾಜೆಯವರ ನೆನಪು, ಈಗ ಪುತ್ತೂರಿನ ಅನಾಹುತಕಾರಿ ಪ್ರಸಂಗದಿಂದ ಸಹಜವಾಗಿ ಆಯಿತು.

ಇದು, ಅವರ ತವರಿಗೆ ಹತ್ತಿರದ ಊರು. ಆದರೂ ಅವರ ಸೊಲ್ಲು ಕೇಳಿಸಲಿಲ್ಲ. ಟಿವಿ ಚರ್ಚೆಗಳಲ್ಲಿ ಉತ್ಸಾಹದಿಂದ ವಾದಿಸುವ ಪರಿಷತ್ ಸದಸ್ಯೆ ತೇಜಸ್ವಿನಿಯವರ ಧ್ವನಿಯೂ ಕೇಳಿಸಲಿಲ್ಲ. ನಮ್ಮ ಏಕೈಕ ಸಚಿವೆ ಜಯಮಾಲಾ ಅವರಂತೂ ಎಲ್ಲೂ ಕಾಣಿಸುವುದೇ ಇಲ್ಲ. ಇನ್ನು ಹಲವು ಹಾಜಿ, ಮಾಜಿ ನಾಯಕಿಯರು ಎಲ್ಲಿದ್ದಾರೋ ವಿಳಾಸವೇ ಇಲ್ಲ. ಶಕುಂತಲಾ ಶೆಟ್ಟಿಯವರನ್ನುಳಿದು ಇನ್ನಾವುದೇ ರಾಜಕೀಯ ನಾಯಕಿಯರು ಮುನ್ನೆಲೆಯಲ್ಲಿ ಕಾಣಿಸಲಿಲ್ಲ. ಅಂದಮೇಲೆ ಶಾಸನಸಭೆಗಳಲ್ಲಿ ಮಹಿಳೆಯರ ಶೇಕಡಾವಾರು ಪ್ರಾತಿನಿಧ್ಯ ಎಷ್ಟಿದ್ದರೂ ಏನು ಫಲ?

ಇನ್ನು ಈ ಕುರಿತು ಸೋಷಿಯಲ್ ಮೀಡಿಯಾದಲ್ಲಿ ಮತ್ತು ಕೆಲವರು ಪ್ರತಿಭಟನೆಯ ಸಂದರ್ಭದಲ್ಲಿ ಮಾತನಾಡಿರುವ ರೀತಿಯೂ ನಮ್ಮ ಮನಸ್ಥಿತಿಗಳ

ಕನ್ನಡಿಯಂತಿದೆ. ಕೆಲವರು 'ಅದು ರೇಪ್ ಅಲ್ಲ' ಎಂದು ಕಮೆಂಟಿಸಿದರೆ ಇನ್ನು ಕೆಲವರು, 'ಬುದ್ಧಿವಂತರ ಜಿಲ್ಲೆಯಾದ ದಕ್ಷಿಣ ಕನ್ನಡದಲ್ಲಿ ಇಂತಹ ಘಟನೆ ಆಗುವುದಕ್ಕೇ ಸಾಧ್ಯವಿಲ್ಲ, ಆದರೆ ಈಗ ಹೀಗೆ ಆಗಿರುವುದು ಕಪ್ಪುಚುಕ್ಕಿ,' ಎಂದಿದ್ದಾರೆ. ಉಜಿರೆಯಲ್ಲಿ ಕಾಲೇಜು ವಿದ್ಯಾರ್ಥಿನಿ ಸೌಜನ್ಯ ಅತ್ಯಾಚಾರ ಮತ್ತು ಕೊಲೆ ಪ್ರಕರಣದಿಂದ ಹಿಡಿದು, ಅಲ್ಪಸಂಖ್ಯಾತರನ್ನು ಕಂಬಕ್ಕೆ ಕಟ್ಟಿ ಥಳಿಸುವ, ಕೈಮುಗಿದು ಬೇಡಿದರೂ ಬಿಡದೆ ತನ್ನದೇ ಹಿಂದೂ ಸಂಘಟನೆಯವನಾದರೂ ಗೋವನ್ನು ಸಾಗಿಸುತ್ತಿದ್ದಾನೆಂಬ ನೆಪದಲ್ಲಿ ಹೊಡೆದು ಕೊಂದ... ದಶಕಗಳಿಂದ ಇಂತಹ ಅಸಂಖ್ಯ ಹಿಂಸೆಗಳನ್ನು ನೋಡಿಯೂ ನೋಡದೇ ಇರುವ ಅಲ್ಲಿನ ಎಲ್ಲಾ ಕ್ಷೇತ್ರಗಳ 'ದೊಡ್ಡವರು' ಮತ್ತು ಪ್ರಜೆಗಳು ಇನ್ನೂ ತಮ್ಮದು ಬುದ್ಧಿವಂತರ ಜಿಲ್ಲೆ ಎನ್ನುತ್ತಿರುವುದು ಒಂದು ವ್ಯಂಗ್ಯವಲ್ಲದೆ ಇನ್ನೇನು? ಹಲವು ಹಿಂಸೆಗಳಿಗೆ ನೀಡಿದ ಮೌನ ಸಮ್ಮತಿಯ ಮುಂದುವರಿಕೆಯಾಗಿಯೇ ಇದನ್ನು ಗ್ರಹಿಸಬೇಕು. ಬೇರೆ ಧರ್ಮದವರು ಮಾಡಿದಾಗ ಸಿಡಿದಿರಿ. ಈಗ ನಿಮ್ಮವರೇ, ಮುಂದೆ ನಿಮ್ಮ ಮನೆ ಬಾಗಿಲಿಗೇ ? ಎಂಬುದೇಕೆ ಅರ್ಥವಾಗುತ್ತಿಲ್ಲ?

ಯಾರೇ ಮಾಡಿದರೂ ತಪ್ಪನ್ನು ತಪ್ಪು ಎನ್ನದಿರುವುದೇ ನೈತಿಕ ಅದಃಪತನ. ಈ ರೋಗ ಜನಸಾಮಾನ್ಯರನ್ನೂ ಬಾಧಿಸುತ್ತಿದೆ. ತಮ್ಮ ನಾಯಕರು/ಜಾತಿ/ಧರ್ಮದವರು ಏನು ಮಾಡಿದರೂ ಸರಿ ಎಂದು ಸಮರ್ಥಿಸುವ ಗೀಳಿಗೆ ಒಳಗಾದವರು, ಅವರ ತಪ್ಪುಗಳನ್ನು ಮುಚ್ಚಿಡಲು ಒಪ್ಪುಗಳನ್ನು ಹುಡುಕಿಕೊಡುತ್ತಿದ್ದಾರೆ. ಪರಿಣಾಮವಾಗಿ ಸರಿಯಾದದ್ದನ್ನು ಹೇಳುವವರ ಮೇಲೆ ಮುಗಿಬೀಳುವ, ಅವರ ಮೇಲೆ ಕೇಸುಗಳನ್ನು ಹಾಕುವ ಪರಿಪಾಠಕ್ಕೆ ಸಾಮಾಜಿಕ ಸಮ್ಮತಿ ದೊರೆಯತೊಡಗುತ್ತದೆ. ನಮ್ಮದೇ ಚಾಟಿ ನಮಗೇ ಏಟು ಎಂಬುದು ತಿಳಿಯದ ಸಮಾಜವೊಂದರಲ್ಲಿ ಜನರ ಆಹಾರ, ಉದ್ಯೋಗ ಮತ್ತು ಮಾನಕ್ಕೆ ಸಂಬಂಧಿಸಿದ ಸಂಗತಿಗಳು ಅನಾದ್ಯತೆಯಾಗಿ ಉಳ್ಳವರ ಮೋಜು ಆದ್ಯತೆಯಾಗುತ್ತದೆ.

೫೦

33

ಅಸಹಾಯಕತೆಯಿಂದ ಮೈಕೊಡವಿ ಎಚ್ಚೆತ್ತುಕೊಳ್ಳುವ ಸಮಯ ಎದುರಿಗಿದೆ

ಸಿಂಡ್ರೆಲಾ ಈಗ ಬದಲಾಗಿದ್ದಾಳೆ

ಬೆಲಾರಸ್ ದೇಶದ ವಿರೋಧ ಪಕ್ಷದ ನಾಯಕಿ ಮಾರಿಯಾ ಕಲೆಸ್ನಿಕಾವಾ ಅವರಿಗೆ 2021ರ ಸೆಪ್ಟೆಂಬರ್ 7ರಂದು ಹನ್ನೊಂದು ವರ್ಷಗಳ ಜೈಲುಶಿಕ್ಷೆ ಕಾಯಂಗೊಳಿಸಲಾಯಿತು. ಅದಕ್ಕೆ ಆಕೆ ತನ್ನ ಪ್ರತಿಭಟನೆಯನ್ನು ದಾಖಲಿಸಿದ ರೀತಿ ವಿನೂತನವಾಗಿತ್ತು. ತುಟಿಗೆ ಗಾಢ ಕೆಂಪಿನ ಲಿಪ್‌ಸ್ಟಿಕ್ ಲೇಪಿಸಿಕೊಂಡು ಮುಖದಲ್ಲಿ ಕಿರುನಗೆ ಸೂಸಿ ಫೋಟೋಗೆ ಪೋಸ್ ಕೊಡುವ ಮೂಲಕ ಅವರು ಪ್ರತಿಭಟಿಸಿದರು. ಆಳುವ ಸರ್ಕಾರದ ನಾಯಕನನ್ನು ಟೀಕಿಸಿದ ಆಕೆಯ ಮೇಲೆ ದೇಶದ ಭದ್ರತೆಗೆ ಧಕ್ಕೆ ತಂದಿದ್ದಾರೆ ಎಂದು ಆರೋಪಿಸಿ ಈ ಶಿಕ್ಷೆ ನೀಡಲಾಯಿತು.

ತನ್ನದೊಂದು ಟೀಕೆಗೆ ಹೆದರಿದ ಸರ್ಕಾರ ತನಗೆ ಇಷ್ಟು ದೊಡ್ಡ ಶಿಕ್ಷೆ ಕೊಟ್ಟಿದ್ದಕ್ಕೆ ತಾನು ಹೆದರುವುದಿಲ್ಲ ಮತ್ತು ದ್ವೇಷವೇ ರಾಜಕೀಯವಲ್ಲ ಎಂಬ ಸಂದೇಶವನ್ನು ಅವರು ಈ ಚಿತ್ರದ ಮೂಲಕ ರವಾನಿಸಿದರು. ದಿಟ್ಟತನವೆಂದರೇನು ಎಂಬುದನ್ನು ಅವರು ಮಾತಿಲ್ಲದೇ ವ್ಯಾಖ್ಯಾನಿಸಿದರು. ತನ್ನನ್ನು ಟೀಕಿಸುವವರಿಗೆ ಕಠಿಣ ಶಿಕ್ಷೆ ಕಾದಿದೆ ಎಂದು ಎಚ್ಚರಿಸಲು ಹೀಗೆ ಮಾಡಿದ ಸರ್ಕಾರದ ಕ್ರಮವನ್ನು, ಅಂಜುಬುರುಕತನ ಎಂದು ಸಾರುವಂತೆ, ಪ್ರಪಂಚಕ್ಕೇ ತಿಳಿಯುವಂತೆ ಆಕೆಯ ಫೋಟೋ ಜಗತ್ತಿನಾದ್ಯಂತ ಅಚ್ಚಿಗೆ ಹೋಯಿತು.

ಇನ್ನೊಂದೆಡೆ, ಬೀದಿಗೆ ಬಂದರೆ, ಹಕ್ಕುಗಳನ್ನು ಕೇಳಿದರೆ ಬಂದೂಕಿನಿಂದ ಸುಟ್ಟು ಹಾಕಲಾಗುವುದು ಎಂದು ಹೆದರಿಸುತ್ತಿದ್ದ ತಾಲಿಬಾನೀಯರ ಬೆದರಿಕೆಗೆ ಜಗ್ಗದೆ ಮಹಿಳಾ ಹಕ್ಕುಗಳನ್ನು ಹತ್ತಿಕ್ಕುತ್ತಿರುವುದನ್ನು ಪ್ರತಿಭಟಿಸಿ ಸುಮಾರು ನಲವತ್ತರಿಂದ ಐವತ್ತು ಅಫ್ಘನ್ ಮಹಿಳೆಯರು ಬೀದಿಗೆ ಬಂದು ಪ್ರತಿಭಟಿಸಿದರು. ಆಗ ಅವರ ಹಣೆಯನ್ನು ಗುರಿಯಾಗಿಸಿ ತಾಲಿಬಾನಿಯರು ಬಂದೂಕು ಹಿಡಿದರೆ ಜಗ್ಗದ ಹೆಣ್ಣುಮಕ್ಕಳು ನೇರ ತಲೆ ಎತ್ತಿ ದಿಟ್ಟಿಸಿ ನೋಡಿದ ಚಿತ್ರಗಳೂ ಪ್ರಕಟವಾದವು. (ಚಿತ್ರ ತೆಗೆದವರನ್ನು ಶಿಕ್ಷಿಸಿದ ಸುದ್ದಿ ಆಮೇಲೆ ಬಂತು). ದಿನವೂ ಸಾಯುತ್ತಾ ಬದುಕುವುದಕ್ಕಿಂತಲೂ ಒಮ್ಮೆಗೇ ಸಾಯುವುದು ಕಡಿಮೆ ಶಿಕ್ಷೆ ಎಂಬುದನ್ನು ಹೇಳುವಂತಿತ್ತು ಈ ಚಿತ್ರ.

ಅಫ್ಘನ್‌ನ ಬೆಟ್ಟ ಕಣಿವೆಗಳ ಸುಂದರ ಸ್ತ್ರೀಪುರುಷರನ್ನೊಳಗೊಂಡ, ಶ್ರೀಮಂತ ಉಡುಪು, ಆಭರಣಗಳ ಪರಂಪರೆಯೇ ಇರುವ ಪ್ರದೇಶದಲ್ಲಿ ಬಂದೂಕಿನ ಭಾಷೆ ಬಿಟ್ಟು ಇನ್ನೊಂದು ಬೇಕಿಲ್ಲ ಎನ್ನುವುದಾದರೆ, ಅದು ಸಾವಲ್ಲದೇ ಮತ್ತಿನ್ನೇನು? 'ನೀವು ಸಾಧಿಸಿದ್ದಾದರೂ ಏನು' ಎಂದು ಆ ಹೆಣ್ಣುಮಕ್ಕಳು ನೇರ ನೋಟದ ಬಾಣ ಎಸೆಯುತ್ತಿರುವುದನ್ನು ಅರ್ಥ ಮಾಡಿಕೊಳ್ಳಬೇಕು. ಇವೆಲ್ಲಕ್ಕಿಂತ ಮುಖ್ಯವಾಗಿ ಈ ಹೆಣ್ಣುಮಕ್ಕಳ ಈ ನಡೆಗಳು ಜಗತ್ತಿಗೇ ಏನನ್ನೋ ಹೇಳುತ್ತಿವೆ ಎಂಬುದನ್ನು ಜಗದ ಉಳಿವಿನ ಪ್ರಶ್ನೆಯಾಗಿ ಗಂಭೀರವಾಗಿ ಸ್ವೀಕರಿಸಬೇಕಾಗಿದೆ. ಹೆದರಿಕೆ, ಬೆದರಿಕೆಯ ಈ ಪೊಳ್ಳು ಲೋಕವು ಕುಸಿಯುತ್ತಿದ್ದು ಇದನ್ನು ಉಳಿಸಬೇಕೆಂದರೆ ಪಾಲನೆ ಪೋಷಣೆಯ ನಮ್ಮ ನಡೆಯೊಂದೇ ದಾರಿ, ನಿಮಗೆ ಆಗದಿದ್ದಲ್ಲಿ ಜಾಗ ಖಾಲಿ ಮಾಡಿ ಎಂಬುದೇ ಅಲ್ಲಿ ಅಡಕಗೊಂಡಿರುವ ಮಾತಾಗಿದೆ. ಆ ದಾರಿಯಲ್ಲಿ ಸಾಗಲು ಅಹಮ್ಮಿನ ಬಂದೂಕುಗಳನ್ನು ಕೆಳಗಿಳಿಸದೇ ಅನ್ಯ ದಾರಿಯಿಲ್ಲ.

ಮೇಲಿನ ಎರಡು ಸಂದರ್ಭಗಳಲ್ಲಿ ದಬ್ಬಾಳಿಕೆ ಮತ್ತು ಪ್ರತಿಭಟನೆಗಳು ನೇರ ಕಣ್ಣಿಗೆ ಕಾಣುತ್ತಿವೆ. ಆದರೆ, ಇದ್ಯಾವುದೂ ಒಂದೇ ಸಲ ಧುತ್ತೆಂದು ಹುಟ್ಟಿದ್ದಲ್ಲ. ಹೆಣ್ಣನ್ನು ಅಧೀನ ಸ್ಥಿತಿಯಲ್ಲಿಡಲು ಸಾಮಾಜಿಕ ಸಮ್ಮತಿಯನ್ನು ಬೇರೆ ಬೇರೆ ರೂಪದಲ್ಲಿ

ಉತ್ಪಾದಿಸಲಾಗುತ್ತದೆ. ತಾನು ಅಸಹಾಯಕಳು ಎಂಬುದನ್ನು ಅವಳೇ ಒಪ್ಪಿಕೊಂಡು ಅಲವತ್ತುಕೊಳ್ಳುವಂತೆ ಮಾಡಲಾಗುತ್ತದೆ.

ನಮ್ಮ ಶಾಸಕಿಯರೇ ಮನೆಯಲ್ಲಿ ಬಿಟ್ಟು ಬಂದಿರುವ ಹೆಣ್ಣುಮಕ್ಕಳ ರಕ್ಷಣೆಯ ಕುರಿತು ಸದನದಲ್ಲಿ ಆತಂಕ ವ್ಯಕ್ತಪಡಿಸುತ್ತಾರೆ. ಹೆಣ್ಣೇ ಒಂದು ಪರ್ಯಾಯ ಶಕ್ತಿಯಾಗಿದ್ದು ಅದನ್ನು ಒಗ್ಗೂಡಿಸಿಕೊಳ್ಳಲು ನಾವು ವಿಫಲವಾಗಿರುವುದರ ಸಂಕೇತವಾಗಿಯೂ ಇದನ್ನು ಕಾಣಬಹುದು. ಹೀಗೆ ಹೆಣ್ಣಿನ ಮನಸ್ಥಿತಿಯನ್ನು ಕುಗ್ಗಿಸುವಲ್ಲಿ ಚಿಕ್ಕಂದಿನಿಂದಲೇ ನಮಗೆ ಹೇಳಲಾಗುವ ರಮ್ಯ ಕತೆಗಳ ಪಾತ್ರವೂ ಇರುತ್ತದೆ. ನಾವು ಅಲ್ಲಿಂದಲೇ ಬದಲಾವಣೆಗೆ ಕೈ ಹಾಕಬೇಕಿದೆ. ಇಂತಹ ಪ್ರಯತ್ನಗಳು ಈಗ ಆಗತೊಡಗಿವೆ. ಹೆಣ್ಣಿನ ಚಿತ್ರಣ ಮತ್ತು ಗಂಡಿನ ಚಿತ್ರಣಗಳೆರಡೂ ಬದಲಾಗಬೇಕಿದೆ.

ನಮ್ಮ ಜಾನಪದ ಕತೆಗಳಲ್ಲಿ ಏಳು ಮಲ್ಲಿಗೆ ತೂಕದ ರಾಜಕುಮಾರಿಯನ್ನು ರಕ್ಷಿಸಿ ತರಲು ಎಂದೋ ಒಬ್ಬ ಧೀರ ರಾಜಕುಮಾರ ಬರುತ್ತಾನೆ. ಅದಕ್ಕಾಗಿ ಅವಳು ಕಾದು ಕುಳಿತಿರಬೇಕು. ಕೊನೆಗೂ ಒಂದು ದಿನ ಆತ ಬಂದು ಅವಳ ಸೆರೆ ಬಿಡಿಸಿ ಕರೆದುಕೊಂಡು ಹೋಗಿ ಅವಳನ್ನು ಮದುವೆಯಾಗುತ್ತಾನೆ. ಆ ನಂತರ ಅವರು ಸುಖವಾಗಿ ಬಾಳಿದರು ಎಂದು ಕತೆ ಕೊನೆಯಾಗುತ್ತದೆ. ಅದರಂತೆ ಪಾಶ್ಚಾತ್ಯರ ಸಿಂಡ್ರೆಲಾ ಕತೆ ಕೂಡ. ದುಷ್ಟ ಮಲತಾಯಿ ಕೊಡುವ ಕಷ್ಟಗಳಿಗೆ ಅಳುತ್ತಾ ಕೂರುವ ಆಕೆಗೆ ಅದೃಷ್ಟದ ಸಹಾಯ ಸಿಗುತ್ತದೆ. ಅವಳ ಉಳಿದು ಹೋದ ಒಂದು ಬೂಟಿನ ಅಳತೆ ಹುಡುಕುತ್ತಾ ಅವಳನ್ನು ಅರಸುವ ರಾಜಕುಮಾರ, ಅವಳ ಬಳಿ ಬಂದು 'ನಿನ್ನನ್ನು ಮದುವೆಯಾಗುತ್ತೇನೆ' ಅಂದಾಕ್ಷಣವೇ ಅವಳು ಸಂತೋಷದಿಂದ ಮದುವೆಗೆ ಸಮ್ಮತಿಸಿಬಿಡುತ್ತಾಳೆ. ಈ ಕತೆ ಒಂದು ರೂಪಕವೇ ಆಗುವಷ್ಟು ಜನಪ್ರಿಯವಾಗಿ, ಗಡಿದಾಟಿ ಹೆಣ್ಣುಮಕ್ಕಳ ಕನಸಿನ ಒಂದು ಭಾಗವೇ ಆಗಿದೆ.

ಈಚೆಗೆ 'ನ್ಯೂ ಸಿಂಡ್ರೆಲಾ' ಎಂಬ ಇಂಗ್ಲಿಷ್ ಮ್ಯೂಸಿಕಲ್ ಸಿನಿಮಾವೊಂದು ಬಂದಿದ್ದು ಅದು ಸಿಂಡ್ರೆಲಾ ಎಂಬ ರೂಪಕವನ್ನು ಬದಲಿಸಿದೆ. ಇಲ್ಲಿನ ಸಿಂಡ್ರೆಲಾ ಮಲತಾಯಿ ಕೊಡುವ ಕಷ್ಟಗಳಿಗೆ ಅಳುತ್ತಾ ಕೂರುವವಳಲ್ಲ. ಬದಲಿಗೆ ತನ್ನನ್ನು ಕೂಡಿ ಹಾಕಿರುವ ನೆಲಕೋಣೆಯಲ್ಲೇ ತನ್ನ ಕನಸುಗಳಿಗೆ ಜೀವ ಕೊಡುವವಳು. ತನ್ನ ಹೊಲಿಗೆ ಕಲೆಯ ಸಾಧ್ಯತೆಗಳನ್ನು ವಿಸ್ತರಿಸಿಕೊಂಡು ತಾನೊಬ್ಬಳು ಡಿಸೈನರ್ ಆಗಬೇಕು, ಅದಕ್ಕೊಂದು ಅವಕಾಶ ಸಿಗುವುದಕ್ಕಾಗಿ ಕಾಯಬೇಕು ಎಂದು ತನ್ನ ಚೈತನ್ಯಕ್ಕೆ ನೀರೆರೆದುಕೊಳ್ಳುತ್ತಾ, ಲೋಕವನ್ನು ಪ್ರೀತಿಸುವವಳು. ಅಂತಹ ಅವಕಾಶವನ್ನೂ ಸಾಹಸದಿಂದ ಸೃಷ್ಟಿಸಿಕೊಳ್ಳುತ್ತಾಳೆ.

ರಾಜಕುಮಾರ ಸಾಮಾನ್ಯನ ವೇಷದಲ್ಲಿದ್ದಾಗ ಅವನ ಪರಿಚಯವಾಗಿರುತ್ತದೆ. ಆತ ಅವಳ ಪ್ರೀತಿಗೆ ಬಿದ್ದು, ಮುಂದೆ ಅವಳನ್ನು ಮದುವೆಯಾಗಲು ಕೇಳುತ್ತಾನೆ.

ಆದರೆ, 'ನನಗೆ ನನ್ನ ಕೆಲಸದ ಹಾದಿಯಲ್ಲಿ ಅವಕಾಶವೊಂದು ತೆರೆದಿದ್ದು, ನಾನಲ್ಲಿಗೆ ತೆರಳಬೇಕಿದೆ. ನಿನ್ನ ಜೊತೆ ಮದುವೆ ನನಗೆ ಹೊಂದಿಕೆಯಾಗುವುದಿಲ್ಲ' ಎನ್ನುತ್ತಾಳಾಕೆ. ಅವಳ ಸ್ವಾವಲಂಬನೆಯ ದಾರಿ ಅವನಲ್ಲೂ ಬದಲಾವಣೆ ತಂದು ಆತ ತನಗೆ ಇಷ್ಟವಿಲ್ಲದ ರಾಜಪಟ್ಟವನ್ನು ನಿರಾಕರಿಸಿ ತಾನೂ ಸ್ವಂತ ದುಡಿಮೆಯ ಹಾದಿ ಹಿಡಿಯುವ ನಿರ್ಧಾರಕ್ಕೆ ಬರುತ್ತಾನೆ. ಆಕೆ ಅವನಿಗೆ ಮದುವೆಯ ಭರವಸೆಯನ್ನು ನೀಡುವುದಿಲ್ಲವಾದರೂ ಅವನ ಪ್ರೀತಿಯನ್ನು ನಿರಾಕರಿಸುವುದಿಲ್ಲ.

ಇಲ್ಲಿನ ಸಿಂಡ್ರೆಲಾ ತನ್ನ ಬದುಕಿನ ದಾರಿಯ ನಿರ್ಣಯವನ್ನು ತಾನೇ ತೆಗೆದುಕೊಳ್ಳುವವಳು. ಸಿಡುಕುವ ಮಲತಾಯಿಗೂ ಕಷ್ಟ ಇದೆ ಎನ್ನುವುದಕ್ಕೆ ಕಿವಿಯಾಗುವವಳು. ಇಲ್ಲಿನ ರಾಣಿ, ರಾಜತ್ವದ ಅಮಲಿನಲ್ಲಿ ಪ್ರೀತಿಯ ಸಂಬಂಧಗಳನ್ನೇ ಕಳೆದುಕೊಂಡಿರುವ ರಾಜನಿಗೆ ಅದರ ನಿಸ್ಸಾರತೆಯನ್ನು ಕಾಣಿಸುವವಳು. ಮಾತ್ರವಲ್ಲ, ಮಗನಿಗೇ ಯಾಕೆ? ರಾಜ್ಯವೊಂದನ್ನು ಸಮರ್ಥವಾಗಿ ಆಳುವುದರ ಕುರಿತು ಖಚಿತ ಕಣ್ನೋಟ ಮತ್ತು ಆಕಾಂಕ್ಷೆ ಇರುವ ಮಗಳಿಗೂ ಪಟ್ಟ ಕೊಡಬಹುದು ಎಂಬುದನ್ನು ರಾಜ ಮನಗಾಣುವಂತೆ ಮಾಡಬಲ್ಲವಳು. ರಾಜಕುಮಾರನನ್ನು ಮೆಚ್ಚಿಸುವುದಕ್ಕೋಸ್ಕರವೇ ಅಲಂಕರಿಸಿಕೊಳ್ಳುವ, ಕುಣಿಯುವ, ದಣಿಯುವ ಹೆಣ್ಣುಮಕ್ಕಳನ್ನು ಸೃಷ್ಟಿಸುತ್ತಿರುವವರು ನಾವೇ ಎನ್ನುವುದನ್ನೂ ಈ ಸಿನಿಮಾ ಸೂಚಿಸುತ್ತದೆ. ಎಲ್ಲಿಯ ತನಕ ನಾವು ಹೀಗೆ ಕುಣಿಯುತ್ತಾ, ದಣಿಯುತ್ತಾ ಇರುತ್ತೇವೋ ಅಲ್ಲಿಯ ತನಕ ನಮ್ಮನ್ನು ಮಣಿಸುತ್ತಲೇ ಇರುವ ವ್ಯವಸ್ಥೆಯೂ ಗಟ್ಟಿಯಾಗುತ್ತಲೇ ಹೋಗುತ್ತದೆ.

ಒಂದೆಡೆ ಮುಚ್ಚಿಡುವ, ದಂಡಿಸುವ ಪಡೆ. ಇನ್ನೊಂದೆಡೆ ಅಳುವ ಅಸಹಾಯ ಪಡೆ. ಇದಲ್ಲದ ಆತ್ಮವಿಶ್ವಾಸದ ನಡೆ ಸಾಧ್ಯವಿದೆ. ಇಲ್ಲೊಂದು ಚೆಲುವಿನ ಲೋಕವೂ ಇದೆ. ಬದಲಾದ ಸಿಂಡ್ರೆಲಾಳಂತೆ ಹೊಸ ರೂಪಕವು ಹೊಸ ಲೋಕ ಸೃಷ್ಟಿಸಬಲ್ಲುದು. ಕಲ್ಪನೆಯ ಲೋಕ ವಾಸ್ತವಕ್ಕಿಳಿಯಲು ನಮ್ಮ ಸುತ್ತಿನ ಹೆಣ್ಣುಮಕ್ಕಳ ದಿಟ್ಟ ಹೋರಾಟಗಳು ಪ್ರೇರಣೆಗಳಾಗಬಲ್ಲುವು.

೩೦

ಗುರುಬ್ರಹ್ಮನೆಂಬಲ್ಲಿ ಗುರುಗಳ
ನಡುವೆ ಎಷ್ಟೊಂದು ಶ್ರೇಣೀಕರಣ

ಆತಿಥ್ಯದ ನಿರೀಕ್ಷೆಯಲ್ಲಿ ಅತಿಥಿ

ಬೆಟ್ಟದಡಿಯ
ಕಲ್ಲುಬಂಡೆಗಳ ನಡುವೆ
ಸಾಯಲೆಂದು ಚಿಟ್ಟೆಯೊಂದು ಬಂತು!
ಬೆಟ್ಟ ತನ್ನ ನೆರಳನ್ನು ಚೆಲ್ಲಿ
ಸಾವಿನ ಗುಟ್ಟನ್ನು ಮುಚ್ಚಿಟ್ಟುಬಿಟ್ಟಿತು!

ಇದು ಎಟೆಲ್ ಅದ್ನಾನ್ ಎಂಬ ಅರಬ್ ಹೆಣ್ಣುಮಗಳ ಕವಿತೆಯ ಸಾಲುಗಳಾಗಿದ್ದು, ಕವಯಿತ್ರಿ ಎಂ ಆರ್ ಕಮಲ ಕನ್ನಡಕ್ಕೆ ಅನುವಾದಿಸಿದ್ದಾರೆ.

ಈ ಕವಿತೆ ಹೆಣ್ಣಿನ ಅಳಲುಗಳನ್ನು ದಾಟಿ ಆಡಲಾರದ ಅನುಭವಿಸಲಾರದ, ಸಾವೂ ಅಲ್ಲದ ಬದುಕೂ ಅಲ್ಲದ, ಸತ್ತ ಸಾವೂ ಗುರುತಿಲ್ಲದ ಸ್ಥಿತಿಯಲ್ಲಿರುವ ಎಲ್ಲರನ್ನೂ ಪ್ರತಿನಿಧಿಸುತ್ತಿದೆ.

ಎಲ್ಲರ ಒಳಿತಿಗಾಗಿ ಮಾಡಿಕೊಂಡ ಪ್ರಜಾಪ್ರಭುತ್ವವೆಂಬ ವ್ಯವಸ್ಥೆಯಲ್ಲೂ ಎಷ್ಟೊಂದು ತಾರತಮ್ಯಗಳು. ಗುರುಬ್ರಹ್ಮ ಎಂದು ಭಾವುಕವಾಗಿ ಠಸ್ಸೆ ಹಾಕಿಸಿಕೊಂಡಿರುವ ಭಾರತೀಯ ಶಿಕ್ಷಕ ವಲಯದಲ್ಲಿ ಎಷ್ಟೊಂದು ಶ್ರೇಣೀಕರಣಗಳು! ಹೌದು, ನನ್ನ ಜೊತೆ ಕೆಲಸ ಮಾಡುವ ಅತಿಥಿ ಉಪನ್ಯಾಸಕರು ಎಂಬ ಪದನಾಮದೊಳಗೆ ಅಡಗಿ ಹೋಗಿರುವ ಬಂಧುಗಳ ಕುರಿತೇ ನಾನು ಮಾತನಾಡುತ್ತಿರುವುದು.

ಇಪ್ಪತ್ತೆಂಟು ವರ್ಷಗಳ ಹಿಂದಿನ ಮಾತು. ಆಗ ತಾತ್ಕಾಲಿಕ ನೆಲೆಯಲ್ಲಿ ಕೆಲಸ ಮಾಡುತ್ತಿದ್ದ ಉಪನ್ಯಾಸಕರ ಕಾಯಮಾತಿ ಮಾಡುವಂತೆ ಕೋರ್ಟ್ ಆದೇಶಿಸಿತು. ಆ ಸಂಭ್ರಮವನ್ನು ಹತ್ತಿಕ್ಕಲಾರದೆ ಉಪನ್ಯಾಸಕರೊಬ್ಬರು ತರಗತಿಯಲ್ಲಿ ಅದನ್ನು ವಿದ್ಯಾರ್ಥಿಗಳ ಮುಂದೆ ಹೇಳಿಕೊಂಡರು. 'ನೀವು ಇಷ್ಟು ದಿನ ಟೆಂಪರರಿಯಾಗಿ ಇದ್ರಾ?' ಅಂತ ವಿದ್ಯಾರ್ಥಿಗಳು ಕೇಳಿದರು. ಈ ವಿಷಯ ತಿಳಿದ ಹಿರಿಯ ಉಪನ್ಯಾಸಕರೊಬ್ಬರು ಸಿಟ್ಟಾದರು. ವಿದ್ಯಾರ್ಥಿಗಳ ಮುಂದೆ ಇದನ್ನು ಯಾಕೆ ಹೇಳಬೇಕಿತ್ತು? ಅವರಿಗೆ ಇವರು ಕೇವಲ ಉಪನ್ಯಾಸಕರು. ಹಾಗೆಲ್ಲ ಹೇಳಿ ನಮ್ಮ ಬೆಲೆ ನಾವು ಕಡಿಮೆ ಮಾಡಿಕೊಳ್ಳಬಾರದು ಎಂಬುದು ಅವರ ಸಿಟ್ಟಿಗೆ ಕಾರಣವಾಗಿತ್ತು!

ಆಗ ಉಪನ್ಯಾಸಕರು ಏಳು ಗಂಟೆಗಳ ಕಾಲ ಕಾಲೇಜಿನಲ್ಲಿ ಇರಬೇಕು ಎಂಬ ನಿಯಮ ಇದ್ದಿರಲಿಲ್ಲ. ತಮ್ಮ ತರಗತಿ ಮತ್ತಿತರ ಜವಾಬ್ದಾರಿಗಳನ್ನು ನಿರ್ವಹಿಸುವುದು ಮುಖ್ಯವಾಗಿತ್ತು. ಆಗ ಎಷ್ಟೊಂದು ಜನ ಸಿಎಲ್ ಹಾಕಿದರೂ ಬಂದು ಒಂದೆರಡು ತರಗತಿ ತೆಗೆದುಕೊಳ್ಳುವುದೂ ಇತ್ತು. ಕಾಲೇಜಿನಲ್ಲಿ ಪ್ರಿನ್ಸಿಪಾಲರು ಇಲ್ಲದಿದ್ದರೂ ಮಧ್ಯಾಹ್ನದ ಕೊನೆಯ ತರಗತಿಯನ್ನು ಬಿಡದೆ ಮಾಡುವ ಅರೆ ಕಾಲಿಕ ಉಪನ್ಯಾಸಕರೂ ಇದ್ದರು. ಕೆಲಸದೆಡೆಗಿನ ಪ್ರೀತಿ, ಕೊನೆಯ ಗಂಟೆಯಲ್ಲಿಯೂ ತುಂಬಿ ತುಳುಕುವ ತರಗತಿ ಎಲ್ಲವೂ ಅದ್ಭುತ ಅನುಭವಗಳೇ ಹೊರತು ಕಾಗದದ ಮೇಲಿನ ದಾಖಲೆಗಳಲ್ಲ. ನೋಡ ನೋಡುತ್ತಾ ಅನುಭವಕ್ಕಿಂತ ದಾಖಲೆಯೇ ಮುಖ್ಯವೆನಿಸುವ ಯಾಂತ್ರಿಕ ಮತ್ತು ತಾಂತ್ರಿಕತೆಯೆಡೆಗೆ ಎಲ್ಲವೂ ಬದಲಾಗಿದೆ. ಮೊದಲು ಕಾಯಂ, ತಾತ್ಕಾಲಿಕ ಎನ್ನದೆ ಎಲ್ಲರೂ ಜೊತೆಯಲ್ಲಿ ಕಲೆತು ಇರುತ್ತಿದ್ದರು. ಈಗ 'ನಾವು ಅತಿಥಿ ಉಪನ್ಯಾಸಕರು, ನಮ್ಮನ್ನು ಯಾವುದಕ್ಕೂ ಪರಿಗಣಿಸುವುದೂ ಇಲ್ಲ' ಎಂದು ಇವರೂ, 'ಅವರಿಗ್ಯಾವ ಹೊಣೆಗಾರಿಕೆಯಿಲ್ಲ' ಎಂದು ಅವರೂ ಭಾವಿಸುವ ಬಿರುಕುಗಳೂ, ಅವಮಾನಗಳೂ ಹುಟ್ಟಿಕೊಂಡಿವೆ.

ಜಾಗತೀಕರಣದ ನಂತರ ಮುಂದುವರಿದ ದೇಶಗಳ ಮಾದರಿಯೇ ನಮ್ಮ ಗುರಿಗಳಾಗಿ ನಿರುದ್ಯೋಗದ ಸ್ವರೂಪವೂ ಬದಲಾಗಿದೆ. ಜನಸಂಖ್ಯೆ ಕಡಿಮೆಯಿರುವ ಆ ದೇಶಗಳಲ್ಲಿ ಹಲವರ ಕೆಲಸ ಒಬ್ಬರು ಮಾಡಿ ಹಲವರ ಸಂಬಳ ಒಬ್ಬರು ಪಡೆದುಕೊಳ್ಳುವುದು ಸಹಜವಿದ್ದೀತು. ಆದರೆ ಹಲವು ಬಾಯಿಗಳಿರುವ ನಮ್ಮಲ್ಲಿ ಇದು ಹಲವರ ತುತ್ತನ್ನು ಕಿತ್ತುಕೊಳ್ಳುತ್ತದೆ. ಅಷ್ಟೇ ಅಲ್ಲ, ಇಲ್ಲಿ ನಮ್ಮ ಕುಟುಂಬದ ಪರಿಕಲ್ಪನೆಯೇ ಭಿನ್ನವಾದುದು. ತಂದೆ ತಾಯಿಯನ್ನು ನೋಡಿಕೊಳ್ಳಬೇಕು. ಮಕ್ಕಳು ತಮ್ಮ ಕಾಲ ಮೇಲೆ ನಿಲ್ಲುವ ತನಕವೂ ಅವರನ್ನು ಪೋಷಿಸಬೇಕು. ಅದರ ಜೊತೆಗೆ ತಮ್ಮ, ತಂಗಿಯರ ಹೊಣೆಗಳೂ ಇರುತ್ತವೆ. ಅಹರ್ನಿಶಿ ಕೆಲಸದ ಒತ್ತಡಗಳಿಂದ ಇಲ್ಲಿನ ಕುಟುಂಬಗಳ ನೆಮ್ಮದಿ ಕೆಟ್ಟು ಹೋಗುತ್ತದೆ. ಮಾನಸಿಕ ಖಿನ್ನತೆ, ಆತ್ಮಹತ್ಯೆ, ಅನಾರೋಗ್ಯ ದಾಳಿಯಿಡುತ್ತವೆ.

ನಮ್ಮ ರೀತಿ ನೀತಿಗೆ ಎಂಟು ಗಂಟೆಗಳ ಕೆಲಸದ ಅವಧಿ ಸರಿ ಹೊಂದುತ್ತದೆ. ಮೊದಲು ಕಾಲೇಜುಗಳ ಉಪನ್ಯಾಸಕರಿಗೆ ಅವರ ಹಿರಿತನಕ್ಕೆ ಅನುಗುಣವಾಗಿ ವಾರಕ್ಕೆ ಹದಿನಾರು, ಹದಿನಾಲ್ಕು ಮತ್ತು ಹನ್ನೆರಡು ಗಂಟೆಗಳ ಕಾರ್ಯಭಾರ ಇತ್ತು. ಇದು ಇನ್ನಷ್ಟು ಉದ್ಯೋಗಗಳನ್ನು ಸೃಷ್ಟಿಸುತ್ತಿತ್ತು. ಈ ಎಲ್ಲಾ ವ್ಯವಸ್ಥೆಗಳು ಉದ್ಯೋಗ ಸೃಷ್ಟಿಯೆಡೆಗೆ ಗಮನ ನೀಡುತ್ತಿದ್ದವು. ಆದರೆ ಈಗ ಖಾಸಗಿಯಿಂದ ಹಿಡಿದು ಸರ್ಕಾರದವರೆಗೆ ಉದ್ಯೋಗ ಕಡಿತದೆಡೆಗೆ ಗಮನ ಹೆಚ್ಚಿದೆ. ಒಬ್ಬರ ಕೆಲಸವನ್ನು ಹಲವರು ಹಂಚಿಕೊಂಡು ಮಾಡುವ, ನಿನ್ನೊಂದಿಗೆ ನಾನೂ ಬದುಕುತ್ತೇನೆಂಬ, ತರತಮಗಳ ಅಂತರ ಕಡಿಮೆ ಮಾಡಿ ಎಲ್ಲರ ಘನತೆಯನ್ನೂ ಕಾಪಿಟ್ಟುಕೊಳ್ಳುವ ಭಾರತೀಯ ಮಾದರಿಯೊಂದನ್ನು ಹುಟ್ಟು ಹಾಕಬೇಕಿರುವುದು ಇಂದಿನ ತುರ್ತು. ಇಲ್ಲದೇ ಹೋದಲ್ಲಿ ಹತ್ತು ಹದಿನೈದು ವರ್ಷಗಳಿಂದ ಉಪನ್ಯಾಸಕರಾಗಿದ್ದವರು ತರಕಾರಿ ಮಾರಿ, ಕೂಲಿ ಕೆಲಸ ಮಾಡಿ ಹೊಟ್ಟೆ ಹೊರೆದುಕೊಳ್ಳಬೇಕಾದ, ಕೆಲವೊಮ್ಮೆ ಅದೂ ಇಲ್ಲದೆ ಆತ್ಮಹತ್ಯೆ ಮಾಡಿಕೊಳ್ಳಬೇಕಾದ ಇಂದಿನ ಸ್ಥಿತಿ ಇನ್ನಷ್ಟು ಬಿಗಡಾಯಿಸುತ್ತದೆ.

ಅತಿಥಿ ಉಪನ್ಯಾಸಕರಿಗೆ ಮೊದಲು ಮೇ, ಜೂನ್, ಜುಲೈನಲ್ಲಿ ಸಂಬಳ ಸಿಗುತ್ತಿರಲಿಲ್ಲ. ಉಳಿದ ತಿಂಗಳುಗಳ ಸಂಬಳ ಕಂತಿನಲ್ಲಿ ವರ್ಷದಲ್ಲಿ ಎರಡು ಸಲವೋ, ಮೂರು ಸಲವೋ ಸಿಗುತ್ತಿತ್ತು. ಈಗ ಕೋವಿಡ್ ಎಂಬ ಧೂರ್ತ ಬೇರೆ ಕಣ್ಣು ಹಾಕಿ ಆಗಸ್ಟ್ ಮುಗೀತಾ ಬಂತು, ಸೆಪ್ಟೆಂಬರ್‌ನಲ್ಲಿ ಆನ್ಲೈನ್ ಕ್ಲಾಸುಗಳೇ ಗತಿ. ಅಕ್ಟೋಬರ್‌ನಲ್ಲಿ ಶುರುವಾದೀತೇ? ತಿಳಿದಿಲ್ಲ. ಆದರೆ ಹೊಟ್ಟೆ ಎಂಬ ಯಂತ್ರ, ಖಾಯಿಲೆ ಎಂಬ ಅತಿಥಿ, ಮಕ್ಕಳ ಶಿಕ್ಷಣ ಎಂಬ ನಾಳೆಗಳು ನಿಲ್ಲುವುದಿಲ್ಲ. ಏನು ಮಾಡಬೇಕು? ಯಾರನ್ನು ದೂರಬೇಕು? ಈ ಅಯೋಮಯತೆಯಲ್ಲಿ ಕಾಲ ಹಾಕುತ್ತಿರುವ ಅತಿಥಿ ಉಪನ್ಯಾಸಕರ ಕುರಿತು ಸರಿ ನಿರ್ಧಾರ ತಳೆಯಲು ವ್ಯವಸ್ಥೆಗೆ ಒಂದೂವರೆ

ದಶಕಗಳಿಂದ ಸಾಧ್ಯವಾಗಿಲ್ಲ. ತಾಂತ್ರಿಕ ಕಾರಣಕ್ಕಾಗಿ 'ಅತಿಥಿ ಉಪನ್ಯಾಸಕರು' ಎಂಬ ಪದನಾಮವನ್ನು ನೀಡಿದೆ ಈ ವ್ಯವಸ್ಥೆ. ಯಾವ ಅತಿಥಿಯೂ ಹೆಚ್ಚು ದಿನ ಇದ್ದರೆ ಸಾಗಹಾಕುವ ಹಲವು ದಾರಿಗಳನ್ನು ಮನೆಯವರು ಹುಡುಕುತ್ತಾರೆ ಎಂಬ ಸಾಂಕೇತಿಕ ಎಚ್ಚರಿಕೆಯನ್ನೂ ಒಳಗೊಂಡಿದೆ ಎಂಬುದರಲ್ಲಿ ಎರಡು ಮಾತಿಲ್ಲ.

ಇದೊಂದು ವಿಪರೀತ ತಾರತಮ್ಯದ ವ್ಯವಸ್ಥೆ. ಕಾಯಂ ಇರುವವರಿಗೂ ತಾತ್ಕಾಲಿಕವಾಗಿ ಕೆಲಸ ಮಾಡುವವರಿಗೂ ಸವಲತ್ತಿನಲ್ಲಿ ಅಜಗಜಾಂತರವಿದೆ. ಇದು ಇರುವಿಕೆಗಳನ್ನು ಮಾತ್ರವಲ್ಲ, ಮನಸ್ಸುಗಳನ್ನೂ ಇಬ್ಭಾಗವಾಗುವಂತೆ ಮಾಡಿ ಇನ್ನೊಂದು ರೀತಿಯ ಸಮಸ್ಯೆಗಳು ಹುಟ್ಟಿಕೊಳ್ಳುವುದಕ್ಕೆ ಕಾರಣವಾಗುತ್ತಿದೆ. ಈ ಹುಣ್ಣು ಬಲಿಯುವುದೆಂದರೆ ಇನ್ನೊಂದು ಸಾಮಾಜಿಕ ಸಮಸ್ಯೆಯು ಹುಟ್ಟಿಕೊಳ್ಳುವುದು ಎಂಬುದನ್ನು ಕಾಣದೇ ಹೋಗುವುದು ದಡ್ಡತನವಾಗುತ್ತದೆ. ಎಂತ ವಿಚಿತ್ರ ನೋಡಿ, ನಾವು ಸಂಸ್ಕೃತಿಯ ಬಗೆಗೆ ಬಹಳ ಮಾತಾಡುತ್ತೇವೆ. ಅದೇ ಹೊತ್ತಿಗೆ ಆ ಸಂಸ್ಕೃತಿಯ ಪರಿಕರಗಳನ್ನು ಶೋಷಣೆಗೆ ಅಸ್ತ್ರವಾಗಿಸಿಕೊಳ್ಳುತ್ತೇವೆ. ಗುರು ಪೂರ್ಣಿಮೆಯ ದಿನ ಶಿಕ್ಷರ ಕಾಲಿಗೆ ವಿದ್ಯಾರ್ಥಿಗಳನ್ನು ಬೀಳಿಸಿ ಪೂಜೆ ಮಾಡಿಸುತ್ತೇವೆ. ಆದರೆ ಅತಿ ಕಡಿಮೆ ಸಂಖ್ಯೆಯಲ್ಲಿರುವ ಕಾಯಂ ಶಿಕ್ಷಕರನ್ನು ಬಿಟ್ಟು ಉಳಿದವರಿಗೆ ತಾವು ಶಿಕ್ಷಕರು ಎಂದು ಹೆಮ್ಮೆ ಪಡುವುದಕ್ಕೆ ಅವಕಾಶವಿಲ್ಲದಂತೆ ಅವರಿಗೆ ಅತಿ ಕನಿಷ್ಠ ಸಂಬಳ ನೀಡುತ್ತಾ, ಅವರು ಸ್ವಾಭಿಮಾನದಿಂದ ತಲೆಯೆತ್ತದಂತೆ ದೈನೇಸಿ ಸ್ಥಿತಿಗೆ ಅವರನ್ನು ದೂಕುತ್ತಿದ್ದೇವೆ. ಒಂದೆಡೆ, ಉನ್ನತ ಶಿಕ್ಷಣದ ಪಾಲಿಸಿಯು ವಿದ್ಯಾರ್ಥಿ, ಶಿಕ್ಷಕರ ಸಂಬಂಧ ಗುರುಕುಲದ ರೀತಿಯಲ್ಲಿ ಇರಬೇಕು ಎನ್ನುತ್ತದೆ. ಪದವಿ ಕಾಲೇಜಿನ ಗುಣಮಟ್ಟ ಅಳೆಯುವ ನ್ಯಾಕ್, ಶಿಕ್ಷಕ-ವಿದ್ಯಾರ್ಥಿ ಅನುಪಾತದಲ್ಲಿ ಅಂತರ ಕಡಿಮೆ ಇರಬೇಕು ಎನ್ನುತ್ತದೆ. ಇನ್ನೊಂದೆಡೆ ನೂರಾರು ವಿದ್ಯಾರ್ಥಿಗಳಿಗೆ ಒಬ್ಬ ಉಪನ್ಯಾಸಕರನ್ನು ನೇಮಿಸಲಾಗುತ್ತದೆ.

ಭಾರತ ಗುರುಗಳನ್ನು ಪೊರೆಯದಷ್ಟು ಬಡವಾಗಿದೆಯೇ? ಆರು ತಿಂಗಳಿನಿಂದ ಕೆಲಸದಿಂದ ದೂರ ಇಟ್ಟಿರುವ ಅತಿಥಿ ಉಪನ್ಯಾಸಕರಿಗೀಗ ಬೇಕಿರುವುದು ಅವರ ಸಾಮರ್ಥ್ಯ ಮತ್ತು ಅರ್ಹತೆಗೆ ತಕ್ಕ ಕೆಲಸ, ಮತ್ತದಕ್ಕೆ ತಕ್ಕ ವೇತನ. ಬಹುಶಃ ಇದೇ ನಾಗರಿಕ ಸಮಾಜಕ್ಕೊಂದು ಘನತೆಯನ್ನು ನೀಡುವ ದಾರಿ ಕೂಡ.

೩೦

ಇದಿರು ನೋಟ
ಸಬಿತಾ ಬನ್ನಾಡಿ

ಕಲಿಕಾ ಮಾಧ್ಯಮ ಬದಲಿಸುವುದಲ್ಲ; ನುಡಿಗಳನ್ನು ಕಲಿಸುವ ಕ್ರಮ ಬದಲಿಸಬೇಕಿದೆ

ನುಡಿಯ 'ನಡೆ' ಬದಲಿಸುವ ಸಮಯ

ಹೇಳಿದ್ದೇ ಹೇಳುವ ಕಿಸಬಾಯಿದಾಸ ಅಂತ ಒಮ್ಮೆ ಅನ್ನಿಸಿದರೆ ಅವನ ಮಾತಿನ ಕಡೆಗೆ ಕಿವಿಗೊಡುವುದನ್ನೇ ನಿಲ್ಲಿಸುತ್ತೇವೆ. ಅವನು ಹೇಳುವ ರೀತಿಯನ್ನಾದರೂ ಬದಲಿಸಿಕೊಳ್ಳಲೇ ಬೇಕು. ನಾನು ಈಗ ಹೇಳಹೊರಡುತ್ತಿರುವ ಸಂಗತಿಗೆ ಪ್ರವೇಶಿಸುವ ಮೊದಲು ನಮ್ಮೆಲ್ಲರ ದಿನನಿತ್ಯದ ಅನುಭವಗಳನ್ನು ಹೇಳಿ ಮುಂದಡಿಯಿಡುತ್ತೇನೆ.

ಇಂದಿನ ಮಕ್ಕಳು ಹುಟ್ಟುವಾಗಲೇ ಟಿವಿ ಕಂಡವರು. ಆಗಾಗ ಚಾನೆಲ್ ಬದಲಾಗುತ್ತಾ ಇರುತ್ತದೆ. ಹಾಗಯೇ ಅವರು ನೋಡುತ್ತಿರುವ ಭಾಷೆಯೂ. ಕನ್ನಡದ ಮಕ್ಕಳಿಗಂತೂ ಡಬ್ಬಿಂಗ್ ಇಲ್ಲದ ಕಾರಣ ಹಲವು ಕಾರ್ಟೂನ್ಸ್ ಹಿಂದಿ ಅಥವಾ ಇಂಗ್ಲಿಷಿನಲ್ಲಷ್ಟೇ ಸಿಗುತ್ತವೆ. ಅವರು ಅದನ್ನೇ ನೋಡುತ್ತಾರೆ. ಹಿಂದಿಯನ್ನಂತೂ ನೋಡುತ್ತಾ, ಕೇಳುತ್ತಾ ಮಾತಾಡಲೂ ಕಲಿಯತೊಡಗುತ್ತಾರೆ. ಆರನೇ ಕ್ಲಾಸಿನ ನಂತರ ಹಿಂದಿ ಕಲಿತ ನಮ್ಮ ತಲೆಮಾರಿನವರು ಅವರಷ್ಟು ಸಲೀಸಾಗಿ ಮಾತನಾಡಲಾಗದೇ ಅವರನ್ನೇ ಅವಲಂಬಿಸುತ್ತೇವೆ. ಎಷ್ಟೋ ಬಾರಿ ಅವರನ್ನು ನೋಡಿ ಅಚ್ಚರಿ ಪಡುತ್ತೇವೆ. ಬಹುಭಾಷಿಕರು ಬರುವ ಪ್ರವಾಸಿ ಸ್ಥಳದಲ್ಲಿ ಸಣ್ಣಪುಟ್ಟ ವಸ್ತುಗಳನ್ನು ಮಾರುವ ಚಿಕ್ಕವರು, ಕೆಲವೊಮ್ಮೆ ದೊಡ್ಡವರು ಆಯಾ ಭಾಷಿಕರಿಗೆ ತಕ್ಕಂತೆ ತಮ್ಮ ಭಾಷೆ ಬದಲಿಸುತ್ತಾರೆ. ಹೇಗೋ ಸಂವಹನ ಸಾಧಿಸುತ್ತಾರೆ. ಇವರಲ್ಲಿ ಕೆಲವರು ಶಾಲಾ ಮೆಟ್ಟಿಲನ್ನೂ ಹತ್ತಿರುವುದಿಲ್ಲ. ಕೆಲವೆಡೆ ಮಕ್ಕಳು ಫ್ರೆಂಚ್, ಜರ್ಮನ್ ಭಾಷೆಯನ್ನೂ ಮಾತಾಡುವುದಿದೆ. ಅದು ಹೇಗೆ ಇವರಿಗೆ ಮಾತಾಡಲು ಸಾಧ್ಯವಾಯಿತು? ಅದು ಹೇಗೆ ಗಡಿ ಭಾಗದಲ್ಲಿ ನೆಲೆಸಿರುವವರು ಸಲೀಸಾಗಿ ಎರಡೆರಡು ನುಡಿಗಳನ್ನು ಮಾತಾಡುತ್ತಾರೆ? ಈ ಅಂಶ ಯಾಕೆ ನಮ್ಮ ಕುತೂಹಲವನ್ನು ಕೆರಳಿಸಲಿಲ್ಲ? ಅಥವಾ ನಾವ್ಯಾಕೆ ಇದನ್ನು ಗಂಭೀರವಾಗಿ ಪರಿಗಣಿಸುತ್ತಿಲ್ಲ? ನಿಜ. ಈ ಭಾಷೆಗಳನ್ನು ಅವರು ಮಾತಾಡುತ್ತಾರಾದರೂ ಓದಲು, ಬರೆಯಲು ಅವರಿಗೆ ಬರುತ್ತದೆ ಎನ್ನುವಂತಿಲ್ಲ. ಇರಲಿ.

ಹೀಗೆ ಕಿವಿ ಮೇಲೆ ಬಿದ್ದ, ಕಣ್ಣಿನ ಮೂಲಕ ನೋಡಿ, ಕೇಳಿದ ನುಡಿಗಳನ್ನು ಯಾವುದೇ ವ್ಯಾಕರಣದ ಪಾಠ ಇಲ್ಲದೆಯೇ ನಾವು ಕಲಿಯಬಹುದೆಂದಾಯಿತು – ನಮ್ಮ ಮನೆ ಮಾತಿನಂತೆಯೇ. ಮುಂದೆ ಅಗತ್ಯ ಬಿದ್ದರೆ, ಆಸಕ್ತಿ ಇದ್ದರೆ ನಾವು ಇವುಗಳ ವ್ಯಾಕರಣ ವಿಶೇಷಗಳನ್ನು ಕಲಿಯಬಹುದು ಅಥವಾ ತಿಳಿಯಬಹುದು. ಹೀಗೆ ತಿಳಿಯಬೇಕಾದುದು ನುಡಿಯ ಕುರಿತು ವಿಶೇಷ ಅಧ್ಯಯನ ಮಾಡಬೇಕಾದವರು, ಅದನ್ನೇ ತಮ್ಮ ಪ್ರವೃತ್ತಿಗೆ ಬಳಸಬೇಕಾದವರು ಮತ್ತು ತಮ್ಮ ವೃತ್ತಿಯ ಭಾಗವಾಗಿ ನುಡಿಯೊಂದಿಗೆ ವ್ಯವಹರಿಸಬೇಕಾದವರು ಮಾತ್ರ. ಉಳಿದವರಿಗೆ ಅದು ಬದುಕೆಂಬ ಶರೀರದ ಒಂದು ಅಂಗ ಮಾತ್ರ. ಹೃದಯದ ಬಗೆಗೆ ವಿಶೇಷ ತಜ್ಞತೆ ಇಲ್ಲದೆಯೂ ಅದರೊಂದಿಗೆ ಬದುಕುವಂತೆ. ನುಡಿ ನಮ್ಮ ಬದುಕಿನ ಅಂಗವಾಗುವಾಗ ನಮ್ಮ ನಮ್ಮ ಅವಶ್ಯಕತೆಗೆ ತಕ್ಕಂತೆ ನಾವು ಒಂದು ಅಥವಾ ಒಂದಕ್ಕಿಂತ ಹೆಚ್ಚು ನುಡಿಗಳನ್ನು ಕಲಿಯುತ್ತೇವೆ. ಬಳಸುತ್ತೇವೆ. ಈ ಅವಶ್ಯಕತೆಗಳನ್ನು ವ್ಯಾಖ್ಯಾನ ಮಾಡುವ ಕ್ರಮ ಬದಲಾದಂತೆ ನುಡಿಗಳಲ್ಲಿ ಯಾವ ನುಡಿಗೆ ಹೆಚ್ಚು ಮಹತ್ವ ಕೊಡಬೇಕು ಎಂಬ ಚರ್ಚೆಗಳು ಮುನ್ನೆಲೆಗೆ ಬರತೊಡಗುತ್ತವೆ. ಹಾಗೆಯೇ ಅವುಗಳನ್ನು ಕಲಿಸುವ ಕ್ರಮ ಹೇಗಿರಬೇಕು ಎಂಬುದೂ ವಾಗ್ವಾದದ ವಿಷಯಗಳಾಗತೊಡಗುತ್ತವೆ. ವಾಗ್ವಾದವು

ಮುನ್ನೆಲೆಗೆ ಬಂದಾಗ ವೈಜ್ಞಾನಿಕತೆಯು ಹಿಂದೆ ಸರಿಯತೊಡಗುತ್ತದೆ. ಸದ್ಯದ ತುರ್ತು, ಪ್ರಯೋಜನಗಳನ್ನು ಕುರಿತ ಮಾತು ಆಕರ್ಷಕವಾಗತೊಡಗುತ್ತವೆ.

ಕನ್ನಡದ ಬಗೆಗೆ ಮಾತಾಡುವವರೆಲ್ಲರೂ ಕೊನೆಗೊಂದು ಒಗ್ಗರಣೆಯಾಗಿ 'ನಾವು ಇಂಗ್ಲಿಷನ್ನು ವಿರೋಧಿಸುತ್ತಿಲ್ಲ, ಇಂಗ್ಲಿಷ್ ಅನಿವಾರ್ಯ, ಆದರೆ ಕನ್ನಡ ಮೊದಲು' ಅನ್ನುವುದು ನಮ್ಮೆಲ್ಲರ ಗಮನಕ್ಕೆ ಬಂದಿರುವ ಸಂಗತಿ. ಹಾಗೆ ಹೇಳುವುದಕ್ಕೆ ಮುಖ್ಯ ಕಾರಣ ಇಂದು ಉದ್ಯೋಗಕ್ಕೆ ಇಂಗ್ಲಿಷನ್ನು ಅನಿವಾರ್ಯವಾಗಿಸಿರುವುದೇ ಆಗಿದೆ. ಹೀಗಾಗಿ ನಾವಿಂದು ಕನಿಷ್ಠ ದ್ವಿಭಾಷಿಕರಾಗಿ ಪರಿವರ್ತನೆಗೊಂಡಿದ್ದೇವೆ. ಒಂದೆಡೆ ಕನ್ನಡವನ್ನು ಬಲಿಗೊಡುತ್ತಾ, ಇನ್ನೊಂದೆಡೆ ಇಂಗ್ಲಿಷನ್ನೂ ಸರಿಯಾಗಿ ಕಲಿಸಲಾಗದೆ ಒದ್ದಾಡುತ್ತಿರುವ ಈ ಸನ್ನಿವೇಶದಲ್ಲಿ ಇದಕ್ಕೆ ಪರಿಹಾರವೇ ಇಲ್ಲವೇ? ಖಂಡಿತಾ ಪರಿಹಾರ ಇರಲೇಬೇಕು. ಮೊತ್ತ ಮೊದಲನೆಯದಾಗಿ ನಾವು ನುಡಿಗಳನ್ನು ಮಕ್ಕಳಿಗೆ ಕಲಿಸುವ ಕ್ರಮವನ್ನೇ ಬದಲಿಸಿಕೊಳ್ಳಬೇಕು. ಮಾಧ್ಯಮವನ್ನು ಬದಲಿಸುವುದು ಇದಕ್ಕೆ ಪರಿಹಾರ ಅಲ್ಲವೇ ಅಲ್ಲ ಎಂಬುದು ಈಗಾಗಲೇ ಸಾಬೀತಾಗಿದೆ.

'ಭಾಷಾಶಾಸ್ತ್ರದ ನ್ಯೂಟನ್' ಎಂದೇ ಹೆಸರುವಾಸಿಯಾದ ನೋಮ್ ಚಾಮ್‌ಸ್ಕಿ ಸಂಶೋಧನೆಗಳು ಇದಕ್ಕೆ ಮಹತ್ತರ ಕೊಡುಗೆ ಕೊಟ್ಟಿವೆ. ಚಾಮ್‌ಸ್ಕಿಯವರ ಪ್ರಕಾರ ನುಡಿಯ ಸಾಮರ್ಥ್ಯವೆಂಬುದು ನಮ್ಮ ಮಿದುಳಿನಲ್ಲಿ ಅಂತರ್ಗತವಾಗಿರುತ್ತದೆ. ಇದನ್ನವರು ಯುನಿವರ್ಸಲ್ ಗ್ರಾಮರ್ – UG ಎನ್ನುತ್ತಾರೆ. ಇದು ನಮ್ಮ ಕಿವಿಯ ಮೇಲೆ ಬೀಳುವ ಭಾಷೆಯೊಳಗಣ ವ್ಯತ್ಯಾಸಗಳನ್ನು ಗ್ರಹಿಸಿ ನಾವದನ್ನು ಮಾತಾಗಿ ಮಾರ್ಪಡಿಸಿಕೊಳ್ಳಲು ಸಹಾಯ ಮಾಡುತ್ತದೆ. ಜಗತ್ತಿನಾದ್ಯಂತ ಇದುವರೆಗೂ ಸಿಕ್ಕಿರುವ ಮತ್ತು ಭಾಷಾಶಾಸ್ತ್ರಜ್ಞರ ಗಮನಕ್ಕೆ ಬಂದಿರುವ ಭಾಷೆಗಳಲ್ಲಿ ವಾಕ್ಯಗಳು ಆರು ವಿಧಗಳಲ್ಲಿ ಮಾತ್ರ ರೂಪುಗೊಳ್ಳುತ್ತವೆ. Subject (S), Object (O), Verb (V)ಗಳು – SVO, SOV, OVS, OSV, VOS, VSO. ಇದರಲ್ಲಿ ಯಾವುದೋ ಒಂದೆರಡು ಕಿವಿಯ ಮೇಲೆ ಬಿದ್ದರೂ ಅದನ್ನು UG ಮೂಲಕ ಮಗು ಗ್ರಹಿಸುತ್ತದೆ. ನುಡಿಗಳಿಕೆ ಮಾಡಿಕೊಳ್ಳುತ್ತದೆ. ಈ ಹಂತದಲ್ಲಿ ಮಗುವಿಗೆ ನೆರವಾಗಲು ಮೆದುಳಿನಲ್ಲಿ ಇನ್ನೊಂದು ವ್ಯವಸ್ಥೆ ಇದೆ. ಅದು ಲಾಂಗ್ವೆಜ್ ಅಕ್ವೈರ್ ಡಿವೈಸ್ (LAD – ಭಾಷಾ ಗಳಿಕೆಯ ಸಾಧನ). ಮಗುವಿಗೆ ಹತ್ತರಿಂದ ಹನ್ನೆರಡು ವರ್ಷಗಳಾಗುವ ತನಕ ಇದು ಚಲಾವಣೆಯಲ್ಲಿರುತ್ತದೆ. ಹೀಗಾಗಿ ಈ ವಯಸ್ಸಿನೊಳಗಡೆ ಭಾಷೆ ಕಲಿಕೆಗೆ ವ್ಯಾಕರಣದ ಅವಶ್ಯಕತೆಯಿಲ್ಲ. ಆದರೆ ಆ ನಂತರದಲ್ಲಿ ಹೊಸ ಭಾಷೆ ಕಲಿಯ ಬೇಕೆಂದರೆ ವ್ಯಾಕರಣದ ಮೂಲಕವೇ ಕಲಿಯಬೇಕು. ಇವರು ಹೇಳುತ್ತಿರುವ ಥಿಯರಿಯ ಒಂದು ಎಳೆಯನ್ನು ಇಲ್ಲಿ ಹೇಳುತ್ತಿರುವಂತೆಯೇ, ಈ ಮೊದಲು ಕೊಟ್ಟಿರುವ ಉದಾಹರಣೆಯು ನಮ್ಮ ಅನುಭವದಲ್ಲೇ ಇರುವುದರಿಂದ ನಾವೀಗ ಇರುವ ಪರಿಸ್ಥಿತಿಯಲ್ಲಿ ಈ ಚಿಂತನೆಯನ್ನು ಗಂಭೀರವಾಗಿ ಪರಿಗಣಿಸಬೇಕಾಗಿದೆ.

ಹೀಗಾಗಿ ನಾವು ನಮ್ಮ ಪ್ರಾಥಮಿಕ ಶಿಕ್ಷಣದ ಮೊದಲ ನಾಲ್ಕು ವರ್ಷಗಳನ್ನು ಭಾಷೆ ಮತ್ತು ಸರಳ ಗಣಿತಗಳ ಕಲಿಕೆಗೆ ಮೀಸಲಿಡಬೇಕು. ಭಾಷೆಯ ಕಲಿಕೆಯ ಜೊತೆಗೆ ಇತರ ವಿಷಯಗಳು ಇರಬೇಕೇ ಹೊರತು ಇತರ ವಿಷಯಗಳ ಜೊತೆಗೆ ಭಾಷೆಯಲ್ಲ. ಆಧುನಿಕ ತಂತ್ರಜ್ಞಾನದ ಸಮರ್ಥ ಬಳಕೆ ಮಾಡಬೇಕು. ವಿಡಿಯೋ ಮತ್ತು ಆಡಿಯೋಗಳನ್ನು ಹೆಚ್ಚು ಬಳಸಬೇಕು. ಅಲ್ಲೂ ಒಣ ನೀತಿ ಪಾಠಗಳಲ್ಲ. ಅವು ಕಾರ್ಟೂನ್, ಅನಿಮೇಷನ್‌ನಲ್ಲಿ ಹಾಡು, ಕತೆಗಳಲ್ಲಿರಬೇಕು. ಹಿಂದೆ ಬರುತ್ತಿದ್ದ ಚಿತ್ರಕಥಾ ಕೋಶದ ಮಾದರಿಯಲ್ಲಿ ಭಾಷಾ ಪಠ್ಯ ಪುಸ್ತಕಗಳಿರಬೇಕು. ಮಕ್ಕಳು ಮಾತಿನ ಮೂಲಕ ಅವುಗಳನ್ನು ವಿವರಿಸುವಂತೆ, ಅವರ ಕಲ್ಪನೆಗಳನ್ನು ವಿಸ್ತರಿಸಿದಷ್ಟೂ ಅವರನ್ನು ಹುರಿದುಂಬಿಸುವಂತೆ ಪ್ರೇರಿಸಬೇಕು.

ದಿನದಲ್ಲಿ ಕೆಲವು ಗಂಟೆಗಳನ್ನು ಸಂಪೂರ್ಣ ಆಡುಕನ್ನಡಕ್ಕೂ ಇನ್ನು ಕೆಲವು ಗಂಟೆಗಳನ್ನು ಸಂಪೂರ್ಣ ಸರಳ ಇಂಗ್ಲಿಷಿಗೂ ಮೀಸಲಿಟ್ಟು ಅವರೇ ಮಾತಾಡಲು ಬಿಡಬೇಕು. ತಮ್ಮ ಲಿಖಿತ ಪರೀಕ್ಷೆಗಳನ್ನು ಆ ಮಕ್ಕಳು ತಾವು ಇಚ್ಛೆಪಟ್ಟ ಮಾಧ್ಯಮದಲ್ಲಿ ಬರೆಯಲು ಬಿಡಬೇಕು. ಇದು ಸರ್ಕಾರಿ ಶಾಲೆಗಳಲ್ಲಿ ಯಶಸ್ವಿಯಾದರೆ ಖಾಸಗಿಯವರು ಇದನ್ನು ಅನುಸರಿಸಿಯೇ ಅನುಸರಿಸುತ್ತಾರೆ. ಎಲ್ಲ ಭೌತಿಕ ಸೌಲಭ್ಯ ಇರುವ ಖಾಸಗಿ ಪದವಿ ಕಾಲೇಜುಗಳನ್ನು ಬಿಟ್ಟು ಸೌಲಭ್ಯ ಕಡಿಮೆ ಇರುವ ಸರ್ಕಾರಿ ಕಾಲೇಜುಗಳನ್ನೇ ವಿದ್ಯಾರ್ಥಿಗಳು ಆಯ್ಕೆ ಮಾಡುತ್ತಿರುವುದನ್ನು ಗಮನಿಸಿ.

ಇದರೊಂದಿಗೆ ಆಯಾ ಶಾಲೆಗಳಿಗೆ ಅವರವರೇ ಸಮವಸ್ತ್ರದ ಬಣ್ಣ ಆರಿಸಿಕೊಳ್ಳಲು ಬಿಡಬೇಕೇ ಹೊರತು ಸರ್ಕಾರೀ ಬಣ್ಣದ ಹೇರಿಕೆಯಿರಬಾರದು. ಸರ್ಕಾರಿ ಶಾಲೆಯೂ, ಕನ್ನಡವೂ ಉಳಿದೇ ಉಳಿಯುತ್ತದೆ.

೬೦

· 36

ಇದಿರು
ನೋಟ

ಸಬಿತಾ ಬನ್ನಾಡಿ

ಕೆರಳಿಸುವ ನುಡಿಯಿಲ್ಲಿ ಲಾಭದ ಸರಕು, 'ವೈರಲ್' ಮಾತು ಎಲ್ಲರಿಗೂ ಬೇಕು!

ನುಡಿ ಮುಂದೆ ನಡೆ ಹಿಂದೆ

'ಎಂಥಾ ಛಂದ ಮಾತಾಡ್ತಾರೆ' ಅಂತ ಅಲ್ಪ ಪ್ರಾಣಕ್ಕೂ ಮಹಾಪ್ರಾಣ ತುಂಬಿ ಪುಳಕದಿಂದ ಮೀಯುವವರ ಸಂಖ್ಯೆ ಈಗ ಜಾಸ್ತಿ ಆಗಿದೆಯೋ, ಜಾಸ್ತಿ ಕಾಣುತ್ತಿದೆಯೋ ಗೊತ್ತಿಲ್ಲ. ಆದರೆ ಮಾತು ಮನೆ ಮನ ತುಂಬುವ ಕಾಲ ಇದು ಅನ್ನುವುದರ ಬಗೆಗೆ ಸಂಶಯವೇ ಇಲ್ಲ. ಸುಳ್ಳೋ, ಬದ್ಧವೋ ಅದೆಲ್ಲ ಬೇಕಿಲ್ಲ. ನಿನ್ನ ಮೆಚ್ಚಿಕೊಂಡವರು ನಿನ್ನ ಸುಳ್ಳುಗಳನ್ನೂ ಮೆಚ್ಚಿಕೊಳ್ಳಬಲ್ಲರು.

ಅವರು ಮೆಚ್ಚುವಂತೆ ನೀನು ಸುಳ್ಳು ಹೇಳುವುದು ಕಲಿ. ಇಲ್ಲವೆಂದರೆ ನೀನೊಬ್ಬಳು ನಿಷ್ಪ್ರಯೋಜಕಳು ಎಂಬಲ್ಲಿವರೆಗೆ ಸುಳ್ಳಿನ ದರ್ಬಾರು ಎಡರಿಲ್ಲದೆ ನಡೆಯುತ್ತಿದೆ, ಸತ್ಯದ ಹೆಸರಿನಲ್ಲಿ.

ಜನ ಮೆಚ್ಚುವಂತೆ ನುಡಿಯುವುದನ್ನು ಈಗ ಔಟ್ ಸೋರ್ಸ್ ಮಾಡಲಾಗುತ್ತಿದೆ. ಮಾರುಕಟ್ಟೆಯ ಈ ಯುಗದಲ್ಲಿ ಮಾತಿನ ಮಾರುಕಟ್ಟೆ ಅತಿ ಹೆಚ್ಚು ಬಿಕರಿಯಾಗುತ್ತಿದೆ. ಹಿಂದೆಲ್ಲಾ 'ಪಬ್ಲಿಕ್ ಮೆಮೊರಿ ಈಸ್ ಶಾರ್ಟ್ ಲಿವ್ಡ್' ಎಂಬ ಮಾತು ಪ್ರಚಲಿತದಲ್ಲಿತ್ತು. ಇಂದು ಎಂದೆಂದಿನ ಮಾತೂ ಕೂಡ ಬೆರಳ ತುದಿಗೆ ಸಿಗುವಂತೆ ದಾಖಲಾಗಿರುತ್ತದೆ. ಆದರೂ ಅದರ ಕುರಿತು ನಿರ್ಲಕ್ಷ್ಯ ಕಾಣುತ್ತದೆ. ಹಾಗಾದರೆ ಇದು ಮರೆವಿನ ಸಮಸ್ಯೆ ಅಲ್ಲವೇನೋ. ತನಗೆ ಬೇಕಾದ್ದನ್ನು ಸೋಸಿ ತೆಗೆಯುವಾಗ ನುಡಿಯೇ ಮುಖ್ಯವಾಗಿ ನಡೆಯು ಅಮುಖ್ಯವಾಗುತ್ತದೆ. ತಮ್ಮ ತಮ್ಮ ಮೂಗಿನ ನೇರದ ವಾದಕ್ಕೆ ಪೂರಕವಾದ ಸಂಗತಿಗಳಷ್ಟನ್ನೇ ಚರಿತ್ರೆಯಿಂದ ಅಗೆದು ತೆಗೆಯಲಾಗುತ್ತದೆ. ನಿರ್ಲಜ್ಜೆಯಿಂದ ಅದನ್ನು ಸಮರ್ಥಿಸಲಾಗುತ್ತಿದೆ. ಅದು ಇಷ್ಟಕ್ಕೇ ನಿಲ್ಲದೆ ವ್ಯಕ್ತಿಗತ ಮಾನ ಹಾನಿ ಮಾಡಲು ಯಾವ ಮಟ್ಟಕ್ಕೆ ಬೇಕಾದರೂ ಇಳಿಯಲಾಗುತ್ತದೆ. ಮತ್ತು ಹಾಗೆ ಇಳಿದವರನ್ನು ಪುರಸ್ಕರಿಸಲಾಗುತ್ತಿದೆ.

ಈ ಪುರಸ್ಕರಿಸುವಿಕೆ ಮಿಲೆನಿಯಮ್ ಯುಗದ ಹೊಸ ಬೆಳವಣಿಗೆ. ಅಂದರೆ, ಮೊದಲು ಸುಳ್ಳನ್ನು ಸತ್ಯವಾಗಿಸಲು ಕೂಡ ಶ್ರಮ ವಹಿಸಬೇಕಿತ್ತು. 'ನಿನ್ನ ಬಡತನಕ್ಕೆ ಪೂರ್ವಜನ್ಮದ ಪಾಪವೇ ಕಾರಣ' ಎಂಬ ಸುಳ್ಳನ್ನು ನಂಬಿಕೆಯಾಗಿಸಲು ಒಂದಿಡೀ ಪುರೋಹಿತಶಾಹಿ ಮತ್ತು ಜಮೀನ್ದಾರಿ ವ್ಯವಸ್ಥೆ ನಿರಂತರ ಕಣ್ಗಾವಲು ಇಡಬೇಕಿತ್ತು. ಅರಿವಿನ ಅವಕಾಶವು ಸಿಗದಂತೆ ನೇರವಾಗಿ ದಮನ ಮಾಡಬೇಕಿತ್ತು. ಅದರೆ ಇಂದು ಎಲ್ಲವೂ ಮುಕ್ತ ಮುಕ್ತ. ಆದರೆ ಅದರೊಳಗಿಂದ ತಿಳಿವನ್ನು ಆಯ್ದುಕೊಳ್ಳುವುದಕ್ಕೆ ಬೇಕಾದ ವಿವೇಕವನ್ನು ನಾವೇ ನಾಶಗೊಳಿಸಿಕೊಳ್ಳುವಂತೆ ಸಲೀಸಾಗಿ ಮಾಡಲಾಗಿದೆ.

ಒಂದು ಮಾಹಿತಿಯ ಪ್ರಕಾರ ಮಿಲಿಟರಿಯ ಹೆಸರಿನಲ್ಲಿ ಹಲವಾರು ಫೇಕ್ ಫೇಸ್ ಬುಕ್ ಅಕೌಂಟ್‌ಗಳಿವೆ. ಆದರೆ ಅದು ಫೇಕ್ ಎಂದು ತಿಳಿಯುವಷ್ಟರಲ್ಲಿ ಅದರ ಹಿಂಬಾಲಕರು ದಾಸರಾಗಿರುತ್ತಾರೆ. ಇವುಗಳನ್ನು ಸಮರ್ಥಿಸುವ ಮಾನವ ಗುರಾಣಿಗಳಾಗುತ್ತಾರೆ. ಇದು ಒಂದು ರೀತಿಯದಾದರೆ, ಇನ್ನೊಂದು ಇನ್ನೂ ಆಘಾತಕಾರಿಯಾದುದು. ಅಮೆರಿಕದ ಅಧ್ಯಕ್ಷ ಗಾದಿಗೆ ಸ್ಪರ್ಧಿಸಿದಾಗ ಟ್ರಂಪ್ ಹೆಣ್ಣುಮಕ್ಕಳ ಕುರಿತಾಗಿ ಅತ್ಯಂತ ಕೀಳುಮಟ್ಟದ ಮಾತುಗಳನ್ನಾಡಿದ್ದರು. ಅವರ ಎದುರು ಸ್ಪರ್ಧಿಸಿದ್ದಾಕೆ ಮಹಿಳೆ ಎಂಬ ಅರಿವಿದ್ದೂ ಎಗ್ಗಿಲ್ಲದೆ ಇಂತಹ ಮಾತುಗಳನ್ನು ಆಡಿದ್ದರು. ಇದು ಟ್ರಂಪ್‌ಗೆ ಮಾರಕವಾಗಬಹುದು ಎಂದು

ಭಾವಿಸಲಾಗಿತ್ತು. ಹೆಣ್ಣುಮಕ್ಕಳು ಆತನಿಗೆ ಓಟುಗಳನ್ನು ನೀಡಲಾರರು ಎಂದೇ ತಿಳಿಯಲಾಗಿತ್ತು. ಆದರೆ ಹೆಣ್ಣುಮಕ್ಕಳು ಓಟು ನೀಡಿದರು. ಹೆಣ್ಣುಮಕ್ಕಳ ಕುರಿತು ನೀವು ಹೀಗೆಲ್ಲ ಹೇಳಿದ್ದು ಸರಿಯೇ ಎಂದು ಅವರನ್ನು ಕೇಳಿದಾಗ, 'ನಾನು ಇದನ್ನೆಲ್ಲ ಮನರಂಜನೆಗಾಗಿ ಹೇಳಿದ್ದು ಅಷ್ಟೆ.' ಎಂಬುದು ಅವರ ಪ್ರತಿಕ್ರಿಯೆಯಾಗಿತ್ತು. ಇದು ನಿಜಕ್ಕೂ ಗಂಭೀರವಾಗಿ ತೆಗೆದುಕೊಳ್ಳಬೇಕಾದ ಸಂಗತಿ. ಮನರಂಜನೆಗೆ ಯಾವ ನೈತಿಕತೆಯೂ ಇಲ್ಲ ಎಂದಾಯಿತು. (ಜಯಪ್ರದಾ ಬಗ್ಗೆ ಆಜಂ ಖಾನ್ ಹೇಳಿದ ಮಾತು, ಸಿ ಟಿ ರವಿ ಹೇಳಿದ 'ತಾಯ್ಗಂಡತನ'ದ ಮಾತುಗಳು ಇಂತಹವೇ.) ಟಿವಿ ನಿರೂಪಕರಾಗಿದ್ದ ಅವರಿಗೆ ಇದರ ನಾಡಿ ಮಿಡಿತ ಮೊದಲೇ ಗೊತ್ತಿತ್ತೇ? ಜನ ಇಂದು ರಾಜಕಾರಣಿಗಳಲ್ಲೂ 'ಫರ್ಫಾಮರ್'ನನ್ನು ನಿರೀಕ್ಷಿಸತೊಡಗಿದ್ದಾರೆಯೇ?

ಚುನಾವಣಾ ಪ್ರಚಾರಕ್ಕೆ ರಂಗು ಮೂಡಿಸಲು ಹೆಚ್ಚು ಹೆಚ್ಚು ವಿವಾದಾಸ್ಪದ ಹೇಳಿಕೆಗಳನ್ನು ಕೊಡಬೇಕು ಎಂದು ರಾಜಕಾರಣಿಗಳಿಗೆ ಸೂಚನೆ ಕೊಡಲಾಗುತ್ತಿದೆಯಂತೆ. 'ವೈರಲ್' ಆಗುವುದೇ ಮೌಲ್ಯವಾಗಿರುವುದರಿಂದ, ಹೆಚ್ಚು ನೋಡುಗರು ಸಿಕ್ಕರೆ ಹೆಚ್ಚು ಜಾಹೀರಾತು ಸಿಗುವುದರಿಂದ ಮಾಧ್ಯಮಗಳೂ ಇವಕ್ಕೆ ಮುಗಿಬೀಳುತ್ತವೆ. ಪ್ರಚಾರ ಅನಾಯಾಸವಾಗಿ ಸಿಗುತ್ತದೆ. ಹೀಗಾಗಿ ಏನು ಬೇಕಾದರೂ ಹೇಳಲು ಪರವಾನಗಿ ಸಿಕ್ಕಿದೆ. ಅದರಲ್ಲೂ ಕೆರಳಿಸುವಿಕೆಯ ಮಾತಾಡುವವರಿಗೆ ನೇರ ಅಧಿಕಾರದ ಗಾದಿಯೇ ಕಾದು ಕುಳಿತಿರುವುದರಿಂದ ಇಂತಹ ಮಾತುಗಳು 'ಅತಿ ಲಾಭ ತರುವಂಥ' ಸರಕುಗಳಾಗಿವೆ.

ಹಾಗಿದ್ದರೆ, ಇಂತಹ ಮಾತಾಡುವವರನ್ನು ದೂಷಿಸಬೇಕೇ? ಅಥವಾ ಇಂತಹ ಮಾತಿಗೆ ಮನ್ನಣೆ ಸಿಗುತ್ತಿರುವ ಸಾಮಾಜಿಕರಿರುವ ಸಮಾಜವನ್ನು ದೂಷಿಸಬೇಕೇ? ಸಾಮಾಜಿಕರೇಕೆ ಆಳುವವರನ್ನು ಈ ಪರಿ ಬೆಂಬಲಿಸುತ್ತಾರೆ? ತಮ್ಮ ದೈನಂದಿನ ಬದುಕಿನ ಏಕತಾನತೆಯನ್ನು, ಅಭದ್ರತೆಯನ್ನು, ಅಸಹಾಯಕತೆಯನ್ನು, ಅವಮಾನಗಳನ್ನು ತುಂಬಿಕೊಳ್ಳುವುದಕ್ಕಾಗಿ ಅವರು ಅತ್ಯುತ್ತಮ ಫರ್ಫಾರ್ಮರ್ ನನ್ನೂ ಅತ್ಯಂತ ಬಲಿಷ್ಠ ಎಂದು ಭಾವಿಸಿ ಅಂತವರೊಂದಿಗೆ ತಾವೂ ಬಲಿಷ್ಠರು ಎಂಬ ಭಾವಲೋಕದಲ್ಲಿ ಮುಳುಗುತ್ತಾರೆನಿಸುತ್ತದೆ. ಅಂಗಡಿ ಇಟ್ಟುಕೊಂಡು ಗಿರಾಕಿಗಳನ್ನು ಕಾಯುವವರು, ಸ್ವಲ್ಪ ಬಿಡುವು ಹೆಚ್ಚಿರುವ ಕೆಲಸದಲ್ಲಿರುವವರು, ಬಿಡುವಿಲ್ಲದ ಕೆಲಸವಿದ್ದರೂ ಅಭದ್ರತೆ ಹೆಚ್ಚಿರುವ ಖಾಸಗಿ ವಲಯದವರು, ಆರ್ಥಿಕ ಸಮಸ್ಯೆ ಕಡಿಮೆ ಇರುವ ಗೃಹಿಣಿಯರು, ಮಾತಿನಿಂದ ಸಮಯ ತುಂಬುವವರು ಮೊಬೈಲ್‌ನಲ್ಲಿ ಹೆಚ್ಚು ವೀಡಿಯೋ ನೋಡುತ್ತಿರುತ್ತಾರೆ. ಅವರು ತಾವೂ ಕೂಡ ಆಳುವವರೊಂದಿಗೆ ನಿರ್ಣಾಯಕರು ಎಂದು ಭಾವಿಸುತ್ತಾರೆ. ಪ್ರಜಾಪ್ರಭುತ್ವದಲ್ಲಿ ಪ್ರಜೆಗಳು ಸದಾ ವಿರೋಧಪಕ್ಷವಾಗಿ ಕೆಲಸ ಮಾಡಬೇಕು ಎಂಬುದನ್ನು ಮರೆಯುತ್ತಾರೆ. ಬದಲಿಗೆ ತಮ್ಮದಲ್ಲದ ಪಕ್ಷದ ವಿರೋಧಿಗಳಾಗಿ ಕೆಲಸ ಮಾಡುತ್ತಾರೆ.

ಆ ಮೂಲಕ ತಾವು ಚುನಾಯಿಸಿದವರು ಮಾತಿಗೆ ತಪ್ಪಿದರೂ ತಾವೇ ಅವರ ಪರವಾಗಿ ವಕಾಲತ್ತು ಮಾಡುತ್ತಾರೆ. ಅಲ್ಲಿಗೆ ಆಳುವವರು ನಿರಾಳವಾಗಿರಬಹುದು. ಅವರು ಹೊಸತೊಂದು ಸುಳ್ಳನ್ನು ಹೆಣೆಯಬಹುದು. ತಮ್ಮೆಲ್ಲ ಭೋಗಗಳನ್ನು ಪೂರೈಸಿಕೊಳ್ಳಬಹುದು.

ಸೇಡಿಯಾಪು ಕೃಷ್ಣಭಟ್ಟರು ಬರೆದ 'ನಾಗರಬೆತ್ತ' ಕತೆಯಲ್ಲಿ ಬ್ರಿಟಿಷರ ನಾಗರಿಕ ನಡೆ, ಬ್ರಿಜ್ ಇತ್ಯಾದಿ ಕಟ್ಟಿಸಿದ ಅವರ ಅಭಿವೃದ್ಧಿ ಕೆಲಸಗಳು ಮೊದಲಾದವುಗಳಿಂದ ಅವರಿಗೆ ಮಾರುಹೋದ ದೇವಕಿಯ ಗಂಡ ಅವರನ್ನು ಸಾಕ್ಷಾತ್ ಭೂಮಿ ಮೇಲಿನ ದೇವರು ಎಂದು ಭಾವಿಸಿರುತ್ತಾನೆ. ಬೇರೆಯವರ ಮಾತು ನಂಬುವುದಿಲ್ಲ. ಆದರೆ ತನ್ನ ಕೈಯಲ್ಲಿನ ಸುಂದರ ನಾಗರಬೆತ್ತವನ್ನು ಕೊಡಲು ನಿರಾಕರಿಸಿದ್ದಕ್ಕಾಗಿ ಅವರಿಂದ ಹತ್ಯೆಗೊಳಗಾಗುತ್ತಾನೆ. ಅವರ ಮುಖದ ಹಿಂದಿನ ಮುಖವನ್ನು ಅರಿಯಲು ಆತನೇ ಇರುವುದಿಲ್ಲ.

ಇದು ಆಳುವವರಲ್ಲಿ ಇರಬಹುದಾದ ಕ್ರೌರ್ಯ ಎಂಬುದು ಪ್ರಜೆಗಳಿಗೆ ತಿಳಿಯದೇ ಹೋದರೆ, ಪ್ರಜೆಗಳು ಸಂಘಟಿತ ಶಕ್ತಿಯಾಗಿ ರೂಪುಗೊಂಡು ಆಳುವವರಲ್ಲಿ ನೈತಿಕ ಎಚ್ಚರವನ್ನು ಮತ್ತು ಆ ಕುರಿತ ಭಯವೊಂದನ್ನು ಹುಟ್ಟಿಸುವವರಾಗದೆ ಕೇವಲ ಆಳಿಸಿಕೊಳ್ಳುವವರಾದರೆ ಆಗ ಸರ್ಕಾರ ನಡೆಸುವವರು ಹಾವಾಡಿಗರಾಗುತ್ತಾರೆ, ನಾವು ಬುಟ್ಟಿ ಸೇರಿದ ಹಲ್ಲುಕಿತ್ತ ಹಾವುಗಳಾಗಿರುತ್ತೇವೆ. ಅವರ ವಾದ್ಯಕ್ಕೆ ತಲೆಯಾಡಿಸುವುದರಲ್ಲೇ ಮೈಮರೆಯುತ್ತೇವೆ.

ಶರಣರು ನುಡಿಯು ನಡೆಯ ವ್ಯಕ್ತ ರೂಪವಾಗಬೇಕು ಎಂದವರು. ಇಂದು ನುಡಿ ಮುಂದಿದೆ. ನಡೆ ಹಿಂದೆ ಬಿದ್ದಿದೆ. ಪುಣ್ಯಕೋಟಿ ಹಸುವೆಂಬ ತಾಯಿ ತನ್ನ ಮಗುವಿಗೆ 'ಸತ್ಯವೇ ನಮ್ಮ ತಾಯಿ ತಂದೆ' ಎಂಬ ಪಾಠ ಹೇಳುತ್ತದೆ. ಆದರೆ ಅವಳ 'ಬುದ್ಧಿವಂತ' ಮಕ್ಕಳು, 'ಮಾತಿನಿಂದಲೇ ಹುಲಿಯು ತಾನಾಗಿ ಆತ್ಮಹತ್ಯೆ ಮಾಡಿಕೊಳ್ಳುವಂತೆ ಮಾಡಬಹುದು,' ಎಂಬ ನೀತಿಯನ್ನು ಶೋಧಿಸಿ ತೆಗೆದಿದ್ದಾರೆ. ಈ ಆತ್ಮಹತ್ಯೆಯ ದಾರಿಗೂ ಒಂದು ಅಂತ್ಯ ಇದ್ದೀತು ಎಂದು ಕಾಯುವುದಷ್ಟೇ ನಮ್ಮ ಮುಂದಿರುವ ಆಯ್ಕೆ.

೩೦

· 37

ಇದಿರು
ನೋಟ
ಸಬಿತಾ ಬನ್ನಾಡಿ

**ಒಂದು ಕೈಯಲಿ ಬೆಣ್ಣೆ
ಇನ್ನೊಂದು ಕೈಯಲಿ ದೊಣ್ಣೆ
ಸರಿಯೇ? ಗುರುವೇ?**

ಬೇರಿಗೆ ಬಿಸಿನೀರನೆರೆವ ಈ ಪರಿ

'ಈ ಸಂಸಾರದಲ್ಲಿ ಗುರುವನ್ನುಳಿದು ಏನೂ ಕೆಲಸಕ್ಕೆ ಬರುವುದಿಲ್ಲ. ಗುರು ಎಂದರೆ ಯಾರು? ಗುರು ಶಬ್ದ, ಬುದ್ಧಿ ಮತ್ತು ಮಾರ್ಗದರ್ಶನ. ಇವಿದ್ದರೆ ಮಾತ್ರ ವ್ಯಕ್ತಿ ತನ್ನ ಲಕ್ಷ್ಯದೆಡೆಗೆ ಚಲಿಸಲು ಸಾಧ್ಯ. ಆದರೆ ನಾವಾದರೋ ಅಸಂಖ್ಯ ಮೋಹಗಳಲ್ಲಿ ಬಂದಿತರು. ಇದೇ ಶಾಶ್ವತ ಎಂದು ನಂಬಿದವರು. ಆದರೆ ಪ್ರೇಮ ಸದ್ಭಾವದ ಪ್ರವಾಹ ಹರಿಸಿ ಒಬ್ಬರನ್ನೊಬ್ಬರು ಜೋಡಿಸಿ, ವಿಷಮತೆಯನ್ನು ಸಮತೆಯೆಡೆಗೆ ತರುವ ಗುರು ಮಾತ್ರ ಶಾಶ್ವತವೇ ಹೊರತು ಇನ್ನಾವುದೂ ಅಲ್ಲ' ಸೂಫಿಸಂತ ಕಬೀರನ ಚಿಂತನೆಗಳನ್ನು ಗಾಯಕ ಪ್ರಹ್ಲಾದ್ ತಪನ್ಯಾ ಹೀಗೆ ಸಂಗ್ರಹಿಸುತ್ತಾರೆ.

ತಾವಾಡುವ ಮಾತಿನಂತೆಯೇ ಭೌತಿಕ ಆಮಿಷಗಳನ್ನು, ಸವಲತ್ತುಗಳನ್ನು ತಿರಸ್ಕರಿಸಿ ಜನರ ನಡುವೆ ಬೆರೆತ ಕಬೀರನಂತವರ ದೊಡ್ಡ ಪರಂಪರೆ ಭಾರತಕ್ಕಿದೆ. ಅವರುಗಳು ಜನರ ನಡುವೆ ಇರಿಸಿಹೋದ ನಂಬಿಕೆ ಎಷ್ಟು ದೊಡ್ಡದೆಂದರೆ, ಇಂದು ಅವರುಗಳಂತೆ ವೇಷ ತೊಟ್ಟು, ಅವರ ಬಿರುದುಗಳನ್ನು ಕದ್ದುಕೊಂಡು, ಮಾತಿನ ಮರಳು ಮಂಟಪ ಕಟ್ಟುವವರನ್ನೂ ಕೂಡ ಜನ ಅವರುಗಳ ಅಪರಾವತಾರ ಎಂದು ನಂಬುತ್ತಾರೆ. ಗುರುತನ ಎಂಬುದು ಅಷ್ಟು ಸದರವಾಗಿ ಹೋಗಿರುವ ಕಾಲವಿದು. ನಿಮಗೆ ತಿಳಿದಿರಬಹುದು, ಹಳೆಗನ್ನಡದಲ್ಲಿರುವ ವಡ್ಡಾರಾಧನೆಯ ಕತೆಗಳಲ್ಲಿ ತಸ್ಕರ ಶಾಸ್ತ್ರದ ಉಲ್ಲೇಖ ಬರುತ್ತದೆ. ಹಾಗೆಂದರೆ, ಕಳ್ಳತನದ ಪಟ್ಟುಗಳನ್ನು ಕಲಿಸುವ ಶಾಸ್ತ್ರ ಎಂದರ್ಥ. ಕಳ್ಳರನ್ನೂ, ಕಾವಲುಗಾರರನ್ನೂ ಏಕಕಾಲದಲ್ಲಿ ತಯಾರಿಸುವ ಪಾಠಶಾಲೆಗಳು ಆಗ ಇದ್ದುವಂತೆ. ಇದು ನಿಜವೋ, ಕಲ್ಪನೆಯೋ ತಿಳಿದಿಲ್ಲ. ಕಳ್ಳರ ಶಾಸ್ತ್ರವನ್ನು ಈಗ ಅಧಿಕೃತವಾಗಿ ಕಲಿಸುತ್ತಿಲ್ಲವಾದರೂ ಶಾಸ್ತ್ರಬದ್ಧವಾಗಿ ಏನನ್ನೇ ಕಳ್ಳತನ ಮಾಡಿದರೂ ಅವರಿಗೆ ಈ ಸಮಾಜದಲ್ಲಿ ಅಪಾರ ಗೌರವವಿದೆ ಎಂಬುದಕ್ಕೆ ವಿಶೇಷ ತನಿಖೆಯೇನೂ ಬೇಡ.

ಹೀಗೆ ಗೌರವ ಎಂಬುದು ಜಾಗ ಬದಲಿಸಿದ ಮೇಲೆ ಗೌರವಿಸಿಕೊಳ್ಳಬಯಸುವವರೂ ಜಾಗ ಬದಲಿಸಲೇ ಬೇಕಲ್ಲ. 'ನಾವೇನು ಸನ್ಯಾಸಿಗಳಾ' ಎಂಬ ಮಾತು ಎಷ್ಟೊಂದು ಸಲ ನಮ್ಮ ಕಿವಿ ಮೇಲೆ ಬಿದ್ದಿರುವುದಿಲ್ಲ. ಹಿರಿಯರೇ ಹೀಗಾದ ಮೇಲೆ ಕಿರಿಯರನ್ನು ದೂರಿ ಏನು ಫಲ? ಇತ್ತೀಚೆಗೆ ಶಿರಸಿಯ ಪ್ರಾಂಶುಪಾಲರೊಬ್ಬರು ವಿದ್ಯಾರ್ಥಿಗಳಿಗೆ ಮೊಬೈಲ್ ದುಷ್ಪರಿಣಾಮ ವಿವರಿಸಿ, ಕಾಲೇಜಲ್ಲಿ ನಿಷೇಧವಿದ್ದರೂ ತಂದ ಮೊಬೈಲ್‌ಗಳನ್ನು ಸುತ್ತಿಗೆಯಿಂದ ಒಡೆದು ಹಾಕಿದ್ದು ಸುದ್ದಿಯಾಯಿತು, ಸದ್ದು ಮಾಡಿತು. ಈ ಬಗ್ಗೆ ಮೆಚ್ಚುಗೆಯೂ ಬಂತು. ಆದರೆ ನನಗೆ ಅವರ ಕಷ್ಟಗಳೇ ಕಣ್ಣ ಮುಂದೆ ಬಂತು. ವಿದ್ಯಾರ್ಥಿಗಳನ್ನು ನಿಯಂತ್ರಿಸಲು ಎಷ್ಟೆಲ್ಲಾ ದಾರಿ ಹುಡುಕಬೇಕಲ್ಲಪ್ಪ ಅಂತ. ಇನ್ನೂ ಒಂದು ವಿಚಾರ ಮುಂದೆ ಬಂತು. ಅದೇನೆಂದರೆ, ಹೀಗೆ ಕುಟ್ಟಿ ಒಡೆದು ಹಾಕಿದ ಮಾತ್ರಕ್ಕೆ ಮಕ್ಕಳು ಹೆದರಿ ಬಿಡ್ತಾರಾ? ಅಥವಾ ಅವರು ಪೋಷಕರಿಗೆ ಭಾವುಕ ಬೆದರಿಕೆ ಒಡ್ಡಿ ಹೊಚ್ಚ ಹೊಸ ಮಾದರಿಯ ಜಂಗಮವಾಣಿಯನ್ನು ಈಗಾಗಲೇ ಕೊಂಡುಕೊಂಡಿರಬಹುದಾ? ಎರಡನೆಯ ಸಾಧ್ಯತೆಯೇ ಹೆಚ್ಚು.

ವಿದ್ಯಾರ್ಥಿಗಳಿಗೇನೋ ಹೇಳುತ್ತೇವೆ. ಅವರಿಗಿಂತ ಹೆಚ್ಚು ದಾಸರಾಗಿರುವ ಉಪನ್ಯಾಸಕರಿಗೇನೂ ಕೊರತೆಯಿಲ್ಲ. ಕ್ಲಾಸ್ ಮುಗಿಸಿ ಓಡಿ ಬಂದು ವಿಡಿಯೋ ನೋಡುವ, ಅಲ್ಲಿನ ಅರಚಾಟಗಳಿಗೆ ತಮ್ಮದೊಂದಿಷ್ಟು ಕಿರುಚಾಟ ಸೇರಿಸುವ ದೃಶ್ಯಗಳಿಗೆ ಈಗ ಹೆಚ್ಚು ಹುಡುಕುವುದೇನೂ ಬೇಡ. ಪೋಷಕರೂ ಮೊಬೈಲ್‌ನ ಕಡಿಮೆ ವ್ಯಸನಿಗಳೇನೂ ಅಲ್ಲ. ಮೊಬೈಲ್ ಎಂಬ ಗುರುವೀಗ ಅವರ

ಕೈವಶವಾಗಿದೆ. ಇಡೀ ದೇಶಕ್ಕೇ ಉಚಿತ ಡಾಟಾದ ರುಚಿ ಹತ್ತಿಸಿದ ಜಿಯೋವನ್ನು ಜೀವನ ಸಂಗಾತಿಗಿಂತಲೂ ಗಾಢವಾಗಿ ಅಪ್ಪಿಕೊಂಡಿರುವಾಗ, ಅದರಲ್ಲಿ ಎಲ್ಲವೂ 'ಉಚಿತ'ವಾಗಿ ಸಿಗುವಾಗ, ಚಿಕ್ಕವರು ದೊಡ್ಡವರನ್ನು 'ಇವರೇನು ಸಾಚಾಗಳಾ' ಎಂದು ಒಳಗೊಳಗೇ ಗುರುಗುಟ್ಟದೇ ಇನ್ನೇನು ಮಾಡುತ್ತಾರೆ. ಹುಸಿ ಆಧುನಿಕತೆಯ ಅತ್ಯಂತ ಪ್ರಮುಖ ಲಕ್ಷಣವೆಂದರೆ ಈ ಒಳಗೊಂದು ಹೊರಗೊಂದುತನ. ನಾವು ಬೇರಿಗೆ ಹಾಕುವ ನೀರೇ ಒಂದು, ಅದು ಬಿಡಬೇಕು ಎಂದು ಬಯಸುವ ಫಲವೇ ಇನ್ನೊಂದೆಂದಾದರೆ ಅದು ಹೇಗೆ ಹೊಂದಾಣಿಕೆಯಾಗಲು ಸಾಧ್ಯ?

ಎರಡು ತಿಂಗಳ ಹಿಂದೆ ಮಾನವ ಸಂಪನ್ಮೂಲ ಅಭಿವೃದ್ಧಿ ಸಚಿವಾಲಯವು, ಪದವಿ ಕಾಲೇಜುಗಳ ಎಲ್ಲಾ ವಿದ್ಯಾರ್ಥಿಗಳ ಟ್ವಿಟರ್ ಖಾತೆ, ಫೇಸ್‌ಬುಕ್ ಖಾತೆಗಳನ್ನು ತೆರೆದು ಅದನ್ನು ಗುಂಪಾಗಿಸಿ, ಬೇರೆ ಕಾಲೇಜಿನ ಗುಂಪಿನ ಜೊತೆ ಲಿಂಕ್ ಮಾಡಿಸಿ ಅದರಲ್ಲಿ ಸ್ಫೂರ್ತಿಯ, ಯಶಸ್ಸಿನ ಕತೆಗಳನ್ನು ಪರಸ್ಪರ ಹಂಚಿಕೊಳ್ಳುವಂತೆ ವಿದ್ಯಾರ್ಥಿಗಳನ್ನು ಪ್ರೋತ್ಸಾಹಿಸಬೇಕು ಮತ್ತು ಅದಕ್ಕೆ ಕಾಲೇಜಿನಿಂದ ಒಬ್ಬರನ್ನು ನೇಮಿಸಬೇಕು ಎಂದು ಸೂಚನೆ ಕಳಿಸಿತ್ತು. ಈಗಾಗಲೇ ಪದವಿಗಳಲ್ಲಿ ಪ್ರವೇಶಾತಿ, ಪರೀಕ್ಷೆ ಕಟ್ಟುವುದು ಎಲ್ಲವೂ ವಿದ್ಯಾರ್ಥಿಗಳ ಮೊಬೈಲ್‌ನಿಂದಲೇ ಆಗುತ್ತದೆ. ಅವರಿಗೆ ಕಲಿಕಾ ನಿರ್ವಹಣೆ ವ್ಯವಸ್ಥೆ ಇದ್ದು ಅವರು ಕಾಲೇಜಿಗೆ ಮೊಬೈಲ್ ತಂದು ಅದರಲ್ಲಿ ಲಾಗಿನ್ ಆಗುವುದು ಕಡ್ಡಾಯವಾಗಿದೆ.

ಪ್ರಾಂಶುಪಾಲರುಗಳೇ, ಸುತ್ತಿಗೆ ಸುತ್ತಿಡುವುದಲ್ಲದೆ ಬೇರೆ ಗತಿಯಿಲ್ಲ! ನಾಗಚಂದ್ರನ 'ರಾಮಚಂದ್ರ ಚರಿತ ಪುರಾಣ'ದಲ್ಲಿ ರಾಜ ರಾವಣನೇ ತಪ್ಪು ಮಾಡಿದಾಗ ಬರುವ ಅದ್ಭುತ ಮಾತೊಂದಿದೆ: 'ಸಮುದ್ರದ ನೀರೇ ಕುದಿಯುವ ನೀರಾಗಿಬಿಟ್ಟರೆ, ಅದನ್ನು ತಣಿಸಲು ತಣ್ಣೀರನ್ನು ಎಲ್ಲಿಂದ ತರಬೇಕು?' ಕೊನೆಯಿಲ್ಲದ ಭೋಗಗಳನ್ನೇ ಮೌಲ್ಯವಾಗಿಸುತ್ತಿರುವ ಮಾರುಕಟ್ಟೆ ಕೇಂದ್ರಿತ ಆರ್ಥಿಕತೆಗೆ ಕಾರು ಮಾರಾಟ ಆಗುತ್ತಿಲ್ಲ ಎಂಬುದು, ಪ್ರವಾಹದಲ್ಲಿ ಜನ ಕೊಚ್ಚಿಕೊಂಡು ಹೋಗುವುದಕ್ಕಿಂತ ಗುರುತರ ಸಮಸ್ಯೆ ಆಗಿರುತ್ತದೆ. ಯಾಕೆಂದರೆ, ಕಣ್ಣು, ಕಿವಿಯಿಲ್ಲದ ಅರ್ಥಶಾಸ್ತ್ರಕ್ಕೆ ಆ ಸಾವುಗಳೆಂದರೆ, ಜನಸಂಖ್ಯಾ ನಿಯಂತ್ರಣದ ಅಂಕಿ ಅಂಶವಷ್ಟೇ ಆಗಿರಬಹುದು.

ಹೀಗಲ್ಲದ ಆರ್ಥಿಕತೆಯೂ ಒಂದಿದೆ. ಇವತ್ತಿಗೂ ಅದು ಅಲ್ಲಲ್ಲಿ ಸಣ್ಣದಾಗಿ ಉಸಿರಾಡಿಕೊಂಡಿದೆ. ಇಲ್ಲೂ ಆದಾಯ, ಖರ್ಚುಗಳಿರುತ್ತವೆ. ಆದರೆ ಅದು ಎಷ್ಟು ಅವಶ್ಯಕತೆಯಿದೆಯೋ ಅಷ್ಟನ್ನು ಮಾತ್ರ ಹೊಂದು, ಅದೂ ಸಾಧ್ಯವಿಲ್ಲವೆಂದರೆ ಅದೇನೂ ಅವಮಾನದ ಸಂಗತಿಯಲ್ಲ ಎನ್ನುತ್ತಿತ್ತು. ಇರುವುದರಲ್ಲಿ ಹಸಿದವನಿಗೆ ತುಸುವಾದರೂ ಕೊಟ್ಟು ತಿನ್ನು ಅನ್ನುತ್ತಿತ್ತು. ನಂಬಿಕೆಯನ್ನೇ ವ್ಯವಹಾರದ ಮೂಲ ಮಾನದಂಡವನ್ನಾಗಿಸುತ್ತಿತ್ತು. ಒರಟಾದರೂ ದಿಟವಾಗಿರುವುದನ್ನು

ಪುರಸ್ಕರಿಸುತ್ತಿತ್ತು. ಈಚೆಗೊಮ್ಮೆ ಬಟ್ಟೆ ಖರೀದಿಸುವಾಗ, 'ಈ ರೀತಿ ಪ್ರಿಂಟ್ ಇದ್ರೆ ಇದು ಸ್ವಲ್ಪ ಸಮಯಕ್ಕೇ ಫೇಡ್ ಆಗಿ ಬಿಡುತ್ತೆ ಕಣ್ರೀ,' ಎಂದಾಗ, ಆ ಪುಟ್ಟ ಊರಿನ, ಪುಟ್ಟ, ಹಳೆಯ, ಯಾವ ದೌಲತ್ತೂ ಇಲ್ಲದ, ಸೋವಿಯಾದ ಬಟ್ಟೆಗಳೇ ಸಿಗುವ ಅಂಗಡಿಯಾತ, 'ಮೇಡಂ, ನೀವು ನಮ್ಮಲ್ಲಿಂದ ತಗೊಂಡು ಹೋದ ಬಟ್ಟೇನಾ ಬಳಸ್ಬೇಕು, ಬಳಸಿದ್ಮೇಲೆ ಅದು ಫೇಡ್ ಆಗ್ಬೇಕು, ಆಮೇಲೆ ನೀವು ಮತ್ತೆ ನಮ್ಮಂಗಡಿಗೆ ಬಂದು ಹೊಸಬಟ್ಟೆ ತಗೊಳ್ಬೇಕು, ಇಲ್ದಿದ್ರೆ ನಾವು ಬದುಕೋದು ಹೇಗೆ?' ಅಂದಾಗ ಒಂದು ಕ್ಷಣ ನಾನು ಆತನ ನೇರವಂತಿಕೆಗೆ ದಂಗಾದೆ. ಆತನ ಅರ್ಥಶಾಸ್ತ್ರಕ್ಕೆ ತಲೆದೂಗಿದೆ. ಆಧುನಿಕ ಜಾಹೀರಾತುಗಳ ಸುಳ್ಳುಗಳು, ಥಳುಕು ಬಳುಕುಗಳು ಅಲ್ಲಿರಲಿಲ್ಲ. ಎಂದೂ ಸವೆಯದ ವಸ್ತು ಎಂದಿಗೂ ಇರುವುದಿಲ್ಲ ಎಂಬ ಅನುಭವದ ನುಡಿಪಾಠ ಅಲ್ಲಿತ್ತು. ಇಂತಹ ಒಂದು ಸರಳ ಬದುಕು ಮರೆಯಾಗಿ ಆಕರ್ಷಕ ಸುಳ್ಳುಗಳೇ ನಮ್ಮನ್ನೀಗ ಆಳುತ್ತಿವೆ. ಅಂತಹ ಜಾಹೀರಾತುಗಳೇ ನಮ್ಮ ಅತ್ಯಾಧುನಿಕ ಗುರುಗಳು.

"ಜಾನುವಾರುಗಳು ಹಾದಿಯಲ್ಲಿ ಸಾಗುವಾಗ ವಯಸ್ಸಾದ ಹೋರಿಯೊಂದು ದಾರಿ ತಪ್ಪಿದರೆ ಅದನ್ನು ಹಿಂಬಾಲಿಸುವ ಜಾನುವಾರುಗಳು ಸಹ ಹಾದಿ ತಪ್ಪುತ್ತವೆ. ಅದೇ ರೀತಿಯಲ್ಲಿ ಮನುಷ್ಯರಲ್ಲೂ ಮುಂದಾಳು ಎನಿಸಿಕೊಂಡವನು ಅಡ್ಡಮಾರ್ಗವನ್ನು ತುಳಿದರೆ, ಉಳಿದವರು ಕೂಡ ಅವನನ್ನು ಹಿಂಬಾಲಿಸುತ್ತಾರೆ," ಎನ್ನುತ್ತಾನೆ ಬುದ್ಧ.

ಹಣ್ಣುಗಳನ್ನು ಅಂಗಡಿಯಾತ ಪ್ಲಾಸ್ಟಿಕ್ ಕವರ್‌ನಲ್ಲಿ ಕೊಟ್ಟಾಗ, 'ಪ್ಲಾಸ್ಟಿಕ್ ಯಾಕೆ?' ಅಂತ ಒಬ್ಬರು ಕೇಳಿದರು. ಅದಕ್ಕಾತ, 'ಎಲ್ಲಿಯವರೆಗೆ ನಮಗೆ ಕವರ್ ಸಿಗುತ್ತೋ ಅಲ್ಲಿಯವರೆಗೆ ನಾವು ಅದರಲ್ಲೇ ಕೊಡ್ತೀವಿ' ಅಂದ. ಖಂಡಿತಾ ನ್ಯಾಯವಾದ ಮಾತು. ಮತ್ತು ಆತ ನ್ಯಾಯವಾದ ಗುರು.

ಖ

· 38

ಇದಿರು ನೋಟ

ಸಬಿತಾ ಬನ್ನಾಡಿ

ಇಂದಿನ ಪ್ರವಾಹದ ವಿರುದ್ಧದ ಪ್ರಾಮಾಣಿಕ ಗೆಲುವುಗಳು ನಾಳಿನ ಕಲಾಕೃತಿಗಳೆಂಬ ಚೈತನ್ಯದ ಬುಗ್ಗೆಗಳಾಗುತ್ತವೆ.

ಭರವಸೆ ಹುಟ್ಟಿಸಿದ ಕೆಲವು ಗೆಲುವು

ಕೆಲವು ಸಂಗತಿಗಳು ವಿಶೇಷ ಉಸಿರ್ತಾಣಗಳಂತೆ ಕೆಲಸ ಮಾಡುತ್ತವೆ. ಅಸಾಧ್ಯವೆನಿಸಿದ್ದೂ ಸಾಧ್ಯವಾದ ಕಥನಗಳು ಯಾವಾಗಲೂ ಭರವಸೆ ಕಳೆದುಕೊಂಡ ನಿರ್ಜೀವತೆಗೆ ಜೀವ ಕೊಡುತ್ತದೆ. ಎಲ್ಲೆಲ್ಲಾ ಸಂಪತ್ತಿನ ಮೂಲ ಇದೆ ಎಂದು ಗೊತ್ತಾಗುತ್ತದೋ ಅಲ್ಲೆಲ್ಲಾ ಸಾಮ್ರಾಜ್ಯ ವಿಸ್ತರಿಸುವವರು ಇದ್ದೇ ಇರುತ್ತಾರೆ ಮಾತ್ರವಲ್ಲ, ಅದನ್ನು ಅವರು ಬದಲಾವಣೆಯ ಹರಿಕಾರರ ವೇಷ ಧರಿಸಿ, ನಂಬಿಸಿ, ಅದಕ್ಕಾಗಿ ಜನರನ್ನು ತಲುಪುವ ಎಲ್ಲಾ ಮಾರ್ಗಗಳನ್ನು ಕೈವಶ ಮಾಡಿಕೊಂಡೇ ಮಾಡಿರುತ್ತಾರೆ.

ಮಾನವನ ಆಧುನಿಕ ಚರಿತ್ರೆಯುದ್ದಕ್ಕೂ ಈ ಕಥನಗಳಿವೆ. ಇದನ್ನು ಸಾಧಿಸಿ ಕೊಂಡವರು ಸಾಧನೆಯ ಚರಿತ್ರೆಯನ್ನಾಗಿ ಬಿಂಬಿಸಿ ನೂರಾರು ವರ್ಷಗಳ ಕಾಲ ಅದೇ ಕತೆಯನ್ನು ರಾಷ್ಟ್ರೀಯ ಹೆಮ್ಮೆ ಎಂಬಂತೆ ಜನರಲ್ಲಿ ರಕ್ತಗತಗೊಳಿಸಿರುತ್ತಾರೆ? ಯಾಕೆಂದರೆ ಅದು ಅವರ ಚಿಂತನೆಗಳೇ ಆಕ್ರಮಿಸಿಕೊಂಡ ರಾಷ್ಟ್ರವಾಗಿರುತ್ತದೆ.

ಆದರೆ ಎಲ್ಲೋ ಒಂದು ಚಿಕ್ಕ ಕಿಂಡಿಯಿಂದ ಬಂದ ಭಿನ್ನ ದಿಕ್ಕಿನ ಬೆಳಕು ಮುಚ್ಚಿಹೋಗಿದ್ದ ಇತರ ಸತ್ಯಗಳನ್ನೂ ಕಾಣಿಸಿ ಸೋತವರ ಮುಖದಲ್ಲೂ ಒಂದು ಪುಟ್ಟದಾದರೂ ನಗುವನ್ನೂ, ಹುಮ್ಮಸ್ಸನ್ನೂ ಹುಟ್ಟಿಸುತ್ತದೆ. ಮೊದಲು ಇದು ದೇಶಗಳ ಮೇಲೆ ಅನ್ಯ ದೇಶಗಳ ದಾಳಿಯಾಗಿದ್ದರೆ, ಇಂದು ನಾವು ಬದುಕುತ್ತಿರುವ ಕಾಲದಲ್ಲಿ ದೇಶದೊಳಗೇ ಇರುವ ಸಂಪತ್ತಿನ ಮೇಲೆ ಅಧಿಕಾರ ಚಲಾಯಿಸಲು ದೇಶೀಯರ ಮೇಲೇ ನಡೆಸುತ್ತಿರುವ 'ಬದಲಾವಣೆ, ಅಭಿವೃದ್ಧಿ, ಅದ್ಭುತ ಭವಿಷ್ಯ' ಇನ್ನೂ ಮೊದಲಾದ ಆಕರ್ಷಕ ಪದಗಳಲ್ಲಿ ದಾಳಿಗಳಾಗಿ ಬದಲಾಗಿವೆ.

ಯುರೋಪಿಯನ್ನರು ಕರಿಯರನ್ನು ಆಫ್ರಿಕಾದ ಕಾಡುಗಳಿಂದ ಅಪಹರಿಸಿ, ಬತ್ತಲುಗೊಳಿಸಿ, ಹಡಗುಗಳಲ್ಲಿ ನಾಯಿ ನರಿಗಳಂತೆ ತುರುಕಿ, ಅದರೊಳಗೇ ಇರುವ ಹೆಂಗಸರ ಮೇಲೆ ಅತ್ಯಾಚಾರ ಮಾಡಿ, ಅಲ್ಲಿ ತುಂಬಿ ತುಳುಕುವ ಕೊಳಕುಗಳಿಂದ ಹುಣ್ಣು ಕಾಯಿಲೆಗೆ ಒಳಗಾದವರ ಮೇಲೆ ಬ್ಲೀಚಿಂಗ್ ಪೌಡರ್ ಹಾಕಿ ನೆಲ ಉಜ್ಜುವ ಬ್ರಷ್‌ಗಳಿಂದ ಉಜ್ಜಿ– ಹಾಗೂ ಬದುಕುಳಿದವರನ್ನು ತಂದು ತಮ್ಮ ಸೇವೆ ಮಾಡಿಸಿಕೊಳ್ಳುವ ಸ್ಲೇವ್ಸ್‌ಗಳನ್ನಾಗಿಸಿಕೊಂಡರು. ತಮ್ಮ ಬರ್ಬರತೆಯನ್ನು ಮರೆಮಾಚಿ ತಾವೇ ನಾಗರಿಕರು ಎಂಬಂತೆ ಜಗತ್ತನ್ನು ನಂಬಿಸಿದರು. ಇದನ್ನು ಆಫ್ರಿಕನ್ ಅಮೆರಿಕನ್ ಅಲೆಕ್ಸ್ ಹ್ಯಾಲಿ ತಮ್ಮ ಕಾದಂಬರಿ 'ರೂಟ್ಸ್'ನಲ್ಲಿ ಬರೆದಾಗ ಅದು ಜಗತ್ತನ್ನೇ ಪ್ರಭಾವಿಸಿತು (ಕನ್ನಡದಲ್ಲಿ ಇದನ್ನು 'ತಲೆಮಾರು' ಎಂಬ ಹೆಸರಿನಲ್ಲಿ ಬಂಜಗೆರೆ ಜಯಪ್ರಕಾಶ್ ಅನುವಾದಿಸಿದ್ದಾರೆ).

ಅಲೆಕ್ಸ್‌ನ ಏಳು ತಲೆಮಾರುಗಳ ಹಿಂದಿನ ಪೂರ್ವಜ ಕಿಂಟಾ ಕುಂಟೆಯನ್ನು ಅಪಹರಿಸಿದ್ದು ಮಾತ್ರವಲ್ಲ, ನಾಲ್ಕು ಬಾರಿ ತಪ್ಪಿಸಿಕೊಳ್ಳಲು ಹೊರಟ ಆತನ ಬಲಪಾದವನ್ನು ಅರ್ಧಕ್ಕೆ ಕತ್ತರಿಸಿ ಮತ್ತೆ ತಪ್ಪಿಸಿಕೊಳ್ಳದಂತೆ ಮಾಡಲಾಗಿತ್ತು. ಈ ಕ್ರೌರ್ಯಗಳ ಅರಿವಿದ್ದರೆ ಮಾತ್ರ ನೆಲ್ಸನ್ ಮಂಡೇಲಾ ಅವರ ಗೆಲುವು ನಮ್ಮೊಳಗೆ ಪುಳಕ ಹುಟ್ಟಿಸಲು ಸಾಧ್ಯ.

ನಮ್ಮದೇ ನೆಲದಲ್ಲಿ ಸ್ವಾತಂತ್ರ್ಯ ಹೋರಾಟದ ಸಂದರ್ಭದಲ್ಲೂ ಎಂತೆಂತಹ ಹಿಂಸಾಚಾರಗಳಾಗಿವೆ ಎಂಬುದನ್ನು ಕಥಿಸಿದ ಅಸಂಖ್ಯ ಕಲಾಕೃತಿಗಳು ನಮ್ಮ ನಡುವೆ ಇವೆ. ಆದರೆ ಅಜ್ಞಾನಿಗಳಿಗೆ ನಮ್ಮ ಸ್ವಾತಂತ್ರ್ಯ ಹೋರಾಟದ ಫಲ 'ಭಿಕ್ಷೆ'ಯಾಗಿ ಕಾಣುತ್ತದೆಯೇ ಹೊರತು ತಮ್ಮ ಪ್ರಶಸ್ತಿಗಳು ನಿಜವಾದ ಭಿಕ್ಷೆ

ಎಂಬುದು ತಲೆಗೇ ಹೋಗುವುದಿಲ್ಲವೇ? ಈ ಎಲ್ಲವುಗಳ ನೆಪದಲ್ಲಿ ಎಂತಹ ವಿಚಾರಗಳನ್ನು ಮುನ್ನೆಲೆಗೆ ತರಲಾಗುತ್ತಿದೆ, ಎಂತಹ ವಿಚಾರಗಳನ್ನು ಮೂಲೆಗೆ ಸರಿಸಲಾಗುತ್ತಿದೆ ಎನ್ನುವುದನ್ನು ಮಾತ್ರ ಸೂಕ್ಷ್ಮವಾಗಿ ಅವಲೋಕಿಸುತ್ತಲೇ ಇರಬೇಕು. ಯಾಕೆಂದರೆ, ಸಾಧಾರಣವಾಗಿ ಅಧಿಕಾರಶಾಹಿಯನ್ನು ಹೇರಿಕೆ ಮಾಡಲು ನೆಲ ಹದಮಾಡಿಕೊಳ್ಳಲು ಬೇಕಾದ ಸಂಗತಿಗಳನ್ನೇ ಮುನ್ನೆಲೆಗೆ ತರುವುದು. ಹೀಗೆ ಮಾಡಿ ಮನಸ್ಸುಗಳನ್ನು, ಮನುಷ್ಯರನ್ನು ವಿಭಜಿಸಿ ಅವರವರೇ ಹೊಡೆದಾಡಿಕೊಳ್ಳುವಂತೆ ಮಾಡುವ ತಂತ್ರ ಪುರಾತನವಾದುದು. ಹೀಗಾಗಿಯೇ ಯಾವುದೇ ಚಳವಳಿ ಅಥವಾ ಹೋರಾಟವನ್ನು ಸಾಂಘಿಕವಾಗಿ ಕಟ್ಟಲು ವಿಪರೀತ ಶ್ರಮ ಹಾಕಬೇಕಾಗುತ್ತದೆ.

ಬಿಳಿಯರ ವಿರುದ್ಧದ ಕರಿಯರ ಹೋರಾಟವನ್ನು ಕತೆಯಾಗಿ ಉಳ್ಳ 'ಡಿ ಜಾಂಗೋ' ಎಂಬ ಸಿನಿಮಾದಲ್ಲಿ ಒಂದು ದೃಶ್ಯ ಬರುತ್ತದೆ. ಇಬ್ಬರು ಕರಿಯ ಗುಲಾಮರನ್ನು ಕುಸ್ತಿಗೆ ಇಳಿಸಿ ಬಿಳಿಯರು ಮಜಾ ತೆಗೆದುಕೊಳ್ಳುತ್ತಿರುತ್ತಾರೆ. ಇಬ್ಬರಲ್ಲಿ ಒಬ್ಬರು ಇನ್ನೊಬ್ಬನನ್ನು ಸಾಯಿಸುವ ತನಕವೂ ಕುಸ್ತಿ ನಿಲ್ಲಿಸಲು ಬಿಡುವುದೇ ಇಲ್ಲ. ಯಾರು ಸತ್ತರೂ ನಷ್ಟ ಕರಿಯರಿಗೇ. ಸಾಯಿಸಿದವನ ಹೆಸರು ದಾಖಲು ಆಗುವುದೂ ಕರಿಯನದೇ. ಅದೇ ಸಿನಿಮಾದಲ್ಲಿ ಇನ್ನೊಂದೆಡೆ, ಕರಿಯನೊಬ್ಬ ಬಿಳಿಯನ ಪ್ರೀತಿಪಾತ್ರನಾಗಿ ತಾನೇ ಒಂದು ಅಧಿಕಾರ ಕೇಂದ್ರವಾಗಿ ಕರಿಯರ ಮೇಲೆ ಬಿಳಿಯರ ಜೊತೆಗೂಡಿ ಹಿಂಸಿಸುತ್ತಾನೆ. ಇದು ದೂರದ ಕತೆಯಂತೆ ಕಾಣಬಹುದು. ಆದರೆ ಸ್ವಲ್ಪ ಎಚ್ಚರದಿಂದ ನೋಡಿದರೂ ಇದು ನಮ್ಮದೇ ಕಾಲಬುಡದ ಕತ್ತಲೆಯಾಗಿ ಕಾಣಿಸುತ್ತದೆ. ಈ ತಂತ್ರ ತಿಳಿಯದೇ, ಶೋಷಿತರು ಒಗ್ಗೂಡದೇ ಗೆಲುವು ಸಾಧ್ಯವಿಲ್ಲ.

ವರ್ಷಗಳ ಕಾಲ ರೈತರು ದೆಹಲಿಯಲ್ಲಿ ಹೋರಾಟ ಮಾಡಿ, ಯಾವುದೇ ಮಾಧ್ಯಮಗಳ ಬೆಂಬಲವಿಲ್ಲದೇ, ಎಲ್ಲಾ ಅಪಪ್ರಚಾರಗಳನ್ನು ಮೀರಿ ಒಂದು ಹಂತದ ಗೆಲುವು ಸಾಧಿಸಿದ್ದಾರೆ. ಆಂಧ್ರದ ರೈತರೂ ಏಳ್ನೂರು ದಿನಗಳ ಹೋರಾಟದಿಂದ ಸರ್ಕಾರದ ನಿರ್ಧಾರ ಬದಲಿಸುವಂತೆ ಮಾಡಿದ್ದಾರೆ. ಈಚೆಗೆ ಎಲ್ಲರ ಮನ ಗೆದ್ದಿರುವ 'ಜೈಭೀಮ್' ಸಿನಿಮಾದಲ್ಲಿ ಬುಡಕಟ್ಟು ಜನರ ಹಕ್ಕುಗಳಿಗಾಗಿ ವಕೀಲನೊಬ್ಬ ಅಚಲನಾಗಿ ಹೋರಾಡಿದ, ಸಂವಿಧಾನದ ಶಕ್ತಿಯನ್ನು ಎತ್ತಿಹಿಡಿದ, ಅಷ್ಟೇ ಅಚಲವಾಗಿ ಯಾವ ಆಮಿಷಕ್ಕೂ ಒಳಗಾಗದೆ ಛಲ ಮೆರೆದ ಹೆಣ್ಣುಮಗಳ ಸಶಕ್ತ ಚಿತ್ರಣವಿದೆ. ಈ ಸಿನಿಮಾ ನಿಜ ಕತೆಯನ್ನೇ ಆಧರಿಸಿರುವಂತದು. ತೊಂಬತ್ತರ ದಶಕದ ಈ ಕತೆ ಇಂದು ನಮ್ಮಲ್ಲಿ ಹೊಸ ಉತ್ಸಾಹ ಹುಟ್ಟಿಸುತ್ತದೆ.

ಈ ಸಂದರ್ಭದಲ್ಲಿ ಗಮನಿಸಬೇಕಾದ ಸಂಗತಿಯೆಂದರೆ, ಈ ಎಲ್ಲಾ ಹೋರಾಟದ ಹಿಂದೆ ಒಂದು ವ್ಯವಸ್ಥಿತವಾದ, ಸಾಮುದಾಯಿಕತೆಯಿರುವ, ಪ್ರಾಮಾಣಿಕತೆ ಇರುವ,

ತಾವು ಪ್ರತಿನಿಧಿಸುತ್ತಿರುವ ಸಂಗತಿಗಳ ಕುರಿತು ಖಚಿತ ಜ್ಞಾನ ಇರುವ ನಡೆಯಾಗಿ ಇವೆಲ್ಲವೂ ಮುನ್ನಡೆದಿದೆ. ಮತ್ತು ಈ ಎಲ್ಲಾ ಸಂದರ್ಭಗಳಲ್ಲೂ ಜೀವದ ಹಂಗು ತೊರೆದು ಹೋರಾಡಲಾಗಿದೆ. ಜೀವ ಕಳೆದುಕೊಂಡವರ ದೊಡ್ಡ ಯಾದಿ ಇದೆ. ಇಂದಿಗೂ ಹೀಗೆ ತಮ್ಮನ್ನೇ ಸಾಮಾಜಿಕ ಸಮಾನತೆಯ ಹೋರಾಟಕ್ಕಾಗಿ ಮುಡಿಪಾಗಿ ಇಟ್ಟುಕೊಂಡವರ ದೊಡ್ಡ ಪಟ್ಟಿ ಇದೆ. ಆದರೆ ಎಲ್ಲೋ ಬೆರಳೆಣಿಕೆಯ ಕೆಲವರನ್ನು ಬಿಟ್ಟು ಉಳಿದವರ್‍ಯಾರೂ ನಮಗೆ ನಾಯಕ/ನಾಯಕಿಯರಾಗಿ ಕಾಣಿಸುವುದಿಲ್ಲ.

'ಜೈಭೀಮ್' ಸಿನಿಮಾದ ಚರ್ಚೆ ನಡೆಯುತ್ತಿರುವಾಗಲೇ ಜಾತಿ, ಧರ್ಮದ ಕಾರಣಕ್ಕಾಗಿ ಅಮಾಯಕರ ವಿರುದ್ಧ ಸುಳ್ಳು ಆರೋಪಗಳನ್ನು ಹೊರಿಸಲು ಪೊಲೀಸರೇ ಯತ್ನಿಸಿದ್ದ ಹಲವು ಪ್ರಕರಣಗಳು ಕರ್ನಾಟಕ ಸೇರಿದಂತೆ ದೇಶದ ಬೇರೆ ಬೇರೆ ಕಡೆ ನಡೆದಿರುವ ಮಾಹಿತಿ ಹೊರಬರಲಾರಂಭಿಸಿದೆ. ವಿಠಲ ಮಲೆಕುಡಿಯ ಎಂಬ ಮುಗ್ಧ ಬುಡಕಟ್ಟು ಹುಡುಗನಿಗೆ ನಕ್ಸಲ್ ಹಣೆಪಟ್ಟಿ ಅಂಟಿಸಲಾಗಿತ್ತು. ಇದೀಗ ಆತ ನಿರಪರಾಧಿ ಎಂದು ಕೋರ್ಟ್ ತೀರ್ಪಿತ್ತಿದೆ. ಇಂತವರಿಗೆ ಊರುಗೋಲಾದವರು ದಿನೇಶ್ ಹೆಗ್ಡೆ ಉಳೆಪಾಡಿ ಎಂಬ ವಕೀಲರು.

ಇದಲ್ಲದೆ, ದಾಖಲೆಗೆ ಸಿಗದ ಇಂತಹ ಸಾವಿರಾರು ಪ್ರಕರಣಗಳು, ಹಿಂಸಾಚಾರಗಳು ನಡೆಯುತ್ತಲೇ ಇರುತ್ತವೆ. ಆದರೆ ಇದ್ಯಾವುದೂ ನಮ್ಮಲ್ಲಿ ಏನನ್ನೂ ಹುಟ್ಟಿಸುವುದಿಲ್ಲ. ಇವರುಗಳ ಕತೆ ಕಲಾಕೃತಿಯೋ, ಸಿನಿಮಾವೋ ಆದಾಗ ಮಾತ್ರ ಇವರು ನಮಗೆ ನಾಯಕರೆನಿಸಿ ಪುಳಕ ಹುಟ್ಟಿಸುವ ಈ ವೈಚಿತ್ರ್ಯದ ನಡುವೆಯೂ, ಈ ಕಲಾಕೃತಿಗಳು, ನಮ್ಮ ಸುತ್ತಿನ ಹೋರಾಟಗಳು ನಮ್ಮೊಳಗೂ ಕಿಚ್ಚು, ಕೆಚ್ಚು ಉಳಿಸಲು ಸ್ಫೂರ್ತಿ ತುಂಬುತ್ತವಾದ್ದರಿಂದ ಅವು ಅವಶ್ಯಕವೂ ಹೌದು. ಭರವಸೆಗಳೂ ಹೌದು.

೩೦